ജീവിത വിദ്യാലയം

INSIGHT PUBLICA

INSIGHT PUBLICA®
Nadakkavu, Kozhikode, Kerala
Tel:0495–4020666
www.insightpublica.com
e-mail: insightpublica@gmail. com
Jeevitha Vidyalayam
(Malayalam)
Arkady Gaidar
First Insight Edition: December 2018
This Edition: January 2024

ISBN 978-93-5517-581-6
Printed and Published by
Insightinpublica Printers & Publishers Pvt. Ltd.

അർക്കാദി ഗൈദാർ

ജീവിത വിദ്യാലയം

വിവർത്തനം: ഓമന

ചിത്രങ്ങൾ: വൈ.എ. ഷുക്കായെവ്

INSIGHT PUBLICA

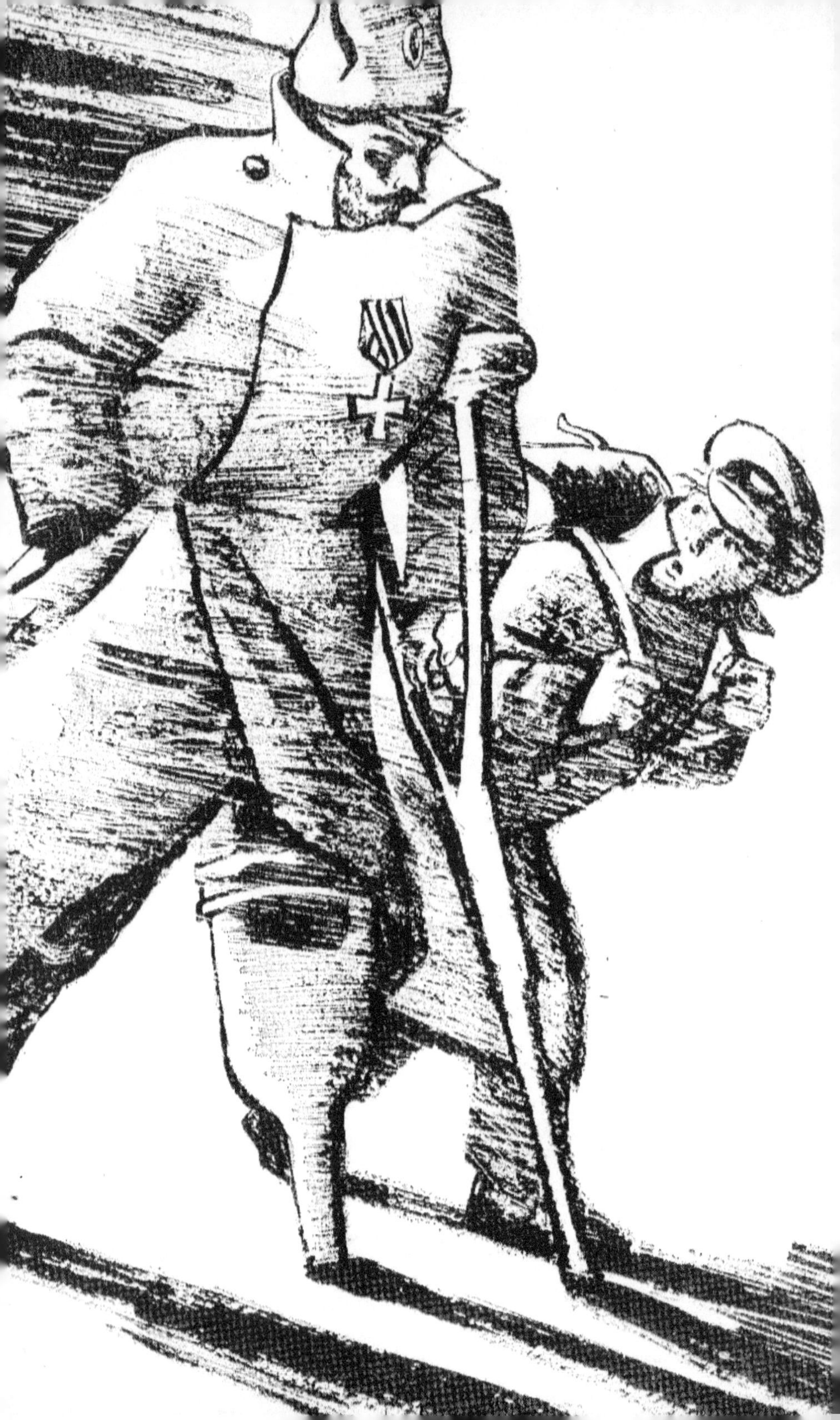

ഉള്ളടക്കം

ഭാഗം 1

സ്കൂൾ

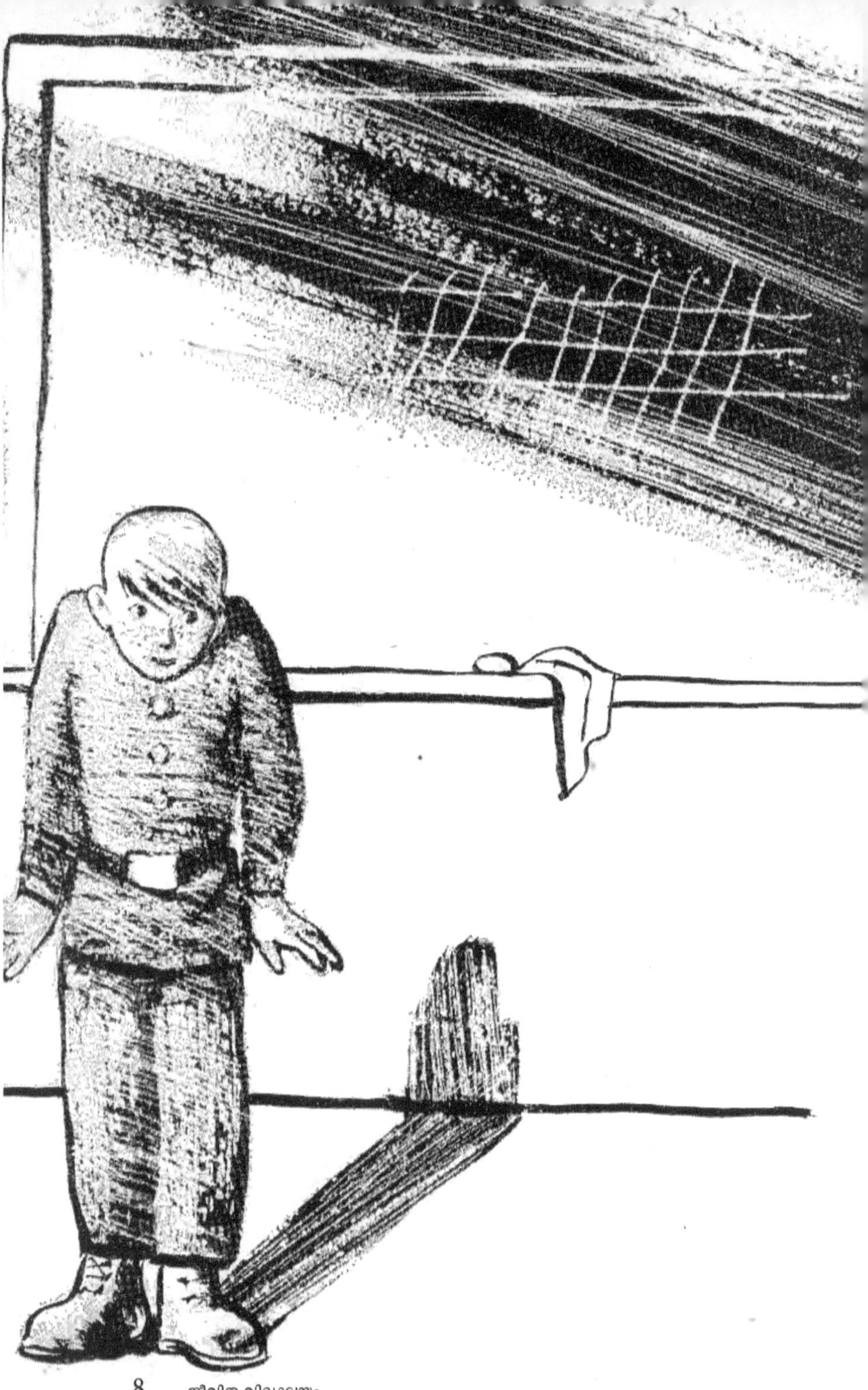

അദ്ധ്യായം ഒന്ന്

പൊളിഞ്ഞ വേലികളുള്ള പൂന്തോട്ടങ്ങളും കായ്കറിത്തോട്ടങ്ങളും നിറഞ്ഞ പ്രശാന്തമായ ഒരു പട്ടണമാണ് ഞങ്ങളുടെ അർമാസ്. ചെറികളും നേരത്തേ വിളയുന്ന ആപ്പിളുകളും ബ്ലാക് തോണുകളും ചുവന്ന പോപ്പികളും ആ തോട്ടങ്ങളിൽ സമൃദ്ധമായി വളർന്നിരുന്നു.

മുകളിൽ പാടകെട്ടിയ നിശ്ചലജലം നിറഞ്ഞ കുളങ്ങൾ പട്ടണത്തിൽ എവിടേയും കാണാം. അവയിലുണ്ടായിരുന്ന നല്ലയിനം മത്സ്യങ്ങൾ പണ്ടേ ചത്തുകഴിഞ്ഞിരുന്നു. തെന്നുന്ന പരൽമീനുകളും വഴുവഴുപ്പുള്ള തവളകളും മാത്രമാണ് ഇപ്പോൾ അവിടെയുള്ളത്. കുന്നിൻചരിവിലൂടെ തെഷ എന്ന ചെറുപുഴ ഒഴുകുന്നു.

ഒരു സന്യാസിമഠത്തിന്റെ മട്ടാണ് പട്ടണത്തിന്. ഏകദേശം മുപ്പതു പള്ളികളും നാലു മഠങ്ങളും അവിടെ ഉണ്ടായിരുന്നു. അത്ഭുതസിദ്ധികളുള്ള ദൈവരൂപങ്ങൾക്ക് ഞങ്ങളുടെ പട്ടണത്തിൽ യാതൊരു പഞ്ഞവുമില്ല, എന്നാൽ എന്തുകൊണ്ടോ ഇവിടെ അത്ഭുതങ്ങളൊന്നും നടക്കാറില്ല. സുപ്രസിദ്ധമായ സാറോവ് സന്യാസിമഠത്തിലേക്ക് ഞങ്ങളുടെ പട്ടണത്തിൽനിന്ന് കഷ്ടിച്ച് അറുപതു നാഴിക പോയാൽ മതി എന്നതാവാം അതിനു കാരണം. അത്ഭുതങ്ങൾ മുഴുവൻ അവിടെയുള്ള ദിവ്യന്മാർ അങ്ങോട്ട് ആവാഹിച്ചെടുത്തിരിക്കയായിരുന്നു.

സാറോവിൽ നടക്കുന്ന അത്ഭുതങ്ങളെപ്പറ്റിയുള്ള വാർത്തകൾ സദാ കേട്ടുകൊണ്ടിരുന്നു- ഒരിക്കൽ ഒരു കുരുടനു കാഴ്ച ലഭിച്ചെന്നായിരിക്കും, മറ്റൊരിക്കൽ കാലില്ലാത്ത ഒരുവൻ നടന്നുതുടങ്ങിയെന്നായിരിക്കും,അല്ലെങ്കിൽ ഒരു കൂനന്റെ കൂനു മാറിയെന്നായിരിക്കും. എന്നാൽ ഞങ്ങളുടെ പട്ടണത്തിലെ വിശുദ്ധരൂപങ്ങൾക്കു മുമ്പിൽ ഒരിക്കലും അങ്ങിനെയൊന്നും നടക്കാറില്ല.

കുടിയനെന്ന് പരക്കെ അറിയപ്പെടുന്ന ഇരപ്പാളിയായ മീതയ്ക്ക് വെളിപാടുണ്ടായെന്നും അയാൾ കുടി നിർത്തിയെന്നും ഒരിക്കൽ ഒരു വാർത്ത പരന്നു. എല്ലാ വർഷവും പ്രകാശദിന പെരുന്നാൾ ദിവസം ഒരുകുപ്പി മദ്യത്തിനുവേണ്ടി മഞ്ഞുകട്ടിയിലുള്ള വിടവിലൂടെ

പുഴയിലിറങ്ങി കുളിക്കുന്ന വിദ്വാനാണ് ആ ജിപ്സി. അയാൾ ഒരു പുതിയ അദ്ധ്യായം തുറക്കാൻ പോവുകയാണെന്നും, സേവ്യറുടെ പേരിലുള്ള മഠത്തിൽവച്ച് സന്യാസിപട്ടം സ്വീകരിക്കുമെന്നും പറയപ്പെട്ടു.

ജനങ്ങൾ കൂട്ടം കൂട്ടമായി ആ മഠത്തിലേക്കു പ്രവഹിച്ചു. തല കുമ്പിട്ടു വന്ദിക്കുകയും തന്റെ പാപകൃത്യങ്ങളിൽ പരസ്യമായി പശ്ചാത്തപിക്കുകയും ചെയ്തുകൊണ്ട് മീത്ക പാട്ടുകാരുടെ അടുത്ത് നില്പുണ്ടായിരുന്നു. ബെബേഷിൻ എന്ന കച്ചവടക്കാരന്റെ ഒരു ആടിനെ താൻ തലേക്കൊല്ലം തട്ടിക്കൊണ്ടുപോയി വിറ്റെന്നും ആ പണത്തിന് കള്ളു കുടിച്ചെന്നും അയാൾ ഏറ്റുപറയുകപോലും ചെയ്തു. കച്ചവടക്കാരനായ ബെബേഷിന്റെ ഹൃദയത്തെ അതു സ്പർശിച്ചു. അയാൾ നിറഞ്ഞ കണ്ണുകളോടെ മീത്കയ്ക്ക് ഒരു റൂബിൾ കൊടുത്തു-മീത്കയുടെ ആത്മാവിന്റെ രക്ഷക്കുവേണ്ടി മെഴുകുതിരി വാങ്ങി കത്തിക്കാൻ. പാപിയായ ആ മനുഷ്യൻ തന്റെ തെറ്റുകൾ തിരുത്തി പറ്റത്തിലേക്കു മടങ്ങിയെത്തിയ ആ നാടകീയമായ സംഭവത്തിനു ദൃക്സാക്ഷികളായ പലരും കണ്ണീർ പൊഴിച്ചു.

ഇതു് ഒരാഴ്ചക്കാലം നീണ്ടുനിന്നു. എന്നാൽ സന്യാസിയായി പ്രതിജ്ഞയെടുക്കേണ്ട ദിവസം മീത്ക പള്ളിയിൽ ഹാജരായില്ല-മുമ്പത്തേതിനു കടകവിരുദ്ധമായ മറ്റൊരു വെളിപാടുണ്ടായതിനാലാണോ അതോ മറ്റു വല്ല കാരണവും കൊണ്ടാണോ എന്ന് തീർച്ചയില്ല. നോവൊപ്പ്ലോത്തീന്നയ തെരുവിലുള്ള ഒരു കുഴിയിൽ ഒഴിഞ്ഞ ഒരു വോഡ്ക്കക്കുപ്പിക്കടുത്ത് മീത്ക കിടക്കുന്നുണ്ടെന്ന ഒരു വർത്തമാനം നാട്ടുകാരുടെയിടയിൽ പരന്നു.

ചെമ്മാച്ചൻ പഫ് നൂതിയും വ്യാപാരിയായ പള്ളി കാര്യസ്ഥൻ സിന്യൂഗിനും അയാളെ ഗുണദോഷിക്കാൻ നിയോഗിതരായി. ആ മാന്യന്മാർ വളരെ വേഗം തിരിച്ചെത്തി. മീത്ക കുടിച്ചുവെളിവില്ലാതെ ചത്ത പോത്തിനെപ്പോലെ കിടക്കുകയാണെന്നും അയാളെ കുലുക്കി ഉണർത്തിയപ്പോൾ, സന്യാസിയാകുന്നതിനെപ്പറ്റിയുള്ള തന്റെ തീരുമാനം മാറ്റിയെന്നും മഹാപാപിയായ തനിക്ക് സന്യസിക്കാൻ അർഹതയില്ലെന്നും മറ്റുംപറഞ്ഞ് അയാൾ അവരെ ചീത്തവിളിച്ചെന്നും അവർ പറഞ്ഞു:

അനൻസിയേഷൻ ചർച്ചിലെ മണിയുടെ ശബ്ദം മറ്റെല്ലാ മണികളേയും നിഷ് പ്രഭമാക്കും. ഔവർ സേവ്യർ മോനാസ്റ്ററിയിലെ മണിപൊട്ടിയതാണ്. അതു് ചിലമ്പിച്ച ശബ്ദത്തിൽ കർക്കശമായി ഞരങ്ങിക്കൊണ്ടിരിക്കും. സെന്റ് നിക്കൊലാസ് പള്ളിയുടെ ചെറിയ മണികൾ നേർത്ത ശബ്ദത്തിൽ സംഗീതാത്മകമായി

മുഴങ്ങിക്കൊണ്ടിരിക്കും. പ്രമാണിമാരായ ഈ മൂന്ന് ഗായകർക്കും പിന്തുണ നൽകുന്ന അനവധി മണിമേടകൾ വേറെയുമുണ്ട്. പട്ടണത്തിന്റെ അതിർത്തിയിൽ സ്ഥിതിചെയ്യുന്ന ചെറിയ തടവറയിലെ അനാർഭാടമായ കൊച്ചുപള്ളിപോലും അപസ്വരം കലർന്ന ആ സംഗീതമേളയിൽ പങ്കെടുക്കും.

മണിമേടകളുടെ മുകളിൽ കയറാൻ എനിക്ക് വലിയ ഇഷ്ടമായിരുന്നു.ഈസ്റ്റർകാലത്ത് മാത്രമേ കുട്ടികൾക്ക് അതിന് അനുവാദം കിട്ടിയിരുന്നുള്ളൂ. വളഞ്ഞു ചുറ്റിപോകുന്ന ഇരുണ്ട കോണികളിലൂടെ ഒരുപാടു മുകളിലോട്ടു കയറണം മണി ഗോപുരത്തിനുമുകളിലെത്താൻ. കൽച്ചുമരിലുള്ള ചെറുദ്വാരങ്ങളിൽ പ്രാവുകൾ മെല്ലെ കുറുകിക്കൊണ്ടിരിക്കും. എണ്ണമറ്റ വളവുകൾകൊണ്ട് തല കറങ്ങും. എങ്കിലും അങ്ങുമുകളിൽ നിന്നു നോക്കിയാൽ പട്ടണം മുഴുവൻ കാണാം. കുന്നിൻചരിവിനു താഴെ ഒഴുകുന്ന തെഷാനദി, പഴയ മില്ല്, കോലാട്ടിൻ തുരുത്ത്, കുറ്റിക്കാട്ടു്, കുറേക്കൂടെ ദൂരെയായി മലയിടുക്കുകൾ, അതിനുമപ്പുറത്ത് നീലനിറമാർന്ന കാട്.

പന്ത്രണ്ടാം സൈബീരിയൻ റൈഫിൾ റെജിമെന്റിലെ ഒരു പടയാളിയായിരുന്നു എന്റെ അച്ഛൻ. ജർമ്മൻ മുന്നണിയിൽ റീഗ വിഭാഗത്തിലായിരുന്നു ആ റെജിമെന്റ്.

ഞാൻ ടെക്നിക്കൽ ഹൈസ്കൂളിലെ രണ്ടാം ക്ലാസിൽ പഠിക്കുകയായിരുന്നു. എന്റെ അമ്മ ഒരു നേഴ്സ് ആയതിനാൽ അവർക്ക് എപ്പോഴും തിരക്കായിരുന്നു. ഞാൻ സ്വതന്ത്രനായി വളർന്നു. എല്ലാ ആഴ്ചയിലും ഒപ്പിടാനായി ഞാൻ എന്റെ പ്രോഗ്രസ് കാർഡ് അമ്മയെ കാണിക്കും. അമ്മ അതിൽ കണ്ണോടിച്ചുകൊണ്ടു് ഡ്രോയിംഗിനോ കയ്യക്ഷരത്തിനോ മറ്റോ മാർക്ക് കുറഞ്ഞാൽ ചോദിക്കും,"ഇതെന്താണ്?"

"അമ്മെ, അതു് എന്റെ കുറ്റമല്ല. എനിക്ക് വരയ്ക്കാൻ തീരെ വാസനയില്ല. പിന്നെ എന്തു ചെയ്യും? ഞാൻ ഒരു കുതിരയെ വരച്ചു.പക്ഷേ സാറു പറഞ്ഞു അതൊരു പന്നിയാണെന്ന്. അടുത്ത പ്രാവശ്യം ഞാൻ അതേ പടം കാണിച്ചിട്ടു് ഒരു പന്നിയെയാണ് വരച്ചിരിക്കുന്നതെന്നു പറഞ്ഞു. സാറിനു ദേഷ്യം വന്നു. അത് ഒരു പന്നിയുമല്ല, കുതിരയുമല്ല എന്താണെന്ന് ചെകുത്താനുമാത്രം അറിയാം, എന്നാണ് സാറു പറഞ്ഞതു്. ഞാനെന്തു ചെയ്യും? ഞാൻ ഏതായാലും ഒരു കലാകാരനാകാൻ പോവുകയല്ലല്ലോ."ഓാ

"ശരി, പക്ഷേ കയ്യക്ഷരത്തിന്റെ കാര്യമോ? ദൈവമേ! എന്തൊരു കശ! ഓരോ വരിയിലും മഷി പടർന്ന പാടുണ്ട്. താളുകൾക്കിടയിൽ ഇതാ ഒരു വണ്ട് ചതഞ്ഞരഞ്ഞിരിക്കുന്നു! ഛേ, എത്ര മോശം."

"മഷി പടർന്നതു് എന്റെ കൈപ്പിഴയാണ്. പക്ഷേ വണ്ട്

കയറിയത് എന്റെ കുറ്റംകൊണ്ടല്ല. അമ്മ എപ്പോഴും എന്നെ വെറുതെ കുറ്റപ്പെടുത്തുകയാണ്! ഞാൻ ആ വണ്ടിനെ മനപ്പൂർവ്വം അവിടെ പിടിച്ചുവച്ചുവെന്നാണോ അമ്മ വിചാരിക്കുന്നത്? ആ അസത്ത് വലിഞ്ഞു കയറി ബുക്കിൽ വന്നിരുന്ന് ചത്തിട്ട് ഞാൻ വഴക്കുകേൾക്കണം! ഞാൻ കയ്യക്ഷരത്തിന്റെ കാര്യത്തിൽ എന്തിനു ശ്രദ്ധിക്കണം? അതൊരു ശാസ്ത്രമാണോ? ഒരെഴുത്തുകാരനാകാൻ എനിക്ക് യാതൊരു ഉദ്ദേശ്യവുമില്ല."

"പിന്നെന്താകാനാണ് നിന്റെ ഉദ്ദേശം?" കാർഡ് ഒപ്പിട്ടുകൊണ്ട് കർക്കശസ്വരത്തിൽ അമ്മ ചോദിച്ചു."ഒരു കുഴിമടിയനാകാനോ? നീ പുകക്കുഴലിലൂടെ സ്കൂളിന്റെ മച്ചിൽ കയറിയെന്ന് ഇൻസ്പെക്ടർ വീണ്ടും എഴുതിയിരിക്കുന്നു. പുകക്കുഴൽ ശുചീകരണം കാരനാകാനാണോ ഉദ്ദേശ്യം?

"അല്ല. ഞാൻ കലാകാരനും, എഴുത്തുകാരനും പുകക്കുഴൽ ശുപ്പ കാരനും ആകുന്നില്ല. എനിക്ക് ഒരു നാവികനാകണം."

"കാരണം?" അമ്പരപ്പോടെ അമ്മ ചോദിച്ചു.

കാരണമൊന്നില്ല ! പക്ഷേ അക്കാര്യം തീർച്ചയാണ്. അതെത്ര രസമാണെന്ന് അമ്മയ്ക്കറിയില്ലേ?"

"അമ്മ തല കുലുക്കി.

"തലതിരിഞ്ഞ ഓരോ ആശയങ്ങൾ ! ഇനി മോശപ്പെട്ട മാർക്കു മായി വന്നാൽ ഞാൻ നല്ല അടി തരും, കേട്ടോ-നാവികനായാലും കൊള്ളാം അല്ലെങ്കിലും കൊള്ളാം."

അതു കേട്ടില്ലേ ! അമ്മ എനിക്ക് നല്ല അടി തരുന്നതൊന്നു കാണണം ! അമ്മ എന്നെ നുള്ളി നോവിക്കയില്ല. ഒരിക്കൽ അമ്മ എന്നെ ഒരു സ്റ്റോർമുറിയിൽ പൂട്ടിയിട്ടു. പിറ്റേ ദിവസം അമ്മ എനിക്ക് തിന്നാൻ എന്തൊക്കെ ഉണ്ടാക്കി തന്നെന്നോ ! സിനിമയ്ക്കു പോകാൻ ഇരുപതു കൊപ്പെക്കും തന്നു. അമ്മ ഇടയ്ക്കിടെ എന്നെ പൂട്ടിയിട്ടിരുന്നെങ്കിൽ !

അദ്ധ്യായം രണ്ട്

ഒരു ദിവസം ധൃതിയിൽ ചായ മോന്തി പുസ്തകങ്ങളും വലിച്ചുവാരി എടുത്തുകൊണ്ട് ഞാൻ സ്കൂളിലേയ്ക്കോടി. വഴിക്ക് ഞാൻ തീംക ഷ്ളുകിൻ എന്ന എന്റെ സഹപാഠിയെ കണ്ടുമുട്ടി. വലിപ്പംകുറഞ്ഞ ആ ബാലൻ ഒരു പിരുപിരുപ്പനാണ്.

സാധുവും നിരുപദ്രവിയുമാണ് തീംക. അവന്റെ മണ്ടയ്ക്ക് ഒരു കിഴുക്കുകൊടുത്താൽ തിരിച്ചുകിട്ടുമെന്ന് ഭയപ്പെടേണ്ട. കൂട്ടുകാർക്ക് വേണ്ടാത്ത സാൻഡ് വിച്ചുകൾ മുഴുവൻ അവൻ തിന്നു തീർത്തുകൊള്ളും. സ്കൂളിലെ ഉച്ചഭക്ഷണത്തിനു വേണ്ട റൊട്ടി വാങ്ങാൻ കടയിൽ പോകുന്നതു് അവനാണ്. ക്ലാസ് ടീച്ചറുടെ തലവെട്ടം കണ്ടാലുടൻ പേടിച്ചരണ്ട് മിണ്ടാതിരിക്കുക അവന്റെ പതിവാണ്. വാസ്തവത്തിൽ അവൻ പേടിക്കേണ്ട യാതൊരു കാര്യവും ഉണ്ടായിരുന്നില്ല.

പക്ഷികളെ തീംകക്ക് ജീവനായിരുന്നു. ശവക്കോട്ടയുടെ സൂക്ഷിപ്പുകാരനായിരുന്നു തീംകയുടെ അച്ഛൻ. അവിടെയുള്ള പള്ളിയിലെ അയാളുടെ ചെറിയ മുറി പക്ഷികളുള്ള കൂടുകൾകൊണ്ട് നിറഞ്ഞിരുന്നു. തീംക പക്ഷികളെ വാങ്ങുകയും വിൽക്കുകയും വച്ചുമാറുകയും കെണിയോ കൂടോ വച്ച് സെമിത്തേരിയിൽ നിന്ന് പിടിച്ചെടുക്കുകയും ചെയ്തിരുന്നു.

ഒരിക്കൽ സിന്യൂഗിൻ തന്റെ മുത്തശ്ശിയെ അടക്കിയ സ്ഥലത്ത് ഒരു മിന്നൽപരിശോധന നടത്തുകയും കല്ലറയുടെ മുകളിൽ ഒരു നെറ്റും ചരടും കുറെ ധാന്യങ്ങളും കണ്ടുപിടിക്കുകയും ചെയ്തപ്പോൾ തീംകക്ക് അവന്റെ പിതാവിൽനിന്ന് കണക്കിനു കിട്ടി. സിന്യൂഗിന്റെ പരാതിയെത്തുടർന്ന് അയാൾ തീംകയുടെ ചെവി പിടിച്ചുതിരുമ്മി. പിറ്റേന്ന് ഞങ്ങളെ വേദപാഠം പഠിപ്പിക്കുന്ന ഗെന്നാദി അച്ചൻ വേദപാഠക്ലാസിൽ പറഞ്ഞു"

"കല്ലറകളുയർത്തുന്നത് മരിച്ചുപോയവരുടെ സ്മരണ നിലനിർത്താൻവേണ്ടിയാണ്, മറ്റൊന്നിനും വേണ്ടിയല്ല. അതിന്റെ മുകളിൽ കെണിയോ മറ്റെന്തെങ്കിലും ഉപകരണങ്ങളോ വയ്ക്കുന്നതു് പാപമാണ്, ദൈവദോഷമാണ്."

ഇത്തരം ദൈവനിന്ദ ചെയ്തവർ മുകളിലിരിക്കുന്ന ശക്തിയാൽ ഭയങ്കരമായി ശിക്ഷിക്കപ്പെട്ടിട്ടുള്ളതിന്റെ പല ഉദാഹരണങ്ങളും അദ്ദേഹം മാനവചരിത്രത്തിൽനിന്ന് എടുത്തു പറഞ്ഞു.

ഉദാഹരണങ്ങൾ പറയുന്നതിൽ അതിവിരുതനാണ് ഞങ്ങളുടെ ഗെന്നാദി അച്ചൻ. ഞാൻ വീട്ടിൽ ചോദിക്കാതെ കഴിഞ്ഞയാഴ്ച സിനിമാ കാണാൻ പോയ കാര്യം അച്ചൻ അറിയുകയാണെങ്കിൽ, ഈശോ പണ്ട് ഭൂമിയിൽ ജീവിച്ചിരുന്ന കാലത്ത് ഇതേ കുറ്റം ചെയ്ത ഒരാൾ ഈശോയുടെ കോപാഗ്നിയ്ക്കിരയായ ഒരു സംഭവം അദ്ദേഹം ഓർമ്മയിൽനിന്ന് എടുത്തു പറയുമെന്ന് എനിക്കുറപ്പുണ്ട്.

ഒരു മൈനയെപ്പോലെ ചൂളമടിച്ചുകൊണ്ട് തീംക നടക്കുകയായിരുന്നു. എന്നെ കണ്ടയുടൻ അവൻ സ്നേഹപൂർവ്വം കണ്ണുചിമ്മിയെങ്കിലും തന്നെ സമീപിക്കുന്ന ആൾ വെറുതെ വരികയാണോ എന്തെങ്കിലും ദുരുദ്ദേശ്യത്തോടെ വരികയാണോയെന്നറിയാനെന്നവണ്ണം അവൻ എന്റെ നേരെ ഭയാശങ്കകളോടെ നോക്കുന്നുണ്ടായിരുന്നു.

"തീംക ! നമ്മൾ താമസിക്കും". ഞാൻ പറഞ്ഞു."ക്ലാസുതുടങ്ങുന്നതിനുമുമ്പ് നമ്മളെത്തും, പക്ഷേ പ്രാർത്ഥനയ്ക്കു നമ്മൾ താമസിക്കുമെന്നുള്ളത് തീർച്ച.

"അവർ അതറിയുകയില്ല, ഉവ്വോ?" അവൻ പേടികലർന്ന ശബ്ദത്തിൽ ചോദിച്ചു.

"തീർച്ചയായിട്ടും അറിയും. പക്ഷേ അതു സാരമില്ല. അവർ നമുക്ക് ഉച്ചഭക്ഷണം തരികയില്ലെന്നേയുള്ളൂ", ഞാൻ അവനെ കളിയാക്കാൻ വേണ്ടി ശാന്തമായ ശബ്ദത്തിൽ പറഞ്ഞു. അദ്ധ്യാപകർ വഴക്കുപറയുന്നതും ക്ലാസിൽനിന്നിറക്കിവിടുന്നതും മറ്റും തീംകയ്ക്ക് വലിയ ഭയമാണെന്നറിഞ്ഞുകൊണ്ടാണ് ഞാൻ അങ്ങിനെ പറഞ്ഞത്.

തീംക ഒന്നു ഞെട്ടി. അവൻ നടപ്പിനു വേഗത കൂട്ടിക്കൊണ്ട് ഉൽക്കണ്ഠയോടെ പറഞ്ഞു:"എന്റെ കുറ്റമല്ല ! അച്ഛൻ പള്ളിയുടെ വാതിൽ തുറക്കാൻ പോയി. ഒരു നിമിഷനേരത്തേക്ക് എന്നും പറഞ്ഞു പോയിട്ട് എത്ര താമസിച്ചാണ് വന്നത് ! പ്രാർത്ഥന കഴിയുന്നതുവരെ അവിടെ നിന്നു. വാൽക്ക സ്വാഗിന്റെ അമ്മ അവനുവേണ്ടി പ്രാർത്ഥന വായിപ്പിക്കാൻ പള്ളിയിൽ ചെന്നിരുന്നു."

"വാൽക്ക സ്വാഗിനുവേണ്ടിയോ?" പ്രാർത്ഥനയായിരുന്നില്ല, അവനെ കണ്ടുപിടിക്കാൻ വേണ്ടിയായിരുന്നു."

"കണ്ടുപിടിക്കാനോ? നീ എന്താണ് പറയുന്നത്?" വിറയ്ക്കുന്ന ശബ്ദത്തിൽ ഞാൻ ചോദിച്ചു."നിന്റെ തല തിരിഞ്ഞുപോയോ ! ഞാൻ നിന്റെ മണ്ടക്കിട്ട് ഒന്നു കിഴുക്കുമ്പോൾ എല്ലാം നേരെയാകും.... തീംക,

ഞാൻ ഇന്നലെ സ്കൂളിൽ പോയിരുന്നില്ല. എനിക്കു പനിയായിരുന്നു."

"റിറ്റ്-റിറ്റ്... ത-ര-ര..." ഒരു കിളിയെപ്പോലെ ചിലച്ചുകൊണ്ട് തീംക ഒരു കാലിൽ നിന്നു തുള്ളി: എന്നോട്ട് ആ വാർത്ത ആദ്യമായി പറയുന്നതു് താനാണെന്നറിഞ്ഞതിന്റെ സന്തോഷമായിരുന്നു അത്." ശരിയാണ്. നീ ഇന്നലെ സ്കൂളിൽ വന്നില്ലല്ലോ ഹോ, നീ ഇന്നലെ ആ രംഗം ഒന്നു കാണേണ്ടതായിരുന്നു !"

"എന്താണുണ്ടായത്?"

"പറയാം. ഞങ്ങൾക്ലാസിലിരിക്കുകയായിരുന്നു. ആദ്യത്തെ പീരീഡ് ഫ്രഞ്ചായിരുന്നല്ലോ. ആ തള്ള ഞങ്ങളോട് ക്രിയകളെപ്പറ്റി ചോദിക്കുകയായിരുന്നു. അവർ റയേവ്സ്കിയെ ബോർഡിനടുത്തേക്കു വിളിച്ചു. അവൻ ഒന്നോ രണ്ടോ വാക്കുകൾ എഴുതിക്കഴിഞ്ഞപ്പോഴേക്കും വാതിൽ തള്ളിത്തുറന്ന് ഇൻസ്പെക്ടർ കടന്നു വന്നു. (തീംക മുഖം ചുളിച്ചു) ഹെഡ് മാസ്റ്ററും ക്ലാസ് ടീച്ചറും ഒപ്പമുണ്ടായിരുന്നു(തീംക എന്നെ അർത്ഥഗർഭമായി ഒന്നു നോക്കി.) ഞങ്ങൾ ഇരുന്നുകഴിഞ്ഞപ്പോൾ ഹെഡ് മാസ്റ്റർ പറഞ്ഞു: 'മാന്യരെ, ചീത്ത വാർത്തയുമായാണ് ഞാൻ വന്നിരിക്കുന്നത്. നിങ്ങളുടെ ക്ലാസിലെ സ്പാഗിൻ എന്ന കുട്ടി വീട്ടിൽനിന്ന് ഒളിച്ചോടി. താൻ ജർമ്മൻ യുദ്ധമുന്നണിയിലേക്കു പോവുകയാണെന്ന് അവൻ ഒരു കുറിപ്പെഴുതി വച്ചിരുന്നു. അവൻ സഹപാഠികളിലാർക്കും അറിയാതെയാണ് ഒളിച്ചോടിയതെന്നു വിശ്വസിക്കാൻ, മാന്യരെ, എനിക്കു സാദ്ധ്യമല്ല. നിങ്ങളിൽ പലരും അതേപ്പറ്റി നേരത്തെ അറിഞ്ഞുകാണും, പക്ഷേ അക്കാര്യം എന്റെ ശ്രദ്ധയിൽപ്പെടുത്താൻ ആരും മിനക്കെട്ടില്ല. മാന്യരെ, ഞാൻ ഒരു കാര്യം ഉറപ്പിച്ചു പറയാൻ ആഗ്രഹിക്കുന്നു...' ഈ മട്ടിൽ അദ്ദേഹം അരമണിക്കൂറിൽ കൂടുതൽ നാക്കിട്ടടിച്ചു."

ഞാൻ ശ്വാസമടക്കിനിന്നു. അപ്പോൾ അങ്ങിനെയാണ് കാര്യങ്ങളുടെ കിടപ്പ്! കഷ്ടം ! ഇത്തരം ഒരു പ്രധാന സംഭവം നടന്ന ദിവസമാണല്ലോ സുഖമില്ലെന്ന് വെറുതെ നടിച്ച് സ്കൂളിൽ പോകാതിരിക്കാൻ എനിക്കു തോന്നിയത് ! ഞാൻ ഒന്നുമറിയാതെ വീട്ടിൽ കുത്തിയിരുന്നു ! യാഷ്ക സുക്കെർഷ്ടെനോ ഫേജ ബഷ്മക്കോവോ ക്ലാസുകഴിഞ്ഞ് അക്കാര്യം എന്നോടു വന്നു പറഞ്ഞുമില്ല. കൂട്ടുകാരാണെന്നും പറഞ്ഞു നടക്കുന്നു ! ഫേജയ്ക്ക് കളിത്തോക്കിന്റെ ഉണ്ട വേണ്ടപ്പോൾ എന്റെയടുത്തു വരും. ഇതാണ് എനിക്കു കിട്ടുന്ന പ്രതിഫലം ! ഞാനൊരു വിഡ്ഢിയാനെപ്പോലെ വീട്ടിൽ കുത്തിയിരിക്കുന്ന സമയത്ത് സ്കൂളിലേക്ക് പിള്ളേരിൽ പകുതിപ്പേരെങ്കിലും യുദ്ധമുന്നണിയിലേക്ക് ഓടിപ്പോയിരിക്കും !

ഓവർക്കോട്ട് ഊരി എവിടെയോ ഇട്ടിട്ട് സൂപ്പർവൈസറുടെ കണ്ണു

വെട്ടിച്ച് ഞാൻ പ്രാർത്ഥനാമുറിയിൽ നിന്നു പുറത്തേക്കു പ്രവഹിച്ചു കൊണ്ടിരുന്ന കുട്ടികളുടെ ഇടയിൽ മുങ്ങി.

വാൽക്ക സ്പാഗിന്റെ സാഹസികമായ ഒളിച്ചോട്ടത്തെപ്പറ്റിയുള്ള വാർത്ത വളരെ ദിവസത്തേക്ക് സ്കൂളിൽ ഒരു ചർച്ചാവിഷയമായി രുന്നു. അവന്റെ രഹസ്യപദ്ധതിയെപ്പറ്റി ഞങ്ങളിൽ പലർക്കും നേരത്തെ അറിയാമായിരുന്നുവെന്ന ഹെഡ് മാസ്റ്ററുടെ നിഗമനം ശരിയായിരുന്നില്ല. വാസ്തവത്തിൽ അക്കാര്യം ഒരൊറ്റ കുഞ്ഞിനും അറിയില്ലായിരുന്നു. വാൽക്ക സ്പാഗിന് ഒളിച്ചോടിപ്പോകാനുള്ള തന്റേടമുണ്ടെന്ന് ആരും വിചാരിച്ചില്ല. അവൻ ഒരു മര്യാദരാമനാ യിരുന്നു. വഴക്കടിക്കാനോ മറ്റുള്ളവരുടെ തോട്ടത്തിൽ കയറാനോ അവൻ ഒരിക്കലും പോവുകയില്ല; ചുരുക്കിപ്പറഞ്ഞാൽ ഒരു പേടി ത്തൊണ്ടനായിരുന്നു അവൻ. അവനിതു ചെയ്യുമെന്ന് ആരറിഞ്ഞു?

ഞങ്ങളെല്ലാവരും ചേർന്ന് ഒരന്വേഷണം തുടങ്ങി. ഒളിച്ചോടാൻ അവൻ മുൻകൂട്ടി എന്തെങ്കിലും തയ്യാറെടുക്കുന്നതു കണ്ടവരുണ്ടോയെ ന്ന് ഞങ്ങൾ കുട്ടികളോടെല്ലാവരോടും തിരക്കി. ഒരു ദിവസം ഓർക്കാ പ്പുറത്ത് തൊപ്പിയും തലയിൽവച്ച് യാതൊരു മുൻകരുതലുമില്ലാതെ ആരും യുദ്ധമുന്നണിയിലേക്ക് ചാടിപ്പുറപ്പെടുകയില്ലല്ലോ.

റെയിൽപാളങ്ങളടയാളപ്പെടുത്തിയ ഒരു ഭൂപടം അവന്റെ കൈവശമിരിക്കുന്നതു കണ്ടുവെന്ന് ഫേജ ബഷ്മക്കോവ് പറഞ്ഞു. മൊണ്ണയായ ദുബീലൊവ് പറഞ്ഞത് വാൽക്ക ഒരു കടയിൽനിന്ന് ഒരു ടോർച്ചിന്റെ ബാറ്ററി വാങ്ങുന്നത് അവൻ കണ്ടുവെന്നാണ്. ഞങ്ങൾ എത്ര ചോദ്യം ചെയ്തിട്ടും കൂടുതലൊരു വിവരവും ആരിൽ നിന്നും അറിയാൻ കഴിഞ്ഞില്ല.

ക്ലാസാകെ ഇളകി മറിഞ്ഞു. എല്ലാവരും എപ്പോഴും അങ്ങോട്ടുമി ങ്ങോട്ടും ഓടിക്കൊണ്ടിരിക്കും. എല്ലാവരുടേയും തല തിരിഞ്ഞെന്നു തോന്നി. പാഠസമയത്ത് അദ്ധ്യാപകർ എന്തെങ്കിലും ചോദിച്ചാൽ യാതൊരു ബന്ധവുമില്ലാത്ത ഉത്തരങ്ങളാണ് കിട്ടുക. ഉച്ചഭക്ഷണം നഷ്ടപ്പെട്ടവരുടെ എണ്ണം ആയിടെ പതിവിലും ഇരട്ടിയായി. കുറെ ദിവസം അങ്ങിനെ കഴിഞ്ഞു. അപ്പോൾ അതാ പുതിയൊരു വാർത്ത- ഒന്നാം ക്ലാസിൽ പഠിക്കുന്ന മീത്ക ശുപിക്കൊവ് ഒളിച്ചോടിയിരി ക്കുന്നു !

സ്കൂൾ അധികൃതർ ശരിക്കും വിരണ്ടുപോയി.

“ഇന്ന് വേദപാഠക്ലാസിൽ ഒരു പ്രസംഗം കാണും,” ഫേജ രഹസ്യ മായി എന്നോടു പറഞ്ഞു.”ഒളിച്ചോട്ടത്തെപ്പറ്റിയായിരിക്കും. ടീച്ചേർസ് റൂമിൽ ഗൃഹപാഠം കൊണ്ടുവയ്ക്കാൻ പോയപ്പോൾ അവർ പറയുന്നതു ഞാൻ കേട്ടു.”

ഞങ്ങളുടെ പുരോഹിതനായ ഗെന്നാദി അച്ചന് എഴുപതുവയസ്സിൽ കുറയുകയില്ല. താടിരോമങ്ങളും പുരികങ്ങളും കൊണ്ട് അദ്ദേഹത്തിന്റെ മുഖം മുഴുവൻ മറഞ്ഞിരിക്കും, ഒരിഞ്ചുപോലും പുറത്തുകാണുകയില്ല. അദ്ദേഹം ഒരു തടിയനായിരുന്നു. കഴുത്ത് എന്നൊരു സാധനം ഇല്ലാതിരുന്നതുകൊണ്ട് തലതിരിക്കണമെങ്കിൽ അദ്ദേഹത്തിന്ദേഹം മുഴുവൻ തിരിക്കേണ്ടിയിരുന്നു.

കുട്ടികൾക്ക് അദ്ദേഹത്തെ ഇഷ്ടമായിരുന്നു. അദ്ദേഹത്തിന്റെ ക്ലാസിൽ ചീട്ടുകളിക്കാം, പടംവരയ്ക്കാം, ബൈബിളിനു പകരം നിരോധിക്കപ്പെട്ട പുസ്തകങ്ങളോ ഷെർലൊക്ക് ഹോംസോ തുറന്നു വച്ച് വായിച്ചുകൊണ്ടിരിക്കാം, ആർക്ക് എന്തു വേണമെങ്കിലും ചെയ്യാം. ഗെന്നാദി അച്ചന് വളരെ അടുത്തുള്ളത് മാത്രമേ കാണാൻ കഴിയൂ.

ഗെന്നാദി അച്ചൻ അനുഗ്രഹിക്കാനായി കയ്യുയർത്തിപ്പിടിച്ചുകൊണ്ട് ക്ലാസിൽ കയറിയ ഉടൻ മോണിട്ടർ വിളിച്ചുകൂവി:

"പിതാവും, ആശ്വാസകനും, സത്യത്തിന്റെ സത്തയുമായ ദൈവം തമ്പുരാൻ...."

ഗെന്നാദി അച്ചനു ചെവി നല്ലതുപോലെ കേൾക്കില്ല. അതുകൊണ്ട് പ്രാർത്ഥന ഉറക്കെ തെളിച്ച് ചൊല്ലണമെന്ന് അദ്ദേഹം പറയാറുണ്ടായിരുന്നു. പക്ഷേ അന്ന് മോണിട്ടറുടെ ഒച്ച കുറെ കൂടിപ്പോയെന്ന് അദ്ദേഹത്തിനുപോലും തോന്നി. കൈവീശിക്കൊണ്ട് അദ്ദേഹം പരുഷമായി പറഞ്ഞു:

"ഇതെന്താണ്.... ഇമ്പമുള്ള ശബ്ദത്തിൽ വേണം പ്രാർത്ഥന വായിക്കാൻ. എന്നാൽ താൻ ഒരു കാളയെപ്പോലെ അമറുകയാണ്."

ഗെന്നാദിയച്ചൻ വളരെ ദൂരെനിന്നാണ് തുടങ്ങിയത്. ആദ്യം അദ്ദേഹം മുടിയനായ പുത്രന്റെ കഥ പറഞ്ഞു. ആ പുത്രൻ ദേശാടനം ചെയ്യാനായി പിതാവിന്റെ വീട്ടിൽനിന്ന് ഇറങ്ങിപ്പോയെന്നും, അതു ബുദ്ധിമുട്ടാണെന്നു കണ്ടയുടൻ തിരിച്ചു വീട്ടിലെത്തിയെന്നുമാണ് എനിക്ക് ആ കഥയിൽനിന്നും മനസ്സിലായത്.

പിന്നീട് അദ്ദേഹം സിദ്ധികളുടെ കഥ പറഞ്ഞു. ഒരു മനുഷ്യൻ അയാളുടെ വേലക്കാർക്ക് കുറെ പണം കൊടുത്തു-അതാണ് സിദ്ധികൾ. വേലക്കാരിൽ ചിലർ അതുകൊണ്ട് കച്ചവടം നടത്തി ലാഭമുണ്ടാക്കി. മറ്റുള്ളവരാകട്ടെ ആ പണം ഒളിച്ചുവച്ചു, അവർക്ക് ഒന്നും കിട്ടിയുമില്ല.

"ഈ കഥകൾ എന്താണ് കാണിക്കുന്നത്?" ഗെന്നാദി അച്ചൻ തുടർന്നു."ആദ്യത്തെ കഥ ഒരു അനുസരണകെട്ട മകന്റെ കാര്യമാണ്. ആ മകൻ അച്ചനെ വിട്ട് ഓടിപ്പോയി വളരെനാൾ അലഞ്ഞുതിരിഞ്ഞു

നടന്നിട്ട് വീട്ടിലേക്കു തിരിച്ചുവന്നു. ജീവിതത്തിന്റെ പരുപരുത്ത വശങ്ങളെപ്പറ്റി അറിയാതെ വീടുവിട്ടോടിപ്പോയ നിങ്ങളുടെ സഹപാഠികൾക്ക് തങ്ങൾ തെരഞ്ഞെടുത്ത വിനാശകരമായ മാർഗ്ഗത്തിൽ എന്തെന്തു ബുദ്ധിമുട്ടുകളും കഷ്ടപ്പാടുകളും സഹിക്കേണ്ടിവരുമെന്ന് ഞാൻ പറഞ്ഞുതരേണ്ട ആവശ്യമില്ലല്ലോ. ഞാൻ വീണ്ടും നിങ്ങളോട്ട് അഭ്യർത്ഥിക്കുന്നു. നിങ്ങളിൽ ആർക്കെങ്കിലും അവർ എവിടെയാണെന്നറിയാമെങ്കിൽ വീട്ടിലേക്കു മടങ്ങി വരാൻ എഴുതുക. വീട്ടിലേയ്ക്ക് ഇപ്പോൾ മടങ്ങി വന്നാൽ ഒന്നും പേടിക്കാനില്ലെന്ന് അവരെ അറിയിക്കു. കഥയിലെ മുടിയനായ പുത്രൻ തിരിച്ചുവന്നപ്പോൾ നല്ലവനായ പിതാവ് അവനെ വഴക്കുപറഞ്ഞില്ല. പകരം ഒരു വിശേഷദിവസത്തെപ്പോലെ അവനെ നല്ല വസ്ത്രങ്ങളണിയിക്കുകയും കൊഴുത്തുതടിച്ച പശുക്കിടാവിനെകൊന്ന് വിരുന്നൊരുക്കുകയുമാണ് ചെയ്തത് എന്നോർക്കണം. കുട്ടംതെറ്റിനടക്കുന്ന ഈ ബാലന്മാരുടെ മാതാപിതാക്കളും അവരെ മാപ്പുകൊടുത്ത് സന്തോഷത്തോടെ സ്വീകരിക്കും."

അക്കാര്യം എനിക്കു സംശയമായിരുന്നു. ഒന്നാം ക്ലാസിൽനിന്ന് ഒളിച്ചോടിയ ഉപിക്കൊാവിന്റെ അച്ഛനമ്മമാർ അവനെ എങ്ങിനെ സ്വീകരിക്കുമെന്ന് എനിക്കറിഞ്ഞുകൂടാ. പക്ഷേ അപ്പക്കച്ചവടക്കാരനായ സ്പാഗിൻ തന്റെ മകൻ തിരിച്ചുവന്നാൽ തടിച്ചുകൊഴുത്ത പശുക്കിടാവിനെകൊന്ന് വിരുന്നൊരുക്കുകയില്ലെന്ന് എനിക്ക് തീർച്ചയുണ്ടായിരുന്നു. അയാൾ ബെൽറ്റൂരി മകനിട്ട് നല്ലതു കൊടുക്കും, അത്രതന്നെ.

"ഇനി സിദ്ധികളുടെ കഥയെടുക്കാം," ഗെന്നാദിയച്ചൻ തുടർന്നു.

"നമ്മുടെ സിദ്ധികൾ നാം കുഴിച്ചുമൂടരുതെന്നാണ് അതിൽനിന്നുള്ള ഗുണപാഠം. നിങ്ങൾക്ക് പല തരത്തിലുള്ള വിജ്ഞാനം ഇവിടെനിന്നു കിട്ടുന്നു. പഠിത്തം പൂർത്തിയാക്കിയശേഷം നിങ്ങളിൽ ഒരോരുത്തരും അവരവരുടെ കഴിവിനും അഭിരുചിക്കും സ്ഥാനത്തിനും അനുയോജ്യമായ ഏതെങ്കിലുമൊരു തൊഴിൽ തെരഞ്ഞെടുക്കണം. ഒരാൾ ഒരു മാന്യനായ ബിസിനസ്സുകാരനാകും, മറ്റൊരാൾ ഡോക്ടറാകും അല്ലെങ്കിൽ ഒരു സർക്കാരുദ്യോഗസ്ഥനാകും. അപ്പോൾ നിങ്ങളെ എല്ലാവരും ആദരിക്കയും ഇങ്ങിനെ പറയുകയും ചെയ്യും: 'അതെ ഈ യോഗ്യനായ മനുഷ്യൻ അയാളുടെ സിദ്ധികൾ കുഴിച്ചുമൂടിയില്ല. അവയെ വർദ്ധിപ്പിച്ചു. ഇപ്പോൾ അയാൾ അർഹമായ ജീവിതസുഖം അനുഭവിക്കുന്നു'. എന്നാൽ-ഗെന്നാദിയച്ചൻ കൈകൾ മുകളിലേക്കുയർത്തിക്കൊണ്ടാണ് തുടർന്നത്-എന്നാൽ തങ്ങൾക്ക് കിട്ടിയ അവസരങ്ങളെല്ലാം പാഴാക്കി, ശരീരത്തേയും ആത്മാവിനേയും

നശിപ്പിക്കുന്ന സാഹസകൃത്യങ്ങൾ തേടി വീട്ടുവിട്ട് ഒളിച്ചോടിയ നിങ്ങളുടെ സഹപാഠികളുടെ ഭാവി എന്തായിരിക്കുമെന്ന്, ഞാൻ നിങ്ങളോടു ചോദിക്കയാണ്. സ്നേഹനിധിയായ ഒരു തോട്ടക്കാരന്റെ പരിലാളനകളുടെ ചൂടേറ്റു വളരുന്ന മൃദുല കുസുമങ്ങളാണ് നിങ്ങൾ. നിങ്ങൾശാന്തമായി വിടർന്നു വികസിച്ച് അദ്ധ്യാപകരുടേയും മറ്റുള്ളവരുടേയും കണ്ണുകൾക്ക് ആനന്ദം പകരുന്നു. എന്നാൽ അവരോ.... ജീവിതക്ലേശങ്ങളെ മുഴുവൻ അവർ തരണം ചെയ്താൽതന്നെ, ആരാലും ശ്രദ്ധിക്കപ്പെടാതെ കാറ്റും പൊടിയുമേറ്റ് വളരുന്ന വെറും പാഴ്ച്ചെടികളായിട്ടായിരിക്കും അവർ വളരുന്നത്."

ഒരു ദീർഘദർശിയുടെ മോടിയോടും ധാടിയോടുംകൂടി ഗെന്നാദിയച്ചൻ ക്ലാസുമുറിയിൽ നിന്ന് മന്ദം മന്ദം നടന്നു പുറത്തുകടന്നപ്പോൾ ഞാൻ നെടുതായി ഒന്നു നിശ്വസിച്ചു. ഞാൻ ചിന്താധീനനായി.

"ഫേജ !"ഞാൻ വിളിച്ചു.

" എന്താ?"

"ആ സിദ്ധികളെപ്പറ്റി നിന്റെ അഭിപ്രായമെന്താണ്?"

"ഒന്നുമില്ല. നിന്റെയോ?"

"എന്റെയോ?"

ഒരു നിമിഷം മടിച്ചുനിന്നിട്ട് ഞാൻ ശബ്ദം താഴ്ത്തി പറഞ്ഞു:

"ഫേജ, എന്റെ സിദ്ധികൾ കുഴിച്ചുമൂടാനാണ് എനിക്ക് കൂടുതൽ ഇഷ്ടം. ഒരു ബിസ്സിനസ്സുകാരനോ സർക്കാരുദ്യോഗസ്ഥനോ ആകുന്നതിൽ എന്താണ് രസം?"

"എനിക്കും അതുതന്നെ തോന്നുന്നു", ചെറിയ ഒരു നിശ്ശബ്ദതയ്ക്കു ശേഷം ഫേജ പറഞ്ഞു."മുറിക്കകത്തുവളരുന്ന ഒരു ചെടിയാകാൻ ഒരു രസവുമില്ല. ഒന്ന് ഊതിയാൽ അതു വാടിപ്പോകും. പാഴ്ച്ചെടികൾക്കാണെങ്കിൽ കുറെ കരുത്തെങ്കിലുമുണ്ട്, മഴയും ചൂടു താങ്ങാനുള്ള കെൽപ്പുണ്ട്."

"ഫേജ," ഞാൻ പറഞ്ഞു."വരാനിരിക്കുന്ന ജീവിതത്തിൽ നിങ്ങൾ ഉത്തരം പറയേണ്ടിവരും, എന്ന് ഗെന്നാദിയച്ചൻ പറഞ്ഞില്ലേ? ഏതായാലും ഉത്തരംപറയേണ്ടിവരുമെങ്കിൽപ്പിന്നെ വരാനിരിക്കുന്ന ജീവിതത്തെപ്പറ്റി എന്തിനു വിചാരിക്കുന്നു?"

അതേപ്പറ്റി ആലോചിക്കാൻ ഫേജ കുറെ സമയമെടുത്തു. ശിക്ഷയിൽനിന്ന് രക്ഷപ്പെടേണ്ടതെങ്ങിനെയെന്ന് അവനും നിശ്ചയമില്ലായിരുന്നെന്നു തോന്നി. എങ്ങും തൊടാത്ത ഉത്തരമാണ് അവൻ നൽകിയത്.

“അത് ഉടനേയെങ്ങും വേണ്ടിവരില്ലല്ലോ. ആ സമയമാകുമ്പോഴേക്ക് നമുക്ക് എന്തെങ്കിലും വഴി കണ്ടുപിടിക്കാം.”

ഒന്നാംക്ലാസ് വിദ്യാർത്ഥിയായ ള്രുപിക്കൊവ് ഒരു മണ്ടനാണെന്ന തെളിഞ്ഞു. യുദ്ധമുന്നണിയിലെത്താൻ ഏതുദിക്കിലേക്കാണ് പോകേണ്ടതെന്നുപോലും അവന നിശ്ചയമില്ലായിരുന്നു. അർസമാസിൽ നിന്നും അറുപതു മൈൽ അകലെ നീഷ്നി നോവ്ഗൊറദിലേക്കുള്ള വഴിയിൽ നിന്ന് മൂന്ന് ദിവസം കഴിഞ്ഞ് അവനെ പിടികിട്ടി.

വീട്ടിലെത്തിയപ്പോൾ വീരോചിതമായ ഒരു സ്വീകരണമാണത്രെ അവന ലഭിച്ചത്. അവർ അവന പലവിധ സമ്മാനങ്ങൾ വാങ്ങിക്കൊടുത്തു. താൻ ഇനി ഒരിക്കലും ഒളിച്ചോട്ടുകയില്ലെന്ന് അവൻ അമ്മയ്ക്ക് വാക്കുകൊടുത്തതിന പകരം, അടുത്ത വേനൽക്കാലത്ത് അവന് ഒരു തോക്കു വാങ്ങിക്കൊടുക്കാമെന്ന് അമ്മയും ഏറ്റു. എന്നാൽ സ്കൂളിൽ അവൻ എല്ലാവരുടേയും പരിഹാസപാത്രമായിത്തീരുകയാണ് ഉണ്ടായത്.”മൂന്ന ദിവസം പട്ടണത്തിൽ അലഞ്ഞുനടന്നാൽ ഒരു തോക്കു കിട്ടുമെങ്കിൽ ആരാണ് പോകാത്തത്?” കുട്ടികൾ അവനെ കാണുമ്പോൾ പറയും.

ഞങ്ങളുടെ സ്കൂളിലെ ഭൂമിശാസ്ത്രാദ്ധ്യാപകനായ മലിനോവ്സ്കി ഓർക്കാപ്പുറത്ത് അവന് ഒരു കൊട്ടുകൊടുത്ത് എല്ലാവരേയും അത്ഭുതപ്പെടുത്തി.”ഭ്രാന്തൻ” എന്നാണ് ഞങ്ങൾ അദ്ദേഹത്തെ വിളിച്ചിരുന്നത്.

മലിനോവ്സ്കി ള്രുപിക്കൊവിനെ ബോർഡിനടുത്തേക്കു വിളിച്ചു.

“ശരി, ഏതു മുന്നണിയിലേക്ക് ഓടിപ്പോകാനാണ് നീ പുറപ്പെട്ടത്? ജപ്പാന്റെ ഭാഗത്തേക്കായിരിക്കും, അല്ലേ?”അദ്ദേഹം ചോദിച്ചു.

“അല്ല, സാർ,” ള്രുപിക്കൊവ് പറഞ്ഞു. ജർമ്മൻ മുന്നണിയിലേക്ക്.” അവന്റെ മുഖം ചുവന്നു.

“അതുശരി,” പകയോടെ മലിനോവ്സ്കി തുടർന്നു.”പിന്നെ നിന്നെ നീഷ്നി നോവ്ഗൊറദിലേക്കു തള്ളിവിട്ടത് ഏതു പിശാചാണ്? നിന്റെ മണ്ടയിൽ ഒന്നുമില്ലേ? ഞാൻ നിന്നെ ഭൂമിശാസ്ത്രം പഠിപ്പിക്കുന്നതൊക്കെ നീ എവിടെ കൊണ്ട് കുഴിച്ചുമൂടി? നിനക്ക് മോസ്കോ വഴിയാണ് കടന്നുപോകേണ്ടതെന്ന് പകൽപോലെ സ്പഷ്ടമായിരുന്നില്ലേ?” അദ്ദേഹം കയ്യിലുള്ള വടികൊണ്ട് ഭൂപടത്തിൽ ചൂണ്ടിക്കാട്ടി”ജർമ്മൻമുന്നണിയിലെത്തണമെങ്കിൽ മോസ്കോയും, സ്മോലേൻസ്കും ബ്രേസ്റ്റും കടക്കണം. നീയാണെങ്കിൽ കിഴക്കോട്ടാണു പോയത്-നേരെ എതിർവശത്തേക്ക്. നീ അങ്ങിനെ ചെയ്യാൻ കാരണമെന്താണ്? നിങ്ങളെ ഭൂമിശാസ്ത്രം പഠിപ്പിക്കുന്നത് ഒരു

ചവറ്റുകുട്ടയിലെന്നപോലെ തലയിൽ സൂക്ഷിക്കാനല്ല, നിങ്ങൾ അതു പ്രായോഗികമായി പ്രയോജനപ്പെടുത്താനാണ്. ഇരിക്ക്, ഞാൻ നിനക്ക് മാർക്കു കുറയ്ക്കാൻ പോവുകയാണ് !"

പഠിക്കുന്നതുകൊണ്ട് പ്രയോജനമുണ്ടെന്ന് ആ പ്രസംഗം ഒന്നാം ക്ലാസ് വിദ്യാർത്ഥികളെ ബോദ്ധ്യപ്പെടുത്തി. അവർ കൂടുതൽ ശ്രദ്ധാ ന്തിയോടെ ഭൂമിശാസ്ത്രം പഠിച്ചുതുടങ്ങി."ഒളിച്ചോട്ടം" എന്നപേരിൽ ഒരു പുതിയ കളിതന്നെ അവർ കണ്ടുപിടിച്ചു. ആ കളി ഇങ്ങിനെയാണ്: ഒരു കുട്ടി അതിർത്തിയിലുള്ള ഏതെങ്കിലും ഒരു പട്ടണത്തിന്റെ പേരു പറയും, മറ്റൊരു കുട്ടി അങ്ങോട്ടുള്ള വഴി പറയണം.

ഒളിച്ചോട്ടക്കാരന് ഒരു തെറ്റുപറ്റിയാൽ പിഴയൊടുക്കണം. പിഴയൊടുക്കിയില്ലെങ്കിൽ തലക്കിട്ടു കിഴുക്കു കിട്ടും.

അദ്ധ്യായം മൂന്ന്

യുദ്ധം ജയിക്കുന്നതിനുവേണ്ടി ഒരു പ്രത്യേകപ്രാർത്ഥന ആഴ്ചതോറും സ്കൂളിൽ നടത്താറുണ്ട്. ബുധനാഴ്ച രാവിലെയായിരിക്കും അത്.

പ്രാർത്ഥന കഴിഞ്ഞ് എല്ലാവരും ഇടതുവശത്തേക്കു നോക്കണം. സാർചക്രവർത്തിയുടേയും ചക്രവർത്തിനിയുടേയും പടം അവിടെയാണ് തൂക്കിയിരുന്നത്.

ഗായകസംഘം ദേശീയ ഗാനം പാടും, "ചക്രവർത്തിയെ ദൈവം കാക്കട്ടെ." മറ്റുള്ളവരെല്ലാം അതേറ്റുപാടണം. എന്റെ ശബ്ദം പാടാൻ പറ്റിയതല്ലെങ്കിലും ഞാൻ തൊള്ളതുറന്നു പാടും. എന്റെ പരാക്രമം കണ്ട് ഒരിക്കൽ മാസ്റ്റർ പറഞ്ഞു:

"ഗോറിക്കൊവ്, നീ ഇത്രയധികം ആയാസപ്പെടേണ്ട. നീ ആവശ്യത്തിലേറെ ഉറക്കെയാണു പാടുന്നത്."

എനിക്ക് പരിഭവം തോന്നി. ആവശ്യത്തിലേറെ ഉറക്കെയാണെന്നോ ! കൊള്ളാം ! എനിക്കു പാടാനറിയില്ലെന്നുവച്ച് മറ്റുള്ളവർ വിജയത്തിനുവേണ്ടി പാടുമ്പോൾ ഞാൻ വായുംപൂട്ടിനിൽക്കണോ?

വീട്ടിൽവച്ച് ഞാൻ അമ്മയോട്ട് സങ്കടം പറഞ്ഞു.

പക്ഷേ അമ്മയ്ക്ക് അക്കാര്യത്തിൽ വലിയ താല്പര്യമുണ്ടായിരുന്നില്ല. അവർ പറഞ്ഞു:

"നീ ഒരു കൊച്ചുകുട്ടിയാണ്. കുറേക്കൂടി വളരട്ടെ.... ആളുകൾ യുദ്ധം ചെയ്യുന്നു. അതിന് നിനക്കെന്താ?"

"അമ്മ എന്താണീ പറയുന്നത്? ജർമ്മൻകാർ നമ്മളെ കീഴടക്കിയാലോ? അവരുടെ അക്രമങ്ങളെപ്പറ്റി ഞാൻ ചിലതെല്ലാം വായിച്ചിട്ടുണ്ട്. അമ്മേ, ജർമ്മൻകാർ വയസ്സായവരോടും കുട്ടികളോടും മറ്റാരോടും ദയകാണിക്കാത്ത മ്ലേച്ഛന്മാരായിരിക്കുന്നതും നമ്മുടെ സാർചക്രവർത്തി എല്ലാവരിലും കരുണയുള്ളവനായിരിക്കുന്നതും എന്തുകൊണ്ടാണ്?"

"അതോർത്ത് വിഷമിക്കേണ്ട !"അമ്മ നീരസത്തോടെ പറഞ്ഞു.

"അവരെല്ലാം കണക്കാണ്. എല്ലാവരുടേയും തലതിരിഞ്ഞിരിക്കുന്നു. ജർമ്മൻകാർ മറ്റു രാജ്യക്കാരേക്കാൾ ചീത്തയല്ല, നമ്മളല്ല."

എന്നെ ചിന്താക്കുഴപ്പത്തിലാക്കിയിട്ട് അമ്മ അവിടുന്നു പോയി. ജർമ്മൻകാർ നമ്മുടെ ആൾക്കാരേക്കാൾ ചീത്തയല്ലെന്നു വരുന്നതെങ്ങിനെ? അവർ മഹാ ചീത്തയാണെന്ന് എല്ലാവർക്കും അറിയാം. ജർമ്മൻകാർ യാതൊരു ദാക്ഷിണ്യവുമില്ലാതെ സർവ്വതും തീവച്ചു നശിപ്പിക്കുന്നതു് ഇന്നലെ ഞാൻ സിനിമയിൽ കണ്ടതേയുള്ളൂ. അവർ റിംസ് കത്തീഡ്രൽ നശിപ്പിച്ചു. പള്ളികൾ മലിനമാക്കി, എന്നാൽ നമ്മുടെ ആളുകൾ ഒന്നും നശിപ്പിക്കുകയോ ദൂഷിപ്പിക്കുകയോ ചെയ്തില്ല. ഒരു റഷ്യൻ സൈനികോദ്യോഗസ്ഥൻ ഒരു ജർമ്മൻ കുട്ടിയെ തീയിൽനിന്നു രക്ഷിക്കുന്നതാണ് ഞങ്ങൾ ആ സിനിമയിൽ കണ്ടതു്. ഞാൻ ഫേജയുടെ വീട്ടിലേയ്ക്കു നടന്നു.

ഫേജയും എന്റെ അഭിപ്രായം ശരിവച്ചു.

"അവർ ദുഷ്ടന്മാരാണെന്നു തീർച്ച. നിരുപദ്രവികളായ യാത്രക്കാരെ വഹിച്ചുകൊണ്ടുപോയ 'ലൂസിത്താനിയ' അവർ മുക്കി, എന്നാൽ നമ്മൾ ഒന്നും മുക്കിയിട്ടില്ല. നമ്മുടെ ചക്രവർത്തിയും ഇംഗ്ലീഷുകാരുടെ ചക്രവർത്തിയും മാന്യന്മാരാണ്. ഫ്രഞ്ച് പ്രസിഡന്റും അങ്ങനെ തന്നെയാണ്. പക്ഷേ ജർമ്മൻകാരുടെ ആ വിൽഹെം ഒരു നീചനാണ്.

"ഫേജ, ഫ്രഞ്ച് ചക്രവർത്തിയെ പ്രസിഡന്റെന്ന് വിളിക്കുന്നതെന്തിനാണ്?" ഞാൻ ചോദിച്ചു.

അവൻ കുറേനേരം ആലോചിച്ചുനിന്നു.

"എനിക്കറിയില്ല", അവൻ പറഞ്ഞു."അവരുടെ പ്രസിഡന്റ് ചക്രവർത്തിയേയല്ലത്രെ.... വെറുതെ അങ്ങിനെ ആയതാണ്."

"വെറുതെ എങ്ങിനെയായി?"

വാസ്തവത്തിൽ എനിക്കറിയില്ല. ഞാൻ ഡ്യൂമയുടെ ഒരു പുസ്തകം വായിച്ചിട്ടുണ്ട്. നല്ല രസമുള്ള പുസ്തകമാണ്. സാഹസകൃത്യങ്ങൾ കൊണ്ടു നിറഞ്ഞതു്. ഫ്രഞ്ചുകാർ അവരുടെ ചക്രവർത്തിയെ കൊന്നു. പകരം പ്രസിഡന്റാണുള്ളതു്."

"ചക്രവർത്തിയെ ആരെങ്കിലും കൊല്ലുമോ?" എനിക്ക് അരിശം വന്നു."നീ നുണ പറയുകയാണ്, ഫേജ. അതല്ലെങ്കിൽ നീ വായിച്ചതെല്ലാം കൂട്ടിക്കുഴച്ചുകാണും."

"അവർ കൊന്നു, അതുസത്യമാണ്. അദ്ദേഹത്തേയും ഭാര്യയേയും കൊന്നു. അവരെ എല്ലാവരേയും വിസ്തരിച്ച് വധശിക്ഷയ്ക്കു വിധിക്കുകയാണു ചെയ്തതു്."

നീ മിണ്ടാതിരിക്ക് ! ചക്രവർത്തിയെ ആരെങ്കിലും വിസ്മരിക്കുമോ? നമ്മുടെ ജഡ്ജി ഇവാൻ ഫ്യോദറൊവിച്ചിന്റെ കാര്യമെടുക്കാം. പ്‌ ല്യശ്ചീഹയുടെ വേലി പൊളിച്ചയാളെ അയാൾ വിസ്മരിച്ചു. പുരോഹിതന്മാരുടെ ഒരു പെട്ടി മിഠായി മോഷ്ടിച്ചതിന് ജിപ്സി മീത്കയെ അയാൾ ശിക്ഷിച്ചു. അയാൾ കള്ളന്മാരെ വിസ്മരിക്കും നമ്മുടെ ചക്രവർത്തിയെ വിസ്മരിക്കാൻ ധൈര്യപ്പെടുകയില്ല. ചക്രവർത്തി എല്ലാവരുടേയും തലവനാണ്."

"വിശ്വസിക്കുന്നില്ലെങ്കിൽ വേണ്ട," ഗർവ്വോടെ ഫേജ പറഞ്ഞു." സാഷ്ക ഗൊളൊവേഷ്കിൻ ആ പുസ്തകം വായിച്ചു കഴിഞ്ഞാലുടൻ ഞാൻ നിനക്കു തരാം. അവിടെ നടന്ന വിചാരണ ഇവാൻ ഫ്യോദറൊവിച്ചിന്റെ വിചാരണകൾപോലെയല്ല. അവിടെ ആളുകളെല്ലാം ഒരുമിച്ചുകൂടി. അവർ ശിക്ഷ നിശ്ചയിക്കുകയും അതു നടപ്പിലാക്കുകയും ചെയ്തു. കൊന്നതു് എങ്ങിനെയാണെന്നുപോലും ഞാൻ ഓർക്കുന്നുണ്ട്. അവിടെ ആളുകളെ തൂക്കിക്കൊല്ലുകയല്ല. അവർക്ക് അതിനൊരു യന്ത്രമുണ്ട്-ഗില്ലറ്റിൻ. അതിന് ചാവികൊടുത്താൻ മതി, കണ്ണടച്ചു തുറക്കും മുമ്പ് തലവെട്ടിമാറ്റും."

"അവർ ചക്രവർത്തിയുടേയും ചക്രവർത്തിനിയുടേയും മറ്റു പലരുടേയും തല വെട്ടി. ആ പുസ്തകം ഞാൻ നിനക്കു തരാം. നല്ല രസമാണ്. അതിൽ ഒരു പുരോഹിതനെപ്പറ്റിയും പറയുന്നുണ്ട്. തടിച്ചു കൊഴുത്ത ആ കൗശലക്കാരൻ ഒരു ദിവ്യനാണെന്നാണ് എല്ലാവരും വിചാരിച്ചതു്. പക്ഷേ അയാൾ അങ്ങിനെയൊന്നുമായിരുന്നില്ല. ഞാൻ അയാളുടെ കാര്യം വായിച്ചപ്പോൾ ചിരിച്ചുചിരിച്ചു മണ്ണുകപ്പി. അമ്മയ്ക്കു് ദേഷ്യം വന്നു. അവർ എണീറ്റു വിളക്കു കെടുത്തി. പക്ഷേ അമ്മ ഉറങ്ങിക്കഴിഞ്ഞപ്പോൾ ഞാൻ ദൈവരൂപത്തിനു മുമ്പിൽ കത്തിച്ചുവച്ചിരുന്ന ചെറിയ വിളക്കെടുത്തുവച്ച് വായന തുടർന്നു".

തീവണ്ടി സ്റ്റേഷനിൽ ഒരു സംഘം ആസ്ത്രിയൻ യുദ്ധത്തടവുകാരെ കൊണ്ടുവന്നിട്ടുണ്ടെന്ന് ഒരു വാർത്ത സ്കൂളിൽ പരന്നു. ഞാനും ഫേജയും സ്കൂളുവിട്ടയുടനെ അങ്ങോട്ടോടി. സ്റ്റേഷൻ പട്ടണത്തിൽനിന്നു വളരെ അകലെയായിരുന്നു. സെമിത്തേരിയും കഴിഞ്ഞു കുറ്റിക്കാട്ടിലൂടെ കുറെ നടന്ന് റോഡിലിറങ്ങിയിട്ട് വളഞ്ഞുതിരിഞ്ഞു കിടക്കുന്ന ഒരു മലയിടുക്കു കടന്നുവേണം അവിടെയെത്താൻ.

"ഫേജ, യുദ്ധത്തടവുകാരുടെ കാലിൽ വിലങ്ങു കാണുമോ?"

"അറിയില്ല. കാണുമെന്നു തോന്നുന്നു. അതിൽ അത്ഭുതപ്പെടാനൊന്നുമില്ല. അല്ലെങ്കിൽ അവർ ഓടിപ്പോകും. വിലങ്ങുണ്ടെങ്കിൽ ഓടാൻ പറ്റില്ല. ജയിലിൽ കിടക്കുന്ന തടവുകാരെ കാണണം, അവർക്ക് നടക്കാൻതന്നെ വലിയ പ്രയാസമാണ്."

"പക്ഷേ അവർ കള്ളന്മാരാണ്. യുദ്ധത്തടവുകാർ ഒന്നും കട്ടെടു ത്തിട്ടില്ലല്ലോ."

മോഷ്ടിക്കുന്നവരേയും കൊലപാതകം ചെയ്യുന്നവരേയും മാത്രമാണ് ജയിലിലയക്കുന്നതെന്നാണോ നിന്റെ വിചാരം? മറ്റു പല കാരണം കൊണ്ടും ജയിലിൽ കഴിയുന്നവരുണ്ട്."

"അതെങ്ങിനെ?"

"അതേ? നിനക്കറിയില്ലേ... നമ്മുടെ മാനുവൽമാസ്റ്ററെ ജയിലിലി ട്ടിരിക്കയാണ്. നീ അതറിഞ്ഞില്ലേ? അതുപോലെ."

ഫേജസ്സ് എല്ലാക്കാര്യങ്ങളും എന്നേക്കാൾ കൂടുതൽ അറിയാം. അക്കാര്യത്തിൽ എനിക്ക് അവനോടു കുറച്ച് അസൂയതോന്നിയിരു ന്നു. ക്ലാസിൽ പഠിപ്പിക്കുന്നതൊഴിച്ച് മറ്റെന്തു ചോദിച്ചാലും അവൻ ഉത്തരം പറയും. അവന്റെ അച്ഛൻവഴി അറിയുന്നതാകാം. അവന്റെ അച്ഛൻ ഒരു തപാൽശിപായിയാണ്. എഴുത്തും കൊണ്ട് നടക്കു മ്പോൾ അയാൾക്ക് പല വർത്തമാനങ്ങളും അറിയാൻ കഴിയും.

ഞങ്ങളുടെ മാനുവൽമാസ്റ്ററെ കുട്ടികൾക്കൊക്കെ വലിയ ഇഷ്ടമാ യിരുന്നു. "മലങ്കാക്ക" എന്നാണ് കുട്ടികൾ അദ്ദേഹത്തിനിട്ടിരുന്ന വട്ടപ്പേര്. യുദ്ധം തുടങ്ങിയ കാലത്താണ് അദ്ദേഹം ഞങ്ങളുടെ പട്ടണത്തിലെത്തിയത്. പട്ടണത്തിന്റെ ഒരു പ്രാന്തപ്രദേശത്ത് ഒരു വീട് വാടകയ്ക്കെടുത്താണ് അദ്ദേഹം താമസിച്ചിരുന്നത്. ഞാൻ പലതവണ അവിടെ പോയിട്ടുണ്ട്. വേനൽക്കാലത്ത് ഒരു സംഘം കുട്ടികളോടൊപ്പം കാട്ടിലേക്കോ മീൻ പിടിക്കാൻ പുഴയിലേക്കോ പോവുക അദ്ദേഹത്തിന്റെ പതിവായിരുന്നു. ഇരുണ്ടനിറമുള്ള ഒരു മനുഷ്യനായിരുന്നു അദ്ദേഹം. പക്ഷികളെപ്പോലെ തത്തിത്തത്തിയാ ണ് അദ്ദേഹം നടന്നിരുന്നത്. അതുകൊണ്ട് ഞങ്ങൾ അദ്ദേഹത്തെ "മലങ്കാക്ക" എന്നു വിളിച്ചു.

തികച്ചും അപ്രതീക്ഷിതമായിട്ടാണ് അദ്ദേഹം അറസ്റ്റുചെയ്യ പ്പെട്ടത്. എന്തിനാണെന്ന് ഞങ്ങൾക്ക് ഒരു പിടിയും കിട്ടിയില്ല. പടനീക്കങ്ങളെപ്പറ്റി ജർമ്മൻകാർക്ക് അപ്പപ്പോൾ ടെലിഫോൺ സന്ദേശങ്ങളയയ്ക്കുന്ന ഒരു ചാരനാണ് അദ്ദേഹമെന്ന് കുട്ടികളിൽ ചിലർ പറഞ്ഞു. വഴിയിൽ ആളുകളെ തടഞ്ഞുനിർത്തി കൊള്ളയടി ക്കുന്ന ഒരു തീവെട്ടിക്കൊള്ളക്കാരനാണ് അദ്ദേഹമെന്നും അക്കാര്യം പുറത്തു വന്നയുടൻ അറസ്റ്റുചെയ്യപ്പെട്ടതാണെന്നുമായിരുന്നു മറ്റൊരു കൂട്ടരുടെ അഭിപ്രായം.

എന്നാൽ അതൊന്നും ഞാൻ വിശ്വസിച്ചില്ല. ഒന്നാമത് ഇവിടെ നിന്ന് അതിർത്തിവരെ നീളുന്ന ടെലിഫോൺ ലൈൻ ഇല്ല. രണ്ടാമത്

അർസമാസിൽനിന്നറിയിക്കാൻ എന്തു സൈനികരഹസ്യങ്ങളും പടനീക്കങ്ങളുമാണുള്ളത്? ഇവിടെ സൈന്യം എന്നുപറയാൻമാത്രം ഒന്നുമില്ല. ആകെ ഏഴുപേരും ഒരു കുതിരസൂക്ഷിപ്പുകാരനും നാല് കുശിനിക്കാരും മാത്രമടങ്ങുന്ന ഒരു സംഘമാണ് തീവണ്ടിസ്റ്റേഷനിൽ താവളമുറപ്പിച്ചിരുന്നത്. വാസ്തവത്തിൽ അവർക്ക് പട്ടാളക്കാർ എന്നു പേരുമാത്രമേ ഉണ്ടായിരുന്നുള്ളൂ. അവരെല്ലാം വെറും സാധാരണ റൊട്ടിക്കച്ചവടക്കാർ മാത്രമായിരുന്നു. പോരെങ്കിൽ ഇക്കാലത്തിനിടയ്ക്ക് അവിടെക്കൂടി പട്ടാളക്കാർ കടന്നു പോയിട്ടുള്ളത് ഒരൊറ്റ തവണ മാത്രമാണ്-അത് ബലഗുഷിൻ എന്ന സൈനികോദ്യോഗസ്ഥൻ പിര്യാതിനിൽനിന്ന് ബസ്യൂഗിനിലേക്ക് താമസം മാറ്റിയപ്പോഴാണ്. മറ്റു യാതൊരുവിധ സൈനികപ്രവർത്തനങ്ങളും നീക്കങ്ങളും അവിടെ ഉണ്ടായിട്ടില്ല.

മാസ്റ്റർ കൊള്ളക്കാരനാണെന്നു പറയുന്നതാണെങ്കിൽ ഒരു പച്ചക്കള്ളമാണ്. പേത്യ സലള്ളഹിൻ കെട്ടിച്ചമച്ച കഥയാണത്. അവൻ ഭൂലോകനുണയനാണെന്ന് ആർക്കാണ് അറിയാൻപാടില്ലാത്തത്? അവൻ മൂന്നു കോപ്പെക് കടംമേടിച്ചാൽ തിരിച്ചുതരാതെ തിരിച്ചുതന്നെന്ന് ആണയിട്ടുപറയും. ചൂണ്ട മേടിച്ചു കൊണ്ടുപോയാൽ കൊളുത്തില്ലാതെ തിരികെ തന്നിട്ട് താൻ കൊണ്ടുപോയപ്പോൾതന്നെ അതില്ലായിരുന്നെന്നു നുണപറയും. ഇതൊന്നുമല്ലെങ്കിൽത്തന്നെ ഒരദ്ധ്യാപകന് കൊള്ളക്കാരനാകാൻ കഴിയുന്നതെങ്ങിനെ? അദ്ദേഹത്തിന്റെ മുഖം കൊള്ളക്കാരന്റേതല്ല. എപ്പോഴും ചുമച്ചുകൊണ്ട് പ്രത്യേകരീതിയിൽ നടക്കുന്ന ഉദാരമതിയായ ആ മെല്ലിച്ച മനുഷ്യന് കൊള്ളക്കാരനാവാൻ സാദ്ധ്യമല്ല.

ഞാനും ഫേജയും മലയിടുക്കുവരെ ഓടി. എനിക്ക് ജിജ്ഞാസയടക്കാൻ കഴിഞ്ഞില്ല. ഞാൻ ഫേജയോടു ചോദിച്ചു:

"ഫേജ്, വാസ്തവത്തിൽ നമ്മുടെ അദ്ധ്യാപകനെ അറസ്റ്റുചെയ്തതെന്തിനായിരുന്നു? ചാരനാണെന്നും കൊള്ളക്കാരനാണെന്നും പറയുന്നത് വെറും അസംബന്ധമാണ്, അല്ലേ?"

"അതൊക്കെ വെറും അസംബന്ധമാണ്," നടപ്പിന്റെ വേഗത കുറച്ച്, കരുതലോടെ ചുറ്റുപാടും നോക്കിക്കൊണ്ട് ഫേജ പറഞ്ഞു. ഞങ്ങൾ വിജനമായ ഒരു വെളിപ്രദേശത്തല്ല വലിയ ഒരാൾക്കൂട്ടത്തിനിടയിലാണ് നില്ക്കുന്നതെന്ന് അവന്റെ ആ നോട്ടം കണ്ടാൽ ആർക്കും തോന്നിപ്പോകും."രാഷ്ട്രീയകാര്യങ്ങൾക്കാണ് അദ്ദേഹത്തെ അറസ്റ്റുചെയ്തത്, ചങ്ങാതി."

എന്തുതരം രാഷ്ട്രീയ കാരണമാണെന്ന് ഫേജയോട് ചോദിക്കാൻ എനിക്കിട കിട്ടുന്നതിനുമുമ്പ് വളവിനപ്പുറത്തുനിന്ന് വലിയൊരു

സംഘം ആൾക്കാർ നടന്നു വരുന്നതിന്റെ കനത്ത കാലൊച്ച മുഴങ്ങിക്കേട്ടു.

യുദ്ധത്തടവുകാർ ഉദ്ദേശം നൂറുപേരുണ്ടായിരുന്നു.

അവരുടെ കാലുകളിൽ വിലങ്ങുണ്ടായിരുന്നില്ല. അവരെ നോക്കാൻ ആകെ ആറു പട്ടാളക്കാർ മാത്രമേ ഉണ്ടായിരുന്നുള്ളൂ.

ആസ്ത്രിയാക്കാരുടെ ചാരനിറമുള്ള പട്ടാളവേഷവും ചുക്കിച്ചുളിഞ്ഞതൊപ്പിയും അവരുടെ വിഷാദമൂകമായ തളർന്ന മുഖവുമായി ഇഴുകിച്ചേർന്നിരുന്നു. നിശ്ശബ്ദരായി പട്ടാളമട്ടിൽ അവർ നടന്നടുത്തു.

"അപ്പോൾ ഇങ്ങിനെയാണ് യുദ്ധത്തടവുകാർ ഇരിക്കുന്നത്," അവർ കടന്നുപോകുന്നതു് നോക്കിക്കൊണ്ട് ഞാനും ഫേജയും വിചാരിച്ചു.

"പൈശാചികമായ അക്രമങ്ങൾ നടത്തി ലോകത്തെ മുഴുവൻ ഞെട്ടിപ്പിക്കുന്ന ജർമ്മൻകാരും ആസ്ത്രിയക്കാരും ഇങ്ങിനെയാണിരിക്കുന്നതു്. മുഖം കനപ്പിച്ചിരിക്കുന്നതെന്തിന്? യുദ്ധത്തടവുകാരായിരിക്കാൻ ഇഷ്ടമില്ല അല്ലേ? നിങ്ങൾക്ക് ഇതു വരണം !"

അവർ കടന്നു പൊയ്ക്കഴിഞ്ഞപ്പോൾ ഫേജ അവരെ നോക്കി മുഷ്ടിചുരുട്ടി.

"വിഷവാതകം കണ്ടുപിടിച്ചു ഇല്ലേ ! ജർമ്മൻ കഴുതകൾ !"

ഞങ്ങൾ നിരുന്മേഷരായിട്ടാണ് വീട്ടിൽ തിരിച്ചെത്തിയതു്. അതെന്തുകൊണ്ടായിരുന്നെന്ന് എനിക്കറിയില്ല. ഒരുപക്ഷേ പരവശരും ചാരനിറമാർന്ന മുഖത്തോടുകൂടിയവരുമായ ആ യുദ്ധത്തടവുകാർ ഞങ്ങളിൽ ഉദ്ദേശിച്ചത്ര മതിപ്പുളവാക്കാതിരുന്നതുകൊണ്ടാവാം. പട്ടാളക്കോട്ടിട്ടിരുന്നില്ലെങ്കിൽ വെറും അഭയാർത്ഥികളാണവരെന്നേ തോന്നുകയുള്ളൂ. അഭയാർത്ഥികളുടേതുപോലെ ഉണങ്ങിവരണ്ട ശുഷ്കിച്ച മുഖവും അവശഭാവവും സർവ്വതിലുമുള്ള ഉദാസീനതയും അവരിലും ദൃശ്യമായിരുന്നു.

അദ്ധ്യായം നാല്

വേനലവധി തുടങ്ങി. ഒഴിവുകാലം ചെലവഴിക്കുന്നതിന് ഞാനും ഫേജയും പല പദ്ധതികളുമിട്ടു. ഞങ്ങൾക്ക് പലതും ചെയ്തുതീർക്കാനുണ്ടായിരുന്നു.

ആദ്യമായി ഒരു ചങ്ങാടമുണ്ടാക്കി ഞങ്ങളുടെ തോട്ടത്തിനോട്ട് തൊട്ടുകിടക്കുന്ന കുളത്തിൽ ഇറക്കണം, സമുദ്ര രാജാവായി സ്വയം പ്രഖ്യാപിച്ചുകൊണ്ട്, കുളത്തിന്റെ മറുകര കാക്കുന്ന പൻത്യൂഷ്കിന്മാരുടേയും സിമക്കോവ്മാരുടേയും ഒരുമിച്ചുള്ള നാവികപ്പടയെ യുദ്ധത്തിനു വിളിക്കണം.

ഞങ്ങൾക്ക് ഒരു ചെറിയ കപ്പൽപ്പട ഉണ്ടായിരുന്നു തോട്ടത്തിലെ ഒരു ചെറിയ വാതിൽ. എന്നാൽ ശത്രുവിനോടു ചെറുത്തു നിൽക്കാൻ അതു തികച്ചും അപര്യാപ്തമായിരുന്നു. ശത്രുവിന് പഴയ ഒരു ഗയിറ്റിന്റെ പകുതികൊണ്ടുണ്ടാക്കിയ ഒരു പടക്കപ്പലും "കപ്പൽ നാശിനിയായി" ഉപയോഗിക്കാൻ ആട്ടുമാട്ടുകൾക്കു വെള്ളം കൊടുക്കുന്ന ഒരു മരത്തോണിയും ഉണ്ടായിരുന്നു.

കക്ഷികൾക്ക് തുല്യബലമായിരുന്നില്ല എന്നതു സ്പഷ്ടം. അതുകൊണ്ട് ഒരു കൂറ്റൻ പടക്കപ്പലുണ്ടാക്കാൻ തന്നെ ഞങ്ങൾ നിശ്ചയിച്ചു. ഏറ്റവും പുതിയ ഒരു മോഡലായിരിക്കണം അത്.

പൊളിഞ്ഞുവീണ കുളിപ്പുരയുടെ തടികൾ അതിനുവേണ്ടി ഉപയോഗിക്കാൻ ഞങ്ങൾ തീരുമാനിച്ചു. ഞങ്ങളുടെ പടക്കപ്പൽ തുണി അലക്കിവയ്ക്കാനുള്ള ഒരു തട്ടായി എപ്പോൾവേണമെങ്കിലും ഉപയോഗിക്കാമെന്നു സൂത്രം പറഞ്ഞു് അതിന് അമ്മയുടെ അനുവാദം വാങ്ങി.

ഞങ്ങളുടെ പുതിയ സന്നാഹങ്ങളെക്കുറിച്ച് മണത്തറിഞ്ഞ ശത്രുക്കൾ മറുകരയിൽ ദ്രുതഗതിയിൽ പണിയാരംഭിച്ചു. എന്നാൽ വേണ്ടത്ര അസംസ്കൃത പദാർത്ഥങ്ങളില്ലാത്തതുകൊണ്ട് അവർക്ക് ഞങ്ങളോടൊപ്പമെത്താൻ സാദ്ധ്യമല്ലെന്ന് രഹസ്യചാരന്മാർ ഞങ്ങൾക്ക് ഉറപ്പുതന്നു. കുളപ്പുരയുടെ അറ്റകുറ്റപ്പണിക്കായി മുറ്റത്തു

വച്ചിരുന്ന പലകക്കഷണങ്ങൾ റാഞ്ചാനുള്ള അവരുടെ ഉദ്യമം പരാജയപ്പെട്ടു. മറ്റു കാര്യങ്ങൾക്കു വച്ചിരുന്ന സാധനങ്ങൾ അങ്ങിനെ ദുരുപയോഗപ്പെടുത്തുന്നത് ആഭ്യന്തരവകുപ്പിന് തീരെ രസിച്ചില്ല. അതിന്റെ ഫലമായി ശത്രുപക്ഷത്തെ രണ്ടു സേനാനായകന്മാർക്കും-സേൻക പൻത്യ്യഷ്കിനും ഗ്രീഷ്ക സിമക്കോവിനും-അവരവരുടെ പിതാക്കന്മാരിൽനിന്നും ചുട്ട അടി കിട്ടി.

ഞങ്ങൾ ആ തടിക്കഷണങ്ങളുമായി അനേക ദിവസം മല്ലിട്ടു. ഒരു പടക്കപ്പൽ ഉണ്ടാക്കുകയെന്നത് അത്ര എളുപ്പമല്ല. ധാരാളം സമയവും പണച്ചെലവുമുള്ള ഒരു ഏർപ്പാടാണ് അത്. ഞാനും ഫേജയും കയ്യിലുണ്ടായിരുന്ന കാശുമുഴുവൻ ആണിവാങ്ങിക്കാൻ മാത്രമായി ചെലവാക്കിക്കഴിഞ്ഞു. നങ്കൂരമിടാനുള്ള കയറും കൊടിയുണ്ടാക്കാനുള്ള തുണിയും ഇനി എങ്ങിനെ വാങ്ങും.

ഒടുവിൽ രണ്ട് മതപുസ്തകങ്ങളും ഒരു ജർമ്മൻ വ്യാകരണപുസ്തകവും ഒരു റഷ്യൻ പാഠപുസ്തകവും പണയം കൊടുത്തിട്ട് ഞങ്ങൾ എഴുപതുകോപ്പെക് കടം വാങ്ങി.

എന്നാലെന്താ! ഞങ്ങളുടെ പടക്കപ്പൽ പണിപൂർത്തിയായപ്പോൾ ഒരു ഉഗ്രൻ കപ്പൽതന്നെയായിരുന്നു! ഒരു ദിവസം വൈകുന്നേരമാകാറായപ്പോഴാണ് ഞങ്ങൾ കപ്പൽ വെള്ളത്തിലിറക്കിയത്. തീംകയും യാഷ്കയും കപ്പൽ വെള്ളത്തിലിറക്കാൻ സഹായിച്ചു. ചെരുപ്പുകുത്തിയുടെ എല്ലാ മക്കളും എന്റെ അനിയത്തിയും ഷാരക്കെന്നും ജ്രൂച്കയെന്നും ഓമനപ്പേരുള്ള"വൾച്യേക്" എന്ന കാവൽനായും അതു കാണാനെത്തിയിരുന്നു. ചങ്ങാടം ഞരങ്ങുകയും മൂളുകയും ചെയ്തുകൊണ്ട് ശബ്ദത്തോടെ വെള്ളത്തിൽ പതിച്ചു. ആർപ്പുവിളികളുടേയും കളിത്തോക്കുകളിൽ നിന്നുള്ള വെടികളുടേയും അകമ്പടിയോടെ പാമരത്തിൽ കൊടി ഉയർത്തി.

ചുവന്ന ബോർഡറും നടുക്കു നീല പൊട്ടുള്ള കറുത്ത കൊടിയായിരുന്നു.

ഞങ്ങൾ തുഴഞ്ഞുപോയപ്പോൾ ആ കൊടി ചൂടുകാറ്റിൽ അന്തസ്സോടെ പാറിപ്പറന്നു.

നേരം അസ്തമിക്കാറായി. വീട്ടിലേക്കു മടങ്ങുന്ന ആടുകളുടെ കഴുത്തിലെ മണികൾ ദൂരെനിന്നും മുഴങ്ങിക്കൊണ്ടിരുന്നു. അർസമാസിൽ ആടുകൾക്ക് ഒരു പഞ്ഞവുമില്ല.

പടക്കപ്പലിൽ ഞാനും ഫേജയുമാണ് ഉണ്ടായിരുന്നത്. ഞങ്ങളുടെ പിന്നിൽ കുറച്ചുദൂരെയായി ഞങ്ങളുടെ ചെറിയ കതകുപലക ഒഴുകി വരുന്നുണ്ടായിരുന്നു. അത് അപ്പോൾ ഞങ്ങളുടെ

സന്ദേശവാഹകനൗകയായി പണിയെടുക്കുകയായിരുന്നു.

ഞങ്ങളുടെ സംഘം സ്വന്തം ശക്തിയിലുള്ള തികഞ്ഞ ആത്മ വിശ്വാസത്തോടെ മുന്നോട്ടു തുഴഞ്ഞു പോയി. ഞങ്ങൾ കുളത്തിന്റെ ഒത്ത നടുക്കു ചെന്നിട്ട് ശത്രുവിന്റെ കരയെ ലക്ഷ്യമാക്കി പ്രയാണം ചെയ്തുതുടങ്ങി. ഞങ്ങൾ കാഹളം വിളികളും ആംഗ്യങ്ങളും കൊണ്ട് ശത്രുവിനെ പോരിനുവിളിച്ചു. എന്നാൽ അവർ യുദ്ധംചെയ്യാൻ ധൈര്യമില്ലാതെ പാതിജീർണ്ണിച്ച ഒരു മരക്കൊമ്പിനുകീഴെ ഒളി ച്ചിരിക്കുകയാണു ചെയ്തത്. രോഷംപൂണ്ട് തീരദേശ പീരങ്കികൾ ഞങ്ങളുടെ നേരെ വെടിവച്ചു. എന്നാൽ ഞങ്ങൾ വളരെ വേഗംതന്നെ വെടിയേൽക്കാത്തിടത്തേക്ക് തുഴഞ്ഞുപോയി. നാശനഷ്ടങ്ങളൊ ന്നുമില്ലാതെ ഞങ്ങൾ തിരിച്ച് തുറമുഖത്തെത്തി. യാഷ്കയുടെ പുറത്തു കൊണ്ട ഉരുളക്കിഴങ്ങു വെടി ഞങ്ങൾ അത്ര കാര്യമായെടുത്തില്ല.

“ഹേയ്, ഹേയ് !”തിരിച്ചു തുഴയുന്നതിനിടയിൽ ഞങ്ങൾ വിളിച്ചു കൂവി.”നേരെ വന്ന് യുദ്ധംചെയ്യാൻ നിങ്ങൾക്കു ചങ്കുറപ്പില്ല!”

സൂക്ഷിച്ചിരുന്നോ ! ഞങ്ങൾ വരുന്നുണ്ട്. നിങ്ങൾ വീമ്പടിക്കേണ്ട. ഞങ്ങളെ പേടിപ്പിക്കയും വേണ്ട.”

“നമുക്ക് നോക്കാം. പേടിത്തൊണ്ടന്മാർ!”

ഞങ്ങൾ തുറമുഖത്തെത്തി നങ്കൂരമിട്ടു. ചങ്ങാടങ്ങൾ ചങ്ങലകൾ കൊണ്ട് ദൃഢമായി ബന്ധിച്ചു ഭദ്രമാക്കിയശേഷം ഞങ്ങൾ ചാടി കരയ്ക്കിറങ്ങി.

അന്നു വൈകിട്ട് ഞാനും ഫേജയും തമ്മിൽ ഒരു വഴക്കുണ്ടായി. നാവികപ്പടയുടെ കമാണ്ടർ ആരായിരിക്കണമെന്ന് ഞങ്ങൾ നേരത്തെ നിശ്ചയിച്ചിരുന്നില്ല. ഫേജ സന്ദേശവാഹകനൗകയുടെ കമാണ്ടറായിരിക്കണമെന്നുള്ള എന്റെ നിർദ്ദേശം കേട്ടപ്പോൾ അവൻ കാർക്കിച്ചുതുപ്പി. കൂടാതെ അവനെ കപ്പലിന്റെ കേടുപാടു നീക്കുന്ന പണിശാലയുടെ ക്യാപ്റ്റനും തീരദേശപീരങ്കികളുടെ നാഥനും വ്യോമസേന ഉണ്ടാകുമ്പോൾ അതിന്റെ നായകനും ആക്കാമെന്ന് ഞാൻ വാഗ്ദാനം ചെയ്തു. എന്നാൽ വ്യോമസേനയുടെ നായക സ്ഥാനംപോലും ഫേജയ്ക്ക് ആകർഷകമായി തോന്നിയില്ല. തന്നെ നാവികസേനയുടെ സൈന്യാധിപനാക്കണമെന്നും അല്ലെങ്കിൽ താൻ ശത്രുപക്ഷത്തു ചേരുമെന്നും അവൻ ശഠിച്ചു.

ഒന്നാന്തരം ഒരു സഹായി നഷ്ടപ്പെടാതിരിക്കാൻവേണ്ടി ഞാൻ വഴങ്ങി. തവണവച്ച് ഞങ്ങൾ ഇരുവരും മാറിമാറി കമാണ്ടറാകാമെ ന്നു സമ്മതിച്ചു- ഒരു ദിവസം ഞാൻ, പിറ്റേന്ന് അവൻ.

അങ്ങിനെ കാര്യം മംഗളമായി കലാശിച്ചു.

ഞങ്ങൾ രണ്ടു വില്ലുകളുണ്ടാക്കി. പത്തുപന്ത്രണ്ട് അമ്പുകളും സംഘടിപ്പിച്ച്, ഞങ്ങൾ കാട്ടിലേക്കു പുറപ്പെട്ടു. ഞങ്ങളുടെ കൈവശം ഏതാനും "തവളകളു" ണ്ടായിരുന്നു. പൊട്ടാസ്യം ക്ലോറേറ്റും കരിപൊടിച്ചതും അകത്തു വച്ചു ചുരുട്ടിയ കടലാസുകൾ ചരടുകൊണ്ട് മുറുകെ കെട്ടിയുണ്ടാക്കിയ ചെറിയ കുഴലുകൾക്കാണ് ഞങ്ങൾ "തവള" എന്നു പറയുന്നത്. ഞങ്ങൾ"തവളകളെ" അമ്പിന്റെ അറ്റത്തു കൊരുത്തു വച്ചിട്ട് ഫ്യൂസ് കത്തിച്ചു. അമ്പുകൾ ആകാശത്തിലേക്ക് എയ്തുവിട്ടു. തവളകൾ മുകളിൽവച്ച് പൊട്ടിത്തെറിച്ച് വളഞ്ഞുപുളഞ്ഞുപോകുന്ന ജ്വാല സൃഷ്ടിച്ചു. ചുറ്റുമുള്ള കാക്കകളെല്ലാം അതുകണ്ട് പേടിച്ച് പറന്നു പോയി.

സെമിത്തേരിയോട് തൊട്ടുകിടന്ന കുറ്റിക്കാട് പലതരം ചെടികളെക്കൊണ്ട് നിബിഡമായിരുന്നു. അവിടവിടെ ചില കുഴികളും കുളങ്ങളും കാണാം. മഞ്ഞുനിറമുള്ള ആമ്പൽ പൂക്കളും പന്നൽച്ചെടികളും അവയുടെ കരയിൽ വളർന്നു നിന്നു.

കുളിച്ചുമതിവന്നപ്പോൾ ഞങ്ങൾ മതിൽ ചാടിക്കടന്ന് സെമിത്തേരിയുടെ വിജനമായ ഒരു മൂലയിലെത്തി. ഇലകൾക്കിടയിൽ മറഞ്ഞിരിക്കുന്ന പക്ഷികളുടെ കൂജനം കൊണ്ടു മാത്രം ഭേദിക്കപ്പെട്ട അവിടത്തെ നിശ്ശബ്ദത അതേവരെ കുളിച്ചു തകർത്തുനടന്ന ഞങ്ങളെ തെല്ല് ശാന്തരാക്കി. ഞങ്ങൾ ശബ്ദമടക്കി സംസാരിച്ചുകൊണ്ട് ആ തരിശുഭൂമിയിലൂടെ നടന്നു. പല കുഴിമാടങ്ങളും ഞങ്ങൾ കടന്നു പോയി. അവയിൽ ചിലത് തറനിരപ്പിൽനിന്ന് അല്പംപോലും ഉയർന്നായിരുന്നില്ല.

"നോക്ക്," നമ്മൾ പട്ടാളക്കാരുടെ ശ്മശാനത്തിൽ എത്താറായി." ഞാൻ ഫേജയോടു പറഞ്ഞു."കഴിഞ്ഞയാഴ്ച സെമ്യോൻ കൊഷേവ്നിക്കൊവിനെ ആശുപത്രിയിൽ നിന്ന് ഇവിടെ കൊണ്ടുവന്ന് അടക്കി. എനിക്ക് അയാളെ നല്ല ഓർമ്മയുണ്ട്, ഫേജ. യുദ്ധം തുടങ്ങുന്നതിനു വളരെ മുമ്പ്, ഞാൻ ഒരു കൊച്ചു കുട്ടിയായിരുന്നപ്പോൾ അയാൾ എന്റെ അച്ഛനെ കാണാൻ വരാറുണ്ടായിരുന്നു. ഒരിക്കൽ അയാൾ എനിക്ക് കവണിയുണ്ടാക്കാൻ ഒരു റബ്ബർ കഷണം കൊണ്ടുതന്നു. നല്ല റബ്ബറായിരുന്നുഅത്. പക്ഷേ കുറേനാൾ കഴിഞ്ഞു എന്റെ അമ്മ അതെടുത്ത് തീയിലിട്ടു. ബസ്യ്യഗിൻമാരുടെ വീട്ടിലെ ഒരു ജനൽ കല്ലുവീണു പൊട്ടി. അമ്മ അതിന് എന്നെയാണ് കുറ്റപ്പെടുത്തിയത്."

"അതു നീയായിരുന്നില്ലേ?"

ആണെങ്കിൽത്തന്നെ എന്താ? അതിന് തെളിവെന്തെങ്കിലും ഉണ്ടായിരുന്നോ? ഞാൻ അതു ചെയ്യുന്നതു കണ്ടവർ ആരുമില്ല. വെറും

സംശയം മാത്രം അത് ന്യായമാണെന്നാണോ നീ വിചാരിക്കുന്നത്? അതു പൊട്ടിച്ചത് ഞാനല്ലായിരുന്നെങ്കിലും കുറ്റം എന്റെമേൽ ചാരുമായിരുന്നു, ഇല്ലേ !

"അത് തീർച്ച", ഫേജ ശരിവച്ചു."അമ്മമാരെല്ലാം ഒരുപോലെയാണ്. അവർ പെൺപിള്ളേരുടെ ഒരൊറ്റ സാധനം തൊടുകയില്ല. ആൺപിള്ളേർ എന്തു സാധനംകൊണ്ട് കളിച്ചാലും ഉടൻ എടുത്തുകൊണ്ടുപോവുകയും ചെയ്യും. എന്റെ അമ്മ ആണികളുള്ള എന്റെ രണ്ട് അമ്പുകൾ ഒടിച്ചുകളഞ്ഞു. എലിയെ കെണിയിൽനിന്ന് തുറന്നുവിട്ടു. മറ്റൊരുദിവസം അതിലും വലിയ കടുംകയ്യാണ് അമ്മ ചെയ്തത്. കട്ടിലിൽ ഭംഗിക്ക് വച്ചുപിടിപ്പിച്ചിരുന്ന ഒരു കുമള ഞാൻ ഊരിയെടുത്തു. അമ്മ പള്ളിയിൽ പോയിരിക്കുകയായിരുന്നു. ഞാൻ ഒരിടത്തിരുന്ന് അതിൽ കരിയും വെടിയുപ്പും നിറയ്ക്കാൻ തുടങ്ങി. അതിൽ വെടിമരുന്നു നിറച്ച്, കാട്ടിൽ കൊണ്ടുപോയി പൊട്ടിക്കാനായിരുന്നു എന്റെ പ്ലാൻ. ഞാൻ ജോലിയിൽ മുഴുകിയിരുന്നുകൊണ്ട് അമ്മ വന്നത് അറിഞ്ഞില്ല. 'നീ ആ കുമള ഇളക്കിയെടുത്ത് എന്തിനാണ്?' അമ്മ ചോദിച്ചു. 'ചെകുത്താൻ ! ഞാൻ വിചാരിച്ചു. ആ കുമള എവിടെപ്പോയെന്ന്?' അമ്മ എന്റെ ചെവിക്കു പിടിച്ചു. ഭാഗ്യത്തിന്, അച്ഛൻ എന്റെ ഭാഗത്തായിരുന്നു. നീ അതെന്തിനാണ് എടുത്തത്?" അച്ഛൻ ചോദിച്ചു. 'കണ്ടാലറിയാമല്ലോ. ഞാൻ ഒരു ബോംബുണ്ടാക്കുകയാണ്,' ഞാൻ പറഞ്ഞു. അച്ഛൻ നെറ്റി ചുളിച്ചു. 'അത് നിർത്ത്. ഇത്തരം സാധനങ്ങൾകൊണ്ട് കളിക്കരുത്. ഒരു ഭീകരപ്രവർത്തകൻ നടക്കുന്നു !' എന്നു പറഞ്ഞുകൊണ്ട് അച്ഛൻ എന്റെ മുതുകിൽ കൊട്ടുകയും പൊട്ടിച്ചിരിക്കുകയും ചെയ്തു."

"ഫേജ", ഞാൻ മെല്ലെ വിളിച്ചു."ഭീകരപ്രവർത്തകൻ എന്നുവച്ചാൽ ആരാണെന്ന് എനിക്കറിയാം-പോലീസുകാരുടേയും ധനികന്മാരുടേയും നേരെ ബോംബിടുന്നവൻ. ഫേജ, നമ്മൾ ആരാണ്? ധനികരോ ദരിദ്രരോ?

"ഇടത്തരക്കാർ," കുറേനേരം ആലോചിച്ചശേഷം ഫേജപറഞ്ഞു.

"ഞങ്ങൾ തീരെ പാവങ്ങളാണെന്നു പറയുന്നതു ശരിയല്ല. അച്ഛന് ജോലിയുള്ളതുകൊണ്ട് എന്നും ഞങ്ങൾ അത്താഴം കഴിക്കുന്നു. ഞായറാഴ്ച ദിവസം അമ്മ എന്തെങ്കിലും ഒരു പലഹാരമുണ്ടാക്കും, ചിലപ്പോൾ വേവിച്ച പഴങ്ങളായിരിക്കും. എനിക്ക് അതെന്തിഷ്ടമാണെന്നോ ! നിനക്കോ?

"എനിക്കും ഇഷ്ടമാണ് പക്ഷേ എനിക്ക് ആപ്പിൾ പഴത്തിന്റെ ചാറു ചേർത്ത 'കീസെലാ'ണ് കൂടുതലിഷ്ടം. ഞങ്ങളും ഇടത്തരക്കാരാണെന്നു തോന്നുന്നു. ബെബേഷിൻമാരുടെ കാര്യം അങ്ങിനെയല്ല.

ഒരു ഫാക്ടറി മുഴുവൻ അവരുടെ സ്വന്തമാണ്. അവിടുത്തെ വാസ്കയെ കാണാൻ ഒരിക്കൽ ഞാൻ അവരുടെ വീട്ടിൽപോയി. എത്ര വേലക്കാരും സേവകന്മാരുമാണ് അവർക്കുള്ളതെന്നോ ! വാസ്കയുടെ അച്ഛൻ അവന് ഒരു കുതിരയെ-ജീവനുള്ള അസ്സൽകുതിരയെ-സമ്മാനമായി കൊടുത്തു !"

"അവർക്ക് എല്ലാമുണ്ട്," ഫേജ പറഞ്ഞു."അവർക്ക് ടൺ കണക്കിനു പണമുണ്ട്. കച്ചവടക്കാരനായ സിന്യൂഗിൻ അയാളുടെ വീട്ടിൽ ഒരു ഗോപുരം പണിയിച്ച് അതിൽ ഒരു ടെലിസ്കോപ്പ് സ്ഥാപിച്ചിട്ടുണ്ടത്രേ.

ഒരു കെണ്ടൻ സാധനം ! ഭൂമിയിലുള്ള കാര്യങ്ങളിൽ താല്പര്യം കുറഞ്ഞാലുടൻ അയാൾ ആ ഗോപുരത്തിലേക്കു പോകും. വേലക്കാർ തീറ്റസാധനങ്ങളും ഒരു കുപ്പിയും അവിടെ എത്തിക്കും... നക്ഷത്രങ്ങളും ഗ്രഹങ്ങളും നോക്കിക്കൊണ്ട് അയാൾ രാത്രിമുഴുവൻ അവിടെയിരിക്കും. ഇന്നാളൊരുദിവസം അയാൾ സുഹൃത്തുക്കളെ വിളിച്ച് അവിടെ ഒരു മദ്യവിരുന്നു നടത്തി. അതിനുശേഷം ടെലിസ്കോപ്പിന്റെ ഏതോ ഒരു ചില്ലു പൊട്ടിപ്പോയത്രെ. ഏതായാലും ഇപ്പോൾ ഒന്നും കാണാൻ പറ്റില്ല."

"ഫേജ, സിന്യൂഗിനു മാത്രം നക്ഷത്രങ്ങളും ഗ്രഹങ്ങളും മറ്റെല്ലാവിധ സുഖസൗകര്യങ്ങളും കിട്ടുകയും മറ്റുള്ളവർക്ക് ഒന്നും ഇല്ലാതിരിക്കുകയും ചെയ്യുന്നത് എന്തുകൊണ്ടാണ്? അയാളുടെ ഫാക്ടറിയിൽ ജോലി ചെയ്യുന്ന സീഗൊവിന്റെ കാര്യം എടുക്കാം. അയാൾക്ക് വിശപ്പടക്കാൻപോലും ഒന്നുമില്ല,പിന്നെയല്ലേ നക്ഷത്രനിരീക്ഷണം. ഇന്നലെ അയാൾ അമ്പതു കോപ്പെക്കു കടംവാങ്ങാൻ ചെരുപ്പുകുത്തിയുടെ വീട്ടിൽചെന്നിരുന്നു.

"ഞാൻ എങ്ങിനെ അറിയാനാണ്? എന്നോടു് ചോദിക്കണ്ട. ടീച്ചറിനോടോ പുരോഹിതനോടോ ചോദിക്ക്."

ഫേജ കാട്ടുമുല്ലയുടെ ഒരു കല അടർത്തിയെടുത്തുകൊണ്ട് പതിഞ്ഞശബ്ദത്തിൽ കൂട്ടിച്ചേർത്തു:

"അധികം താമസിയാതെ എല്ലാം തിരിച്ചാകുമെന്ന് അച്ഛൻ പറഞ്ഞു."

"എന്ത് തിരിച്ചാകും?"

"എല്ലാം. എനിക്കുതന്നെ അക്കാര്യം മനസ്സിലായില്ല, ബോറ്യ. ഞാൻ ഉറങ്ങുകയാണെന്നാണ് എല്ലാവരും വിചാരിച്ചതു്. വാസ്തവത്തിൽ ഞാൻ കണ്ണടച്ച് ഉറങ്ങാതെ കിടക്കുകയായിരുന്നു. ആയിരത്തിത്തൊള്ളായിരത്തി അഞ്ചിലേതു പോലെ വീണ്ടും

പണിമുടക്കുകൾ നടത്തുന്നതിനെപ്പറ്റി അച്ഛൻ ഫാക്ടറി കാവൽക്കാരനോടു സംസാരിച്ചതറിയാമോ?"

"മുഴുവൻ അറിയില്ല," ഞാൻ പറഞ്ഞു. എന്റെ മുഖം ചുവന്നു.

"ഒരു വിപ്ലവം നടന്നു. പക്ഷേ അതു വിജയിച്ചില്ല. ഭൂവുടമകളെ തുരത്തിയിട്ട് ഭൂമി കൃഷിക്കാർക്കു വിതരണം ചെയ്യാനും ധനികരുടെ സ്വത്തു മുഴുവൻ പിടിച്ചെടുത്തു പാവങ്ങൾക്കു കൊടുക്കാനുമായിരുന്നു പ്ലാൻ. അവരുടെ വർത്തമാനത്തിൽ നിന്നാണ് ഞാനിതെല്ലാം മനസ്സിലാക്കിയത്."

ഫേജ മൗനം ഭജിച്ചു. അവന് എല്ലാറ്റിനെപ്പറ്റിയും എന്നേക്കാൾ കൂടുതൽ അറിയാമെന്ന ചിന്ത വീണ്ടും എന്നെ അസ്വസ്ഥനാക്കി. എനിക്കും അതൊക്കെ അറിയാൻ ആഗ്രഹമുണ്ട്, പക്ഷേ ആരിൽ നിന്നറിയാനാണ്? പുസ്തകത്തിൽ അക്കാര്യമൊന്നും എഴുതിയിട്ടില്ല. ആരും എന്നോട് അതേപ്പറ്റി സംസാരിക്കാറുമില്ല.

അന്ന് ഉച്ചയൂണു കഴിഞ്ഞ് അമ്മ വിശ്രമിക്കുമ്പോൾ ഞാൻ അമ്മയുടെ കട്ടിലിൽ ചെന്നിരുന്നു പറഞ്ഞു:

"അമ്മേ, ആയിരത്തിത്തൊള്ളായിരത്തി അഞ്ചിനെപ്പറ്റി എന്തെങ്കിലും പറഞ്ഞുതരൂ. മറ്റു കുട്ടികൾക്കൊക്കെ അച്ഛനമ്മമാർ പറഞ്ഞുകൊടുക്കുന്നുണ്ടല്ലോ. ഫേജയ്ക്ക് എന്തെല്ലാം അറിയാം. പക്ഷേ എനിക്കു ഒന്നുമറിഞ്ഞുകൂടാ."

അമ്മ നെറ്റി ചുളിച്ചുകൊണ്ട് പെട്ടെന്ന് എന്റെ നേരെ മുഖം തിരിച്ചു. അവരുടെ മുഖഭാവം കണ്ടപ്പോൾ എനിക്കു വഴക്കുകിട്ടുമെന്നു ഞാൻ തീരുമാനിച്ചു. എന്നാൽ എന്നെ ആദ്യമായിട്ടു കാണുന്നതുപോലെ ജിജ്ഞാസയോടെ എന്റെ മുഖത്തേക്കു തുറിച്ചുനോക്കുകയാണ് അമ്മ ചെയ്തത്.

"ആയിരത്തിത്തൊള്ളായിരത്തി അഞ്ചോ? നീ എന്തിനെപ്പറ്റിയാണ് പറയുന്നത്?"

"അമ്മയ്ക്ക് അറിയാമല്ലോ. അമ്മ എത്ര വലുതാണ്. അന്നത്തെ കാര്യം അമ്മയ്ക്കു നല്ല ഓർമ്മ കാണും. എനിക്കാണെങ്കിൽ അന്ന് ഒരു വയസ്സേ ഉണ്ടായിരുന്നുള്ളൂ. ഞാൻ ഒന്നും ഓർക്കുന്നില്ല."

"ഞാൻ എന്തു പറയാനാണ്? നീ നിന്റെ അച്ഛനോട് ചോദിക്കണം. അദ്ദേഹം കഥപറയാൻ സമർത്ഥനാണ്. നീ എന്നെ വല്ലാതെ കഷ്ടപ്പെടുത്തിയ സമയമായിരുന്നു അത്. വാപൂട്ടാതെ അലറുന്ന ഒരു ദുശ്ശാഠ്യക്കാരനായിരുന്നു നീ. രാത്രി മുഴുവൻ നീ കിടന്നു കരയുന്നതു കാണുമ്പോൾ സ്ഥലകാലങ്ങളെപ്പറ്റിയുള്ള എല്ലാ ബോധവും നശിച്ച് എനിക്ക് തലയ്ക്കു വെളിവില്ലാതാകുമായിരുന്നു."

"ഞാൻ എന്തിനാണ് കരഞ്ഞതു്?" തെല്ലൊരു പരിഭവത്തോടെ ഞാൻ ചോദിച്ചു. "ഒരുപക്ഷേ പേടിച്ചു കരഞ്ഞതാവും. അന്ന് എല്ലായിടത്തും വെടിവയ്പും, കൊസാക്കുകളുടെ റോന്തു ചുറ്റലും ഉണ്ടായിരുന്നെന്നു കേട്ടു. ഞാൻ പേടിച്ചുപോയിരിക്കും."

പേടി, മണ്ണാങ്കട്ട ! നീ ഒരു ദുശ്ശാഠ്യക്കാരനായ ജന്തുവായിരുന്നു, അത്രതന്നെ. ഒരു രാത്രി പോലീസുകാർ വീടു പരിശോധിക്കാനെത്തി. എന്താണ് അവർ തിരക്കി നടന്നതെന്ന് എനിക്കറിയില്ല. അക്കാലത്ത് വീടുപരിശോധന ഒരു പതിവായിരുന്നു. അവർ വീടുമുഴുവൻ കീഴ് മേൽ മറിച്ചെങ്കിലും ഒന്നും കണ്ടുകിട്ടിയില്ല. അവരുടെ ഓഫീസർ വലിയ ലോഹ്യം ഭാവിച്ചു. അയാൾ നിന്നെ ഒരു വിരലുകൊണ്ട് ഇക്കിളികൂട്ടി. നീ ചിരിച്ചു. "മിടുമിടുക്കൻ കുട്ടി" എന്നു പറഞ്ഞുകൊണ്ട് അയാൾ നിന്നെ തൊട്ടിലിൽനിന്ന് എടുത്തു കളിപ്പിക്കാൻ തുടങ്ങി. അതേസമയംതന്നെ അയാൾ അനുചരന്മാരെ നോക്കി കണ്ണിറുക്കുന്നതു ഞാൻ കണ്ടു:

അവർ നിന്റെ തൊട്ടിൽ പരിശോധിച്ചുതുടങ്ങി. ദൈവമേ ! അപ്പോഴാണ് നീ ആ ഓഫീസറുടെ തലവഴി മൂത്രമൊഴിച്ചതു്! ഞാൻ നിന്നെ അയാളുടെ കയ്യിൽനിന്ന് വാങ്ങിയിട്ട് തുടയ്ക്കാൻ ഒരു തുണി കൊടുത്തു. അയാൾ ഒരു പുത്തൻ യൂണിഫോറമാണ് ഇട്ടിരുന്നതു്. അതു മുഴുവൻ നനഞ്ഞുകുതിർന്നിരുന്നു. ട്രൗസറിലേയ്ക്കും അയാളുടെ വാളിലേയ്ക്കും അതു തെറിച്ചു വീണു. നീ ശരിക്ക് അയാളെ അഭിഷേകം ചെയ്തു, കൊച്ചു തെമ്മാടി !"അമ്മ ആ രംഗം ഓർത്ത് പൊട്ടിച്ചിരിച്ചു.

"അമ്മേ, അമ്മ തികച്ചും മറ്റൊരു കാര്യമാണ് പറയുന്നതു്,"

ഞാൻ ഇടയ്ക്കുകയറി പറഞ്ഞു. എനിക്ക് വല്ലാത്ത ഈർഷ്യ തോന്നി.

"ഞാൻ വിപ്ലവത്തെപ്പറ്റിയാണു ചോദിച്ചതു്, അമ്മ പറയുന്നതു് ഓരോ വിഡ്ഢിത്തങ്ങളെ..."

"മിണ്ടാതിരി. നീ ശല്യപ്പെടുത്തുകയാണ് !"അമ്മ ആ കാര്യം അവിടെ അവസാനിപ്പിച്ചു.

എന്നാൽ എന്റെ മുഖത്തു നിഴലിച്ച ദുഃഖംകണ്ട് അമ്മ മനസ്സുമാറ്റി. കുറേനേരം മൗനമായിരുന്നതിനുശേഷം അവർ ഒരു താക്കോൽക്കൂട്ടം എനിക്ക് എടുത്തുതന്നുകൊണ്ട് പറഞ്ഞു:

"ഞാൻ ഒന്നും പറയുന്നില്ല. നീ പോയി അറ തുറന്നു നോക്ക്, അവിടെ ഒരു വലിയ പെട്ടിയിരിപ്പുണ്ട്. അതിന്റെ മുകളിൽ പലതരം തട്ടുമുട്ടുസാമാനങ്ങൾ കാണും. അവയ്ക്കിടയിൽ അച്ഛന്റെ കുറെ പുസ്തകങ്ങളുണ്ട്. അക്കൂട്ടത്തിൽ ആയിരത്തിത്തൊള്ളായിരത്തി

അഞ്ചിനെപ്പറ്റിയും ഒരു പുസ്തകം കാണും-അച്ഛൻ അതു കീറി കളഞ്ഞിട്ടില്ലെങ്കിൽ."

ഞാൻ താക്കോൽക്കൂട്ടവുമെടുത്തുകൊണ്ട് വാതില്ക്കലേക്കോടി. അമ്മ ഉറക്കെ താക്കീതു ചെയ്തു:

"നീ പുസ്തകത്തിനു പകരം ജാമെടുത്തു തിന്നുകയോ കഴിഞ്ഞ തവണത്തെപ്പോലെ വെണ്ണ കട്ടുതിന്നുകയോ ചെയ്താൽ ഞാൻ വിപ്ലവം എന്താണെന്ന് നിനക്കു കാണിച്ചു തരും, കേട്ടോ. പിന്നെ നീ ജീവിതത്തിൽ അത് മറക്കുകയില്ല."

ഞാൻ അനേകദിവസം തുടർച്ചയായി വായനയിൽ മുഴുകി. വായിക്കാനായി തിരഞ്ഞെടുത്ത രണ്ടു പുസ്തകങ്ങളിൽ ഒന്നിന്റെ മൂന്നുപേജുമാത്രമേ ഞാൻ വായിച്ചുള്ളു"ദാരിദ്ര്യത്തിന്റെ തത്വശാസ്ത്രം" എന്നായിരുന്നു ആ പുസ്തകത്തിന്റെ പേര്. തലകറക്കുന്ന ആ പുസ്തകത്തിലെ ഒരക്ഷരംപോലും എനിക്ക് അന്നു മനസ്സിലായില്ല എന്നതാണ് സത്യം. സ്റ്റെപ്ന്യാക്-ക്രവ് ചീൻസ്കി എഴുതിയ കഥകളായിരുന്നു മറ്റേ പുസ്തകത്തിൽ. ഞാൻ അത് മുഴുവൻ വായിച്ചു. രണ്ടാമത് ഒരിക്കൽക്കൂടി വായിച്ചു. എനിക്ക് മനസ്സിലാകുന്ന ഒരു പുസ്തകമായിരുന്നു അത്.

ആ കഥകളിൽ പറഞ്ഞിരുന്ന കാര്യങ്ങളെല്ലാം പതിവിനു വിപരീതമായിരുന്നു. പോലീസുകാരുടെ നോട്ടപ്പുള്ളികളായിരുന്നു അവയിലെ നായകന്മാർ. പോലീസു് ചാരന്മാർ നമ്മുടെ സഹതാപം അർഹിക്കുന്നതിനു പകരം വെറുപ്പും നിന്ദയുമാണ് ഉളവാക്കുന്നത്. വിപ്ലവകാരികളെക്കുറിച്ചുള്ള കഥകളായിരുന്നു അവ. വിപ്ലവകാരികൾക്ക് അവരുടെ സ്വന്തം രഹസ്യസംഘടനകളും അച്ചടിശാലകളും ഉണ്ടായിരുന്നു. അവർ ഭൂവുടമകൾക്കും കച്ചവടക്കാർക്കും പട്ടാളമേധാവികൾക്കുമെതിരായി കലാപം നടത്താൻ തയ്യാറെടുക്കുകയായിരുന്നു. പോലീസുകാർ അവരോട് ഏറ്റുമുട്ടുകയും അവരെ വേട്ടയാടുകയും ചെയ്തു. വിപ്ലവകാരികൾ ജയിലിലിടയ്ക്കപ്പെടുകയോ വെടിവയ്ക്കപ്പെടുകയോ ചെയ്തു. ജീവനോടെ രക്ഷപ്പെട്ടവർ തങ്ങളുടെ ലക്ഷ്യത്തിനു വേണ്ടിയുള്ള സമരം തുടർന്നു.

ആ പുസ്തകം എന്നെ വളരെ ആകർഷിച്ചു. വിപ്ലവകാരികളെക്കുറിച്ചുള്ള യാതൊന്നും ഞാൻ അതിനുമുമ്പ് വായിച്ചിട്ടില്ല. ഞങ്ങളുടെ അർസമാസ് ഒരു ഓണംകേറാമൂലയായിപ്പോയതിൽ എനിക്കു കുണ്ഠിതം തോന്നി. അവിടെ വിപ്ലവകാരികളെപ്പറ്റി ഒരക്ഷരം കേൾക്കാനില്ലായിരുന്നു. അർസമാസിൽ ഭവനഭേദനം നടത്തുന്നവരുമുണ്ടായിരുന്നു- തുഷ്കോവ് ഭവനത്തിൽനിന്നു നനച്ചിട്ടിരുന്ന തുണികൾ മുഴുവൻ മോഷ്ടിച്ചു കൊണ്ടുപോയത് അവരാണ്. കുതിരക്കൊള്ളക്കാരൻപോലും പട്ടണത്തിലുണ്ടായിരുന്നു-വാങ്ക സെല്യോദ്കിൻ- അയാൾ ഒരു എക്സൈസുകാരനെ കൊന്നിട്ടുണ്ട്. ഇവരൊക്കെയുള്ള അർമാസിൽ ഒരൊറ്റ വിപ്ലവകാരിപോലും ഉണ്ടായിരുന്നില്ല.

അദ്ധ്യായം അഞ്ച്

ഫേജയും തീംകയും യാഷ്കയും ഞാനും ഒരുമിച്ച് പന്തുകളിക്കാൻ ഒരുങ്ങുകയായിരുന്നു. ചെരിപ്പുകുത്തിയുടെ മകൻ തോട്ടത്തിൽനിന്ന് ഓടി അവിടെയെത്തി. പൻത്യൂഷ്കിന്മാരുടേയും സിമക്കോവ്മാരുടേയും വക രണ്ടു ചങ്ങാടങ്ങൾ ഞങ്ങളുടെ കരയ്ക്കടുത്തെന്നും ആ തെമ്മാടികൾ ഞങ്ങളുടെ ചങ്ങാടങ്ങൾ അപഹരിക്കാൻ ശ്രമിക്കുകയാണെന്നും അവൻ അറിയിച്ചു.

ഞങ്ങൾ അട്ടഹസിച്ചുകൊണ്ടു് തോട്ടത്തിലേയ്ക്കോടി. ഞങ്ങളെ കണ്ടയുടൻ ശത്രുക്കൾ അവരുടെ ചങ്ങാടങ്ങളിൽ കയറി രക്ഷപ്പെടാൻ ശ്രമിച്ചു.

പിന്നാലെ ചെന്ന് അവരെ മുക്കാൻ ഞങ്ങൾ തീരുമാനിച്ചു.

അന്ന് ഫേജയായിരുന്നു പടക്കപ്പലിന്റെ കമാണ്ടർ. വരുതിയിൽ നിൽക്കാത്ത ആ വലിയ ചങ്ങാടം മുമ്പോട്ട് കൊണ്ടുപോകാൻ ഫേജയും യാഷ്കയും യത്നിച്ചുതുടങ്ങി. ഞാനും തീംകയും ഞങ്ങളുടെ ചെറിയ വഞ്ചിയിൽ കയറി ശത്രുക്കളുടെ വഴി മുടക്കാൻ മുന്നോട്ടു പോയി. ഞങ്ങളുടെ ശത്രുക്കൾ തുടക്കത്തിൽത്തന്നെ ഒരു വലിയ അബദ്ധം കാണിച്ചു. ഞങ്ങൾ അവരുടെ പിന്നാലെ ചെല്ലുമെന്ന് അവർ വിചാരിച്ചില്ലെന്നു തോന്നുന്നു. നേരെ സ്വന്തം താവളത്തിലേക്കു മടങ്ങുന്നതിനു പകരം അവർ ഇടത്തോട്ട്‌വളരെയേറെ തുഴഞ്ഞുപോയി. തങ്ങളുടെ തെറ്റു മനസ്സിലാക്കിയപ്പോഴേക്കും അവർ കരയിൽനിന്ന് വളരെ അകലെയായിക്കഴിഞ്ഞിരുന്നു. ഞങ്ങൾ വഴിതടയുന്നതിനുമുമ്പ് എങ്ങിനെയെങ്കിലും കരയ്ക്കെത്തണമെന്നുള്ള വാശിയോടെ അവർ സർവ്വശക്തിയുമെടുത്തു തുഴഞ്ഞു. എന്നാൽ ഫേജയും യാഷ്കയും അപ്പോഴും ഞങ്ങളുടെ വലിയ ചങ്ങാടം അഴിച്ചുകഴിഞ്ഞിരുന്നില്ല. തീംകയ്ക്കും എനിക്കും സാഹസികമായ ഒരു ഉദ്യമത്തിൽ ഏർപ്പെടേണ്ടിവന്നു-കൂടുതൽ ശക്തരായ എതിരാളികളെ ഞങ്ങളുടെ ചെറുകപ്പൽകൊണ്ടു് തടുത്തു നിർത്തണം. അതും അനേകം മിനിട്ടുനേരത്തേക്കു്.

ഞങ്ങൾക്കു പിൻബലമൊന്നുമില്ലാതെതന്നെ ശത്രുവുമായി

ഇടയേണ്ടിവന്നു. ധൈര്യം കൈവിടാതെ ഞങ്ങൾ വെടിവച്ചു തുടങ്ങി. ഇരുവശത്തുനിന്നും ഉടൻതന്നെ ഉണ്ടകൾ ഞങ്ങളുടെമേൽ തുരുതുരെ പതിച്ചെന്നു പറയേണ്ടതില്ലല്ലോ.

രണ്ടുപ്രാവശ്യം എന്റെ പുറത്ത് മൺകട്ടകൾ വന്നു വീണു. തീംകയുടെ തൊപ്പി തെറിച്ചു വെള്ളത്തിൽ പതിച്ചു. ഞങ്ങളുടെ വെടിക്കോപ്പ് തീരാറായി. മേലാസകലം നനഞ്ഞു. ഫേജയും യാഷ്കയും ചങ്ങാടം നീക്കിത്തുടങ്ങിയതേയുള്ളു.

ഞങ്ങളുടെ വലിയ ചങ്ങാടം അനങ്ങിത്തുടങ്ങിയതു കണ്ടയുടൻ ശത്രുക്കൾ രക്ഷപ്പെടാൻ ശ്രമിച്ചു. അവരുടെ ചങ്ങാടം ഞങ്ങളുടെ ചെറിയ കതകുപലകയിൽ വന്നു മുട്ടിയാൽ ഞങ്ങൾ മുങ്ങിപ്പോകുമെന്ന് തീർച്ചയായിരുന്നു.

"അവസാനത്തെ ഷെല്ലുകൾ എറിയുക !"ഞാൻ കല്പന കൊടുത്തു. ഏതാണ്ട് അരമിനിട്ടുനേരംമാത്രമേ ശത്രുക്കളെ അങ്ങിനെ തടഞ്ഞു നിർത്താൻ ഞങ്ങൾക്കു കഴിഞ്ഞുള്ളു. ഞങ്ങളുടെ പടക്കപ്പൽ അപ്പോഴേക്കും സഹായത്തിനെത്തി.

"ഇതാ പിടിച്ചോ!"എന്ന് ഉറക്കെ വിളിച്ചു പറഞ്ഞുകൊണ്ട് ഫേജയെ വെടിവയ്ക്കുന്ന പീരങ്കിയിൽനിന്ന് നിറയൊഴിച്ചുതുടങ്ങി.

ശത്രുക്കപ്പലുകൾ ഏതാണ്ട് ഞങ്ങളോടൊപ്പം എത്തിക്കഴിഞ്ഞിരുന്നു രണ്ടുമാർഗ്ഗമാണ് എന്റെ മുമ്പിൽ ഉണ്ടായിരുന്നത്-ഒന്നുകിൽ ശത്രുക്കളെ അവരുടെ താവളത്തിലേക്കു മടങ്ങാൻ അനുവദിക്കുക, അല്ലെങ്കിൽ രണ്ടുംകല്പിച്ച് അവരുടെ വഴി തടയുക. ഞാൻ രണ്ടാമത്തെ മാർഗ്ഗമാണു സ്വീകരിച്ചത്.

തുഴകൊണ്ട് ശക്തിയായി തുള്ളി ഞാൻ ഞങ്ങളുടെ ചെറിയ ചങ്ങാടം അവരുടെ വഴിക്ക് കുറുകെ ഇട്ടു. ശത്രുക്കളുടെ ആദ്യത്തെ കപ്പൽ നേരെവന്ന് അതിൽമുട്ടി. എന്നാൽ ഈ കൂട്ടിമുട്ടലിന്റെ ഫലമായി ശത്രുവിന്റെ കപ്പലിന്റേയും പ്രയാണം നിലച്ചു. ഞങ്ങൾക്കു വേണ്ടിയിരുന്നതും അതായിരുന്നു. വലുതും ഒതുക്കമില്ലാത്തതുമാണെങ്കിലും കരുത്തുറ്റ ഞങ്ങളുടെപടക്കപ്പൽ നേരെ പാഞ്ഞുവന്ന് ശത്രുക്കളുടെ കപ്പൽ മറിച്ചു. കന്നുകാലികളുടെ തീറ്റത്തൊട്ടികൊണ്ടുണ്ടാക്കിയ ടോർപ്പിഡോ ബോട്ടുമാത്രമാണ് ശേഷിച്ചത്. നല്ല വേഗതയുള്ളതുകൊണ്ട് അതു് ഞങ്ങളെ വെട്ടിച്ചു കടന്നു പോകാൻ നോക്കി. എന്നാൽ ഞാൻ എന്റെ ഊന്നുകോൽകൊണ്ട് അതു മറിച്ചു.

ഞാനും തീംകയും ഫേജ് യുടെ ചങ്ങാടത്തിൽ കയറി. ശത്രുനാവികരുടെ തല മാത്രം വെള്ളത്തിനു മുകളിൽ കാണാമായിരുന്നു.

എന്നാൽ ഞങ്ങൾ മഹാമനസ്കരായിരുന്നു. ഞങ്ങൾ മറിഞ്ഞുപോയ

ചങ്ങാടങ്ങളിൽ കയറാൻ പരാജിതരായ ശസ്ത്രുക്കളെ അനുവദിക്കു കയും ആ ചങ്ങാടങ്ങളെ വലിച്ചുകൊണ്ടുപോകാൻ സമ്മതിക്കുകയും ചെയ്തു. പിടിച്ചെടുത്ത കപ്പലുകളും യുദ്ധത്തടവുകാരുമായി ഞങ്ങൾ വിജയശ്രീലാളിതരായി ഞങ്ങളുടെ തുറമുഖത്തെത്തി. തോട്ടത്തി ന്റെ മതിലിൽ നിരന്നിരുന്ന ചെറുബാലന്മാർ ആർപ്പുവിളിച്ചും കൈ കൊട്ടിയും ഞങ്ങളെ സ്വീകരിച്ചു.

ഞങ്ങൾക്ക് വളരെ അപൂർവ്വമായേ അച്ഛന്റെ എഴുത്ത് കിട്ടാറുള്ളു. വല്ലപ്പോഴും കിട്ടുന്ന കത്തുകൾതന്നെ എപ്പോഴും ഒരേ സ്വരത്തിലു ള്ളവയായിരിക്കും:"ഞാൻ സുഖമായി ജീവിച്ചിരിക്കുന്നു. ഇപ്പോഴും കിടങ്ങുകളിലാണ്. ഇതിനൊരവസാനം ഞാൻ കാണുന്നില്ല."

അച്ഛന്റെ കത്തുകൾ എന്നെ നിരാശപ്പെടുത്തി.ഒന്നാലോചിച്ചുനോ ക്കു ! യുദ്ധമുന്നണിയിൽ ഒരാൾക്ക് രസകരമായ യാതൊന്നും എഴുതാ നില്ലെന്നു വരുമോ? അച്ഛന് ഒരു യുദ്ധരംഗം വർണ്ണിച്ചാലെന്താ-ഒരു കടന്നാക്രമണമോ മറ്റോ? ചെളികെട്ടിക്കിടക്കുന്ന ശരൽക്കാലത്ത് അർസമാസിൽ താമസിക്കുന്നതിനേക്കാൾ വിരസമാണ് യുദ്ധമുന്ന ണിയിലെ ജീവിതമെന്നു തോന്നും അച്ഛന്റെ കത്തുകൾ കണ്ടാൽ.

മീത്കയുടെ ചേട്ടൻ എൻസിൽ ശുപ്പിക്കൊവിനെപ്പോലെ യുദ്ധ ങ്ങളെപ്പറ്റിയും സാഹസകൃത്യങ്ങളെപ്പറ്റിയും വിചാരിക്കുന്ന കത്തു കളെഴുതുകയും ഫോട്ടോകൾ അയയ്ക്കുകയും ചെയ്താലെന്താ അച്ഛന്? താൻ ഒരു പീരങ്കിയുടെ അടുത്തു നില്ക്കുന്നതിന്റേയും പിന്നീടൊരു യന്ത്രത്തോക്കിനടുത്തു നില്ക്കുന്നതിന്റേയും മറ്റൊരവസരത്തിൽ വാൾ ഊരിപ്പിടിച്ചുകൊണ്ട് ഒരു കുതിരപ്പുറത്തിരിക്കുന്നതിന്റേയും ഫോട്ടോ അയാൾ വീട്ടിലേയ്ക്കയച്ചിട്ടുണ്ട്. ഒരു വിമാനത്തിൽനിന്നു തല പുറത്തേക്ക് നീട്ടി അയാളിരിക്കുന്ന ഫോട്ടോപോലും ഉണ്ട്. എന്നാൽ അച്ഛൻ വിമാനത്തിലിരിക്കുന്നതുപോയിട്ട് കിടങ്ങിലിരി ക്കുന്ന ഫോട്ടോപോലും അയച്ചുതന്നിട്ടില്ല. രസകരമായ ഒരു കാര്യവും അദ്ദേഹം എഴുതിയിട്ടില്ല. ഒരു ദിവസം സന്ധ്യയാകാറായപ്പോൾ ആരോ ഒരാൾ ഞങ്ങളുടെ കതകിൽ മുട്ടി. മരക്കാലും ഊന്നുവടി യുമുള്ള ഒരു പട്ടാളക്കാരൻ അകത്തു വന്ന് അമ്മയെ അന്വേഷിച്ചു. ആ സമയത്ത് അമ്മ വീട്ടിലില്ലായിരുന്നു. എന്റെ അച്ഛനോടൊപ്പം ഒരേ റെജിമെന്റിൽ ഉണ്ടായിരുന്ന ആളാണ് താനെന്നും ഞങ്ങളുടെ ജില്ലയിൽത്തന്നെയുള്ള സ്വന്തം ഗ്രാമത്തിലേക്ക് താൻ മടങ്ങി പ്പോകുകയാണെന്നും അച്ഛന്റെ ഒരു കത്തുകൊണ്ടുവന്നിട്ടുണ്ടെന്നും പട്ടാളക്കാരൻ പറഞ്ഞു.

അയാൾ ഊന്നുവടി അടുപ്പുതിണ്ണയിൽ ചാരിവച്ചിട്ടുണ്ട് ഒരു കസേരയിലിരുന്നു. കോട്ടിന്റെ ഉള്ളിലെ പോക്കറ്റിൽ കുറേനേരം

തപ്പി അയാൾ ഒരു മുഷിഞ്ഞ കവർ പുറത്തെടുത്തു.

അതിന്റെ കനം കണ്ടു് ഞാൻ അത്ഭുതപ്പെട്ടുപോയി. അച്ഛൻ ഒരിക്കലും ഞങ്ങൾക്ക് ഇത്ര വലിയ കത്തെഴുതാറില്ല. അതിൽ കുറെ ഫോട്ടോകൾ വച്ചിട്ടുണ്ടായിരിക്കുമെന്ന് ഞാൻ തീരുമാനിച്ചു.

"അച്ഛന്റെ അതേ റെജിമെന്റിലായിരുന്നോ?"പട്ടാളക്കാരന്റെ മെലിഞ്ഞു് മ്ലാനമായ മുഖത്തും സെന്റ് ജോർജ്ജ് കുരിശു കുത്തി യിട്ടുള്ള ചാരനിറമുള്ള ചുക്കിച്ചുളിഞ്ഞ കോട്ടിലും ഇടത്തേ കാലിൽ ഘടിപ്പിച്ചിട്ടുള്ള മരക്കാലിലും ജിജ്ഞാസയോടെ നോക്കിക്കൊണ്ടു് ഞാൻ ചോദിച്ചു.

"ഒരേ റെജിമെന്റായിരുന്നെന്നു മാത്രമല്ല, ഒരേ കമ്പനിയും പ്ലാറ്റൂണുമായിരുന്നു. ഒരേ കിടങ്ങിൽ തോളോടുതോൾ ചേർന്ന് ഇരുന്നിട്ടുള്ളവരാണ് ഞങ്ങൾ. നീ അദ്ദേഹത്തിന്റെ മകനാണ്?"

"അതെ."

"ബോറിസ്, അല്ലേ? എനിക്കു നിന്നെ അറിയാം. അച്ഛൻ നിന്റെ കാര്യം പറയാറുണ്ട്. അദ്ദേഹം നിനക്ക് ഒരു പൊതി തന്നയച്ചിട്ടുണ്ട്. പക്ഷേ, താൻ മടങ്ങിവരുന്നതുവരെ അത് നീ ഒളിച്ചുവയ്ക്കണമെന്നാണ് അദ്ദേഹം പറഞ്ഞിരിക്കുന്നത്. പൊക്കമുള്ള ബൂട്ടിന്റെ മുകൾഭാഗം കൊണ്ടുണ്ടാക്കിയ ഒരോ ചലനവും ഐഡിന്റെ രൂക്ഷമായ ഗന്ധം വായുവിൽ പരത്തി.

തുണിയിൽ പൊതിഞ്ഞു് ചരടുകൊണ്ടു് മുറുകെ കെട്ടിയ ഒരു പൊതി അയാൾ എനിക്കു തന്നു. പൊതി ചെറുതായിരുന്നെങ്കിലും നല്ല ഘനമുണ്ടായിരുന്നു. എനിക്ക് അതഴിച്ചുനോക്കാൻ ധൃതിയായി. പക്ഷേ പട്ടാളക്കാരൻ പറഞ്ഞു:

"ധൃതികൂട്ടണ്ട, ധാരാളം സമയമുണ്ട്."

"ശരി, യുദ്ധമുന്നണിയിൽ എന്തൊക്കെയുണ്ട്. വിശേഷം? പോരാട്ടം എങ്ങിനെ നടക്കുന്നു? നമ്മുടെ പട്ടാളക്കാർക്ക് നല്ല ഉത്സാഹമുണ്ടോ?" ഞാൻ ശാന്തനായി ഗംഭീരഭാവത്തിൽ ചോദിച്ചു.

പട്ടാളക്കാരൻ എന്നെ ഒന്നു നോക്കി. പരിഹാസം നിറഞ്ഞ ആ നോട്ടം താങ്ങാൻ എനിക്കു കഴിഞ്ഞില്ല. എന്റെ ചോദ്യങ്ങൾ തികച്ചും പൊങ്ങച്ചം നിറഞ്ഞതും കഴമ്പില്ലാത്തതുമായിപ്പോയെന്ന് എനിക്ക് മനസ്സിലായി.

"ഉത്സാഹമോ?" പട്ടാളക്കാരൻ പുഞ്ചിരിയോടെ ചോദിച്ചു."ഉത്സാഹത്തിന്റെ കാര്യം എനിക്കറിഞ്ഞുകൂട. എന്നാൽ അവിടത്തെ നാറ്റം അസഹനീയമാണ്. കിടങ്ങിൽ മറ്റെന്തു പ്രതീക്ഷിക്കാനാണ്. കാലിത്തൊഴുത്തിനേക്കാൾ കഷ്ടമാണ് അവിടം.

അയാൾ ഒരുപുകയിലസഞ്ചി പുറത്തെടുത്ത് ഒരു സിഗററ്റ് തെറുത്ത് വലിച്ചുതുടങ്ങി. രൂക്ഷഗന്ധമുള്ള പുക മുറിയിൽ നിറഞ്ഞു. എന്റെ പിന്നിൽ അസ്തമയസൂര്യന്റെ പ്രഭയേറ്റ് തിളങ്ങുന്ന ജനലിലേക്ക് നോക്കിക്കൊണ്ട് അയാൾ തുടർന്നു:

എല്ലാവർക്കും മതിയായിരുന്നു. പക്ഷേ ഇതിനൊരവസാനം കാണുന്നില്ല.

അമ്മ വന്നു. പട്ടാളക്കാരനെ കണ്ടപ്പോൾ അവർ വാതിൽപ്പടിയിൽ അള്ളിപ്പിടിച്ചുകൊണ്ട് വാതില്ക്കൽ സ്തംഭിച്ചുനിന്നു. എന്താണ്.... എന്ത് പറ്റി? "വിളറിയ ചുണ്ടുകളോടെ അവർ മെല്ലെ ചോദിച്ചു. അലെക്സിയുടെ കാര്യമാണോ?"

"അച്ഛൻ നമുക്ക് ഒരെഴുത്ത് കൊടുത്തയച്ചിട്ടുണ്ട്," ഞാൻ ഉറക്കെ പറഞ്ഞു. "തടിച്ച ഒരു കവറാണ്. അതിൽ ഫോട്ടോ വച്ചിട്ടുണ്ടായിരിക്കും. എനിക്ക് അച്ഛൻ ഒരു സമ്മാനവും കൊടുത്തയച്ചിട്ടുണ്ട്."

"അദ്ദേഹം സുഖമായി ജീവിച്ചിരിക്കുന്നു. അല്ലേ?" ഷാൾ എടുത്തുമാറ്റിക്കൊണ്ട് അമ്മ പറഞ്ഞു. "വാതില്ക്കൽവച്ച് ഒരു പട്ടാളക്കോട്ടു കണ്ടപ്പോൾ ഞാൻ സ്തംഭിച്ചുപോയി. അച്ഛന് എന്തെങ്കിലും പറ്റിക്കാണുമെന്ന് ഞാൻ വിചാരിച്ചു."

"ഇതുവരെ കുഴപ്പമൊന്നുമില്ല." പട്ടാളക്കാരൻ പറഞ്ഞു. "ഈ കത്ത് ഇവിടെ തരാൻ തന്നയച്ചതാണ്. തപാലിലയച്ചാൽ ചിലപ്പോൾ കിട്ടിയെന്നു വരില്ല. അതുകൊണ്ട് അദ്ദേഹം എന്നെ ഏല്പിച്ചതു്."

അമ്മ കവർ തുറന്നു. അതിൽ ഫോട്ടോ ഒന്നും ഉണ്ടായിരുന്നില്ല. കുനുകുനാ എഴുതിനിറച്ച എണ്ണമയം പുരണ്ട ഏതാനും കടലാസുകൾ മാത്രമേ ഉണ്ടായിരുന്നുള്ളൂ. അവയിലൊന്നിൽ കുറച്ചു ചെളിയും പച്ചനിറമുള്ള ഉണങ്ങിയ ഒരു കഷണം പുല്ലും ഒട്ടിപ്പിടിച്ചിരുന്നു.

ഞാൻ എന്റെ പൊതി തുറന്നു. ഒരു കൈത്തോക്കായിരുന്നു അത്. ഒരു കൊളുത്ത് വേറെയും അതിലുണ്ടായിരുന്നു.

"നിന്റെ അച്ഛൻ എന്താണുദ്ദേശിക്കുന്നത്!"അമ്മ നീരസത്തോടെ പറഞ്ഞു."ഇത് കളിക്കാനുള്ള സാധനമല്ല."

"അതുസാരമില്ല," പട്ടാളക്കാരൻ പറഞ്ഞു. "നിങ്ങളുടെ മകൻ മൊണ്ണയൊന്നുമല്ലല്ലോ. കണ്ടില്ലെ, അവന് ഏതാണ്ട് എന്റെയത്ര പൊക്കമുണ്ട്. അവൻ അത് തൽക്കാലം എവിടെയെങ്കിലും ഒളിച്ചുവയ്ക്കട്ടെ. ഒന്നാന്തരം ഒരു കൈത്തോക്കാണത്. ഒരു ജർമ്മൻ കിടങ്ങിൽനിന്നാണ് അലെക്സിക്ക് അതു കിട്ടിയത്. അത് എന്നെങ്കിലും ഉതകിയേക്കും."

ഞാൻ തോക്കിന്റെ മിനുസമുള്ള തണുത്ത പിടിയിൽ ഒന്നു തൊട്ടു

നോക്കി. പിന്നീട് വളരെ സൂക്ഷിച്ച് അതു വീണ്ടും പൊതിഞ്ഞു് മേശ വലിപ്പിനുള്ളിൽ നിക്ഷേപിച്ചു.

പട്ടാളക്കാരൻ ഞങ്ങളോടൊപ്പം ചായകുടിച്ചു. അയാൾ വീണ്ടും വീണ്ടും ഗ്ലാസ് നിറയ്ക്കുകയും അച്ഛനെക്കുറിച്ചും യുദ്ധത്തെക്കുറിച്ചും സംസാരിക്കുകയും ചെയ്തുകൊണ്ടിരുന്നു. ഞാൻ അരഗ്ലാസു ചായ മാത്രമേ കുടിച്ചുള്ളൂ. അമ്മയുടെ ചായ അങ്ങിനെതന്നെ ഇരുന്നു. അമ്മ തന്റെ കുപ്പികളുടേയും ഭരണികളുടേയും ഇടയിൽനിന്ന് ഒരു ചെറിയ കുപ്പി ചാരായം പുറത്തെടുത്ത് പട്ടാളക്കാരന് ഒഴിച്ചുകൊടുത്തു. അയാൾ അതിൽ വെള്ളമൊഴിച്ച് മെല്ലെ മൊത്തിക്കൊണ്ടിരുന്നു. അയാൾ നെടുവീർപ്പിടുകയും തലകുലുക്കുകയും ചെയ്തു.

"ജീവിതം ആകെ കലങ്ങിമറിഞ്ഞിരിക്കുന്നു," ഗ്ലാസ് തള്ളി മാറ്റിക്കൊണ്ട് അയാൾ പറഞ്ഞു. "വയലുകൾ അനാഥമായി കിട ക്കുകയാണെന്ന് വീട്ടിൽനിന്ന് എഴുത്തുവന്നു. പക്ഷേ എനിക്ക് എന്തുചെയ്യാൻകഴിയും? പലപ്പോഴും ഞങ്ങളും പട്ടിണിയിലാണ്- ചിലപ്പോൾ ഒരു മാസം മുഴുവൻ അതു നീണ്ടുനില്ക്കാറുണ്ട്, അങ്ങേയ റ്റം നിരാശ തോന്നും. ജയിച്ചാലും വേണ്ടില്ല, തോറ്റാലും വേണ്ടില്ല. ഇതു് ഒന്നവസാനിച്ചാൽ മതിയായിരുന്നു. മനുഷ്യർക്കു സഹിക്കാ വുന്നതിനപ്പുറം ആളുകൾ സഹിച്ചുകഴിഞ്ഞു. തകരപ്പാത്രത്തിലെ തുരുമ്പുകലർന്ന വെള്ളംപോലെ ഉള്ളിലുള്ളതെല്ലാം തിളച്ചുമറിയു കയാണെന്നു ചിലപ്പോൾ തോന്നും. ഇതെല്ലാം വലിച്ചെറിഞ്ഞിട്ട് ഓടിപ്പോകാനുള്ള ധൈര്യമുണ്ടായിരുന്നെങ്കിൽ എന്ന് ആശിച്ചു പോകും. അവർക്ക് വേണമെങ്കിൽ അവർ യുദ്ധംചെയ്യട്ടെ. പക്ഷേ ഞങ്ങൾക്ക് യാതൊന്നും കിട്ടാനുമില്ല കൊടുക്കാനുമില്ല. അലെക്സിയും ഞാനും ഇക്കാര്യം വളരെനേരം ചർച്ചചെയ്തിട്ടുണ്ട്. രാത്രികൾക്ക് നല്ല നീളമാണ്. പ്രമാണികൾ ഉറങ്ങാൻ അനുവദിക്കുകയില്ല. പാട്ടുപാടു കയോ വർത്തമാനം പറയുകയോ മാത്രമേ ഗതിയുള്ളൂ. ചിലപ്പോൾ പൊട്ടിക്കരയണമെന്നോ ആരെയെങ്കിലുമൊക്കെ ഞെക്കിക്കൊ ല്ലണമെന്നോ ഒക്കെ തോന്നും. പക്ഷേ കുത്തിയിരുന്ന് പാട്ടുപെടുക മാത്രമാണ് ഞങ്ങൾ ചെയ്യുന്നതു്. കണ്ണീരു വറ്റിപ്പോയി. മറ്റുള്ളവരോടു പ്രതികാരം ചെയ്യാൻ ശ്രമിച്ചാൽ ഫലമെന്തെന്ന് അറിയാമല്ലൊ ! അതുകൊണ്ട് ഞങ്ങൾ പറയും, 'ചങ്ങാതിമാരെ, അളിയന്മാരെ, സഖാക്കളെ, നമുക്ക് ഒരു പാട്ടുപാടാം !'"

പട്ടാളക്കാരന്റെ മുഖം ചുവന്നു. അതിൽ വിയർപ്പു പൊടിഞ്ഞു. ഐഡിന്റെ മണം കൂടുതൽ രൂക്ഷമായിത്തീർന്നു. ഞാൻ ജനൽ തുറന്നു. സന്ധ്യയുടെ കുളിരും മുറ്റത്തെ വൈക്കോൽ കൂനകളുടേയും പഴുത്തപോയ ചെറിപ്പഴങ്ങളുടേയും ഗന്ധവും പേറിക്കൊണ്ട് ശുദ്ധ

വായു മുറിയിലേക്ക് ഇരച്ചുകയറി.

ഞാൻ ജനൽപ്പടിയിലിരുന്ന്, ജനാലച്ചില്ലിൽ വിരൽകൊണ്ട് എന്തൊക്കെയോ വരച്ചുകൊണ്ട് പട്ടാളക്കാരന്റെ സംസാരം ശ്രദ്ധിച്ചു. അയാളുടെ വാക്കുകൾ പരുപരുത്തതും അസുഖകരവുമായിരുന്നു ക്രമേണ യുദ്ധത്തിന്റെ പവിത്രതയെപ്പറ്റിയുള്ള ബോധവും യുദ്ധവീരന്മാരെപ്പറ്റിയുള്ള ആദരവും അതേവരെ എനിക്കു സുവ്യക്തവും സുഗ്രാഹ്യവുമായിത്തോന്നിയിരുന്ന മറ്റു പല വസ്തുക്കളും അതോടെ നിഷ്പ്രഭങ്ങളായിത്തീർന്നു. ഏതാണ്ട് വെറുപ്പിനോടടുത്ത ഒരു വികാരത്തോടെ ഞാൻ അയാളെ നോക്കി. അയാൾ ബെൽറ്റഴിച്ചു മാറ്റി, നനഞ്ഞ കോളറിന്റെ കുടുക്ക് ഊരി മാറ്റിക്കൊണ്ട് സംസാരം തുടർന്നു. മദ്യം അയാളുടെ തലയ്ക്കു പിടിച്ചിട്ടുണ്ടെന്ന് എനിക്കു തോന്നി.

“മരണം ചീത്തയാണ്, തീർച്ച. പക്ഷേ ആളുകൾ മരിക്കുന്നതുകൊണ്ടല്ല യുദ്ധം ചീത്തയാണെന്ന് ഞാൻ പറയുന്നത്, യുദ്ധം തെറ്റാണെന്നുള്ള ബോധംകൊണ്ടാണ് മരണത്തിന്റെ കാര്യത്തിൽ അങ്ങിനെ തോന്നുകയില്ല. ഇന്നല്ലെങ്കിൽ നാളെ ഒരുവൻ മരിക്കുമെന്നതു തീർച്ചയാണ്. അതിൽനിന്ന് രക്ഷപ്പെടാൻ ആർക്കും സാദ്ധ്യമല്ല, അതൊരു നിയമമാണ്? ഞാനല്ല, നിങ്ങളല്ല, നമുക്കു പരിചയമുള്ള ആരുമല്ല, ആരോ ഒരാൾ ഉണ്ടാക്കിയ നിയമമാണത്. പുസ്തകങ്ങളിൽ പറയുന്നതുപോലെ ദൈവം സർവ്വശക്തനും ദയാപരനും ബുദ്ധിമാനുമാണെങ്കിൽ അദ്ദേഹം ആ മനുഷ്യനെ വിളിച്ചുനിർത്തി ചോദിക്കും. ‘ഹേ മനുഷ്യാ താൻ ലക്ഷക്കണക്കിന് ആളുകളെ യുദ്ധത്തിലേക്കു തള്ളി വിടുന്നത് എന്തിനായിട്ടാണ്? അവർക്കും തനിക്കും അതുകൊണ്ടുണ്ടാകുന്ന നേട്ടങ്ങൾ എന്തൊക്കെയാണ്? ഒന്നും ഒളിച്ചുവയ്ക്കാതെ തുറന്നു പറയൂ, ഇതെല്ലാം എന്തിനാണെന്ന് എല്ലാവരും മനസ്സിലാക്കട്ടെ.’ “പക്ഷേ... പട്ടാളക്കാരൻ ആടിക്കൊണ്ടും ഗ്ലാസ് താഴെയിടാൻ ഭാവിച്ചുകൊണ്ടും തുടർന്നു.”പക്ഷേ ദൈവം ഭൂമിയിലെ കാര്യങ്ങളിൽ ഇടപെടാറില്ല. സാരമില്ല, നമുക്ക് കാത്തിരിക്കാം. നല്ല ക്ഷമയുള്ള ജനങ്ങളാണ് നമ്മൾ. പക്ഷേ നമ്മുടെ ക്ഷമ നശിക്കുമ്പോൾ നാം ഇറങ്ങിത്തിരിക്കും, ജഡ്ജിമാരേയും കുറ്റവാളികളേയും ഒരുമിച്ച് നാം പിടികൂടും.”

പട്ടാളക്കാരൻ നിശ്ശബ്ദനായി. മേശവിരിപ്പിൽ കണ്ണുംനട്ട് ഒരക്ഷരം ഉരിയാടാതെ ഇരുന്ന അമ്മയുടെ മുഖത്തേക്ക് അയാൾ നിരുന്മേഷനായി നോക്കി. പെട്ടെന്ന് അയാൾ എണീറ്റ് മീൻ വച്ചിരുന്ന പിഞ്ഞാണത്തിനു നേരെ കൈ നീട്ടി.

“കഷ്ടം ! ഞാൻ എന്തൊക്കെയാണ് പറഞ്ഞത് ! സാരമില്ല... എല്ലാത്തിനും ഒരു സമയം വരും. ആ കുപ്പിയിൽ എന്തെങ്കിലും

ബാക്കിയുണ്ടോ ?"

അമ്മ തലയുയർത്താതെ അയാളുടെ ഗ്ലാസിലേക്ക് ചൂടും ഗന്ധവുമുള്ള ദ്രാവകം തുള്ളി തുള്ളിയായി ഒഴിച്ചുകൊടുത്തു.

കർട്ടന്റെ പിന്നിൽ കിടന്ന് രാത്രി മുഴുവൻ അമ്മ കരഞ്ഞു. അച്ഛൻ എഴുതിയ കടലാസുകൾ മറിക്കുന്ന ശബ്ദം എനിക്കു കേൾക്കാമായിരുന്നു. അതിനുശേഷം കർട്ടന്റെ വിടവിലൂടെ മങ്ങിയ പച്ചവെളിച്ചം ഒഴുകിവന്നു. ദൈവരൂപത്തിന്റെ മുമ്പിൽ ചെറിയ എണ്ണവിളക്കു കത്തിച്ചുവച്ച് അമ്മ പ്രാർത്ഥിക്കുകയാണെന്ന് എനിക്കു മനസ്സിലായി. അമ്മ ആ കത്ത് എന്നെ കാണിച്ചില്ല. അതിലെഴുതിയിരുന്നതെന്താണെന്നോ എന്തിനാണ് അമ്മ കരഞ്ഞതെന്നോ എനിക്ക് അന്ന് അറിയാമായിരുന്നില്ല.

പിറ്റേന്ന് രാവിലെ പട്ടാളക്കാരൻ പോയി.

പോകുന്നതിനുമുമ്പ് അയാൾ എന്റെ മുതുകിൽ തട്ടിക്കൊണ്ട് ഞാൻ അയാളോട് എന്തോ ചോദിച്ചു എന്ന മട്ടിൽ പറഞ്ഞു :

"ഇതൊന്നും സാരമില്ല, കുട്ടീ... നിനക്കു ചെറുപ്പമാണ്. ഞങ്ങൾ കാണാത്ത ഒരു കാഴ്ച നീ കാണുമെന്ന് എനിക്ക് ഉറപ്പുണ്ട്.

അയാൾ യാത്രപറഞ്ഞു പിരിഞ്ഞു. ഊന്നുവടിയും ഐഡിന്റെ ഗന്ധവും അയാളുടെ സാന്നിധ്യം ഉളവാക്കിയ വിഷാദഭാവവും ചുമയ്ക്കുന്നതുപോലുള്ള ചിരിയും കയ്പേറിയ വാക്കുകളും, പ്രാഞ്ചിപ്രാഞ്ചി നടക്കുന്ന ആ മനുഷ്യനോടൊപ്പം അകന്നകന്നു പോയി.

അദ്ധ്യായം ആറ്

വേനൽക്കാലം അവസാനിക്കാറായിരുന്നു. ഫേജ അവന്റെ രണ്ടാമത്തെ പരീക്ഷയ്ക്കുള്ള പഠിത്തത്തിൽ മുഴുകുകയും യാഷ്ക പനി പിടിച്ച് കിടപ്പിലാകുകയും ചെയ്തതുകൊണ്ട് ഞാൻ ഒറ്റയ്ക്കായി.

അച്ഛന്റെ പുസ്തകങ്ങളും പത്രങ്ങളും മറിച്ചുനോക്കിക്കൊണ്ട് ഞാൻ കട്ടിലിൽ കിടന്നു സമയം കഴിച്ചു.

യുദ്ധം അവസാനിക്കുന്നതിനെപ്പറ്റി ആരും ഒന്നും പറഞ്ഞുകേട്ടില്ല. ജർമ്മൻകാർ മുന്നോട്ട് ആഞ്ഞടിച്ച് പോളണ്ടിന്റെ ഏതാണ്ട് പകുതിയോളം കൈവശമാക്കിയതിനെ തുടർന്ന് ഞങ്ങളുടെ പട്ടണം അഭയാർത്ഥികളെക്കൊണ്ട് നിറഞ്ഞു. അഭയാർത്ഥികളുടെ കൂട്ടത്തിൽ കാശുള്ളവർ സ്വകാര്യവസതികളിലും ഫ്ലാറ്റുകളിലും താമസമാക്കി. എന്നാൽ അത്തരക്കാർ കുറവായിരുന്നു. അഭയാർത്ഥികളിലധികവും വലിയ കുടുംബങ്ങളുള്ള ദരിദ്രരായ ജൂതന്മാരായിരുന്നു. ഞങ്ങളുടെ കച്ചവടക്കാരും സന്യാസിമാരും, പുരോഹിതന്മാരും അത്തരം അഭയാർത്ഥികളെ സ്വീകരിക്കാൻ തയ്യാറല്ലാത്ത ഭക്തന്മാരായിരുന്നു. അതുകൊണ്ട് അഭയാർത്ഥികളിലധികംപേരും പട്ടണത്തിനു പുറത്തുള്ള വനത്തിനടുത്ത് ഷെഡ്ഡുകെട്ടിയാണ് താമസിച്ചിരുന്നത്.

അതിനകംതന്നെ ഗ്രാമങ്ങളിലുള്ള സകല യുവാക്കന്മാരെയും ആരോഗ്യദൃഢഗാത്രന്മാരായ സകല പുരുഷന്മാരെയും നിർബന്ധിച്ച് പട്ടാളത്തിലേക്ക് അയച്ചുകഴിഞ്ഞിരുന്നു. അനേകം വയലുകൾ തരിശായി കിടന്നു–അവിടെ ജോലിചെയ്യാൻ ആരും ഉണ്ടായിരുന്നില്ല. പട്ടണങ്ങളിലേക്ക് യാചകരുടെ പ്രവാഹം തുടങ്ങി. വൃദ്ധന്മാരും സ്ത്രീകളും കുഞ്ഞുങ്ങളുമായിരുന്നു അവർ.

പണ്ടൊക്കെ രാവിലെ മുതൽ രാത്രിവരെ ഞങ്ങളുടെ തെരുവിലൂടെ അലഞ്ഞു തിരിഞ്ഞു നടന്നാലും ഒരൊറ്റ അപരിചിതനെപ്പോലും കണ്ടുമുട്ടാൻ കഴിയുമായിരുന്നില്ല. പേരറിയില്ലാത്ത ഒന്നോ രണ്ടോ പേരെ കണ്ടുമുട്ടിയെന്നു വരാം, പക്ഷേ അവരെ നിങ്ങൾ തീർച്ചയായും മുമ്പു കണ്ടിട്ടുണ്ടായിരിക്കും. എന്നാൽ ഇപ്പോൾ സംഗതി നേരെ മറിച്ചാണ്. ഓരോ ചുവടു വയ്ക്കുമ്പോഴും തികച്ചും അപരിചിതരായ

ആരെയെങ്കിലും കണ്ടുമുട്ടും. ജൂതന്മാരും, റുമേനിയാക്കാരും, പോളണ്ടുകാരും ആസ്ത്രിയൻ യുദ്ധത്തടവുകാരും റെഡ്ക്രോസ്സ് നടത്തുന്ന ആശുപത്രിയിൽനിന്നു വരുന്ന മുറിവേറ്റ ഭടന്മാരും അക്കൂട്ടത്തിൽ ഉണ്ടായിരുന്നു.

പെട്ടെന്ന് ഭക്ഷ്യക്ഷാമം തുടങ്ങി. പാൽ, മുട്ട, വെണ്ണ തുടങ്ങിയവയുടെ വില കുതിച്ചു കയറി. അതും അതിരാവിലെ ചന്തയിൽ ചെന്നില്ലെങ്കിൽ കിട്ടുകയുമില്ല. റൊട്ടിക്കടകളുടെ മുമ്പിൽ നീണ്ട നിരകളായി ആളുകൾ കാത്തുനിന്നു. വെളുത്ത റൊട്ടി കടകളിൽനിന്ന് അപ്രത്യക്ഷമായി. കറുത്ത റൊട്ടി വേണ്ടത്ര ഉണ്ടായിരുന്നുമില്ല. കച്ചവടക്കാർ യാതൊരു ദാക്ഷിണ്യവുമില്ലാതെ വില കൂട്ടിക്കൊണ്ടിരുന്നു. ഭക്ഷ്യസാധനങ്ങളുടെ വില മാത്രമല്ല മറ്റു സാധനങ്ങളുടെ വിലയും അവർ കൂട്ടി.

ബെബേഷിൻ എന്ന കച്ചവടക്കാരൻതന്നെ സാധാരണഗതിയിൽ അഞ്ചുവർഷം കൊണ്ടു സമ്പാദിക്കുന്നത്ര പണം ഒരൊറ്റ വർഷംകൊണ്ട് സമ്പാദിച്ചിട്ടുണ്ടെന്ന് ആളുകൾ പറഞ്ഞു. സിന്യൂഗിനാണെങ്കിൽ സമ്പാദിച്ചുകൂട്ടിയതിന് കണക്കില്ല. ഒരു പള്ളി പണിയാൻ അയാൾ ആറായിരം റൂബിൾ കൊടുത്തത്രെ. പണത്തിന്റെ മുഷ്ക്കുകൊണ്ട് അയാൾ ദൂരദർശിനി ഘടിപ്പിച്ചിട്ടുള്ള ഗോപുരം ഉപേക്ഷിക്കുകയും മോസ്കോയിൽനിന്ന് ജീവനുള്ള ഒരു മുതലയെ വരുത്തുകയും ചെയ്തു. അയാൾ അതിനെ ഇടാൻ ഒരു വലിയ കുളം കുഴിപ്പിച്ചു.

ആ മുതലയെ റെയിൽവേ സ്റ്റേഷനിൽനിന്ന് അയാളുടെ വീട്ടിലേയ്ക്കു കൊണ്ടുവന്ന വണ്ടിയുടെ പിറകെ വലിയ ഒരാൾക്കൂട്ടം തടിച്ചുകൂടി. അതുകണ്ട് ഒരാൻസ്കിൽ നിന്നുള്ള ദൈവമാതാവിന്റെ വിശുദ്ധരൂപം എഴുന്നള്ളിച്ചുകൊണ്ടു വരികയാണെന്ന് തെറ്റിദ്ധരിച്ച് സേവ്യർ പള്ളിയിലെ പരിചാരകൻ മണിയടിച്ചു തുടങ്ങി. ഗ്രീഷ്ക എന്നു പേരുള്ള അയാൾ പതിമ്മൂന്നു ദിവസം അതിനു പ്രായശ്ചിത്തം ചെയ്യണമെന്ന് ബിഷപ്പ് കൽപ്പിച്ചു. ഗ്രീഷ്കയ്ക്ക് അബദ്ധംപറ്റിയതാണെന്ന് വിശ്വസിക്കാത്ത ഒരു കൂട്ടരുണ്ടായിരുന്നു. അയാൾ മനപ്പൂർവ്വം കുസൃതി കാട്ടിയതാണെന്നായിരുന്നു അവരുടെ അഭിപ്രായം. പ്രായശ്ചിത്തം ചെയ്യുന്നതു് മതിയായ ശിക്ഷയാകുന്നില്ലെന്നും മറ്റുള്ളവർക്കു് ഒരു താക്കീതു് എന്ന നിലയിൽ അയാളെ ജയിലിലടയ്ക്കേണ്ടതാണെന്നും അവർ ശഠിച്ചു. ഒരു വിലാപയാത്ര ഉണ്ടായിട്ടാണ് അയാൾ തെറ്റദ്ധരിച്ചതെങ്കിൽ മനസ്സിലാക്കാമായിരുന്നു. പക്ഷേ മുതലയെപ്പോലുള്ള ഒരു നികൃഷ്ടജീവിയെ കണ്ടിട്ട് വിശുദ്ധരൂപമാണെന്ന് വിചാരിക്കുന്നതു് തീർച്ചയായും പാപമാണ്.

ഞാൻ പുസ്തകം അടച്ചുവച്ച് തെരുവിലേക്കിറങ്ങി. മറ്റൊന്നും

ചെയ്യാനില്ലാത്തതുകൊണ്ട് ഞാൻ തീംകയെ കാണാൻ പട്ടണാതിർത്തിയിലുള്ള സെമിത്തേരിയിലേക്കു പോയി. തീംക വീട്ടിലുണ്ടായിരുന്നില്ല. നരച്ച മുടിയും ഉറച്ച ശരീരവുമുള്ള വൃദ്ധനായ അവന്റെ അച്ഛൻ മാത്രമേ അവിടെ ഉണ്ടായിരുന്നുള്ളൂ. എന്റെ അച്ഛന്റെ പഴയ പരിചയക്കാരനായ ആ മനുഷ്യൻ എന്റെ പുറത്ത് വാത്സല്യപൂർവ്വം തട്ടിക്കൊണ്ട് പറഞ്ഞു :

"നീ വളർന്നുപോയല്ലോ, മകനേ. നിന്റെ അച്ഛൻ തിരിച്ചു വരുമ്പോൾ നിന്നെ തിരിച്ചറിയുകയില്ല. നീ അച്ഛനെപ്പോലെയാണ്-നീയും ഒരു ഒത്ത പുരുഷനായിരിക്കും ! എന്റെ തീംകയാണെങ്കിൽ വളർച്ചയില്ലാത്ത ഒരു അശ്രുവാണ്. എന്തുചെയ്യാം ! അവൻ അവന്റെ അമ്മയുടെ അച്ഛനെപ്പോലെയാണ്. അവൻ തിന്നുന്ന തീറ്റി കണ്ടാലോ, ആരും അത്ഭുതപ്പെട്ടുപോകും ! നിന്റെ അച്ഛനു സൗഖ്യമാണോ ? എഴുത്തെഴുതുമ്പോൾ എന്റെ അന്വേഷണം അറിയിക്കണം. അയാൾ ഒരു നല്ല മനുഷ്യനാണ്. ഞങ്ങൾ രണ്ടുപേരും ഒരു ഗ്രാമീണവിദ്യാലയത്തിൽ എട്ടുവർഷം ഒരുമിച്ചു പണിയെടുത്തിട്ടുണ്ട്. അയാൾ അദ്ധ്യാപകനായിരുന്നു. ഞാൻ സൂക്ഷിപ്പുകാരനും. പക്ഷേ അതെല്ലാം വളരെക്കാലം മുമ്പാണ്... നിനക്ക് അന്ന് ഇടഞ്ഞു നടക്കുന്ന പ്രായമായിരുന്നു. നിനക്ക് അതൊന്നും ഓർമ്മയില്ല. ശരി, നീ ചെന്നു നോക്ക്, തീംക അവിടെയെങ്ങാനും കാണും. അവൻ പക്ഷികളെ പിടിക്കാൻ ഇറങ്ങിയിരിക്കയാണ്. മൂലയ്ക്ക് പട്ടാളക്കാരുടെ ശ്മശാനത്തിനു പിന്നിലുള്ള ബർച്ചുമരത്തോപ്പിൽ അവൻ ഉണ്ടായിരിക്കും. അവൻ ഇവിടെ അടുത്തെങ്ങും പക്ഷിപിടിക്കയില്ല-പള്ളി അധികാരി കണ്ടാൽ ശകാരിക്കും."

ബർച്ചുമരങ്ങൾക്കിടയിൽ ഞാൻ തീംകയെ കണ്ടു. അറ്റത്ത് കുടുക്കു കെട്ടിയിട്ടുള്ള നീണ്ട ഒരു കമ്പും കയ്യിൽ പിടിച്ചുകൊണ്ട് തീംക ഒരു മരച്ചുവട്ടിൽ നിന്നിരുന്നു. മഞ്ഞനിറമുള്ള ഇലപ്പടർപ്പുകൾക്കിടയിൽ കഷ്ടിച്ചുമാത്രം കാണാമായിരുന്ന ഒരു ഗോൾഡ് ഫിഞ്ച് പക്ഷിയെ ലക്ഷ്യമാക്കി അവൻ വളരെ സൂക്ഷ്മതയോടെ കുടുക്ക് ചലിപ്പിക്കുകയായിരുന്നു. തീംക പേടിയോടെ- ഏതാണ്ട് യാചനാഭാവത്തിൽ- എന്നെ നോക്കുകയും കൂടുതൽ അടുത്തുവന്ന് പക്ഷിയെ ഭയപ്പെടുത്തരുതെന്ന് താക്കീതു ചെയ്യുന്നമട്ടിൽ ശക്തിയായി തലകുലുക്കുകയും ചെയ്തു. ഞാൻ നിന്നു.

ഗോൾഡ് ഫിഞ്ചിനേക്കാൾ മഠയനായ ഒരു പക്ഷിയെ ലോകത്തെങ്ങും കാണാൻ കഴിയുകയില്ലെന്നാണ് എനിക്കു തോന്നുന്നത്. നീളമുള്ള ഒരു കമ്പിന്റെ അറ്റത്ത് കുട്ടികൾ കുതിരവാൽകൊണ്ട് ഒരു കുടുക്കു കെട്ടും ആ കുടുക്ക് പക്ഷിയുടെ കഴുത്തിലിടണം.

തീംക കമ്പിന്റെ അറ്റം പക്ഷിയുടെ അടുത്തേക്കു മെല്ലെ നീക്കി ക്കൊണ്ടിരുന്നു. പക്ഷി കുടുക്കിനുനേരെ ഒന്നു ചരിഞ്ഞുനോക്കിയിട്ട് അടുത്തുള്ള മറ്റൊരു മരക്കൊമ്പിലേക്ക് തത്തിക്കയറി. നാക്കു നീട്ടി, ശ്വാസംപിടിച്ചുനിന്നുകൊണ്ട് തീംക പിന്നേയും കുടുക്ക് പക്ഷിയുടെ നേർക്ക് അടുപ്പിച്ചുതുടങ്ങി. ആ വിഡ്ഢിപ്പക്ഷി ജിജ്ഞാസയോടെ തീംകയുടെ കുടുക്കു തലയിൽ വീഴാൻ അനുവദിച്ചു. തീംക കമ്പ് വലിച്ചു. കഴുത്തിറുകി ശ്വാസം മുട്ടിയ പക്ഷി ഒന്നു ചിലയ്ക്കുകപോലും ചെയ്യാതെ പുല്ലിലേക്കു വീണു ചിറകിട്ടടിച്ചു. നിമിഷങ്ങൾക്കകം അതു തടവിലാക്കപ്പെട്ട മറ്റു അഞ്ചു സഹജീവികളോടൊപ്പം ഒരു കൂട്ടിനു ള്ളിൽ ചാടിച്ചാടി നടന്നു തുടങ്ങി.

"കണ്ടോ !"തീംക ഒറ്റക്കാലിൽ നിന്നു തുള്ളിക്കൊണ്ട് വിളിച്ചു പറഞ്ഞു."പണി കൊള്ളാം. അല്ലേ ! ആറെണ്ണം കൂട്ടിലായി. പക്ഷേ എല്ലാം ഫിഞ്ചുകളാണ്. മറ്റുപക്ഷികളെയൊന്നും ഇങ്ങിനെ പിടിക്കാൻ പറ്റില്ല. അതിന് കെണികളും വലകളും വേണം. അവയ്ക്കു നല്ല ബുദ്ധി യുണ്ട് ! പക്ഷേ ഈ വിഡ്ഢികൾ തല നേരെ കുടുക്കിനുള്ളി..."

തീംക പെട്ടെന്ന് സംസാരം നിർത്തി. തലയ്ക്ക് അടിയേറ്റതുപോലെ അവൻ സ്തംഭിച്ചു നിന്നു. അവൻ ഒരു വിരലുയർത്തി. എന്നെ താക്കീ തുചെയ്തുകൊണ്ട് രണ്ടു മുഴുവൻ മിനിട്ടുകൾ അങ്ങിനെ നിശ്ചലനായി നിന്നു. വീണ്ടും ഒറ്റക്കാലിൽ ചാടിക്കൊണ്ട് അവൻ ചോദിച്ചു.

"നീ കേട്ടില്ലേ ?"

"എന്തു കേട്ടില്ലേന്ന് ? സ്റ്റേഷനിൽ എഞ്ചിൻ കൂവുന്നതല്ലാതെ ഞാൻ ഒന്നും കേട്ടില്ല."

"ദൈവമേ ! ഒന്നും കേട്ടില്ലെന്നോ !"അത്ഭുതത്താൽ കൈകൾ ഉയർത്തിപ്പിടിച്ചുകൊണ്ട് അവൻ പറഞ്ഞു. "ഒരു റോബിൻ. അവൻ കൂവുന്നതു ഞാൻ കേട്ടു. ഒരു അസ്സൽ റെഡ് ബ്രസ്റ്റ് ! ഞാൻ കഴിഞ്ഞ ഒരാഴ്ചയായി അവന്റെ പിന്നാലെ നടക്കുകയാണ്. ആ മുങ്ങിച്ചത്ത മനുഷ്യനെ അടക്കിയിരിക്കുന്നതെവിടെയാണെന്ന് നിനക്കറിയാ മോ? അവിടെയാണ് അവന്റെ കൂട്. മേപ്പിൾ മരങ്ങൾക്കിടയിലെ വിടെയോ കൂടുണ്ട്. അവിടെ മരങ്ങൾ തിങ്ങി വളരുന്നു. ഇപ്പോൾ മേപ്പിൾ ഇലകൾക്ക് തീയുടെ നിറമാണ് ! നമുക്ക് അവിടെ പോയി നോക്കാം."

തീംകയ്ക്ക് എല്ലാ കുഴിമാടങ്ങളും സ്മാരകശിലകളും തിരിച്ചറിയാമാ യിരുന്നു. ഒരു പക്ഷിയെപ്പോലെ ചാടിച്ചാടി നടന്നുകൊണ്ട് അവൻ എനിക്കു പറഞ്ഞുതന്നു:

"തീപ്പൊള്ളലേറ്റ് കഴിഞ്ഞ വർഷം മരിച്ച തീകെടുത്തുജോലിക്കാരൻ

ഇവിടെയാണ കിടക്കുന്നത്. ഇവിടെ കണ്ണുകാണാത്ത ചുർബാക്കിനെ അടക്കിയിരിക്കുന്നു. ഈ ഭാഗത്തുള്ള എല്ലാവരും അത്തരക്കാരാണ്. കച്ചവടക്കാർക്കു കുറേക്കൂടി നല്ല ഒരിടമാണുള്ളത്. മാലാഖമാരുള്ള ആ പ്രതിമ കണ്ടോ ? അത് സിന്യൂഗിൻമാരുടെ മുത്തശ്ശിയെ അടക്കിയിരിക്കുന്നിടമാണ്."ഇതാ ഇവിടെ"-മണ്ണിടിഞ്ഞുകിടന്ന ഒരു കുന തീംക ചൂണ്ടിക്കാണിച്ചു-" ഇവിടെ ആത്മഹത്യ ചെയ്ത ഒരാളാണ്. അയാൾ തൂങ്ങിച്ചത്തതാണെന്ന് അച്ഛൻ പറഞ്ഞു. അയാൾ ഡിപ്പോയിലെ ഒരു ഫിറ്ററായിരുന്നു. സ്വമനസ്സാലെ ഒരാൾ തൂങ്ങിച്ചാകുന്നതെങ്ങിനെയെന്ന് എനിക്ക് മനസ്സിലാകുന്നില്ല."

"ചീത്ത ജീവിതമായതുകൊണ്ട്, തീംക, നല്ല ജീവിതമല്ലെന്നു തീർച്ച."

"അതെങ്ങിനെ !"തീംക, പ്രതിഷേധിച്ചു. അവൻ അത്ഭുതത്തോടെ എന്നെ നോക്കി."ചീത്തയല്ല."

"എന്തു ചീത്തയല്ലെന്നാണ് ?"

"ജീവിതം ! ജീവിതം നല്ല രസമുള്ളതാണ്. മരണം അതിനേക്കാൾ നല്ലതാവുന്നതെങ്ങിനെ ? ജീവിച്ചിരിക്കുമ്പോൾ ഓടിച്ചാടി നടക്കാം, എന്തു വേണമെങ്കിലും ചെയ്യാം. എന്നാൽ ഇവിടെ അനങ്ങാതെ വെറുതെ കിടക്കാനേ പറ്റൂ !"

മണിനാദംപോലുള്ളശബ്ദത്തിൽ തീംക പൊട്ടിച്ചിരിച്ചു. എന്നാൽ പെട്ടെന്നുതന്നെ അവൻ ചിരി നിർത്തി നിശ്ചലനായി നിന്നു. ഒരു നിമിഷം കഴിഞ്ഞു് അവൻ മന്ത്രിച്ചു :

ഉച്ചതിരിയുന്നതുവരെ ഞാൻ തീംഫയോടൊപ്പമുണ്ടായിരുന്നു. തീംക ഒരു വിചിത്ര ജീവിയാണ്. അവന് എന്നേക്കാൾ ഒന്നര വയസ്സേ കുറവുള്ളു, പക്ഷേ കണ്ടാൽ പന്ത്രണ്ടുപോയിട്ട് പത്തു വയസ്സുപോലും തോന്നിക്കയില്ല. അവൻ ഒരു വെപ്രാളക്കാരനായിരുന്നതുകൊണ്ട് കുട്ടികൾ അവനെ കളിയാക്കുകയും തലയ്ക്കിട്ട് ഞോണ്ടുകയും ചെയ്യുമായിരുന്നു. എന്നാൽ അവൻ ഒരിക്കലും പിണങ്ങുകയില്ല. അഥവാ പിണങ്ങിയാൽത്തന്നെ അതു ദീർഘനേരം നീണ്ടുനില്ക്കയുമില്ല. പെൻസിൽ വെട്ടാൻ ഒരു കത്തിയോ എഴുതാൻ ഒരു നിബ്ബോ അല്ലെങ്കിൽ കണക്കു ചെയ്യാൻ എന്തെങ്കിലും സഹായമോ വേണ്ട അവസരത്തിലൊക്കെ അവൻ ക്ഷമാപണരൂപത്തിലുള്ള ഒരു പുഞ്ചിരിയോടെ നേരെ മുഖത്തു നോക്കിയായിരിക്കും അതാവശ്യപ്പെടുക. അവൻ ഒരു ഭീരുവായിരുന്നു. പക്ഷേ പ്രത്യേക തരത്തിലുള്ള ഒരു തരം ഭീരുത്വമായിരുന്നു അതു്. ഇൻസ്പെക്ടറോ ഹെഡ് മാസ്റ്ററോ വരുന്നതു കണ്ടാൽ അവൻ പേടിച്ചു വിറയ്ക്കും. ഒരു ദിവസം ക്ലാസ്സു നടക്കുന്നതിനിടയിൽ ശിപായി വന്ന് തീംകയെ ആഫീസുമുറിയിലേക്കു വിളിക്കുന്നുവെന്നു

പറഞ്ഞു. തീംക ഇരിപ്പിടത്തിൽ തരിച്ചിരുന്നുപോയി. ഒടുവിൽ അവൻ എണീറ്റുനിന്ന് "ഞാൻ എന്തെങ്കിലും കുറ്റം ചെയ്തിട്ടുണ്ടോ," എന്നു ചോദിക്കുന്നമട്ടിൽ കുട്ടികളെ എല്ലാവരേയും ഒന്നു നോക്കി. കുറേശ്ശെ വസൂരിക്കലകളുള്ള അവന്റെ മുഖം പേടികൊണ്ട് ചാരനിറമായി. അവൻ ഉറയ്ക്കാത്ത കാൽവയ്പുകളോടെ പുറത്തേക്ക് നടന്നു.

കാലിൽ വിലങ്ങുവച്ച് തടങ്കൽപ്പാളയത്തിലേക്ക് അയക്കാനോ സ്വഭാവദൂഷ്യത്തിന് താക്കീതു നൽകാനോ ഒന്നുമല്ല തീംകയെ ആഫീസിലേക്കു വിളിച്ചതെന്ന് വെളിക്കുവിട്ടപ്പോൾ ഞങ്ങൾക്കു മനസ്സിലായി. തലേ വർഷം അവന് പണം കൊടുക്കാതെ വെറുതെ പാഠപുസ്തകം കിട്ടിയതു സംബന്ധിച്ച് എന്തോ ഒപ്പിട്ടുകൊടുക്കാനാണ് അവനെ വിളിച്ചത്.

രണ്ടു ദിവസം കഴിഞ്ഞ് സ്കൂൾ തുറന്നു. ക്ലാസുമുറികൾ ശബ്ദായമാനമായി. വേനൽക്കാലം എങ്ങിനെ ചെലവഴിച്ചുവെന്നും തങ്ങൾ എത്ര മീനിനേയും ഞണ്ടിനേയും ഗൗളിയേയും പിടിച്ചുവെന്നും ഓരോരുത്തരും പറഞ്ഞുതുടങ്ങി. താൻ ഒരു കഴുകനെ കൊന്നു് എന്ന് ഒരു കുട്ടി വീമ്പടിച്ചു. വേറൊരുവൻ കാട്ടിൽ നിന്നും പറിച്ചെടുത്ത കൂണുകളെയും സ്ട്രാബറിപ്പഴങ്ങളെയും കുറിച്ച് ആവേശത്തോടെ സംസാരിച്ചു. ജീവനുള്ള ഒരു പാമ്പിനെ താൻ പിടിച്ചെന്ന് മറ്റൊരു കുട്ടി ആണയിട്ടു പറഞ്ഞു. സുഖവാസ കേന്ദ്രങ്ങളായ ക്രൈമിയയിലും കോക്കസ്സിലും വേനല്ക്കാലം ചെലവഴിച്ച ചില കുട്ടികൾപോലും ഞങ്ങളുടെ കൂട്ടത്തിലുണ്ടായിരുന്നു. എന്നാൽ അവരുടെ എണ്ണം തീരെ കുറവായിരുന്നു. കാട്ടുപഴങ്ങളെപ്പറ്റിയോ പപ്പികളെപ്പറ്റിയും സമുദ്രസ്നാനത്തെപ്പറ്റിയും കുതിരകളെപ്പറ്റിയുമുള്ള അന്തസ്സറ്റ മറ്റൊരു സംഭാഷണത്തിൽ അവർ മുഴുകി.

വിലക്കൂടുതൽ നിമിത്തം, കമ്പിളിത്തുണികൊണ്ടുണ്ടാക്കിയ പതിവു യൂണിഫോറത്തിനു പകരം വിലകുറഞ്ഞ തുണികൊണ്ടു തുന്നിയ യൂണിഫോറം ധരിച്ചുകൊള്ളാൻ ആദ്യമായി ആ വർഷം ഞങ്ങൾക്ക് അനുവാദം കിട്ടി.

"ചെകുത്താന്റെ തുകൽ"എന്നറിയപ്പെടുന്ന ഒരു തരം തുണികൊണ്ടാണ് അമ്മ എനിക്ക് ജാക്കറ്റും ട്രൗസറും തുന്നിയിരുന്നത്.

അത് വാസ്തവത്തിൽ ഏതോ ചെകുത്താന്റെ പുറത്തെ തോൽ തന്നെയാണെന്ന് അനുഭവത്തിൽനിന്ന് എനിക്കു മനസ്സിലായി. ഒരിക്കൽ ഞാൻ മാംവക പഴന്തോട്ടത്തിൽ ഒരാക്രമണം നടത്തിക്കൊണ്ടിരിക്കെ ഒരു തടിയൻ സന്യാസി വടിയുമായി എന്റെ പിറകെ വന്നു. ഞാൻ മതിലു ചാടി ഓടാൻ ശ്രമിച്ചപ്പോൾ എന്റെ ട്രൗസർ ഒരാണിയിൽ ഉടക്കി. എന്നാൽ അതു കീറിയില്ല ! സന്യാസി വന്ന്

എന്റെ മുതുകത്തു രണ്ടു തരാൻ പാകത്തിൽ ഞാൻ ആണിയിൽനിന്ന് തൂങ്ങിക്കിടന്നു !

ഒറ്റക്കാലൻ പട്ടാളക്കാരൻ കൊണ്ടുവന്ന എഴുത്തിനുശേഷം ഞങ്ങൾക്ക് അച്ഛന്റെ കത്തുകളൊന്നും കിട്ടിയില്ല. ഫേജയുടെ അച്ഛൻ തപാൽ സഞ്ചിയുമായി തെരുവിലൂടെ കടന്നു പോകുമ്പോഴെല്ലാം അയാൾ വരുന്നതും കാത്ത് ജനലിനടുക്കൽ നില്ക്കുന്ന എന്റെ കൊച്ചനുജത്തി തല വേളിയിലേക്കിട്ട് നേർത്ത ശബ്ദത്തിൽ ചോദിക്കും :

"സെർഗേയ് അമ്മാവാ, അച്ഛന്റെ എഴുത്തുണ്ടോ ?"

എപ്പോഴും അതിനുള്ള മറുപടി ഒന്നുതന്നെയായിരുന്നു :

"ഇന്നില്ല മോളെ. നാളെ കൊണ്ടുവരാം."

പിറ്റേന്നും ഒന്നും കാണുകയില്ല.

അദ്ധ്യായം ഏഴ്

സെപ്തംബർ മാസത്തിലെ ഒരു ദിവസം വളരെ വൈകുന്നതുവരെ ഫേജ എന്റെ വീട്ടിലുണ്ടായിരുന്നു. ഞങ്ങൾ ഒരുമിച്ച് പഠിക്കുകയായിരുന്നു.

വായന നിർത്തി ഫേജ പുസ്തകങ്ങൾ സഞ്ചിയിലിട്ട് പുറപ്പെടാൻ ഒരുങ്ങിയപ്പോഴേക്കും പെട്ടെന്ന് മഴ ശക്തിയായി പെയ്തു തുടങ്ങി.

കരിയിലകൾ കാറ്റത്തു പറന്നു നടന്നു. വലിയ മഴത്തുള്ളികൾ എന്റെ മുഖത്തു പതിച്ചു.

വളരെ പ്രയാസപ്പെട്ട് ജനലിന്റെ ഒരു പകുതി അടച്ചിട്ട് മറ്റേ പകുതി അടയ്ക്കാനായി ഞാൻ പുറത്തേക്ക് എത്തിവലിഞ്ഞു. ആ നിമിഷത്തിൽ സാമാന്യം വലിയ ഒരു മണ്ണാങ്കട്ട ജനൽപ്പടിയിൽ വന്നു വീണു.

“എന്തൊരു കാറ്റ് !”ഞാൻ വിചാരിച്ചു. “മരങ്ങളെല്ലാം ഒടിഞ്ഞു വീഴുമെന്നു തോന്നുന്നു.”

ഞാൻ തിരിച്ചുവന്ന് ഫേജയോടു പറഞ്ഞു :

“ഭയങ്കര കാറ്റാണ്. ഈ പെരുമഴയത്ത് പോകാനാണോ നിന്റെ പുറപ്പാട്? മഴതോർന്നിട്ടുപോകാം. ഇതാ ഇതുകണ്ടോ, ഈ മണ്ണാങ്കട്ട കാറ്റത്തുപറന്ന് ജനലിൽ വീണതാണ് !”

ഫേജ സംശയദൃഷ്ടിയോടെ അതുനോക്കി.

“നീ എന്താണ് പറയുന്നത് ! ഇത്തരം ഒരു മണ്ണാങ്കട്ട കാറ്റത്തു പറന്നുവീഴുന്നതെങ്ങിനെ ?”

“ഞാൻ നുണപറഞ്ഞതാണെന്നാണോ നിന്റെ വിചാരം ?”ഞാൻ പരിഭവത്തോടെ ചോദിച്ചു.”ഞാൻ ജനൽ അടയ്ക്കുകയായിരുന്നു. അപ്പോഴാണ് അത് ജന്നല്പടിയിൽ വന്നു വീണത്.”

ഞാൻ ആ മണ്ണാങ്കട്ട സൂക്ഷിച്ചു നോക്കി. ആരെങ്കിലും മനപ്പൂർവ്വം അതെടുത്ത് ജനലിലേക്കെറിഞ്ഞതാണോ ? ഞാൻ സംശയിച്ചു. എന്നാൽ പെട്ടെന്നു തന്നെ ആ വിചാരം മനസ്സിൽനിന്ന്

ുടച്ചുകളഞ്ഞിട്ട് ഞാൻ പറഞ്ഞു.

"വിഡ്ഢിത്തം ! ആരെറിയാനാണ് ? ഈ മഴയത്ത് തോട്ടത്തിൽ ആരെങ്കിലും നില്ക്കുമോ ? കാറ്റാണെന്ന തീർച്ച."

എന്തോ തയ്ച്ചുകൊണ്ട് അമ്മ അടുത്ത മുറിയിൽ ഇരിക്കുകയായിരുന്നു. ഒടുവിൽ ആകാശം തെളിഞ്ഞു. നനഞ്ഞ ജനാലച്ചില്ലിലൂടെ അമ്പിളിക്കല മുറിയിലേക്ക് ഒളിഞ്ഞു നോക്കി. കാറ്റടങ്ങി.

"ശരി, ഞാൻ പോകുന്നു."

"കതക് പൂട്ടാൻ ഞാൻ വരുന്നില്ല. നീ അത് ആഞ്ഞടച്ചാൽ മതി. താനെ പൂട്ടുവീണുകൊള്ളും."

ഫേജ തൊപ്പി തലയിൽ അമർത്തിവച്ചു. നനയാതിരിക്കാനായി പുസ്തകങ്ങൾ കോട്ടിനുള്ളിൽ വച്ചുകൊണ്ട് അവൻ ഓടിപ്പോയി. കതക് ആഞ്ഞടയുന്ന ശബ്ദം കേട്ടു.

പുസ്തകങ്ങൾ അടുക്കിവച്ചിട്ടു കിടക്കാമെന്നു ഞാൻ വിചാരിച്ചു ഫേജയുടെ ഒരു നോട്ടുബുക്ക് നിലത്തു വീണു കിടക്കുന്നത് അപ്പോഴാണ് ഞാൻ കണ്ടത്. അതിലാണ് ഞങ്ങൾ കണക്കു ചെയ്തു കൊണ്ടിരുന്നത്.

"മണ്ടൻ !" ഞാൻ വിചാരിച്ചു. "നാളെ ആദ്യത്തെ പീരിഡ് ആൾ ജിബ്രയാണ്. എന്നിട്ട് അവൻ ആ ബുക്ക് മറന്നുപോയിരിക്കുന്നു. നാളെ കൊണ്ടുക്കൊടുക്കണം."

പുറംകുപ്പായങ്ങൾ അഴിച്ചുമാറ്റിയിട്ട് ഞാൻ പുതപ്പിനടിയിലേക്ക് നുഴഞ്ഞുകയറി. ഞാൻ തിരിഞ്ഞുകിടക്കാൻ ഭാവിക്കുമ്പോൾ വളരെ പതുക്കെ, കരുതലോടെ ആരോ മണിയടിക്കുന്ന ശബ്ദം കേട്ടു.

"ആരായിരിക്കും ?" അമ്മ അത്ഭുതത്തോടെ ചോദിച്ചു. "അച്ഛന്റെ കമ്പി വല്ലതുമാണോ ? അല്ല, പോസ്റ്റ്മാൻ ഒരിക്കലും ഇത്ര മെല്ലെ മണിയടിക്കയില്ല. നീ പോയി വാതിൽ തുറക്ക്."

അമ്മേ, ഞാൻ ഉടുപ്പൂരിക്കഴിഞ്ഞു. അത് ഫേജയായിരിക്കും അവൻ ഒരു ബുക്കു മറന്നിട്ടു പോയി. അതെടുക്കാൻ വന്നതായിരിക്കും."

ഇതൊരു ശല്യമായിത്തീർന്നല്ലോ !"അമ്മ പറഞ്ഞു."അവനു അതിലെ വന്നാലെന്താ ? എവിടെ ആ ബുക്ക് ?"

അമ്മ കോണിയിറങ്ങുന്ന ശബ്ദം ഞാൻ കേട്ടു. വാതിലിന്റെ പൂട്ട് തുറന്നു. ആ നിമിഷം തന്നെ പതിഞ്ഞ ഒരു നിലവിളി എന്റെ ചെവിയിലെത്തി. ഞാൻ ചാടിയെണീറ്റു. കള്ളന്മാരാണു വന്നതെന്ന് ഞാൻ തീർച്ചയാക്കി. ജനാലച്ചില്ല് തല്ലിപ്പൊട്ടിച്ച് ആളുകളെ സഹായത്തിനു വിളിക്കാൻവേണ്ടി ഞാൻ ഒരു മെഴുകുതിരിക്കാൽ കയ്യിലെടുത്തു.

എന്നാൽ ചിരിക്കുന്നതിന്റേയും ഉമ്മവയ്ക്കുന്നതിന്റേയും കൂടിക്കലർന്ന ശബ്ദവും അടക്കിപ്പിടിച്ച സംസാരവും താഴെനിന്നു കേട്ടപ്പോൾ ഞാൻ അത്ഭുതസ്തബ്ധനായി. രണ്ടുപേർ കോണി കയറിവരുന്ന ശബ്ദം കേട്ടു.

വാതിൽ തുറക്കപ്പെട്ടു. അടിയുടുപ്പുകൾ മാത്രം ധരിച്ച ഞാൻ കയ്യിൽ മെഴുകുതിരിക്കാലുമായി കട്ടിലിൽ തരിച്ചിരുന്നു.

പൊട്ടിച്ചിരിച്ചുകൊണ്ട് സന്തുഷ്ടയായ എന്റെ അമ്മ വാതില്ക്കൽ നിന്നിരുന്നു. അവരുടെ കണ്ണുകൾ നിറഞ്ഞിട്ടുണ്ട്. അവരുടെ തൊട്ടു ടുത്തായി കുറ്റിരോമം വളർന്ന താടിയും, ചെളിയും വെള്ളവും ഇറ്റിറ്റു വീഴുന്ന വസ്ത്രങ്ങളുമായി എനിക്ക് ഏറ്റവും പ്രിയങ്കരനായ പട്ടാള ക്കാരൻ നിന്നിരുന്നു.-എന്റെ അച്ഛൻ.

ഒറ്റച്ചാട്ടത്തിന് ഞാൻ അച്ഛന്റെ ബലിഷ്ഠങ്ങളായ കരങ്ങൾക്കു ള്ളിലമർന്നു.

മറയ്ക്കപ്പുറത്ത് അനിയത്തി ശബ്ദം കേട്ടിട്ടാവണം, ഒന്നനങ്ങി. ഓടിച്ചെന്ന് അവളെ വിളിച്ചുണർത്താൻ എനിക്ക് അതിയായ ആഗ്രഹമുണ്ടായിരുന്നു. എന്നാൽ അച്ഛൻ എന്നെ തടഞ്ഞു. പതിഞ്ഞ ശബ്ദത്തിൽ അദ്ദേഹം പറഞ്ഞു :

"അതുവേണ്ട, ബോറിസ്... അവളെ ഉണർത്തേണ്ട... ഒരുപാടു ശബ്ദമുണ്ടാക്കുകയുമരുത്."

അനന്തരം അമ്മയോടായി അദ്ദേഹം ഇങ്ങിനെ പറഞ്ഞു :

"വാര്യ , മോളുണർന്നാൽ ഞാൻ വന്ന കാര്യം അവളോടു പറയേണ്ട .അവൾ ഉറങ്ങട്ടെ. ഒന്നു രണ്ടു ദിവസത്തേക്ക് നമുക്ക് അവളെ വേറെ എങ്ങോട്ടെങ്കിലും അയയ്ക്കാൻ പറ്റുമോ ?"

"നാളെ അതിരാവിലെ തന്നെ അവളെ ഇവാനൊവ് സ്കയയി ലേക്കയക്കാം." അമ്മ പറഞ്ഞു. "അമ്മൂമ്മയുടെ അടുത്തുപോയി കുറെദിവസം താമസിക്കണമെന്ന് അവൾ വളരെക്കാലമായി പറയുന്നു. രാവിലെ ബോറിസ് അവളെ അവിടെ കൊണ്ടാക്കും. അലെക്സി, ശബ്ദമടക്കി സംസാരിക്കേണ്ട ആവശ്യമില്ല. അവൾ ബോധംകെട്ട് ഉറങ്ങുന്ന കൂട്ടത്തിലാണ്. ചിലപ്പോൾ രാത്രിയിൽ ആശുപത്രിയിൽനിന്നും എന്നെ കൂട്ടിക്കൊണ്ടുപോകാൻ ആളുകൾ വരാറുണ്ട്. അതുകൊണ്ട് അവൾക്ക് ഇതു പഴക്കമാണ്."

കേട്ടതു വിശ്വസിക്കാനാവാതെ ഞാൻ വാപൊളിച്ചു നിന്നുപോയി.

"എന്താണിത് ?"ഞാൻ വിചാരിച്ചു. "അവധിക്കു വീട്ടിലെത്തി യിരിക്കുന്ന അച്ഛനെ കാണാൻ സമ്മതിക്കാതെ വലിയ കണ്ണുകളു ള്ള കൊച്ചുതാന്യയെ വെളുപ്പിനുതന്നെ അമ്മൂമ്മയുടെ വീട്ടിലേക്ക് അയയ്ക്കുകയോ? എന്താണിതിന്റെ അർത്ഥം ?"

“ബോറിസ്, നീ എന്റെ മുറിയിൽ ഉറങ്ങിക്കോ,” അമ്മ പറഞ്ഞു.” നാളെ രാവിലെ ആറുമണിക്കുതന്നെ നീ താന്യയെ അമ്മൂമ്മയുടെ വീട്ടിൽ കൊണ്ടാക്കണം. അച്ഛൻ വന്നിട്ടുണ്ടെന്ന് അവിടെ ആരോടും പറയരുത്”

ഞാൻ അച്ഛന്റെ മുഖത്തേക്കു നോക്കി. അദ്ദേഹം എന്നെ അണച്ചു പിടിച്ചുകൊണ്ട് എന്തോ പറയാൻ ഭാവിച്ചു, എന്നാൽ ഉടൻതന്നെ അതു വേണ്ടെന്നു വച്ചു. അദ്ദേഹം എന്നെ കൂടുതൽ ചേർത്തുപിടിച്ചു.

ഞാൻ അമ്മയുടെ കട്ടിലിൽ കയറി കിടന്നു. അച്ഛനും അമ്മയും തീന്മുറിയിൽത്തന്നെ ഇരുന്നു. അവർ വാതിലടച്ചു. വളരെ നേരത്തേക്ക് എനിക്ക് ഉറങ്ങാൻ കഴിഞ്ഞില്ല. ഞാൻ തിരിഞ്ഞും മറിഞ്ഞും കിടന്നു. അമ്പതുവരെ എണ്ണിനോക്കി, നൂറുവരെ എണ്ണിനോക്കി, ഫലമുണ്ടായില്ല.

എന്റെ തലയ്ക്കുള്ളിൽ എന്തെല്ലാമോ കുഴഞ്ഞുമറിഞ്ഞു. നടന്ന സംഭവങ്ങളെപ്പറ്റി ഓർക്കാൻ തുടങ്ങുമ്പോൾ തികച്ചും അസംബന്ധങ്ങളായ അഭ്യൂഹങ്ങളിലൂടെ ഒഴുകിക്കൊണ്ടിരുന്ന മനസ്സിലേക്ക് കുഴഞ്ഞുമറിഞ്ഞ നാനാതരം ചിന്തകൾ തിക്കിത്തിരക്കി വന്നുകൊണ്ടിരുന്നു. വളരെനേരം തൊട്ടിലാട്ടം നടത്തിയിട്ട് ഇറങ്ങുമ്പോൾ ചെന്നിക്ക് അനുഭവപ്പെടുന്ന സമ്മർദ്ദംപോലെ എന്തോ ഒരു മുറുക്കം എനിക്ക് അനുഭവപ്പെട്ടു.

നേരം വളരെ വൈകി. ഞാൻ ഒന്നു മയങ്ങി. വാതിലിന്റെ ചെറിയ ഞരക്കം എന്നെ ഉണർത്തി. കത്തിച്ച ഒരു മെഴുകുതിരിയും പിടിച്ചുകൊണ്ട് അച്ഛൻ മുറിയിലേക്കു കടന്നു വന്നു. ഞാൻ കണ്ണുകൾ പാതി തുറന്നു. അച്ഛൻ ചെരിപ്പിട്ടിട്ടില്ലായിരുന്നു. ശബ്ദമുണ്ടാക്കാതെ വളരെ മെല്ലെ നടന്ന് അദ്ദേഹം താന്യയുടെ കട്ടിലിനടുത്തു ചെന്നുനിന്നു. മെഴുകുതിരി താഴ്ത്തി അദ്ദേഹം അവളുടെ മുഖത്തേക്കു നോക്കി.

ഉറങ്ങിക്കിടക്കുന്ന മകളുടെ സ്വർണ്ണനിറമുള്ള അളകങ്ങളും തുടുത്ത മുഖവും നോക്കിക്കൊണ്ട് അദ്ദേഹം രണ്ടുമൂന്നു മിനിട്ടുനേരം അനങ്ങാതെ നിന്നു. ഒടുവിൽ അദ്ദേഹം അവളുടെ നേരെ കുനിഞ്ഞു. രണ്ടു വികാരങ്ങൾ അദ്ദേഹത്തിന്റെ ഉള്ളിൽ വടംവലി നടത്തി- മകളെ താലോലിക്കാനുള്ള ഉൽക്കടമായ ആഗ്രഹം ഒരുവശത്ത്, അവൾ ഉണർന്നെങ്കിലോ എന്ന ഭയം മറുവശത്ത്. രണ്ടാമത്തെ വികാരമാണ് ഒടുവിൽ ജയിച്ചത്. അച്ഛൻ പെട്ടെന്ന് നിവർന്നു. ഉടൻതന്നെ മുറിയിൽനിന്ന് പോവുകയും ചെയ്തു.

വാതിൽ വീണ്ടും ഞരങ്ങി, മുറിയിൽ വീണ്ടും ഇരുട്ടായി.

ക്ലോക്കിൽ ഏഴുമണി അടിക്കുന്ന ശബ്ദം കേട്ടാണ് ഞാനുണർന്നത്.

ജനലിനടുത്തു നിന്ന ബർച്ചുമരത്തിന്റെ പഴുത്ത ഇലകൾക്കിടയിലൂടെ സൂര്യബിംബം വെട്ടിത്തിളങ്ങി. ഞാൻ ധൃതിയിൽ വസ്ത്രങ്ങൾ ധരിച്ച് അടുത്ത മുറിയിലേക്കു നോക്കി. അച്ഛനും അമ്മയും നല്ല ഉറക്കമായിരുന്നു. ഞാൻ അങ്ങോട്ടുള്ള വാതിൽ അടച്ചിട്ട് താന്യയെ ഉണർത്തി.

"അമ്മയെവിടെ ?"കണ്ണു തിരുമ്മുകയും ഒഴിഞ്ഞു കിടന്ന കട്ടിലിലേക്കു ഉറ്റുനോക്കുകയും ചെയ്തുകൊണ്ട് അവൾ ചോദിച്ചു.

"അമ്മയെ ആശുപത്രിയിലേക്കു വിളിച്ചു. നിന്നെ ഞാൻ അമ്മൂമ്മയുടെ വീട്ടിൽ കൊണ്ടുചെന്നാക്കണം എന്നു പറഞ്ഞിട്ടാണ് അമ്മ പോയത്."

"നുണ, നുണ!"പൊട്ടിച്ചിരിക്കുകയും എന്റെ നേരെ വിരൽ ചൂണ്ടുകയും ചെയ്തുകൊണ്ട് അവൾ പറഞ്ഞു. "എന്നെ അവിടെ നിർത്തിയിട്ടുപോരാൻ ഇന്നലെയും അമ്മൂമ്മ പറഞ്ഞതാണ്. എന്നിട്ട് അമ്മ സമ്മതിച്ചില്ലല്ലൊ."

"ഇന്നലെ സമ്മതിച്ചില്ല, പക്ഷേ ഇന്ന് അമ്മ സമ്മതിച്ചു. നീ വേഗം ഉടുപ്പിട്. എത്ര നല്ല ദിവസമാണെന്നു നോക്ക്! ആഷ്ബെറി പഴങ്ങൾ പെറുക്കാൻ ഇന്ന് നിന്നെ അമ്മൂമ്മ കാട്ടിൽ കൊണ്ടുപോകും.."

ഞാൻ തമാശപറഞ്ഞതല്ലെന്ന് മനസ്സിലായ ഉടൻ താന്യ ചാടിയെണീറ്റു. വസ്ത്രം ധരിക്കാൻ ഞാൻ അവളെ സഹായിച്ചു. ആ സമയമെല്ലാം അവൾ വാതോരാതെ ഓരോന്നു പറഞ്ഞുകൊണ്ടിരുന്നു.

"അമ്മ സമ്മതിച്ചെന്നോ ? കൊള്ളാം. എനിക്കതു് ഇഷ്ടമായി ! ബോറിസ്, നമുക്ക് ഈ പൂച്ചയെക്കൂടി കൊണ്ടുപോയാലെന്താ ? പൂച്ചേ കൊണ്ടുപോകാൻ ഇഷ്ടമില്ലെങ്കിൽ നമുക്ക് തൗസറെ കൊണ്ടുപോയാലുംമതി. നല്ല പട്ടിക്കുട്ടിയാണ് അവൻ. ഇന്നലെ അവൻ എന്റെ മുഖം മുഴുവൻ നക്കി. പക്ഷേ അമ്മ അതിന് എന്നെ വഴക്കു പറഞ്ഞു. മുഖത്തു നക്കുന്നതു് അമ്മയ്ക്കിഷ്ടമല്ല. ഒരിക്കൽ അമ്മ തോട്ടത്തിൽ കിടക്കുമ്പോൾ തൗസർ അമ്മയെ നക്കാൻ ചെന്നു. അമ്മ അവനെ ഓടിച്ചു."

താന്യ വാതിലിനടുത്തേക്ക് ഓടി.

"ബോറിസ് ഇതൊന്നു തുറന്നു തരൂ. എന്റെ തലയിൽ കെട്ടുന്ന തുവാലയും എന്റെ പ്രാമും അവിടെയാണ്."

ഞാൻ അവളെ വാതിലിനടുത്തു നിന്ന് പിടിച്ചുകൊണ്ടുവന്ന് കട്ടിലിലിരുത്തി.

"താന്യ , നീ അങ്ങോട്ടു പോകേണ്ട. അവിടെ നമുക്കു പരിചയമില്ലാത്ത ഒരു മനുഷ്യൻ കിടന്നുറങ്ങുന്നുണ്ട്. നിന്റെ തുവാല ഞാൻ

എടുത്തുകൊണ്ടു വരാം."

"ഏതു മനുഷ്യൻ ?"അവൾ ചോദിച്ചു. "കഴിഞ്ഞ പ്രാവശ്യം വന്ന ആളെപ്പോലെയാണൊ ?"

"അതെ. അതുപോലെ."

"തടികൊണ്ടുള്ള കാലാണോ ഇയാൾക്കും

"അല്ല, ഇരുമ്പുകൊണ്ട്."

"ബോറിസ് ! ഞാൻ ഇരുമ്പുകാലുള്ളവരെ കണ്ടിട്ടില്ല. ഞാൻ താക്കോൽ പഴുതിലൂടെ ഒന്നു നോക്കിക്കോട്ടേ ? ഞാൻ ഒച്ചയുണ്ടാക്കാതെ ചെല്ലാം."

"വേണ്ട. നല്ല കുട്ടിയായിട്ട് ഇവിടെ അടങ്ങിയിരിക്ക്."

ഞാൻ ഒച്ചയുണ്ടാക്കാതെ മുറിയിൽ കടന്നു തുവാല എടുത്തുകൊണ്ടുവന്നു.

"പ്രാം എവിടെ."

"പ്രാം എന്തിനാണ് ? നിന്നെ യെഗോർ അമ്മാവൻ ഒന്നാന്തരം കുതിരവണ്ടിയിൽ കയറ്റും."

തെഷ നദിയുടെ കരയിലൂടെയാണ് ഇവാനൊവ് സ്കെയെയിലേക്കുള്ള വഴി. കമ്പുകളും ഇലകളും പെറുക്കിയെടുക്കാനും വെള്ളത്തിൽ നീന്തിക്കളിക്കുന്ന വാത്തകളെ നോക്കാനും ഇടയ്ക്കിടെ നിന്നുകൊണ്ട് എന്റെ അനിയത്തി തുള്ളിച്ചാടി നടന്നു. ഞാൻ സാവധാനം അവളെ പിൻതുടർന്നു. പ്രഭാതത്തിലെ കുളിർ കാറ്റും ശരല്ക്കാലത്തെ മേഞ്ഞുനടക്കുന്ന ആട്ടിൻപറ്റങ്ങളുടെ കഴുത്തിലെ പിച്ചള മണികളുടെ ഏകതാനമായ മുഴക്കവും എന്നെ ശാന്തനാക്കി.

എന്റെ മനസ്സിലേക്ക് ബലാൽക്കാരമായി കടന്നുവന്ന് എന്നെ രാത്രി മുഴുവൻ അലട്ടിയ ചിന്ത ഇപ്പോൾ മനസ്സിൽ വേരൂന്നിക്കഴിഞ്ഞു. അതു നിരാകരിക്കാനുള്ള ശ്രമം ഞാൻ ഉപേക്ഷിച്ചു.

ജനൽപ്പടിയിൽ വന്നുവീണതല്ലെന്ന് എനിക്ക് ഉറപ്പായി. അത്രയും ഘനമുള്ള ഒരു മൺകട്ട കാറ്റ് എങ്ങിനെ മുകളിലേയ്ക്കു പറക്കും? ഞങ്ങളുടെ ശ്രദ്ധ ആകർഷിക്കാൻവേണ്ടി എന്റെ അച്ഛൻ എറിഞ്ഞതാണതു്. ഫേജ പോകുന്നതുവരെ അദ്ദേഹം ആ കാറ്റും മഴയും മുഴുവൻ ഏറ്റുകൊണ്ട് തോട്ടത്തിൽ ഒളിച്ചിരിക്കയായിരുന്നു. താന്യ തീരെ ചെറിയ കുട്ടിയായതുകൊണ്ട് തന്നെ കണ്ടാൽ ആ വിവരം അവൾ പുറത്താക്കുമെന്ന് ഭയന്നിട്ടാണ് അച്ഛൻ അവളുടെ മുമ്പിൽ പ്രത്യക്ഷപ്പെടാത്തതു്. അവധിക്കു വീട്ടിൽ വരുന്ന പട്ടാളക്കാർ ഒരിക്കലും ആ വിവരം ഇത്ര ഗോപ്യമാക്കി വയ്ക്കാറില്ല.

സംശയലേശമില്ലാതെ പറയാം-എന്റെ അച്ഛൻ പട്ടാളത്തിൽനിന്ന് ഒളിച്ചോടിപോന്നവനാണ്.

തിരിച്ചു വരുന്ന വഴിക്ക് ഞാൻ നേരെ ചെന്നു ചാടിയത് ഞങ്ങളുടെ സ്കൂൾ ഇൻസ്പെക്ടറുടെ മുമ്പിലാണ്.

"ഗോറിക്കോവ്, എന്താണിത് ?"അദ്ദേഹം ഗൗരവത്തിൽ ചോദിച്ചു."പഠിത്തം നടക്കുന്ന സമയത്ത് ഇതിലെ കറങ്ങുന്നതെന്താണ്?"

"എനിക്കു സുഖമില്ല,"ഞാൻ യാന്ത്രികമായി മറുപടി പറഞ്ഞു, ആ ഉത്തരം എത്ര പൊള്ളയാണെന്ന് ഞാൻ അപ്പോൾ ആലോചിച്ചതേയില്ല.

"സുഖമില്ലേ ?"ഇൻസ്പെക്ടർ ചോദിച്ചു."നീ എന്താണ് പറയുന്നത്? സുഖമില്ലാത്തവർ തെരുവു തെണ്ടുകയല്ല, വീട്ടിൽ കിടക്കുകയാണു പതിവ്.

"എനിക്കു സുഖമില്ല,"ഞാൻ പറഞ്ഞതിൽത്തന്നെ മുറുകെപ്പിടിച്ചു. "എനിക്കു പനിയാണ്."

"അതെന്തു പനിയാണെന്ന് എനിക്കറിയാം," അദ്ദേഹം തിരിച്ചടിച്ചു. "വിഡ്ഢിത്തം പുലമ്പാതെ വേഗം സ്കൂളിലേക്കു നടക്ക്."

"എനിക്കിനി രക്ഷയില്ല,"അദ്ദേഹത്തിന്റെ പിന്നാലെ നടക്കുമ്പോൾ ഞാൻ വിചാരിച്ചു. "സുഖമില്ലെന്ന് നുണ പറയാൻ തോന്നിയത് എന്തൊരു ബുദ്ധിമോശമായിപ്പോയി ! യഥാർത്ഥ കാരണം മറച്ചു വച്ചിട്ട് നേരാണെന്നു തോന്നിക്കുന്ന മറ്റെന്തെങ്കിലും പറയാമായിരുന്നു, കഷ്ടം!"

വൃദ്ധനായ സ്കൂൾ ഡോക്ടർ എന്റെ നെറ്റിയിൽ കൈ വച്ചുനോക്കി. തെർമോമീറ്റർ വച്ചുനോക്കുകപോലും ചെയ്യാതെ അദ്ദേഹം രോഗമെന്താണെന്ന് നിശ്ചയിച്ചു.

"മടി എന്ന മഹാരോഗമാണ് ഇവനെ ബാധിച്ചിരിക്കുന്നത്. സ്വഭാവത്തിനു മോശപ്പെട്ട മാർക്കുകൊടുക്കുകയും ഉച്ചഭക്ഷണം കൊടുക്കാതെ ക്ലാസുകഴിഞ്ഞു് രണ്ടു മണിക്കൂർ ഇവിടെ ഇരുത്തുകയുമാണ് ഇതിനുള്ള ചികിത്സ."

ഉന്നതബിരുദധാരിയായ ഒരു ഡോക്ടറുടെ ഭാവത്തിൽ ഇൻസ്പെക്ടർ അതു ശരിവച്ചു.

ശിപായിയെ വിളിച്ച് എന്നെ ക്ലാസിൽ കൊണ്ടാക്കാൻ അദ്ദേഹം കൽപ്പിച്ചു.

കഷ്ടകാലം അവിടെയും അവസാനിച്ചില്ല.

ഞാൻ ക്ലാസിലെത്തിയപ്പോൾ ജർമ്മൻ ഭാഷ പഠിപ്പിക്കുന്ന

അദ്ധ്യാപിക തറൊപ്പീഗിനോട്ട് ചോദ്യം ചോദിക്കുകയായിരുന്നു. ഇടയ്ക്ക് തടസ്സമുണ്ടായതിൽ മുഖംവീർപ്പിച്ചുകൊണ്ട് അവർ പറഞ്ഞു.

"ഗോറിക്കൊവ്, നീ ഇവിടെ വരൂ... നിനക്കുണ്ട്, അവനുണ്ട്, നമുക്കുണ്ട് എന്ന് ജർമ്മൻ ഭാഷയിൽ പറയുന്നതെങ്ങിനെ?"

"ദു ഹാസ്റ്റ്,"ചീജിക്കൊവ് പറഞ്ഞു തന്നത് ഞാൻ ഉരുവിട്ടു.

"എർ ഹാറ്റ്"ഞാൻ പരസഹായം കൂടാതെ പറഞ്ഞു."വിർ... തുടർന്ന് എന്തു പറയണമെന്നറിയാതെ ഞാൻ മിഴിച്ചുനിന്നു. ജർമ്മൻ വ്യാകരണം ആ ദിവസം എനിക്ക് ഓർമ്മിക്കാൻ കഴിഞ്ഞില്ല.

"ഹാസ്റ്റൂസ്,"ഞാൻ യാന്ത്രികമായി അതുരുവിട്ടു.

"നീ എന്താണ് പറയുന്നത്? നിന്റെ തലയ്ക്കു വല്ല കുഴപ്പവുമുണ്ടോ ! വല്ല വിഡ്ഢികളും പറയുന്നത് ഉരുവിടാതെ നീ ആലോചിച്ചു പറയണം. നിന്റെ ബുക്ക് കാണട്ടെ."

"ഏൽസ ഫ്രാസിസ് കൊവ് ന, ഞാൻ ബുക്കു കൊണ്ടുവരാൻ മറന്നുപോയി. ഞാൻ ഗൃഹപാഠം മുഴുവൻ ചെയ്തിട്ടു്. പക്ഷേ പുസ്തകവും ഞാൻ വീട്ടിൽപ്പോയി എടുത്തുകൊണ്ടുവരാം."

"എല്ലാ പുസ്തകങ്ങളും ബുക്കുകളും മറക്കുന്നതെങ്ങിനെ?"ദേഷ്യത്തോടെ അദ്ധ്യാപിക ചോദിച്ചു. "നുണ പറയുകയാണ്. നീ ക്ലാസു കഴിഞ്ഞു് ഒരു മണിക്കൂർ ഇവിടെ നില്ക്കണം."

"ഏൽസ ഫ്രാൻസിസ് കൊവ് ന, ക്ലാസുകഴിഞ്ഞു് രണ്ടുമണിക്കൂർ നില്ക്കണമെന്ന് ഇൻസ്പെക്ടർ പറഞ്ഞിട്ടുണ്ട്. ഞാൻ ഇന്ന് ഇവിടെത്തന്നെ താമസിക്കണമെന്നാണോ ?"ഞാൻ പ്രതിഷേധിച്ചു.

അദ്ധ്യാപിക ജർമ്മൻ ഭാഷയിൽ ഒരു നെടുനെടുങ്കൻ വാചകം പറഞ്ഞു. എനിക്കു അതിൽ നിന്ന് മനസ്സിലായത് ഇതാണ് : മടിയന്മാരേയും നുണയന്മാരേയും ശിക്ഷിക്കാതെ തരമില്ല. അതുകൊണ്ട് മൂന്നാമത്തെ മണിക്കൂറും ഇരുന്നേ പറ്റൂ.

വെളിക്കു വിട്ടപ്പോൾ ഫേജ എന്റെയടുത്തു വന്നു.

"നീ പുസ്തകമെടുക്കാതെ വന്നതെന്താണ്? ശിപായി കൂട്ടിക്കൊണ്ടു വന്നതെന്തിനാണ് ?"

ഞാൻ എന്തോ ഒരു കാരണം പറഞ്ഞൊഴിഞ്ഞു. അടുത്ത പീരിഡ്, അതായത് അവസാനത്തെ പീരിഡ് ഭൂമിശാസ്ത്രമായിരുന്നു. ഉറക്കം തൂങ്ങിയവനെപ്പോലെ ഞാൻ ആ പീരീഡ് മുഴുവൻ ഇരുന്നു. അദ്ധ്യാപകൻ പറഞ്ഞതോ കുട്ടികൾ പറഞ്ഞതോ ഒന്നും എന്റെ മനസ്സിലേയ്ക്കു കടന്നില്ല. മണിയടിക്കുന്നതു കേട്ടപ്പോഴാണ് എനിക്ക് പരിസരബോധമുണ്ടായത്.

മോനിട്ടർ പ്രാർത്ഥന ചൊല്ലി കുട്ടികൾ ഓരോരുത്തരായി പുറത്തു കടന്നു. ക്ലാസുമുറി ശൂന്യമായി. ഞാൻ മാത്രം അവിടെ അവശേഷിച്ചു.

"ദൈവമേ, ഇനിയും മൂന്നു മണിക്കൂർ കൂടി ഇവിടെ ഇരിക്കണം."

ഞാൻ വിഷാദത്തോടെ വിചാരിച്ചു. "മൂന്നു നീണ്ട മണിക്കൂറുകൾ... അച്ഛൻ വീട്ടിലുള്ളപ്പോൾ, അസാധാരണമായ ചുറ്റുപാടിൽ..."

ഞാൻ താഴത്തെ നിലയിലേക്കിറങ്ങി. ടീച്ചേർസ്റ്റൂമിന്റെ മുമ്പിൽ വീതികുറഞ്ഞു നീളംകൂടിയ ഒരു ബെഞ്ചു കിടന്നിരുന്നു. പേനാക്കത്തി കൊണ്ട് വരഞ്ഞ പാടുകളാണ് അതിൽ നിറയെ. മൂന്നു കുട്ടികൾ അവിടെ ഇരിപ്പുണ്ടായിരുന്നു. ചവച്ച പതംവരുത്തിയ ഒരു കടലാസ് ഉണ്ട ഒരു സഹപാഠിയുടെ തലയ്ക്കിട്ടെറിഞ്ഞതിന് ഒരു മണിക്കൂർ അവിടെ ഇരിക്കാൻ ശിക്ഷിക്കപ്പെട്ട ഒന്നാംക്ലാസ് വിദ്യാർത്ഥിയാണ് ഒരുവൻ. രണ്ടാമൻ ആരോടോ വഴക്കുണ്ടാക്കിയതിനാണ് അവിടെ ഇരിക്കുന്നത്.കോണിയിറങ്ങിക്കൊണ്ടിരുന്ന ഒരു കുട്ടിയുടെ തലയിൽ രണ്ടാമത്തെ നിലയിൽനിന്ന് തുപ്പിയതിനു ശിക്ഷിക്കപ്പെട്ടവനാണ് മൂന്നാമൻ.

ഞാൻ മെല്ലെ എഴുന്നേറ്റു ടീച്ചേർസ്റ്റൂമിന്റെ വാതിലിനിടയിലൂടെ ക്ലോക്കിലേക്കു നോക്കി. അരമണിക്കൂറേ കഴിഞ്ഞിട്ടുള്ളു ! എനിക്ക് അതു വിശ്വസിക്കാൻ കഴിഞ്ഞില്ല. ഞാൻ അവിടെ ഇരുന്നു തുടങ്ങിയിട്ടു ചുരുങ്ങിയതു് ഒരു മണിക്കൂറെങ്കിലും കഴിഞ്ഞു കാണുമെന്ന് ഞാൻ വിചാരിച്ചതു്.

പെട്ടെന്ന് ഒരു ദുർവിചാരം എന്റെ തലയിൽ കടന്നുകൂടി.

"എല്ലാം തുലയട്ടെ. ഞാൻ കള്ളനല്ല, പോലീസ് കസ്റ്റഡിയിലുമല്ല. ഞാൻ രണ്ടുകൊല്ലമായി കാണാതിരുന്ന എന്റെ അച്ഛൻ വീട്ടിലുണ്ട്. അസാധാരണവും നിഗൂഢവുമായ ഒരു പരിസ്ഥിതിയിലാണ് അദ്ദേഹം വീട്ടിലെത്തിയിരിക്കുന്നതു്. ആ ഇൻസ്പെക്ടർക്കും ജർമ്മൻ അദ്ധ്യാപികയ്ക്കും എന്നെ ദ്രോഹിക്കണമെന്നു തോന്നിയതുകൊണ്ടുമാത്രം ഒരു ജയിൽപ്പുള്ളിയെപ്പോലെ ഞാൻ ഇവിടെ കുത്തിയിരിക്കണോ?"

ഞാൻ എണീറ്റ് ഒരു നിമിഷം ശങ്കിച്ചുനിന്നു. ശിക്ഷിച്ചു നിർത്തപ്പെട്ടവർ അനുവാദമില്ലാതെ പുറത്തു കടക്കുന്നതു് ഏറ്റവും വലിയ കുറ്റമായിട്ടാണ് സ്കൂളിൽ കണക്കാക്കപ്പെടുന്നതു്.

"വേണ്ട. ഇവിടെത്തന്നെ നില്ക്കുന്നതാണു നല്ലതു്."ഞാൻ വീണ്ടും ബെഞ്ചിലിരിക്കാൻ ഭാവിച്ചു.

പെട്ടെന്ന് എനിക്ക് എല്ലാറ്റിനോടും കഠിനമായ അമർഷം തോന്നി.

"ഞാൻ ഇതൊക്കെ എന്തിനു വകവയ്ക്കുന്നു ?"ഞാൻ വിചാരിച്ചു.

"അച്ഛൻ യുദ്ധമുന്നണിയിൽനിന്ന് ഓടിപ്പോന്നു"-നിരുന്മേഷമായ ഒരു പുഞ്ചിരയോടെയാണ് ഞാൻ അക്കാര്യം ഓർത്തതു്-" എനിക്കാണെങ്കിൽ ഇവിടുന്ന് ഓടിപ്പോകാൻ പേടിയാണ്."ഞാൻ കോട്ടുകൾ തൂക്കിയിരിക്കുന്ന മുറിയിലേക്ക് ഓടി. എന്റെ കോട്ട് എടുത്തിടുകയും വാതിൽ ശബ്ദത്തോടെ അടയ്ക്കുകയും ചെയ്തിട്ട ഞാൻ പുറത്തു കടന്നു.

അന്നു വൈകിട്ട് അച്ഛൻ പല കാര്യങ്ങളും എനിക്കു മനസ്സിലാക്കി തന്നു.

"അച്ഛാ, ഓടിപ്പോരുന്നതിനു മുമ്പ് അച്ഛൻ നല്ല ധൈര്യമുള്ള ആളായിരുന്നില്ലേ ?"ഞാൻ ചോദിച്ചു."ഓടിപ്പോന്നതു് പേടി കൊണ്ടായിരുന്നില്ല, അല്ലേ ?"

"ഇപ്പോഴും ഞാൻ ഒരു ഭീരുവല്ല,"അച്ഛൻ വളരെ ശാന്തനായിട്ടാണ് അതു പറഞ്ഞതെങ്കിലും ഞാൻ കണ്ട കാഴ്ച എന്നെ ഞെട്ടിച്ചു.

തെരുവിന്റെ മറുവശത്തുനിന്ന് ഒരു പോലീസുകാരൻ ഞങ്ങളുടെ വീടിനു നേരെ വരുന്നു ! അയാൾ സാവധാനത്തിലാണ് നടന്നടുത്തതു്. റോഡിന്റെ ഒത്ത നടുക്കെത്തിയപ്പോൾ അയാൾ വലത്തോട്ടു തിരിഞ്ഞു് അങ്ങാടിയിലേക്കു പോയി.

"അയാൾ... ഇങ്ങോട്ടില്ല..." ഞാൻ വിക്കിവിക്കി പറഞ്ഞു. ഞാൻ കിതയ്ക്കുന്നുണ്ടായിരുന്നു.

പിറ്റേന്നു വൈകുന്നേരം അച്ഛൻ എന്നോടു പറഞ്ഞു:

"ബോറിസ്, ഏതു നിമിഷവും സന്ദർശകർ ഇവിടെ എത്താൻ ഇടയുണ്ട്. ഞാൻ നിനക്കു തന്നയച്ച ആ കളിക്കോപ്പ് ഭദ്രമായി എവിടെയെങ്കിലും ഒളിച്ചുവയ്ക്കണം. ധൈര്യം കൈവെടിയരുതു് ! നീ ഇപ്പോൾ ഒരു മുതിർന്ന മനുഷ്യനാണ് - നീ എത്ര വളർന്നെന്നു നോക്ക് ! ഞാൻ കാരണം സ്കൂളിൽ നിനക്ക് എന്തെങ്കിലും കുഴപ്പം നേരിട്ടാൽ വിഷമിക്കരുത്. ഒന്നുകൊണ്ടും ഭയപ്പെടുകയുമരുതു്. ചുറ്റും നടക്കുന്നതെല്ലാം ശ്രദ്ധിക്കുക, അപ്പോൾ ഞാൻ പറഞ്ഞതിന്റെ അർത്ഥം നിനക്കു മനസ്സിലാകും."

"അച്ഛാ, ഞങ്ങൾക്ക് ഇനിയും അച്ഛനെ കാണാൻ കഴിയും, ഇല്ലേ?"

"കാണാം. ഞാൻ ഇടയ്ക്ക് ഇവിടെ വരും. പക്ഷേ നമ്മുടെ വീട്ടിൽ വരില്ല. "

"പിന്നെ എവിടെയാണ് ?"

"ആ സമയത്തു് നിന്നെ അറിയിക്കാം" നേരം ഇരുട്ടിയിരുന്നു. എങ്കിലും ഞങ്ങളുടെ ഗയിറ്റിനു മുമ്പിൽ ഒരു ചെരിപ്പുകുത്തി തന്റെ കിന്നരപ്പെട്ടിയും വായിച്ചുകൊണ്ട് അപ്പോഴും ഇരുന്നിരുന്നു. ബഹളക്കാരായ ധാരാളം ആൺകുട്ടികളും പെൺകുട്ടികളും അയാളുടെ ചുറ്റും

കൂടിയിട്ടുണ്ട്.

"എനിക്കു പോകാൻ സമയമായി," മനഃപ്രയാസത്തോടെ അച്ഛൻ പറഞ്ഞു."താമസിക്കുന്നത് എനിക്കിഷ്ടമല്ല."

"അച്ഛാ, രാത്രി വളരെ വൈകുന്നതുവരെ അവർ അവിടെ കാണും. ഇന്ന് ശനിയാഴ്ചയാണ്."

അച്ഛൻ നെറ്റി ചുളിച്ചു."എന്തൊരു ശല്യം. നമുക്ക് വേലിയ്ക്കിടയിലൂടെയോ മറ്റാരുടെയെങ്കിലും തോട്ടം വഴിയോ പുറത്തുപോകാൻ പറ്റുമോ? ബോറിസ് നീ ശരിക്ക് ആലോചിച്ചുനോക്ക്. വേലിയിലുള്ള എല്ലാ വിടവുകളും നിനക്കറിയാമല്ലോ."

"അതു പറ്റില്ല, അച്ഛാ." ഞാൻ പറഞ്ഞു."ഇടത്തുവശത്തുള്ള അല്ലക്കോവുമാരുടെ മതിലിന് നല്ല പൊക്കമുണ്ട്. പോരാത്തതിന് ആണികളും തറച്ചിട്ടുണ്ട്. വലത്തുവശത്തെ തോട്ടത്തിൽക്കൂടി രക്ഷപ്പെടാമെന്നുവച്ചാൽ അവിടെ ചെന്നായെപ്പോലുള്ള ഭയങ്കരനായ ഒരു പട്ടിയുണ്ട്. ഞാൻ മറ്റൊരു വഴി പറയാം. അച്ഛനും സമ്മതമാണെങ്കിൽ ഞാൻ പിന്നിലുള്ള കുളത്തിലൂടെ അച്ഛനെ കൊണ്ടുപോകാം. എനിക്ക് ഒരു ചങ്ങാടമുണ്ട്. വീടുകളുടെ പിൻവശത്തുകൂടെ നമുക്ക് അങ്ങിനെ മലയിടുക്കുവരെ തുഴഞ്ഞുപോകാം. ഈ സമയത്ത് അവിടെയെങ്ങും ഒരുത്തരും കാണുകയില്ല."

അച്ഛൻ കയറിയപ്പോൾ ഭാരംകൊണ്ട് ചങ്ങാടം താണു. ഞങ്ങളുടെ ബൂട്ടുകൾ നനയാൻ മാത്രം വെള്ളം അതിൽ കയറി. അച്ഛൻ അനങ്ങാതെ നിന്നു. ചങ്ങാടം ശബ്ദമുണ്ടാക്കാതെ പിൻവശത്തെ കുളത്തിലൂടെ മുന്നോട്ടു പൊയ്ക്കൊണ്ടിരുന്നു. ഇടയ്ക്കിടെ തുഴ കുളത്തിനടിയിലുള്ള ചേറിൽ പൂണ്ടുപോകും. എനിക്ക് അത് വലിച്ചുപൊക്കാൻ വളരെ പ്രയാസപ്പെടേണ്ടി വന്നു.

ഇടുക്കിൽ ചങ്ങാടം അടുപ്പിക്കാൻ ഞാൻ രണ്ടു തവണ ശ്രമിച്ചു. പക്ഷേ ഇടുക്കിന്റെ വക്ക് താണതും തെറ്റലുള്ളതുമായിരുന്നതുകൊണ്ട് അതു സാധിച്ചില്ല. ഞാൻ വലത്തു വശത്തേക്ക് കുറേക്കൂടി തുഴഞ്ഞു പോയി അവസാനത്തെ തോട്ടത്തിനടുത്ത് നങ്കൂരമിട്ടു.

സൂക്ഷിപ്പുകാർ ആരും ഇല്ലാത്ത വിജനമായ ഒരു തോട്ടമായിരുന്നു അത്. അതിന്റെ വേലി അവിടവിടെ പൊളിഞ്ഞിരുന്നു.

ഇടുക്കിനു പുറത്തേക്കു നയിക്കുന്ന ആദ്യത്തെ വിടവിലൂടെ ഞാൻ അച്ഛനെ പുറത്തു കടത്തി. അവിടെ വച്ചു ഞങ്ങൾ യാത്ര പറഞ്ഞു.

ഞാൻ കുറെനേരം അവിടെ തങ്ങി. അച്ഛന്റെ കനത്ത കാലടികൾക്കു കീഴിൽ ചുള്ളിക്കമ്പുകൾ ഞെരിയുന്ന ശബ്ദം ക്രമേണ കേൾക്കാതായി.

അദ്ധ്യായം എട്ട്

മൂന്നു ദിവസം കഴിഞ്ഞു് അമ്മ പോലീസ് സ്റ്റേഷനിലേക്കു വിളിക്കപ്പെട്ടു. ഭർത്താവ് പട്ടാളത്തിൽ നിന്ന് ഓടിപ്പോയിരിക്കുന്നുവെന്ന വിവരം അവർ അമ്മയെ അറിയിച്ചു. ഭർത്താവ് ഇപ്പോൾ എവിടെയാണെന്ന് തനിക്കറിയില്ലെന്നും അദ്ദേഹത്തെപ്പറ്റി എന്തെങ്കിലും വിവരം ലഭിച്ചാലുടൻ തീർച്ചയായും അധികാരികളെ അറിയിക്കാമെന്നും അമ്മ എഴുതി ഒപ്പിട്ടുകൊടുത്തു.

എന്റെ അച്ഛൻ പട്ടാളത്തിൽനിന്ന് ഒളിച്ചോടിയവനാണെന്ന വാർത്ത പിറ്റേ ദിവസം തന്നെ സ്കൂളിൽ എല്ലാവരും അറിഞ്ഞു. സ്ഥലത്തെ പോലീസ് തലവന്റെ മകനാണ് ആ വാർത്ത പരത്തിയത്.

ബൈബിൾ ക്ലാസിൽവച്ച് ഗെന്നാദി അച്ചൻ രാജാവിനോടും രാജ്യത്തോടുമുള്ള കൂറിനെപ്പറ്റിയും സത്യപ്രതിജ്ഞയുടെ വിശുദ്ധിയെപ്പറ്റിയും ഒരു ഉഗ്രൻ ഉപദേശപ്രസംഗം നടത്തി. ജപ്പാൻ യുദ്ധകാലത്ത് സ്വന്തം തടിരക്ഷിക്കാൻവേണ്ടി യുദ്ധരംഗത്തുനിന്ന് ഒളിച്ചോടിപ്പോയ ഒരു പട്ടാളക്കാരനെ ഭയങ്കരനായ ഒരു കടുവ കടിച്ചു കീറിയ സംഭവം അദ്ദേഹം ചരിത്രത്തിന്റെ ഏട്ടുകളിൽനിന്ന് ഉദ്ധരിച്ചു.

ഒളിച്ചോടുന്നവരെ കഠിനമായി ശിക്ഷിക്കുന്ന ഒരു ദിവ്യശക്തിയുടെ കൈകളാണ് ആ സംഭവത്തിനു പിന്നിൽ ഗെന്നാദി അച്ചൻ കണ്ടത്. സാധാരണ കടുവകൾ ചെയ്യുന്നതുപോലെ ആ കടുവ അയാളെ തിന്നാതെ കഷണം കഷണമായി കടിച്ചുമുറിച്ചിട്ടിട്ടു പോയതുതന്നെ അതിനു തെളിവാണെന്ന് അദ്ദേഹം സമർത്ഥിച്ചു.

ഈ ഉപദേശപ്രസംഗം ചില കുട്ടികളുടെ മനസ്സിൽ ദൃഢമായി പതിഞ്ഞു. ആ കടുവ ഒരു കടുവയേ ആയിരുന്നില്ലെന്നും പ്രധാന ദൈവദൂതനായ മിഖായേൽ ആയിരുന്നെന്നും തറൊപ്പീഗിൻ അഭിപ്രായപ്പെട്ടു.

അതു ശരിയല്ലെന്ന് സീംക ഗർബൂഷ്കിൻ വാദിച്ചു-മിഖായേൽ ആരേയും കടിച്ചുകീറുകയില്ല, വാളുകൊണ്ട് വെട്ടുകയോ കുന്തംകൊണ്ട് കുത്തുകയോ ആണ് അദ്ദേഹത്തിന്റെ പതിവ്.

കുട്ടികളിൽ ഭൂരിപക്ഷവും സീംകയോടു യോജിച്ചു. മാലാഖമാർ നരകത്തിലെ ശക്തികളുമായി ഏറ്റുമുട്ടുന്ന ഒരു പടം ഞങ്ങളുടെ ക്ലാസിലെ ഭിത്തിയിലുണ്ടായിരുന്നു. ആ പടത്തിൽ മിഖായേൽ ഒരു കുന്തം പിടിച്ചു കൊണ്ടാണ് നിന്നത്. നാലു ചെകുത്താന്മാർ കുന്തത്തിൽ കൊരുത്തിരുന്നു. മൂന്നുപേർ തലകുത്തിനിന്ന് ഭൂമിക്കടിയിലുള്ള തങ്ങളുടെ വാസസ്ഥലത്തേക്കു പിൻവാങ്ങാൻ ശ്രമിച്ചുകൊണ്ടിരുന്നു.

ക്ലാസിൽകയറാതെ നടന്നതിന് അദ്ധ്യാപകകൗൺസിൽ എനിക്ക് സ്വഭാവത്തിന് മോശപ്പെട്ട മാർക്കു വച്ചുവെന്ന് രണ്ടു ദിവസം കഴിഞ്ഞ് എന്നെ അറിയിച്ചു.

ഇനി എന്തെങ്കിലും ഒരു കുറ്റം ചെയ്താൽ എന്നെ സ്കൂളിൽ നിന്നു പുറത്താക്കും എന്നായിരുന്നു അതിന്റെ അർത്ഥം.

മൂന്നു ദിവസം കഴിഞ്ഞു് എനിക്ക് ഒരു കടലാസുതന്നു: ആ വർഷത്തെ ആദ്യത്തെ ആറുമാസത്തേക്കുള്ള ഫീസു മുഴുവനും ഉടൻ തന്നെ എന്റെ അമ്മ അടച്ചു തീർക്കണം എന്നായിരുന്നു അതിലെഴുതിയിരുന്നത്. എന്റെ അച്ഛൻ പട്ടാളക്കാരനായിരുന്നതു കൊണ്ട് അതേവരെ ഞാൻ പകുതി ഫീസു കൊടുത്താൽ മതിയായിരുന്നു.

എന്റെ കഷ്ടകാലം തുടങ്ങി."ഒളിച്ചോടിയവന്റെ മകൻ" എന്ന ലജ്ജാകരമായ മുദ്ര എന്റെമേൽ പതിഞ്ഞു. എന്റെ കൂട്ടുകാരായിരുന്ന പല കുട്ടികളും എന്നെ കണ്ടാൽ മിണ്ടാതായി. എന്റെ ഒരു കാൽ നഷ്ടപ്പെടുകയോ വീട്ടിൽ ആരെങ്കിലും മരിച്ചുപോവുകയോ ചെയ്തു എന്നു തോന്നിക്കും വിധം സഹതാപപൂർവ്വമായ പെരുമാറ്റമാണ് മറ്റു ചിലരിൽ നിന്നു കിട്ടിയത്. ക്രമേണ ഞാൻ എല്ലാവരിൽനിന്നും അകന്നു. ഞാൻ കളികളിൽ പങ്കെടുക്കുകയോ മറ്റു ക്ലാസുകളെ "ആക്രമിക്കാൻ" പോവുകയോ സഹപാഠികളെ സന്ദർശിക്കുകയോ ചെയ്യാതായി.

നീണ്ട ശൈത്യകാല സായാഹ്നങ്ങൾ ഞാൻ വീട്ടിൽത്തന്നെ കഴിച്ചുകൂട്ടി. ചിലപ്പോൾ ഞാൻ തീംകയോടൊപ്പം അവന്റെ പക്ഷികളുടെ അടുത്തിരിക്കും.

ആയിടെ ഞാൻ തീംകയോട്ട് വളരെ അടുത്തു. അവന്റെ അച്ഛൻ എന്നോട്ട് സ്നേഹപൂർവ്വം പെരുമാറി. ചിലപ്പോൾ അയാൾ കൺകോണുകളിലൂടെ എന്നെ കുറേനേരം നോക്കിയിട്ട് എന്റെ അടുത്തുവന്ന് തലയിൽ തലോടും, ഒറ്റ അക്ഷരം പറയാതെ താക്കോലുകൾ കിലുക്കിക്കൊണ്ട് പുറത്തേക്കു പോവുകയും ചെയ്യും. അതെന്തുകൊണ്ടാണെന്ന് എനിക്ക് ഒരുപിടിയും കിട്ടിയില്ല.

വിചിത്രമായ ഒരു മാറ്റം പട്ടണത്തിലുണ്ടായി. പട്ടണം കൂടുതൽ സജീവമായിത്തീർന്നു. ആളുകളുടെ എണ്ണം ഇരട്ടിയായി. കടകളുടെ മുമ്പിലുള്ള ക്യൂവിന്റെ ദൈർഘ്യം കൂടിക്കൂടി വന്നു. എല്ലായിടത്തും ആളുകൾ കൂട്ടംകൂടി നിന്നു. ഏതു തെരുവിന്റെ മൂലയിലും ഒരു കൂട്ടം കാണാം. ദിവ്യശക്തിയുള്ള ദൈവരൂപങ്ങളെ ഒന്നിനു പിറകെ ഒന്നായി എഴുന്നള്ളിച്ചുകൊണ്ടിരുന്നു. പരിഹാസ്യങ്ങളായ പലതരം കിംവദന്തികൾ പൊട്ടിപ്പുറപ്പെട്ടു. വിശ്വാസികൾ സെറെഷാ നദിയുടെ ഉത്ഭവസ്ഥാനത്തുള്ള കാടുകളിലേക്ക് ഓടിപ്പോകുന്നുവെന്ന് ഒരിക്കൽ കേൾക്കാം. കള്ളനോട്ട് കടത്തിക്കൊണ്ടുവരുന്ന ജിപ്സികൾ വരുന്നുണ്ടെന്നു പിന്നീട് കേൾക്കാം. കള്ളപ്പണം ധാരാളമുള്ളതു കൊണ്ടാണത്രെ സാധനങ്ങൾക്കു തീപിടിച്ച വില. ജൂതന്മാരുടെ ഒറ്റുകൊടുക്കലും ചാരപ്രവർത്തനവും കൊണ്ടാണ് യുദ്ധം നീണ്ടു പോകുന്നതെന്നും അതുകൊണ്ട് വെള്ളിയാഴ്ച രാത്രി അവരെ അടിച്ചു ശരിയാക്കാൻ പോകുകയാണെന്നുമുള്ള സംഭ്രമജനകമായ വാർത്തയാണ് മറ്റൊരിക്കൽ കേട്ടത്.

പെട്ടെന്ന് പട്ടണം തെണ്ടികളെക്കൊണ്ടു നിറഞ്ഞു. അവർ എവിടുന്നു വരുന്നുവെന്ന് ആർക്കും അറിയില്ലായിരുന്നു. ഇന്നടത്തു താഴു കുത്തിത്തുറന്നു ഇന്നടത്തു കള്ളൻ കയറി എന്നിങ്ങനെയുള്ള വാർത്തകൾ എങ്ങോട്ടു തിരിഞ്ഞാലും കേൾക്കാം. ഒരു കൊസാക് സംഘം പട്ടണത്തിൽ താവളമടിച്ചു. അളകങ്ങൾ തൂങ്ങിക്കിടക്കുന്ന നെറ്റിയും മ്ലാനമായ മുഖവുമുള്ള കൊസാക്കുകാർ ഇടതിങ്ങി അണികളായി തെരുവിലൂടെ കുതിരയോടിച്ചുപോകുന്നതു കണ്ട് അമ്മ ജനലിനടുത്തുനിന്ന് ഞെട്ടി പിറകോട്ടു മാറി. അമ്മ പറഞ്ഞു :

"അവരെ ഞാൻ കണ്ടിട്ട് വളരെ കാലമായി... ആയിരത്തിത്തൊള്ളായിരത്തി അഞ്ചിനു ശേഷം കണ്ടിട്ടില്ല. അവർ വീണ്ടും തുടങ്ങിയിരിക്കയാണ്."

അച്ഛന്റെ യാതൊരു വിവരവും ഇല്ലായിരുന്നു. നീഷ്നി നോവിഗൊറദിനടുത്തുള്ള സോർമൊവൊ എന്ന സ്ഥലത്താണ് അച്ഛനെന്ന് എനിക്ക് ഒരു ഊഹമുണ്ടായിരുന്നു. അവിടെ ഒരു കാർ ഫാക്ടറിയിൽ ജോലിചെയ്യുന്ന എന്റെ അമ്മാവനെപ്പറ്റി അച്ഛൻ പോകുന്നതിനു മുമ്പ് അമ്മയോടു തിരക്കിയതുകൊണ്ടു മാത്രമാണ് എനിക്ക് അങ്ങിനെ തോന്നിയത്.

ശൈത്യകാലത്ത് ഒരു ദിവസം തീംക സ്കൂളിൽ വച്ച് രഹസ്യമായി എന്നെ അടുത്തേക്കു വിളിച്ചു. അവന്റെ നിഗൂഢഭാവം എന്റെ ജിജ്ഞാസയെ ഉണർത്തുകയല്ല, എന്നെ അത്ഭുതപ്പെടുത്തുകയാണു ചെയ്തത്. ഞാൻ അവന്റെ പിന്നാലെ ഒരു മൂലയിലേക്ക്

ഉദാസീനനായി നടന്നു.

തീംകചുറ്റും നോക്കിയിട്ട് ശബ്ദമടക്കി പറഞ്ഞു:

"ഇന്നു വൈകിട്ട് ഞങ്ങളുടെ വീട്ടിൽ വരണം. നീ തീർച്ചയായിട്ടും വരണമെന്ന് എന്റെ അച്ഛൻ പറഞ്ഞു."

"അതെന്തിനാണ്? എന്താണ് നിന്റെ മനസ്സിലിരിപ്പ്?

"ഒന്നുമില്ല. തീർച്ചയായും വരണം."

തീംകയുടെ മുഖത്തെ ഗൗരവഭാവവും ഉൽക്കണ്ഠയും കണ്ടപ്പോൾ അവൻ തമാശ പറയുകയല്ലെന്ന് എനിക്കു ബോദ്ധ്യമായി.

അന്നു വൈകിട്ട് ഞാൻ സെമിത്തേരിയിലേക്കു പോയി. ഹിമക്കാറ്റ് ആഞ്ഞടിക്കുന്നുണ്ടായിരുന്നു. മഞ്ഞു പറ്റിപ്പിടിച്ച വഴിവിളക്കുകളുടെ അരണ്ട വെളിച്ചം വഴിയിലെ ഇരുട്ടകറ്റാൻ പര്യാപ്തമായിരുന്നില്ല. സെമിത്തേരിയിലെത്താൻ എനിക്ക് ഒരു പാടം കടന്നു പോകേണ്ടിയിരുന്നു. പൊടിമഞ്ഞ് സൂചികുത്തും പോലെ എന്റെ മുഖത്തേക്ക് ആഞ്ഞടിച്ചുകൊണ്ടിരുന്നു. ഞാൻ കോട്ടിന്റെ കോളറിനുള്ളിൽ മുഖം മറച്ചുകൊണ്ട്, മഞ്ഞുമൂടിക്കിടന്ന പാതയിലൂടെ സെമിത്തേരി ഗയിറ്റിൽ കത്തുന്ന പച്ചവിളക്കിനെ ലക്ഷ്യമാക്കി നടന്നു. ഒരു കുഴിമാടത്തിലുയർത്തിയിരുന്ന ശിലയിൽ തട്ടി ഞാൻ മഞ്ഞിലേക്കു കമഴ്ന്നടിച്ചു വീണു. സെമിത്തേരി സൂക്ഷിപ്പുകാരന്റെ കുടിൽ അകത്തുനിന്ന് അടച്ചിരിക്കയായിരുന്നു.

"ആരാണത്?" സൂക്ഷിപ്പുകാരന്റെ സുപരിചിതമായ ശബ്ദം കേട്ടു.

"ഫ്യോദർ അമ്മാവാ, ഞാനാണ്."

"ആര്? ബോറിസോ ?

"അതെ. വേഗം വാതിൽ തുറക്കു."

ഞാൻ നല്ല ചൂടുള്ള കുടിലിനുള്ളിൽ പ്രവേശിച്ചു. മേശപ്പുറത്ത് ഒരു സമോവാറും ഒരു റൊട്ടിയും ഒരു പിഞ്ഞാണത്തിൽ കുറെ തേനും ഇരിപ്പുണ്ട്. ഒന്നും സംഭവിച്ചിട്ടില്ല എന്ന മട്ടിൽ തീംക അവിടെയിരുന്ന് ഒരു കുട്ട നന്നാക്കുകയായിരുന്നു.

"ഹിമക്കാറ്റുണ്ടോ?" എന്റെ നനവാർന്ന ചുവന്ന മുഖം കണ്ടിട്ട് അവൻ ചോദിച്ചു.

"ഉണ്ടോന്ന് !" ഞാൻ പറഞ്ഞു."ഞാൻ കാൽ തട്ടി വീണു. കുറ്റാക്കുറ്റിരുട്ടാണ്."

തീംക ചിരിച്ചു. ഞാൻ അത്ഭുതത്തോടെ അവന്റെ മുഖത്തു നോക്കി. അവൻ കൂടുതൽ ഉറക്കെ ചിരിക്കാൻ തുടങ്ങി. അവൻ എന്നെക്കണ്ടല്ല എന്റെ പിന്നിൽ എന്തോ കണ്ടിട്ടാണു ചിരിക്കുന്നതെന്ന് അവന്റെ

നോട്ടത്തിൽനിന്ന് എനിക്കു മനസ്സിലായി. തിരിഞ്ഞുനോക്കിയപ്പോൾ ഞാൻ കണ്ടതു് ഫ്യോദർ അമ്മാവനും എന്റെ അച്ഛനും അവിടെ നില്ക്കുന്നതാണ്!

"നിന്റെ അച്ഛൻ ഇവിടെ വന്നിട്ടു രണ്ടു ദിവസമായി," ചായകുടിക്കാനിരുന്നപ്പോൾ തീംക പറഞ്ഞു.

"രണ്ടു ദിവസം... എന്നിട്ട് നീ എന്നോട്ട് നേരത്തെ പറഞ്ഞില്ലല്ലോ! കൂട്ടുകാരനാണെന്നും പറഞ്ഞു് നടക്കുന്നു !"

തീംക തെല്ലൊരു കുറ്റബോധത്തോടെ ആദ്യം അവന്റെ അച്ഛന്റെ നേരെയും പിന്നീട് എന്റെ അച്ഛന്റെ നേരെയും നോക്കി. അവൻ അവരിൽനിന്നും സഹായം പ്രതീക്ഷിക്കയാണെന്നു തോന്നി."കരിങ്കല്ലാണ്, കരിങ്കല്ല് ! "സൂക്ഷിപ്പുകാരൻ കനത്ത കൈപ്പടത്താൽ പുത്രന്റെ പുറം തലോടിക്കൊണ്ടു് പറഞ്ഞു. കാഴ്ചയ്ക്ക് ഒരു അശ്രുവാണെങ്കിലും തികച്ചും വിശ്വസ്തനായ ഒരു പയ്യനാണ് എന്റെ മോൻ."

അച്ഛൻ മിലിട്ടറി വേഷമല്ല സിവിലിയൻ വേഷമാണു ധരിച്ചിരുന്നതു്. അദ്ദേഹം ഉല്ലാസവാനും ഉന്മേഷവാനുമായി കാണപ്പെട്ടു. അദ്ദേഹം എന്നോടു സ്കൂളിലെ വിശേഷങ്ങൾ ചോദിച്ചറിയുകയും ഇടയ്ക്കിടെ പൊട്ടിച്ചിരിക്കുകയും ചെയ്തു. അദ്ദേഹം പറഞ്ഞു :

"സാരമില്ല... നീ വിഷമിക്കേണ്ട. വരാൻ പോകുന്ന ദിവസങ്ങൾ നീ കാണുന്നില്ലേ ?"

ആദ്യത്തെ താക്കീതു കിട്ടിയപ്പോൾ അതു് എന്നെ സ്കൂളിൽനിന്നു പിരിച്ചുവിടാനുള്ള മുന്നോടിയാണെന്ന് എനിക്കു തോന്നിയ കാര്യവും ഞാൻ അച്ഛനോടു പറഞ്ഞു.

"അങ്ങിനേയും സംഭവിച്ചെന്നു വരാം" അച്ഛൻ അക്ഷോഭ്യനായി പറഞ്ഞു."പഠിക്കാനുള്ള ആഗ്രഹവും ബുദ്ധിയുമുണ്ടെങ്കിൽ സ്കൂളിൽനിന്നു പറഞ്ഞയച്ചാലും നിനക്ക് ഒരു പാമരനായി കഴിയേണ്ടി വരില്ല."

"അച്ഛാ, അച്ഛനെന്താണ് ഇത്ര സന്തോഷത്തോടെ എപ്പോഴും പൊട്ടിച്ചിരിച്ചുകൊണ്ടിരിക്കുന്നതു് ?" ഞാൻ ചോദിച്ചു."നമ്മുടെ വികാരി അച്ചനെക്കുറിച്ച് ഒരു ഉപദേശപ്രസംഗം നടത്തി. മരിച്ചവരെപ്പറ്റി പറയുന്നതുപോലെയാണ് എല്ലാവരും അച്ഛനെപ്പറ്റി പറയുന്നതു്. എന്നിട്ട് അച്ഛൻ ഇവിടെ സന്തോഷമായി ചിരിച്ചുകൊണ്ടിരിക്കുന്നു."

യാദൃച്ഛികമായി ഞാൻ അച്ഛന്റെ സഹകാരിയായിത്തീർന്നതു മുതൽ ഞാൻ അച്ഛനോടു സംസാരിക്കുന്നതു് പഴയതുപോലെയായിരുന്നില്ല--മുതിർന്ന ഒരാളിനോടെന്നപോലെയും അതേ സമയംതന്നെ സമനോടെന്നപോലെയുമാണ് ഇപ്പോൾ ഞാൻ അദ്ദേഹത്തോടു സംസാരിക്കുന്നതു്.

“പ്രക്ഷുബ്ധമായ ദിവസങ്ങളാണ് വരാൻ പോകുന്നത്, അതാണ് എനിക്കിത്ര സന്തോഷം. കരഞ്ഞ് മതിയായി ! ശരി. ഇപ്പോൾ നീ വീട്ടിലേക്കു പോ. താമസിയാതെ വീണ്ടും തമ്മിൽ കാണാം.”

നേരം വളരെ വൈകിയിരുന്നു. ഞാൻ കോട്ടിട്ട് ധൃതിയിൽ പുറത്തേയ്ക്കോടി. സൂക്ഷിപ്പുകാരൻ വന്ന് വാതിലടയ്ക്കാൻ സമയം കിട്ടുന്നതിനു മുമ്പ് ആരോ എന്നെ ശക്തിയായി തള്ളിയിട്ടെന്നവണ്ണം ഞാൻ ഒരു മഞ്ഞുകൂനയിലേക്ക് തലയുംകുത്തി വീണു. അതേ നിമിഷംതന്നെ വാതിൽക്കൽ ധൃതിയിലുള്ള കാൽപ്പെരുമാറ്റവും വിസിലുവിളിക്കുന്ന ശബ്ദവും അട്ടഹാസങ്ങളും കേട്ടു തുടങ്ങി. ഞാൻ അങ്ങോട്ട് ഓടിച്ചെന്നു. യെവ്ഗ്രാഫ് എന്ന പോലീസുകാരൻ അവിടെ നില്ക്കുന്നതാണ് ഞാൻ കണ്ടത്. അയാളുടെ മകൻ പാഷ എന്റെ കൂടെ പഠിച്ചിട്ടുണ്ട്.

“നില്ക്ക്”, എന്നെ തിരിച്ചറിഞ്ഞ അയാൾ എന്റെ കൈയ്ക്കു പിടിച്ചു നിർത്തിക്കൊണ്ട് പറഞ്ഞു.”അവർ നീയില്ലാതെതന്നെ കാര്യങ്ങൾ നോക്കിക്കൊള്ളും. ഇതാ, എന്റെ കുപ്പായത്തിന്റെ അറ്റം കൊണ്ടു മുഖം തുടച്ചോ. ദൈവാധീനംകൊണ്ട് നിന്റെ തലയ്ക്കു കേടൊന്നും പറ്റിയിട്ടില്ല, ഉണ്ടോ ?”

“എനിക്കു കുഴപ്പമൊന്നുമില്ല, പക്ഷേ അച്ഛന് എന്തു പറ്റി ?” ഞാൻ പതിഞ്ഞ ശബ്ദത്തിൽ ചോദിച്ചു.

“അച്ഛനോ ? കൊള്ളാം ! നിയമത്തിനെതിരായി നടക്കാൻ അയാളോട്ട് ആരെങ്കിലും പറഞ്ഞോ ? ചങ്ങാതി, ആരും നിയമം തെറ്റി നടക്കാൻ പാടില്ല. മനസ്സിലായോ ?”

കൈകൾ പിന്നിൽക്കെട്ടി അച്ഛനേയും സെമിത്തേരി സൂക്ഷിപ്പുകാരനേയും പുറക്കേക്കു കൊണ്ടുവന്നു. കോട്ട് തോളിലിട്ട് തൊപ്പിവയ്ക്കാതെ തീംക അവരുടെ പിന്നാലെ ഇറങ്ങിവന്നു. അവൻ കരഞ്ഞില്ല, പക്ഷേ അവന്റെ ദേഹം വിചിത്രമാംവണ്ണം വിറച്ചുകൊണ്ടിരുന്നു.

“തീംക, നീ നിന്റെ തലതൊട്ടപ്പന്റെ വീട്ടിൽപ്പോയി കിടന്നോ”, സൂക്ഷിപ്പുകാരൻ സഗൗരവം പറഞ്ഞു.”പരിശോധനയ്ക്കുശേഷം ഒന്നും നഷ്ടപ്പെടാതിരിക്കാൻ ഈ വീട്ടിലേക്ക് ഒരു കണ്ണുണ്ടായിരിക്കണമെന്ന് അയാളോടു പറയണം.”

അച്ഛൻ നിശ്ശബ്ദനായി തലകുനിച്ച് നടക്കുകയായിരുന്നു. എന്നെ കണ്ടയുടൻ അദ്ദേഹം തലയുയർത്തി എനിക്ക് ധൈര്യം നൽകാനായി പറഞ്ഞു:

“മോനെ, ഇതൊന്നും കാര്യമായി എടുക്കേണ്ട. അമ്മയേയും താന്യയേയും എനിക്കുവേണ്ടി ചുംബിക്കൂ. പ്രക്ഷുബ്ധമായ ദിവസങ്ങൾ വരാൻ പോകുന്നു, ധൈര്യമായിരിക്കൂ !”

ഭാഗം രണ്ട്

പ്രക്ഷുബ്ധമായ ദിവസങ്ങൾ

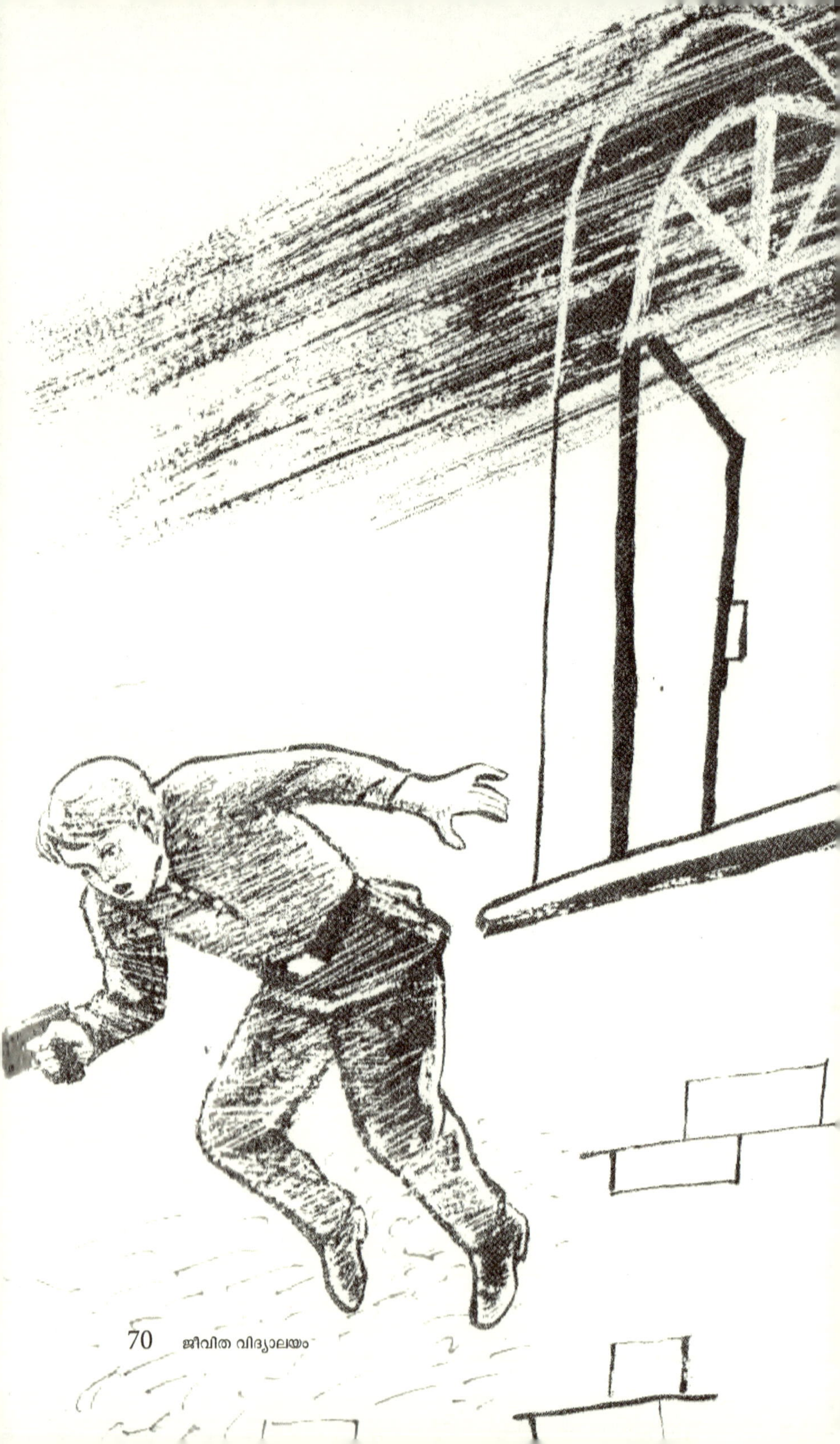

അദ്ധ്യായം ഒന്ന്

1917 ഫെബ്രുവരി 22-ന് 6-ാം സേനാവിഭാഗത്തിലെ പട്ടാളക്കോടതി കൂടി, യുദ്ധരംഗത്തുനിന്ന് ഒളിച്ചോടിയതിനും ദുഷ്പ്രചരണം നടത്തിയതിനുമായി പന്ത്രണ്ടാം സൈബീരിയൻ റൈഫിൽ റെജിമെന്റിലെ സാധാരണ ഭടനായ അലെക്സി ഗോറിക്കൊവിനെ വധശിക്ഷയ്ക്കു വിധിച്ചു.

ഫെബ്രുവരി 25-ാം തീയതി ശിക്ഷ നടപ്പിലാക്കി. ഉണർന്നെണീറ്റ ജനങ്ങൾ സ്വേച്ഛാധിപത്യവാഴ്ചയെ സ്ഥാനഭ്രഷ്ടമാക്കിയെന്ന പെട്രോഗ്രാഡിൽനിന്നുള്ള കമ്പി മാർച്ച് രണ്ടാം തീയതി കിട്ടി.

വിപ്ലവം ഞാൻ ആദ്യമായി കണ്ടതു് പൊളുത്തിൻ കുടുംബക്കാരുടെ പ്രഭുമന്ദിരം കത്തിയെരിയുന്നതിന്റെ ഉജ്ജ്വലപ്രഭയിലൂടെയാണ്. വസന്തത്തിന്റെ പുത്തൻ കാറ്റേറ്റു നൃത്തമാടുന്ന തീജ്വാലകളെ ഞാൻ രാത്രി വളരെ വൈകുന്നതുവരെ വാതായനത്തിലൂടെ നോക്കിയിരുന്നു. എന്റെ പോക്കറ്റിലുള്ള കൈത്തോക്കിന്റെ ചൂടും മിനുസവുമുള്ള പിടിയിൽ ഞാൻ തലോടി. എന്റെ അച്ഛന്റെ സ്മരണയെ നിലനിർത്തുന്ന എനിക്കേറ്റവും പ്രിയപ്പെട്ട ഒരു വസ്തുവായിരുന്നു അതിപ്പോൾ. എന്റെ ദുഃഖഭാരം ഒട്ടും കുറഞ്ഞിരുന്നില്ല. എങ്കിലും"പ്രക്ഷുബ്ധമായ ദിവസങ്ങളെ"ക്കുറിച്ചോർത്തപ്പോൾ ഞാൻ കണ്ണീരിനിടയിലൂടെ പുഞ്ചിരി തൂകി.

ഫെബ്രുവരി വിപ്ലവത്തിന്റെ ആദ്യദിവസങ്ങളിൽ തീക്കനൽ വന്നു വീണ ഉറുമ്പിൻകൂനപോലെയായിരുന്നു ഞങ്ങളുടെ സ്കൂൾ. വിജയത്തിനു വേണ്ടിയുള്ള പ്രാർത്ഥനയുടെ അവസാനത്തിൽ ചില കുട്ടികൾ പതിവുപോലെ "ദൈവം ചക്രവർത്തിയെ രക്ഷിക്കട്ടെ," എന്നു പാടാൻ തുടങ്ങി. മറ്റുള്ളവർ ചൂളമടിക്കുകയും കൂക്കിവിളിക്കുകയും ചെയ്തു കൊണ്ടു് അവരെ തടഞ്ഞു. ആകെ ബഹളമായി : കുട്ടികൾ വരിതെറ്റിച്ചു കൂട്ടം കൂടി നിന്നു. ഒരു കുട്ടി ചക്രവർത്തിനിയുടെ പടത്തിനുനേരെ ഒരു റൊട്ടിക്കഷണം എറിഞ്ഞു. ഒന്നാംക്ലാസുകാർ ബഹളമുണ്ടാക്കാൻ കിട്ടിയ അവസരം പാഴാക്കാതെ കുരയ്ക്കുകയും അമറുകയും ചെയ്തുതുടങ്ങി.

ആ ശബ്ദകോലാഹലത്തിനിടയിൽ ഇൻസ്പെക്ടർ പറഞ്ഞത് ആർക്കും കേൾക്കാൻ കഴിഞ്ഞില്ല. ശിപായി സെമ്യോൻ വന്ന് ചക്രവർത്തിയുടേയും ചക്രവർത്തിനിയുടേയും പടങ്ങൾ ഭിത്തിയിൽനിന്നു മാറ്റുന്നതുവരെ കൂക്കിവിളികളും അട്ടഹാസങ്ങളും തുടർന്നു. ഒടുവിൽ കൂക്കി വിളിക്കുകയും കാലുകൾ ആഞ്ഞു ചവിട്ടി ശബ്ദമുണ്ടാക്കുകയും ചെയ്തുകൊണ്ട് ക്ഷുഭിതരായ കുട്ടികൾ ക്ലാസുകളിലേക്കു പോയി. ചുവന്ന നിറമുള്ള റിബണുകൾ എവിടുന്നോ പ്രത്യക്ഷപ്പെട്ടു. മുതിർന്ന ക്ലാസുകളിലെ ആൺകുട്ടികൾ ട്രൗസറിന്റെ കാലുകൾ ബൂട്ടിന്റെ ഉള്ളിലേക്ക് തിരുകിവച്ച് അഹങ്കാരത്തോടെ നടന്നു. അത് മുമ്പ് ഒരിക്കലും അനുവദിക്കപ്പെട്ടിരുന്നില്ല. അവർ വെളപ്പുരയുടെ മുമ്പിൽ അദ്ധ്യാപകർ കാണത്തക്കവിധം കൂടിനിന്ന് മനപ്പൂർവം പുകവലിച്ചു. ഞങ്ങളെ ഡ്രില്ലുപഠിപ്പിക്കുന്ന ബലഗുഷിൻ എന്ന പട്ടാള ഓഫീസർ അവരുടെ അടുത്തേക്കു ചെന്നു. അയാൾക്ക് കുട്ടികൾ ഒരു സിഗററ്റു നീട്ടി. അയാൾ അതു സസന്തോഷം സ്വീകരിച്ചു. അധികൃതരും കുട്ടികളും തമ്മിൽ മുമ്പൊരിക്കലുമില്ലാതിരുന്ന ഈ അടുപ്പം കണ്ട് കുട്ടികൾ ഉറക്കെ ആഹ്ലാദം പ്രകടിപ്പിച്ചു.

ചക്രവർത്തി സ്ഥാനഭ്രഷ്ടനാക്കപ്പെട്ടെന്നും ഒരു വിപ്ലവം തുടങ്ങിയെന്നും മാത്രമാണ് ആ സംഭവങ്ങളിൽ നിന്നൊക്കെ കുട്ടികൾ മനസ്സിലാക്കിയത്. എന്നാൽ വിപ്ലവം തുടങ്ങിയതിൽ സന്തോഷിക്കുന്നതെന്തിനെന്ന് അവരിൽ മിക്കവർക്കും, പ്രത്യേകിച്ച് ചെറിയ ക്ലാസുകളിലെ കുട്ടികൾക്ക്, മനസ്സിലായിരുന്നില്ല. രണ്ടു ദിവസം മുമ്പുവരെ ചക്രവർത്തിയുടെ പടത്തിനു മുമ്പിൽനിന്ന് ആവേശത്തോടെ തങ്ങളുടെ ഗായകസംഘം ദേശീയഗാനം ആലപിച്ചിരുന്നു. ഇപ്പോൾ ആ ചക്രവർത്തിയെ സ്ഥാനഭ്രഷ്ടനാക്കിയിരിക്കുന്നു. അതുകൊണ്ടുള്ള നേട്ടം എന്തെന്നും കുട്ടികളിൽ മിക്കവർക്കും മനസ്സിലായിരുന്നില്ല.

ആദ്യം കുറേ നാളത്തേക്ക് പഠിത്തം ഒട്ടുംതന്നെ നടന്നില്ല. ഉയർന്ന ക്ലാസുകളിലെ വിദ്യാർത്ഥികൾ മിലിട്ടിറിയിൽ ചേർന്നു. അവർക്കു തോക്കുകളും ചുവന്ന കൈപ്പട്ടകളും നൽകപ്പെട്ടു. ക്രമസമാധാനം പാലിക്കുവാൻവേണ്ടി അവർ തലയുയർത്തിപ്പിടിച്ചുകൊണ്ട് തെരുവുകളിലൂടെ കവാത്തു നടത്തി. എന്നാൽ ക്രമസമാധാനം ലംഘിക്കുന്നവർ ആരുമില്ലായിരുന്നു എന്നതാണു സത്യം. പട്ടണത്തിലെ മുപ്പതു പള്ളികളിലേയും മണികൾ കൂട്ടത്തോടെ അടിച്ച് പെസഹാപെരുന്നാൾ ഗാനം ആലപിച്ചു. പകിട്ടുള്ള ളോഹകൾ ധരിച്ച പുരോഹിതന്മാർ, തങ്ങൾ താല്ക്കാലിക ഗവണ്മെന്റിനോട്ട് കൂറുള്ളവരായിരിക്കുമെന്ന് പ്രതിജ്ഞചെയ്തു.

ആളുകൾ ചുവന്ന ഷർട്ടു ധരിച്ചുതുടങ്ങി. ഐയോനാ പുരോഹിതന്റെ മകനും സെമിനാരിയിലെ ഒരു വിദ്യാർത്ഥിയും രണ്ടു് ഗ്രാമീണ അദ്ധ്യാപകരും എനിക്കു പരിചയമില്ലാത്ത മറ്റു മൂന്നു പേരും, തങ്ങൾ സോഷ്യലിസ്റ്റ് റവല്യൂഷണറികളാണെന്നു് സ്വയം പറഞ്ഞുനടന്നു. അദ്ധ്യാപകവിദ്യാർത്ഥികളും തിയോളജിക്കൽ സെമിനാരിയിലെ മുതിർന്ന വിദ്യാർത്ഥികളും ഉൾപ്പെട്ട ഒരുസംഘം ആളുകൾ കറുത്ത ഷർട്ടു ധരിച്ചുകൊണ്ടു നടന്നു. അവർ അരാജകവാദികളെന്നു് സ്വയം വിളിച്ചു.

പട്ടണത്തിലുള്ള മിക്ക ആളുകളും താമസിയാതെ സോഷ്യലിസ്റ്റ് റവല്യൂഷണറി പാർട്ടിക്കാരോടു ചേർന്നു. താല്ക്കാലിക ഗവണ്മെന്റിന്റെ ആയുസ്സു നീണ്ടുകിട്ടാൻവേണ്ടിയുള്ള പ്രത്യേക പ്രാർത്ഥനയ്ക്കുശേഷം പാവെൽ അച്ചൻ നടത്തിയ ഉപദേശപ്രസംഗത്തിൽ ക്രിസ്തു ഒരു സോഷ്യലിസ്റ്റും വിപ്ലവകാരിയുമായിരുന്നുവെന്ന് പറഞ്ഞതു് സോഷ്യലിസ്റ്റ് റവല്യൂഷണറികളോട്ട് ചേരാൻ ജനങ്ങൾക്കു പ്രോത്സാഹനം നൽകി. കച്ചവടക്കാർ, കൈത്തൊഴിലുകാർ,സന്യാസിമാർ, തീർത്ഥാടകർ എന്നിങ്ങനെ ഞങ്ങളുടെ പട്ടണത്തിലുണ്ടായിരുന്ന ആളുകളിൽ ഭൂരിപക്ഷവും മതഭക്തന്മായിരുന്നു. യേശുക്രിസ്തുവിനെക്കുറിച്ചുള്ള ആ പുതിയ വിജ്ഞാനം അവരെ സോഷ്യലിസ്റ്റ് റവല്യൂഷണറികളുടെ അനുഭാവികളാക്കി മാറ്റി. സോഷ്യലിസ്റ്റ് റവല്യൂഷണറികളാകട്ടെ മതത്തിനെതിരായി ഒന്നും പറഞ്ഞതുമില്ല. യുദ്ധത്തെ ഇരട്ടി ശക്തിയോടെ നേരിടേണ്ടതിന്റെ ആവശ്യകതയെപ്പറ്റിയും വിമോചനത്തെപ്പറ്റിയും മാത്രമേ അവർക്കു പറയാനുണ്ടായിരുന്നുള്ളു. അരാജകവാദികൾ യുദ്ധത്തെപ്പറ്റി അതേ അഭിപ്രായമുള്ളവരായിരുന്നെങ്കിലും ദൈവത്തെ നിന്ദിച്ചിരുന്നു. ദൈവമില്ലെന്നു് സെമിനാരിവിദ്യാർത്ഥിയായ വെലിക്കാനൊവ് പ്രസംഗവേദിയിൽനിന്നു വിളിച്ചുപറഞ്ഞു. ദൈവമുണ്ടെങ്കിൽ മുമ്പിൽ പ്രത്യക്ഷപ്പെട്ടു് ശക്തികാണിച്ചുതരട്ടെ എന്നു വെല്ലുവിളിച്ചുകൊണ്ടു് അയാൾ ആകാശത്തിലേക്കു നോക്കി തുപ്പി. ആകാശം പിളർന്നു് ദൈവനിന്ദകന്റെ തലയിൽ ഇപ്പോൾ ഇടിത്തീ വീഴും എന്നു പ്രതീക്ഷിച്ച് സദസ്യർ ശ്വാസമടക്കിനിന്നു. എന്നാൽ ആകാശം രണ്ടായി പിളർന്നില്ല. ദൈവം ശിക്ഷിക്കുന്നതും കാത്തിരിക്കാതെ അയാളെ പിടിച്ച് രണ്ടു തൊഴിവച്ചുകൊടുക്കുന്നതായിരിക്കും ഉചിതമെന്നു് ചിലർ വിളിച്ചു പറഞ്ഞു. അതുകേട്ട വെലിക്കാനൊവ് പെട്ടെന്നു് സ്ഥലംവിട്ടു. സാറോവ ദൈവമാതാവിന്റെ പ്രതിമയ്ക്കുമുമ്പിൽ കത്തുന്ന വിളക്കിലെ രോഗനിവാരണശക്തിയുള്ള എണ്ണയും, സാറോവയിലെ വിശുദ്ധനായ സെറഫീം സ്വന്തം കൈപ്പടത്തിൽനിന്നു് കരടികളേയും ചെന്നായ്ക്കളേയും തീറ്റാൻ ഉപയോഗിച്ചിരുന്ന റൊട്ടിക്കഷണങ്ങളും

വിറ്റു കാലക്ഷേപം നടത്തിയ മരിമ്യാന സെർഗേയെവ്ന എന്ന വഴക്കാളിയായ സ്ത്രീ പിന്നിൽ നിന്ന് അയാൾക്ക് ഒരു തള്ളുകൊടുത്തതൊഴികെ മറ്റു കുഴപ്പമൊന്നും പറ്റാതെ അയാൾ രക്ഷപ്പെട്ടു.

അർസമാസിലുള്ള വിപ്ലവകാരികളുടെ എണ്ണം എന്നെ അത്ഭുതപ്പെടുത്തി. ഏതാണ്ട് എല്ലാവരുംതന്നെ വിപ്ലവകാരികളായി മാറിയിരുന്നു. മുമ്പ് സൂപ്രണ്ടായിരുന്ന സഹാറൊവ് പോലും ചുവന്ന പട്ടുകൊണ്ടുണ്ടാക്കിയ വലിയ ഒരു"ബോ" ജാക്കറ്റിൽ കുത്തിക്കൊണ്ടു നടന്നു. പെട്രോഗ്രാഡിലും മോസ്കോയിലും സംഘട്ടനം നടന്നുകൊണ്ടിരുന്നു. അവിടെ പോലീസുകാർ പുരപ്പുറത്തുനിന്ന് ജനങ്ങളുടെമേൽ നിറയൊഴിച്ചു. എന്നാൽ ഞങ്ങളുടെ പട്ടണത്തിലെ പോലീസുകാർ സ്വമേധയാ ആയുധം താഴെവയ്ക്കുകയും സിവിലിയൻ വേഷം ധരിച്ചുകൊണ്ട് നിരത്തിലൂടെ ശാന്തരായി നടക്കുകയുമാണ് ചെയ്തത്.

എന്റെ അച്ഛനെ അറസ്റ്റു ചെയ്ത സമയത്തുണ്ടായിരുന്ന യെവ്ഗ്രാഫ് തിമഫേയെവിച്ച് എന്ന പോലീസുകാരനെ ഒരു ദിവസം ഒരു മീറ്റിംഗു സ്ഥലത്തുവച്ച് ഞാൻ കണ്ടുമുട്ടി.

ഒരുകുപ്പി എണ്ണയും ഒരു മൊട്ടസ്ലസും അയാളുടെ കയ്യിലിരുന്ന കുടയിൽ ഉണ്ടായിരുന്നു. സോഷ്യലിസ്റ്റുകാരുടെ പ്രസംഗം കേൾക്കുകയായിരുന്നു അയാൾ. എന്നെ കണ്ടയുടൻ അയാൾ ഉപചാരപൂർവ്വം തലകുനിച്ചു കൊണ്ട് തൊപ്പിയിൽ കൈവച്ചു.

"എന്തൊക്കെയാണ് വിശേഷം?" അയാൾ ചോദിച്ചു."നീയും പ്രസംഗം കേൾക്കാൻ വന്നതാണോ? ശരി, ശരി, കേട്ടോളൂ.... ചെറുപ്പക്കാർക്ക് താല്പര്യമുള്ള കാര്യങ്ങളാണ് ഇതൊക്കെ. വയസ്സന്മാരായ ഞങ്ങൾക്കുപോലും താല്പര്യം തോന്നുന്നു. എന്തൊരു മാറ്റമാണ് ഉണ്ടായിരിക്കുന്നത്!"

"അന്ന് അച്ഛനെ അറസ്റ്റുചെയ്യാൻ വന്നത് ഓർമ്മയുണ്ടോ യെവ്ഗ്രാഫ് തിമഫേയെവിച്ച്?" ഞാൻ ചോദിച്ചു."ആരും നിയമത്തിനെതിരായി നടക്കരുതെന്നല്ലേ നിങ്ങൾ അന്നു പറഞ്ഞത്? അന്നത്തെ നിങ്ങളുടെ നിയമം ഇപ്പോൾ എവിടെപ്പോയി? നിങ്ങളുടെ നിയമം അവസാനിച്ചു. പോലീസുകാരെയെല്ലാം വിസ്തരിക്കുകയും ചെയ്യും."

അയാൾ സദ്ഭാവത്തോടെ പൊട്ടിച്ചിരിച്ചു. കുപ്പിയിലെ എണ്ണ കുലുങ്ങി."മുമ്പ് നിയമമുണ്ടായിരുന്നു, ഇനിയും ഉണ്ടായിരിക്കയും ചെയ്യും. നിയമമില്ലാതെ സാദ്ധ്യമല്ല, കുട്ടീ. ഞങ്ങളെ വിചാരണചെയ്യുന്നെങ്കിൽ ചെയ്യട്ടെ. ഞങ്ങളെ തൂക്കിക്കൊല്ലുകയില്ലെന്നു തീർച്ച. ഞങ്ങളുടെ തലവന്മാരെപ്പോലും തൂക്കിക്കൊല്ലുന്നില്ല. എന്തിന് ചക്രവർത്തിയെപ്പോലും വീട്ടുതടങ്കലിൽ വച്ചിട്ടേയുള്ളൂ, പിന്നെ ഞങ്ങളെ

എന്തു ചെയ്യാനാണ്! നീ ഇതു കേട്ടോ? യാതൊരു പ്രതികാരവും പാടില്ലെന്നും എല്ലാ മനുഷ്യരും സഹോദരന്മാരാണെന്നും സ്വതന്ത്ര്യരാഷ്ട്രയിൽ ജയിലുകളും വധശിക്ഷയും കാണുകയില്ലെന്നുമാണ് അയാൾ പ്രസംഗിക്കുന്നത്. ഞങ്ങളേയും ജയിലിടുകയില്ലെന്നും കൊല്ലുകയില്ലെന്നുമാണ് അതിനർത്ഥം."

അയാൾ മെല്ലെ നടന്നകന്നു.

അയാൾ പോകുന്നതു നോക്കിക്കൊണ്ട് ഞാൻ വിചാരിച്ചു:"അതെങ്ങിനെ? ഇപ്പോൾ എന്റെ അച്ഛൻ ജയിലിൽ നിന്ന് പുറത്തു കടന്നിരുന്നെങ്കിൽ എല്ലാ മനുഷ്യരും സഹോദരങ്ങളാണെന്നു പറഞ്ഞു, തന്നെ ജയിലിലാക്കിയവരെ അദ്ദേഹം വെറുതെ വിടുമായിരുന്നോ?

ഞാൻ ഫേജയോട്ട് അക്കാര്യം ചോദിച്ചു.

"നിന്റെ അച്ഛന് ഇതുമായി ഒരു ബന്ധവുമില്ല", അവൻ പറഞ്ഞു. നിന്റെ അച്ഛൻ പട്ടാളത്തിൽനിന്ന് ഒളിച്ചോടിയവനാണ്. ആ കളങ്കം കഴുകിക്കളയാൻ പറ്റില്ല. ഇപ്പോഴും പട്ടാളത്തിൽനിന്ന് ഒളിച്ചോടുന്നവർ വിപ്ലവകാരികളല്ല, സ്വന്തം രാജ്യത്തിനുവേണ്ടി യുദ്ധംചെയ്യാൻ തയ്യാറില്ലാതെ പേടിച്ചോടുന്ന ഭീരുക്കളാണ്."

"എന്റെ അച്ഛൻ ഒരു ഭീരുവായിരുന്നില്ല", ഞാൻ പറഞ്ഞു. എന്റെ മുഖം വിളറി.

"നീ വെറുതെ പറയുകയാണ്. പ്രചരണംനടത്തിയതിനും ഓടിപ്പോയതിനും രണ്ടിനുംകൂടിയാണ് അച്ഛനെ വെടിവച്ചു കൊന്നത്. വിധിന്യായത്തിന്റെ ഒരു പ്രതി ഞങ്ങളുടെ വീട്ടിലുണ്ട്."

ഫേജയുടെ മുഖം വാടി. അവൻ സാന്ത്വനപ്പെടുത്തുന്ന മട്ടിൽ പറഞ്ഞു :"ഞാൻ ഇതൊന്നും കെട്ടിച്ചമച്ചതല്ല, ആണോ? എല്ലാ പത്രങ്ങളിലും എഴുതിയിരിക്കുന്നത് അങ്ങിനെയാണ്. 'റൂസ്കൊയെ സ്ലോവൊ' എന്ന പത്രത്തിൽ കേരെൻസ്കിയുടെ പ്രസംഗം വന്നിരുന്നു. ഞങ്ങളതു വായിച്ചു. ഉഗ്രൻ പ്രസംഗം. പെൺപള്ളിക്കൂടത്തിലെ പ്രധാന ഹാളിൽ അതു വായിച്ചപ്പോൾ അവിടെയുണ്ടായിരുന്നവരിൽ പകുതിപ്പേർ കരഞ്ഞുപോയി. യുദ്ധത്തെപ്പറ്റിയും അദ്ദേഹം പറഞ്ഞിട്ടുണ്ട്. യുദ്ധത്തിനു വേണ്ടി നമ്മുടെ കഴിവു മുഴുവൻ വിനിയോഗിക്കുമെന്നും ഒളിച്ചോടുന്നവർ പട്ടാളത്തിനൊരു അപമാനമാണെന്നും അദ്ദേഹം പറഞ്ഞു, 'ജർമ്മൻകാർക്കെതിരെ പൊരുതി മരിച്ച വീരന്മാരുടെ പട്ടടസ്ഥലങ്ങളിൽ സ്വതന്ത്ര്യരാഷ്ട്ര്യ അനശ്വരയശസ്സിന്റെ ഒരു സ്മാരകം നിർമ്മിക്കും!' അങ്ങിനെയാണ് അദ്ദേഹം പറഞ്ഞത്. അനശ്വരയശസ്സ്! എന്നിട്ടാണ് നീ തർക്കിക്കുന്നത്."

പലരും പ്രസംഗിച്ചു. പ്രസംഗിച്ച് തൊണ്ടയടഞ്ഞ അവർ

എല്ലാവരും സോഷ്യലിസത്തെപ്പറ്റി പറഞ്ഞു. അവരുടെ പാർട്ടിയിൽ ചേരുന്നവരുടേയും യുദ്ധത്തിനു പോകാൻ സന്നദ്ധതയുള്ളവരുടേയും പേരുവിവരം അവർ അവിടെ വച്ചുതന്നെ എഴുതിയെടുത്തു. വളരെ നേരം പ്രസംഗിച്ച ചിലരെ ബലംപ്രയോഗിച്ച് വേദിയിൽനിന്നു തള്ളിമാറ്റുകയും പുതിയ പ്രാസംഗികരെ അവരുടെ സ്ഥാനത്തേക്കു ഉന്തിവിടുകയും ചെയ്തുകൊണ്ടിരുന്നു.

പ്രസംഗം കേട്ടുകേട്ട് എന്റെ തല ചെകടിച്ചു. പലരുടേയും പ്രസംഗങ്ങൾ ഞാൻ കൂട്ടിക്കുഴച്ചു. ഒരു "സോഷ്യലിസ്റ്റ് റവല്യൂഷണറി"യെ "കേഡറ്റി"ൽനിന്നും "കേഡറ്റി"നെ "പോപ്പുലർ സോഷ്യലിസ്റ്റ"ൽനിന്നും ഒരു"ത്രുദോവിക്കി"നെ "അരാജകവാദി"യിൽനിന്നും തിരിച്ചറിയാൻ എനിക്കു കഴിയാതായി. ആ പ്രസംഗങ്ങളിൽനിന്ന് ആകെക്കൂടി മനസ്സിൽപതിഞ്ഞത് ഒരൊറ്റ വാക്കാണ്: "സ്വാതന്ത്ര്യം... സ്വാതന്ത്ര്യം... സ്വാതന്ത്ര്യം..."

"ഗോറിക്കൊവ്," പിന്നിൽനിന്ന് എന്റെ തോളിൽ കൈവച്ചുകൊണ്ട് ആരോ വിളിച്ചു.

ഞങ്ങളുടെ മാനുവൽ മാസ്റ്ററായിരുന്ന"മലങ്കാക്ക"യല്ലാതെ മറ്റാരുമായിരുന്നില്ല, അത്.

"ഇതാര്?" സന്തോഷാതിരേകത്താൽ മതിമറന്ന് ഞാൻ ചോദിച്ചു."മാസ്റ്റർ ഇവിടെ എന്തു ചെയ്യുന്നു?"

"നീഷ്നി നോവ്ഗൊറദിലെ ജയിലിൽനിന്ന് ഞാൻ ഇവിടെ തിരിച്ചെത്തി. ഇതാണെല്ലോ എന്റെ സ്ഥലം. ഞാൻ അടുത്തൊരിടത്തു് ഒരു മുറി വാടകയ്ക്കെടുത്തിട്ടുണ്ട്. വരൂ, നമുക്ക് അവിടെ ചെന്ന് കുറച്ചു ചായയും റൊട്ടിയും തേനും കഴിക്കാം. നിന്നെ കണ്ടുമുട്ടിയതു് വലിയ ഭാഗ്യമായി. ഞാൻ ഇന്നലെ ഇവിടെ എത്തിയതേയുള്ളൂ. എന്ന് നിന്നെ വന്നു കാണണമെന്നു ഞാൻ തീർച്ചപ്പെടുത്തിയിരുന്നു.

അദ്ദേഹം എന്റെ കയ്യിൽപ്പിടിച്ച് ബഹളംകൂട്ടിക്കൊണ്ടിരുന്ന ആ ആൾക്കൂട്ടത്തിൽ നിന്ന് പുറത്തു കടത്തി.

തൊട്ടടുത്ത കവലയിൽ മറ്റൊരാൾക്കൂട്ടം ഞങ്ങൾ കണ്ടു. അവിടെ ആരോ തീകൂട്ടിയിരുന്നു. ആൾക്കൂട്ടം ജിജ്ഞാസയോടെ അതുനോക്കിനിന്നു.

"എന്താണിതു്?"

"കിറുക്കാണ്, അല്ലാതെന്താ!" മലങ്കാക്ക ഒരു പുഞ്ചിരിയോടെ പറഞ്ഞു."അരാജകവാദികൾ ചക്രവർത്തിയുടെ കൊടികൾ കത്തിച്ചുകളയുകയാണ്. അവർ ആ തുണി മുറിച്ച് ആളുകൾക്ക് വിതരണം ചെയ്തിരുന്നെങ്കിൽ എത്ര നന്നായിരുന്നു! കൃഷിക്കാർ

മുറുമുറുക്കുകയാണ്. ഓരോ പഴഞ്ചുണിത്തുണ്ടും ഇപ്പോൾ എത്ര വില പ്പെട്ടതാണെന്ന് നിനക്കറിയാമല്ലോ."

മലങ്കാക്കയുടെ കൈകൾ നീണ്ടുമെലിഞ്ഞവയായിരുന്നു. ചായ ഉണ്ടാക്കുന്നതിനിടയിൽ ഇടയ്ക്കിടെ പുഞ്ചിരിതൂകിക്കൊണ്ട് അദ്ദേഹം ധൃതിയിൽ സംസാരിച്ചുകൊണ്ടിരുന്നു.

"നിന്റെ അച്ഛൻ കാലമാകുന്നതിനുമുമ്പ് മരിച്ചു. അദ്ദേഹത്തെ ട്രി ബ്യൂണലിന്റെ അധീനത്തിലേക്കു കൊണ്ടുപോകുന്നതുവരെ ഞങ്ങൾ ഒരേ തടവറയിലായിരുന്നു."

ചായ കുടിച്ചുകൊണ്ടിരിക്കുമ്പോൾ ഞാൻ അദ്ദേഹത്തോടു ചോദിച്ചു:

"അച്ഛനും മാസ്റ്ററും പാർട്ടി സഖാക്കളായിരുന്നെന്നു പറഞ്ഞല്ലോ. അപ്പോൾ എന്റെ അച്ഛൻ പാർട്ടി മെംബറായിരുന്നോ? അച്ഛൻ അക്കാര്യം എന്നോടു പറഞ്ഞിട്ടില്ല."

"അതു പറയാൻ പാടില്ലായിരുന്നു, അതുകൊണ്ടാണ് അദ്ദേഹം പറയാതിരുന്നത്."

"മാസ്റ്ററും പറഞ്ഞില്ല. മാസ്റ്ററെ അറസ്റ്റുചെയ്തപ്പോൾ പേത്യ സലുഹിൻ പറഞ്ഞു മാസ്റ്റർ ഒരു ചാരനാണെന്ന്."

"ചാരനാണെന്നോ? ഹ--ഹ--ഹ! പേത്യ സലുഹിനാണോ പറഞ്ഞതു? അവൻ പറഞ്ഞതു സാരമില്ല, പക്ഷേ മുതിർന്ന വിഡ്ഢികൾ ഞങ്ങൾ ചാരന്മാരാണെന്ന് അപവാദം പറഞ്ഞുപരത്തുന്നതാണ് അതിലും വിചിത്രം."

"ആരെപ്പറ്റിയാണ് അവർ അപവാദം പറയുന്നതു?"

"ബോൾഷെവിക്കുകളായ ഞങ്ങളെപ്പറ്റി."

ഞാൻ അദ്ദേഹത്തെ ഇടംകണ്ണിട്ടു നോക്കിക്കൊണ്ട് ചോദിച്ചു:

"അപ്പോൾ നിങ്ങൾ ബോൾഷെവിക്കുകളാണ് അല്ലേ? അപ്പോൾ അച്ഛനും ഒരു ബോൾഷെവിക്കായിരുന്നോ?"

"അതെ."

"മറ്റുള്ളവരെപ്പോലെ ആകാതെ അച്ഛൻ ഇങ്ങിനെയൊക്കെയാ യതു് കഷ്ടമായിപ്പോയി." ഞാൻ വ്യസനത്തോടെ പറഞ്ഞു.

"നീ ഉദ്ദേശിക്കുന്നതെന്താണ്?

"മറ്റുള്ളവർ പട്ടാളത്തിൽ പോയാൽ പട്ടാളക്കാരായി കഴിയുന്നു. വിപ്ലവകാരികളാകുന്നവർ യഥാർത്ഥ വിപ്ലവകാരികളാണ്-- ആർക്കും അവരെപ്പറ്റി ഒരു ചീത്തവാക്കും പറയാൻ കാണുകില്ല. എല്ലാവർക്കും അവരെ ബഹുമാനമാണ്. എന്നാൽ അച്ഛൻ ആദ്യം

പട്ടാളത്തിൽനിന്ന് ഒളിച്ചോടി, പോരാത്തിതിന് ഒരു ബോൾഷെവിക്കായിത്തീരുകയും ചെയ്തു. സോഷ്യലിസ്റ്റ് റവല്യൂഷണറികളെയോ അരാജകവാദികളെയോ പോലെ ഒരു യഥാർത്ഥ വിപ്ലവകാരിയാകുന്നതിനു പകരം അച്ഛൻ ഒരു ബോൾഷെവിക്കായതെന്തിന്? വേറൊന്നും ആകാൻ കണ്ടില്ല! അച്ഛൻ ഒരു വിപ്ലവകാരിയായിരുന്നെങ്കിൽ അതിനാണ് അച്ഛനെ വധിച്ചത് എന്നു എനിക്ക് പറഞ്ഞു നടക്കാമായിരുന്നു. അപ്പോൾ ആരും എന്റെ നേരെ ഇങ്ങനെ വിരൽ ചൂണ്ടുകയില്ല. പക്ഷേ ബോൾഷെവിക്കായതിനാണ് അച്ഛനെ വെടിവച്ചതെന്നറിഞ്ഞാൽ എല്ലാവരും പറയും, 'നന്നായി'. ബോൾഷെവിക്കുകൾ ജർമ്മൻ ചാരന്മാരാണെന്നും അവരുടെ ലെനിൻ വിൽഹെമിനുവേണ്ടി ജോലി ചെയ്യുകയാണെന്നും എല്ലാ പത്രങ്ങളും എഴുതുന്നുണ്ട്."

"ആരാണ് ഈ 'എല്ലാവരും'?" മാസ്റ്റർ ചോദിച്ചു. എന്റെ മൂർച്ചയേറിയ വാക്കുകൾ ആദ്യന്തം അദ്ദേഹം പുഞ്ചിരിയോടെ കേട്ടുകൊണ്ടിരിക്കയായിരുന്നു.

"എല്ലാവരും, കണ്ടുമുട്ടുന്നവരെല്ലാം. അയൽക്കാരും പള്ളിയിലെ അച്ചനും, ഇന്ന് പ്രസംഗിച്ചവരും..."

"അയൽക്കാർ! പ്രസംഗിച്ചവർ!" മാസ്റ്റർ ഇടയ്ക്കുകയറി പറഞ്ഞു." കഥയില്ലാത്ത കുട്ടീ, നിന്റെ അച്ഛൻ ആ അയൽക്കാരേയും പ്രാസംഗികരേയുംകാൾ പതിന്മടങ്ങു വീര്യമുള്ള ഒരു യഥാർത്ഥ വിപ്ലവകാരിയായിരുന്നു. ആരാണ് നിന്റെ അയൽക്കാർ? സന്യാസിമാരും, ധാന്യവ്യാപാരികളും, കച്ചവടക്കാരും, തീർത്ഥാടകരും, ചന്തയിലെ ഇറച്ചിവെട്ടുകാരും, വഴിപോക്കരുമാണ് അവർ. നിന്റെ ഈ അയൽക്കാരുടെ കൂട്ടത്തിൽ സ്വബുദ്ധിയുള്ള ഒരാളെപ്പോലും കാണാൻ കഴിയുകയില്ലെന്നതാണ് കുഴപ്പം. അക്കൂട്ടരെ വശത്താക്കാൻ ഞങ്ങൾ ശ്രമിക്കുന്നുപോലുമില്ല. ചുവന്ന കുപ്പായമണിഞ്ഞ വായാടികൾക്ക് ആ ജോലി വിട്ടുകൊടുത്തിരിക്കയാണ്. അവർക്കുവേണ്ടി സമയം പാഴാക്കാൻ ഞങ്ങൾ തയ്യാറില്ല. എന്തായാലും ആ സന്യാസിമാരും കച്ചവടക്കാരും ഞങ്ങളുടെ സുഹൃത്തുക്കളാകാൻ പോകുന്നില്ല. നീ കുറച്ചു ക്ഷമിക്ക്. ഞാൻ നിന്നെ ഞങ്ങളുടെ മീറ്റിംഗു നടക്കുന്ന സ്ഥലങ്ങളിൽ കൊണ്ടുപോകാം. മുറിവേറ്റ ഭടന്മാരുടെ ബാരക്കുകളിലും പട്ടാളബാരക്കുകളിലും തീവണ്ടി സ്റ്റേഷനുകളിലും ഗ്രാമങ്ങളിലും നമുക്കു പോകണം. അപ്പോൾ നിനക്കു കാര്യങ്ങൾ മനസ്സിലാകും! ഇവിടെ കുറെ വിധികർത്താക്കളുണ്ട്! കുറെ അയല്ക്കാരും!"

മാസ്റ്റർ ചിരിച്ചു.

വിപ്ലവം തുടങ്ങിയപ്പോൾ തീംക ഷ്ളുകിന്റെ അച്ഛൻ

ജയിൽവിമുക്തനായി. എന്നാൽ തന്റെ പഴയ ജോലി അയാൾക്കു തിരിച്ചു കിട്ടിയില്ല. സെമിത്തേരിയിലുള്ള പാർപ്പിടം പുതിയതായി നിയമിക്കപ്പെട്ട സൂക്ഷിപ്പുകാരനു താമസിക്കാൻവേണ്ടി ഉടൻ ഒഴിഞ്ഞുകൊടുക്കണമെന്ന് പള്ളി അധികാരിയായ സിനൃഗിൻ തീംകയുടെ അച്ഛനോട്ട് ആവശ്യപ്പെട്ടു.

തീംകയുടെ അച്ഛന് ജോലി കൊടുക്കാൻ കച്ചവടക്കാരാരും തയ്യാറില്ലായിരുന്നു. അയാൾപലയിടത്തും അന്വേഷിച്ചു, പക്ഷേ ഫലമുണ്ടായില്ല. സിനൃഗിൻ തുറന്നു പറഞ്ഞു:

"ഞാൻ റഷ്യൻ പട്ടാളത്തെ സഹായിക്കുന്നവനാണ്. ഞാൻ റെഡ്ക്രോസിന് ആയിരം റൂബിൾ സംഭാവന കൊടുത്തിട്ടുണ്ട്. മിലിട്ടറി ആശുപത്രികളിൽ വിതരണം ചെയ്യാനായി ഇരുനൂറു റൂബിളിന് സമ്മാനങ്ങളും കൊടികളും കേരെൻസ്കിയുടെ പടങ്ങളും ഏൽപ്പിച്ചിട്ടുണ്ട്. അതേസമയം നിങ്ങൾ പട്ടാളത്തിൽനിന്നു ഒളിച്ചോടുന്നവരെ സഹായിക്കയാണു ചെയ്തിട്ടുള്ളത്. അത്തരക്കാരെ ഇവിടെ വേണ്ട."

സൂക്ഷിപ്പുകാരനു നിശ്ശബ്ദനായി അതു കേട്ടുനില്ക്കാൻ കഴിഞ്ഞില്ല. അയാൾ തിരിച്ചടിച്ചു:

"എനിക്ക് ഇതു കേൾക്കാൻ സന്തോഷമേയുള്ളൂ. പക്ഷേ ഒരുകാര്യം ഓർത്തോളൂ, കൊടികളും പടങ്ങളും നിങ്ങളെ രക്ഷപ്പെടുത്താൻ പോകുന്നില്ല. കിട്ടാനുള്ളത് നിങ്ങൾക്കു കിട്ടുക തന്നെ ചെയ്യും. എന്റെ നേരെ നിങ്ങൾ ഒച്ചയിടുകയും വേണ്ട, കുടവയറുള്ളതുകൊണ്ടോ ദൂരദർശിനിയുള്ളതുകൊണ്ടോ, മുതലയ്ക്ക് ഇറച്ചികൊടുക്കുന്നതുകൊണ്ടോ നിങ്ങൾ ചക്രവർത്തിയെക്കാളും ദൈവത്തെക്കാളും ശക്തനാണെന്നു വിചാരിക്കുന്നുണ്ടെങ്കിൽ അത് ഭോഷത്വമാണ്. നിങ്ങളുടെ മില്ലുകളിലെ ആളുകൾ പറയുന്നതു കേൾക്കണം! ഒരു കൊട്ടുകൊടുത്താൽ പോര, ഇനി ചുട്ട അടിതന്നെ കൊടുത്താലെന്താ, എന്നാണ് അവർ ചോദിക്കുന്നത്."

"ഞാൻ തന്നെ ജയിലു കേറ്റും!" ഇടിവെട്ടേറ്റതുപോലെ ഞെട്ടിക്കൊണ്ട് സിനൃഗിൻ വിക്കിവിക്കി പറഞ്ഞു."അപ്പോൾ ഇതാണ് മനസ്സിലിരിപ്പ്! ഞാൻ പരാതിപ്പെടും... ഞാൻ ഫാക്ടറി നടത്തുന്നത് പട്ടാളക്കാർക്കുവേണ്ടിയാണ്. പുതിയ അധികാരികൾക്കും എന്നെപ്പറ്റി നല്ല അഭിപ്രായമാണ്, എന്നിട്ട് നിങ്ങൾ... താൻ പോടോ ഇവിടെ നിന്ന്!"

സൂക്ഷിപ്പുകാരൻ തൊപ്പി തലയിൽ വച്ച് ഇറങ്ങിപ്പോയി.

"ഇതിന്റെ പേർ വിപ്ലവമെന്നാണത്രെ! എല്ലാ വൃത്തികെട്ടവന്മാരും

അവരവരുടെ പഴയ സ്ഥാനത്തുതന്നെ ഉണ്ട്. അയാളും പട്ടാളത്ത ലവനും ടൗൺ കൗൺസിൽമെമ്പറന്മാരും കള്ളന്മാരെക്കാൾ കഷ്ട മായിരിക്കെ എന്നെ ആട്ടിയോടിക്കാൻ അയാൾ ധൈര്യപ്പെടുന്നു! ഇവരെയൊക്കെ കെട്ടിത്തൂക്കി അടിക്കണം. കുറെ ദേശസ്നേഹികൾ!" തെരുവിലൂടെ നടക്കുന്നതിനിടയിൽ അയാൾ മുറുമുറുത്തു."ഒന്നിനും കൊള്ളാത്ത ബൂട്ടുകളുണ്ടാക്കി വിറ്റു ആയിരക്കണക്കിനു സമ്പാദിച്ചു. കൈമടക്കുകൊടുത്ത് മകനെ പട്ടാളസേവനത്തിൽനിന്ന് ഒഴിവാക്കി. പട്ടാളത്തലവന് മുന്നൂറും അഞ്ഞൂറുമാണ് കൊടുത്തത്. കുടിച്ചുവെളി വില്ലാതിരുന്നപ്പോൾ തന്നത്താൽ അതു പറഞ്ഞുകൊണ്ടു നടന്നതാ ണ്. മറ്റുള്ളവരെക്കൊണ്ട് യുദ്ധം ചെയ്യിക്കാൻ ബഹുവിരുതന്മാരാണ് ഇവർ. കേരെൻസ്കിയുടെ പടം മേടിച്ചത്രെ! ഇയാളേയും കേരെൻസ്കി യേയും ഒരുമിച്ച് ഒരു മരത്തിൽ കെട്ടിയിടണം. കാത്തിരുന്നു കിട്ടിയ സ്വാതന്ത്ര്യം ഇങ്ങിനെയാണ്! കൊള്ളാം!"

എല്ലാവരുടേയും തല തിരിഞ്ഞെന്നു തോന്നി. എങ്ങോട്ടു തിരിഞ്ഞാലും "കേരെൻസ്കി, കേരെൻസ്കി" എന്നു മാത്രമേ കേൾക്കാ നുണ്ടായിരുന്നുള്ളു.

പത്രങ്ങളെല്ലാം ദിവസവും അദ്ദേഹത്തിന്റെ പടം പ്രസിദ്ധീക രിച്ചുകൊണ്ടിരുന്നു. "കേരെൻസ്കി പ്രസംഗിച്ചു." "കേരെൻസ്കിയുടെ പാതയിൽ ജനങ്ങൾ പൂ വിരിച്ചു", "ആഹ്ലാദഭരിതരായ ഒരു സംഘം സ്ത്രീകൾ കേരെൻസ്കിയെ എടുത്തു പൊക്കി." എന്നിങ്ങനെയുള്ള വാർത്തകൾ കൊണ്ട് പത്രക്കടലാസുകൾ നിറഞ്ഞു. അർസമാസ് ടൗൺ കൗൺസിലിലെ ഒരംഗമായിരുന്ന ഫിയൊഫാനൊവ്വ് എന്തോ ആവശ്യത്തിന് മോസ്കോയിൽ പോയപ്പോൾ കേരെൻസ്കി അയാൾക്കു ഹസ്തദാനം ചെയ്തു. ആളുകൾ കൂട്ടം കൂട്ടമായി ഫിയൊ ഫാനൊവിന്റെ അടുത്തേക്ക് ചെന്നു.

"അദ്ദേഹം നിങ്ങളുടെ കൈ പിടിച്ചു കുലുക്കിയെന്നാണോ?"

"അതെ. അദ്ദേഹം എനിക്കു കൈതന്നു", ഫിയൊഫാനൊവ് അഭിമാനത്തോടെ പറഞ്ഞു.

"വാസ്തവത്തിൽ അദ്ദേഹം അങ്ങിനെ ചെയ്തുവോ?"

"ഉവ്വ്. അദ്ദേഹം എന്റെ വലത്തെ കയ്യാണ് പിടിച്ചു കുലുക്കിയത്."

"കേട്ടോ!" ആളുകൾ ആവേശത്തോടെ മന്ത്രിച്ചു."സാർ ചക്രവർ ത്തി ഒരിക്കലും അങ്ങിനെ ചെയ്യുകയില്ല, പക്ഷേ കേരെൻസ്കി അതു ചെയ്തിരിക്കുന്നു. ദിവസവും ആയിരക്കണക്കിന് ആളുകൾ അദ്ദേഹ ത്തെ സന്ദർശിക്കുന്നു. അദ്ദേഹം എല്ലാവർക്കും ഹസ്തദാനം ചെയ്യുന്നു. മുമ്പായിരുന്നെങ്കിൽ--"

"അന്ന് സാറിന്റെ വാഴ്ചയായിരുന്നു."

"ശരിയാണ്. ഇപ്പോൾ നാം സ്വതന്ത്രരായിരിക്കുന്നു."

"സ്വാതന്ത്ര്യം നീണാൾ വാഴട്ടെ! കേരൻസ്കി നീണാൾ വാഴട്ടെ! നമുക്ക് അദ്ദേഹത്തെ അഭിവാദ്യം ചെയ്തുകൊണ്ട് ഒരു കമ്പിയടിക്കാം."

ആയിടയ്ക്ക് പോസ്റ്റോഫീസുകളിൽനിന്ന് അടിക്കപ്പെടുന്ന കമ്പികളിൽ പത്തിൽ ഒന്ന് കേരൻസ്കിയ്ക്കുള്ളവയായിരുന്നു. പൊതുയോഗങ്ങൾ സ്കൂൾ മീറ്റിംഗുകൾ, പള്ളി സഭകൾ, ടൗൺ കൗൺസിലുകൾ എന്നിങ്ങനെ എല്ലായിടത്തു നിന്നും അവ അയക്കപ്പെട്ടു. എത്രകുറച്ച് അംഗങ്ങളുള്ളവയായാലും ഓരോ സംഘടനകളും അവ അയച്ചു.

അർസമാസിലെ കോഴിവളർത്തൽ പ്രവർത്തകരുടെ സംഘടന "പ്രിയപ്പെട്ട നേതാവിന്" ഒരൊറ്റ കമ്പിപോലും അയച്ചില്ല എന്ന വാർത്ത ഒരിക്കൽ പട്ടണത്തിൽ പരന്നു. അതിനെ ശക്തിയായി നിഷേധിച്ചുകൊണ്ട്, സംഘടനാപ്രസിഡന്റ് ഒഫെൻഡ്യൂ ലിൻ ഒരു പ്രസ്താവന പ്രാദേശിക പത്രത്തിൽ പ്രസിദ്ധീകരിച്ചു. അത് ഒരു കിംവദന്തിയാണെന്ന് ഒഫെൻഡ്യൂ ലിൻ അതിൽ ആണയിട്ടുപറഞ്ഞു. വാസ്തവത്തിൽ രണ്ടു കമ്പികൾ അടിച്ചിരുന്നു. ഒഫെൻഡ്യൂ ലിന്റെ പ്രസ്താവന ശരിയാണെന്നു തെളിയിക്കാൻപോന്ന പോസ്റ്റാഫീസ് രസീതുകൾ തങ്ങൾ കാണുകയുണ്ടായെന്ന് ചുവട്ടിൽ പത്രാധിപസമിതിയുടെ അടിക്കുറിപ്പും ഉണ്ടായിരുന്നു.

അദ്ധ്യായം രണ്ട്

ഞാൻ മാനുവൽ മാസ്റ്ററെ കണ്ടുമുട്ടിയതിനുശേഷം മാസങ്ങൾ പലതു കഴിഞ്ഞു.

സാൽനിക്കൊവ് തെരുവിലെ ക്ലൂറ്റൻ സെമിനാരി കെട്ടിടത്തിനു തൊട്ടടുത്ത് ഒരു ചെറിയ വീടും തോട്ടവും ഉണ്ടായിരുന്നു. കട്ടിയുള്ള പുകയിലപ്പുകയുടെ തിരശ്ശീലയ്ക്കുള്ളിൽ ഒഴുകിക്കൊണ്ടിരിക്കുകയാണെന്നു തോന്നിക്കുന്ന മുഖങ്ങൾ ആ വീടിന്റെ തുറന്നിട്ട ജനാലയ്ക്കു പിന്നിൽ പ്രത്യക്ഷപ്പെടും. വഴിപോക്കർ ആ വീടിനടുത്തെത്തുമ്പോൾ കാർക്കിച്ചു തുപ്പിക്കൊണ്ട് ദേഷ്യത്തോടെ ഇങ്ങിനെ പറയുകയും ചെയ്യും: “അട്ടിമറിക്കാരുടെ സങ്കേതം!”

ബോൾഷെവിക്കുകളുടെ ക്ലബ്ബായിരുന്നു അത്: പട്ടണത്തിൽ ഏതാണ്ട് ഇരുപതോളം ബോൾഷെവിക്കുകളെ ഉണ്ടായിരുന്നുള്ളൂ. എന്നാൽ ആ വീട്ടിൽ എപ്പോഴും വലിയ ആൾത്തിരക്കായിരുന്നു. എല്ലാവർക്കും അവിടെ പ്രവേശനമുണ്ടായിരുന്നെങ്കിലും ആശുപത്രിയിൽ നിന്നിറങ്ങിയ പട്ടാളക്കാരും ആസ്ത്രിയൻ യുദ്ധത്തടവുകാരും തുകൽ ഫാക്ടറികളിൽ നിന്നുള്ള തൊഴിലാളികളുമായിരുന്നു അവിടത്തെ മുഖ്യസന്ദർശകർ.

എന്റെ ഒഴിവുസമയം മുഴുവൻ ഞാൻ ചെലവഴിച്ചതു അവിടെയാണ്. മാനുവൽ മാസ്റ്ററോടൊപ്പം ആദ്യമൊക്കെ ഞാൻ അവിടെ പൊയ്ക്കൊണ്ടിരുന്നതു് വെറും ജിജ്ഞാസകൊണ്ടു മാത്രമാണ്. പിന്നീട് അതൊരു ശീലമായിത്തീർന്നു. ഒടുവിൽ ഞാൻ ആ പ്രവാഹത്തിൽ അടിമുടി മുങ്ങി. മൂർച്ചയുള്ള കത്തിയാൽ ഉരിച്ചുമാറ്റപ്പെടുന്ന ഉരുളക്കിഴങ്ങുതൊലി പോലെ എന്റെ തലയിൽ കടന്നുകൂടിയ അസംബന്ധങ്ങൾ മുഴുവൻ ഉരിഞ്ഞുപോയി.

പള്ളിത്തർക്കങ്ങളിലോ കച്ചവടക്കാരുടെ യോഗങ്ങളിലോ ഞങ്ങളുടെ ബോൾഷെവിക്കുകൾ സംസാരിക്കാറില്ല. തൊഴിലാളികളുടെ പാർപ്പിടങ്ങൾക്കു മുമ്പിലും പട്ടണത്തിന്റെ പ്രാന്തപ്രദേശങ്ങളിലും യുദ്ധംകൊണ്ടു തളർന്ന ഗ്രാമങ്ങളിലുമാണ് അവർ യോഗങ്ങൾ കൂടിയതു്. കാമെൻകയിൽ നടന്ന ഒരു യോഗം ഇപ്പോഴും ഞാൻ

ഓർക്കുന്നു.

"നമുക്ക് തീർച്ചയായും പോകണം. അവിടെ സോഷ്യലിസ്റ്റ് റവല്യൂഷണറികൾക്കുവേണ്ടി പ്രസംഗിക്കുന്നത് സാക്ഷാൽ ക്രൂഗ്ലിക്കൊവ് തന്നെയാണ്. അയാൾ പറയുന്നതു നീ കേൾക്കേണ്ടതാണ്," മാനുവൽ മാസ്റ്റർ പറഞ്ഞു. "അയാൾ ഇവാനൊവ്സ്കയയിൽ പ്രസംഗിച്ചു കഴിഞ്ഞപ്പോൾ അയാളുടെ വാക്കുകളിൽ മയങ്ങിപ്പോയ കർഷകർ നമുക്കെതിരായി തിരിഞ്ഞു."

"നമുക്കു പോകാം", ഞാൻ ആകാംക്ഷയോടെ പറഞ്ഞു. "സെമ്യോൻ ഇവീനൊവച്ച്, കൈത്തോക്ക് ഒരിക്കലും കയ്യിലെടുക്കാത്തതെന്താണ്? അതു എവിടെയെങ്കിലും ഇട്ടേയ്ക്കുകയാണല്ലോ പതിവ്. ഒരു ദിവസം അത് പുകയില ടിന്നിൽ ഇരിക്കുന്നതു കണ്ടു. ഇന്നലെ അത് റൊട്ടിക്കുടയിലാണ് ഇരുന്നത്. ഞാൻ എപ്പോഴും എന്റെ തോക്ക് കൂടെ കൊണ്ടു നടക്കും. ഞാൻ ഉറങ്ങുന്നതുപോലും അതു തലയിണയുടെ അടിയിൽ വച്ചുകൊണ്ടാണ്."

മാനുവൽ മാസ്റ്റർ ചിരിച്ചു. പുകയിലത്തരികൾ പറ്റിപ്പിടിച്ച അദ്ദേഹത്തിന്റെ താടിരോമങ്ങൾ വിറയ്ക്കുന്നുണ്ടായിരുന്നു.

"നീ ഇപ്പോഴും ഒരു കൊച്ചുകുട്ടിയാണ്!" അദ്ദേഹം പറഞ്ഞു. "അനിഷ്ടകരമായ എന്തെങ്കിലും നമുക്ക് സംഭവിച്ചാൽ ആരെങ്കിലും പിടലിയ്ക്കു പിടിച്ചു തള്ളിയെന്നു വരാം. അപ്പോൾ ഞാൻ തോക്കെടുത്താൽ അവർ ഉടൻതന്നെ എന്റെ കഥ കഴിക്കും. സമയമാകുമ്പോൾ നമുക്ക് തോക്കുപയോഗിക്കേണ്ടിവരും, പക്ഷേ ഇപ്പോൾ വാക്കുകളാണ് നമ്മുടെ ഏറ്റവും നല്ല ആയുധം. ബസ്കാക്കൊവ് ഇന്ന് നമുക്കുവേണ്ടി പ്രസംഗിക്കുന്നുണ്ട്."

"ബസ്കാക്കൊവോ?" അത്ഭുതം മറച്ചുവയ്ക്കാതെ ഞാൻ ചോദിച്ചു. "അയാൾ നല്ല പ്രാസംഗികനല്ലല്ലോ. അയാൾ രണ്ടുവാചകം കൂട്ടിപ്പറയാറില്ല. ഒരു വാക്കു പറഞ്ഞ് അടുത്തതു പറയുമ്പോഴേക്കും ഉറങ്ങിയെണീക്കാം."

"അതിവിടെ സംസാരിക്കുമ്പോഴാണ്. യോഗങ്ങളിൽ അയാൾ സംസാരിക്കുന്നത് നീ കേൾക്കണം."

പഴകി ദ്രവിച്ചുതുടങ്ങിയ ഒരു പാലവും പുല്ലു വളർന്നുനില്ക്കുന്ന മൈതാനങ്ങളും പൊക്കമുള്ള പൊന്തകൾ തഴച്ചുവളരുന്ന ചെറുതോട്ടുകളും കടന്നാണ് കാമെൻകയിലെത്തേണ്ടത്. പട്ടണത്തിൽ നിന്നു മടങ്ങിവരുന്ന കർഷകരുടെ വണ്ടികൾ വഴിയിൽ ഉടനീളം കാണാമായിരുന്നു. ചെരിപ്പിടാത്ത കർഷകസ്ത്രീകൾ ഒഴിഞ്ഞ പാൽപ്പാത്രങ്ങളുമായി ചന്തയിൽനിന്ന് സാവധാനം വീട്ടുകളിലേയ്ക്കു

നടന്നുപോയി. ഞങ്ങൾക്കു യാതൊരു തിടുക്കവുമുണ്ടായിരുന്നില്ല. എന്നാൽ സോഷ്യലിസ്റ്റ് റവല്യൂഷണറികളെ തിക്കിക്കയറ്റിയ ഒരു വണ്ടി ഞങ്ങളെ കടന്നു പോയപ്പോൾ ഞങ്ങൾ നടപ്പിനു വേഗത കൂട്ടി.

അയൽഗ്രാമങ്ങളിൽ നിന്നുള്ള കർഷകർ കൂട്ടംകൂട്ടമായി വിസ്താരമുള്ള നിരത്തുകളിലൂടെ നടന്ന് കവലയിലെത്തി. യോഗം തുടങ്ങിയിരുന്നില്ല. പക്ഷേ ഒച്ചയും ബഹളവും ദൂരെ നിന്നേ കേൾക്കാമായിരുന്നു.

ഫേജ ആൾക്കൂട്ടത്തിനിടയിൽ നിൽക്കുന്നതു ഞാൻ കണ്ടു. അവൻ മുമ്പോട്ടും പിറകോട്ടും തിരിഞ്ഞു് ലഘുലേഖകൾ വിതരണം ചെയ്യുകയായിരുന്നു. എന്നെ കണ്ടപ്പോൾ അവൻ അടുത്തേക്കു വന്നു.

"ഓ! നീയും വന്നിട്ടുണ്ട് അല്ലേ, കൊള്ളാം. ഇന്ന് നല്ല രസമായിരിക്കും. ഇതാ ഇതു് കുറെ ആളുകൾക്ക് കൊടുക്ക്."

അവൻ ഒരു കെട്ട് ലഘുലേഖകൾ എന്നെ ഏല്പിച്ചു. ഞാൻ ഒരെണ്ണം തുറന്നുനോക്കി. വിജയകരമായി പര്യവസാനിക്കുംവരെ യുദ്ധം ചെയ്യുന്നതിനെ അനുകൂലിച്ചുകൊണ്ടുള്ള സോഷ്യലിസ്റ്റ് റവല്യൂഷണറി ലഘുലേഖകളായിരുന്നു അവ. ഞാൻ അവ മടക്കിക്കൊടുത്തു.

"ഇല്ല, ഫേജ, ഞാൻ ഇതു വിതരണംചെയ്യുകയില്ല. നിനക്കു വേണമെങ്കിൽ നീതന്നെ ചെയ്തോ."

ഫേജ വെറുപ്പോടെ കാർക്കിച്ചു തുപ്പി.

"നീ ഒരു മണ്ടനാണ്. നീ അവരുടെ കൂടെയല്ലല്ലോ, ആണോ?"

മാനുവൽ മാസ്റ്ററും ബസ്കാക്കൊവും നില്ക്കുന്നിടത്തേക്കു നോക്കിക്കൊണ്ട് അവൻ ചോദിച്ചു.

"നീ ആളു മോശമില്ല. ഞാനാണെങ്കിൽ നിന്നെ വിശ്വസിച്ചിരുന്നു,"

"എന്നെ വിശ്വസിച്ചിരുന്നത്രെ!" ഒരു പരിഹാസച്ചിരിയോടെ ഞാൻ വിചാരിച്ചു. "എനിക്കു സ്വന്തമായി തലയില്ലെന്നു തോന്നും!"

"വിജയകരമായ പര്യവസാനത്തിന്..." തൊട്ടടുത്തുനിന്ന് ശാന്തമായ ഒരു ശബ്ദം കേട്ടു.

തിരിഞ്ഞുനോക്കിയപ്പോൾ, മുഖത്തു വസൂരിക്കലയുള്ള നഗ്നപാദനായ ഒരു കൃഷിക്കാരൻ അടുത്തു നില്ക്കുന്നതാണ് ഞാൻ കണ്ടതു്. അയാൾ തൊപ്പിയും ധരിച്ചിരുന്നില്ല. അയാൾ ഒരു കയ്യിൽ ഒരു ലഘുലേഖയും മറ്റേക്കയ്യിൽ ഒരു പൊട്ടിയ കടിഞ്ഞാണും പിടിച്ചിരുന്നു. കുടിലിലിരുന്ന് കടിഞ്ഞാണിന്റെ കേടുപാടുകൾ നീക്കിക്കൊണ്ടിരുന്ന ആ മനുഷ്യൻ ആളുകൾ പറയുന്നതു് എന്തെന്നറിയാൻ പുറത്തേക്ക് വന്നതാവാം.

"വിജയകരമായ പര്യവസാനത്തിന് പോലും--എനിക്ക് അതു പിടിച്ചു!" തെല്ലൊരു അമ്പരപ്പോടും അത്ഭുതത്തോടും കൂടി ആൾക്കൂട്ടത്തെ നോക്കിക്കൊണ്ട് അയാൾ ആവർത്തിച്ചു. അയാൾ തല കുലുക്കിക്കൊണ്ട് വാതില്പടിയിലിരുന്നു. തന്റെ കയ്യിലിരുന്ന ലഘുലേഖ ചൂണ്ടിക്കാട്ടിക്കൊണ്ട് അയാൾ തൊട്ടടുത്തിരുന്ന ബധിരനായ വൃദ്ധന്റെ ചെവിയിലേക്ക് വിളിച്ചുകൂവി:

"പിന്നേയും വിജയകരമായ പര്യവസാനത്തിനാണ്. ആയിരത്തിത്തൊള്ളായിരത്തി പതിന്നാലുമുതൽ കേട്ടുതുടങ്ങിയതാണിതു്. ഇതിന്റെയൊക്കെ അർത്ഥമെന്താണ്, പ്രോഹർ അപ്പൂപ്പാ?"

കവലയുടെ നടുവിലേക്ക് ഒരു വണ്ടി ഉരുട്ടിക്കൊണ്ടുവന്നു. ഒരു അദ്ധ്യക്ഷൻ--ആരും അയാളെ തിരഞ്ഞെടുത്തതല്ല--വണ്ടിയുടെ മുകളിൽ കയറി നിന്ന് വിളിച്ചു പറഞ്ഞു:

"മാന്യരെ! ഈ യോഗം ഞാൻ ഉൽഘാടനം, ചെയ്തിരിക്കുന്നു. സോഷ്യലിസ്റ്റ് റവല്യൂഷണറിയായ സഖാവ് ക്രൂഗ്ലിക്കൊവിനെ ആദ്യമായി പ്രസംഗിക്കാൻ ക്ഷണിച്ചുകൊള്ളുന്നു. അദ്ദേഹം താല്ക്കാലിക ഗവണ്മെന്റിനെയും, യുദ്ധത്തെയും ഇപ്പോഴത്തെ പരിതഃസ്ഥിതിയെയും കുറിച്ചു പ്രസംഗിക്കുന്നതാണ്."

അദ്ധ്യക്ഷൻ വണ്ടിയിൽനിന്ന് ചാടിയിറങ്ങി. ഏതാനും നിമിഷത്തേക്ക് "പ്രസംഗവേദിയിൽ" ആരും ഉണ്ടായിരുന്നില്ല. പെട്ടെന്ന് ക്രൂഗ്ലിക്കൊവ് അതിലേക്കു ചാടിക്കയറി. അയാൾ നീണ്ടുനിവർന്നു നിന്ന് കൈകളുയർത്തി. ബഹളം പെട്ടെന്നു നിലച്ചു.

"മഹത്തായ സ്വതന്ത്ര റഷ്യയിലെ പൗരന്മാരേ! സോഷ്യലിസ്റ്റ് റവല്യൂഷണറി പാർട്ടിയുടെ പേരിൽ ഞാൻ നിങ്ങളെ അഭിവാദ്യം ചെയ്യുന്നു."

ക്രൂഗ്ലിക്കൊവ് പ്രസംഗം തുടങ്ങി. ഒറ്റവാക്കുപോലും വിട്ടുപോകാതെ ഞാൻ അതീവശ്രദ്ധയോടെ അതു കേട്ടിരുന്നു.

എത്ര പ്രതികൂലമായ ഒരു സാഹചര്യത്തിലാണു താല്ക്കാലിക ഗവണ്മെന്റിനു പ്രവർത്തിക്കേണ്ടിവരുന്നതെന്ന് അയാൾ വിശദീകരിച്ചു. ജർമ്മൻകാർ യുദ്ധമുന്നണിയിൽ അടിച്ചുകയറുന്നു, കറുത്ത ശക്തികൾ--ജർമ്മൻ ചാരന്മാരും ബോൾഷെവിക്കുകളും--രാജ്യത്തിനുള്ളിൽ വിൽഹെമിനുവേണ്ടി പ്രക്ഷോഭണം നടത്തുന്നു.

"ഇതേവരേ നിക്കോലാസ് ചക്രവർത്തിയായിരുന്നു നമ്മെ ഭരിച്ചതു്, ഇനി വിൽഹെം വരാൻ ഒരുങ്ങുകയാണ്. ഇനി ഒരു ചക്രവർത്തിയെ നമുക്കു വേണോ?" അയാൾ ചോദിച്ചു.

"വേണ്ട. നമുക്ക് ചക്രവർത്തിമാരെ ഇനി വേണ്ട!" നൂറുക്കണക്കിനു

ശബ്ദങ്ങൾ വിളിച്ചുപറഞ്ഞു.

"നമുക്ക് യുദ്ധവും മതിയായി", ക്രൂഗ്ലിക്കോവ് തുടർന്നു. "ഇല്ലേ? യുദ്ധം അവസാനിപ്പിക്കാൻ സമയമായെന്നു നിങ്ങൾക്കു തോന്നുന്നില്ലേ?"

"അതെ, അതെ!" ജനക്കൂട്ടം ഒരേശബ്ദത്തിൽ വിളിച്ചുപറഞ്ഞു.

"എന്താണിതു?" ഞാൻ മാനുവൽ മാസ്റ്ററോട്ട് ചോദിച്ചു. "മറ്റുള്ളവരുടെ അഭിപ്രായമാണല്ലോ അയാൾ പറയുന്നതു്. അയാളുടെ പാർട്ടി യുദ്ധം നിർത്തിവയ്ക്കാൻ ഒരിക്കലും ആവശ്യപ്പെട്ടിട്ടില്ലല്ലോ."

"മിണ്ടാതെ മുഴുവൻ കേൾക്കു്!" മാസ്റ്റർ എന്റെ പള്ളയിൽ കുത്തിക്കൊണ്ടു മന്ത്രിച്ചു.

"അതെ, അതിനു സമയമായി!" ആ സോഷ്യലിസ്റ്റ് റവല്യൂഷണറി തുടർന്നു."നിങ്ങളിൽ ഓരോരുത്തരും ആഗ്രഹിക്കുന്നതു് അതാണ്. എന്നാൽ വിജയം കൈവരിച്ച് യുദ്ധം ഉടനടി അവസാനിപ്പിക്കുവാനും യുദ്ധത്തിന്റെ കെട്ടുതിയിൽനിന്ന് രാജ്യത്തെ മോചിപ്പിക്കുവാനും ബോൾഷെവിക്കുകൾ അനുവദിക്കുന്നില്ല. അവർ പട്ടാളത്തെ നിരുത്സാഹപ്പെടുത്തുകയാണ്. അതിന്റെ ഫലമായി പട്ടാളക്കാർ യുദ്ധംചെയ്യാൻ അപ്രാപ്തരായിത്തീർന്നിരിക്കുന്നു. യുദ്ധംചെയ്യാൻ കഴിവുള്ള ഒരു പട്ടാളം നമുക്കുണ്ടാകുകയാണെങ്കിൽ ശത്രുവിനെ നിശ്ശേഷം പരാജയപ്പെടുത്തി സമാധാനം സ്ഥാപിക്കാൻ കഴിയും. എന്നാൽ ഇപ്പോൾ സമാധാനം സ്ഥാപിക്കാൻ നമുക്കു സാദ്ധ്യമല്ല. ആരാണ് അതിന് ഉത്തരവാദികൾ? നമ്മുടെ മക്കളും സഹോദരന്മാരും ഭർത്താക്കന്മാരും അച്ഛന്മാരും മടങ്ങി വന്ന് സാധാരണ ജോലികളിൽ ഏർപ്പെടുന്നതിനു പകരം കിടങ്ങുകളിലിരുന്ന് നരകിക്കുന്നതിന് ഉത്തരവാദികൾ ആരാണ്? വിജയത്തെ തടസ്സപ്പെടുത്തുകയും അങ്ങിനെ യുദ്ധം നീട്ടിക്കൊണ്ടുപോവുകയും ചെയ്യുന്നതു് ആരാണ്? സോഷ്യലിസ്റ്റ് റവല്യൂഷണറികളായ ഞങ്ങൾ ഉറപ്പിച്ച് പറയുന്നു: ശത്രുവിന്റെ മേൽ കനത്ത പ്രഹരം ഏൽപ്പിക്കുക. ജർമ്മൻ കുത്തകക്കാരെ റവല്യൂഷണറി പട്ടാളം പരാജയപ്പെടുത്തുക. അതു കഴിഞ്ഞു് യുദ്ധം അവസാനിപ്പിച്ച് സമാധാനം സ്ഥാപിക്കുക!"

പുകയിലപ്പുകയുടെ കനത്ത പടലത്തിനുള്ളിൽ ജനങ്ങൾക്കു ശ്വാസംമുട്ടി. അനുകൂലിച്ചുകൊണ്ടുള്ള ശബ്ദങ്ങൾ അവിടെയും ഇവിടെയും ഉയർന്നു.

നാടിന്റെ നായകത്വം വഹിക്കാൻ പോകുന്ന കോൺസ്റ്റിറ്റുവന്റ് അസംബ്ലിയെക്കുറിച്ചും, ഭൂവുടമകളുടെ സ്വത്തുക്കൾ പിടിച്ചെടുക്കുന്നതിനെക്കുറിച്ചും, ക്രമസമാധാനങ്ങൾ പാലിക്കുകയും താല്ക്കാലിക

ഗവണ്മെന്റിന്റെ നിർദ്ദേശങ്ങളും അനുശാസനങ്ങളും ശിരസാവഹി ക്കുകയും ചെയ്യേണ്ടതിന്റെ ആവശ്യകതയെക്കുറിച്ചും ക്രൂഗ്ലിക്കൊവ് തുടർന്നു പ്രസംഗിച്ചു. ശ്രോതാക്കളുടെ മനസ്സിൽ അയാൾ അതിലോ ലമായ ഒരു ചിലന്തിവല സൃഷ്ടിച്ചു. ആദ്യം അയാൾ കർഷകരുടെ ഭാഗംപിടിക്കുകയും അവരുടെ ആവശ്യങ്ങളെപ്പറ്റി അവരെ അനുസ്മ രിപ്പിക്കുകയും ചെയ്തു. എന്നാൽ"അതെ! അതെ!""അതുശരിയാണ്!" എന്നിങ്ങനെ വിളിച്ചു പറഞ്ഞു് ജനക്കൂട്ടം അതിനെ അനുകൂലിച്ചു തുടങ്ങിയപ്പോൾ അയാൾ തഞ്ചത്തിൽ അഭിപ്രായം മാറ്റി. ഭൂമികി ട്ടാതെ കർഷകർ സ്വതന്ത്രരാവുകയില്ലെന്ന് താൻ പറഞ്ഞപ്പോൾ അതനുകൂലിച്ച ജനക്കൂട്ടത്തെക്കൊണ്ട്, സ്വതന്ത്രമായ ഒരു രാജ്യത്ത് ഭൂവുടമകളുടെ കയ്യിൽ നിന്ന് ഭൂമി ബലാല്ക്കാരമായി തട്ടിപ്പറിക്കുന്നത് തെറ്റാണെന്ന് അയാൾ സമ്മതിപ്പിച്ചു.

ഒന്നരമണിക്കൂർ നീണ്ടുനിന്ന അയാളുടെ പ്രസംഗം അവസാനി ച്ചപ്പോൾ പ്രചണ്ഡമായ കരഘോഷം മുഴങ്ങി. ഒപ്പം ബോൾഷെവി ക്കുകൾക്കും ചാരന്മാർക്കും എതിരായ മുദ്രാവാക്യങ്ങളും.

"ക്രൂഗ്ലിക്കൊവിന് ശേഷം ബസ്കാക്കൊവ് ശോഭിക്കയില്ല," ഞാൻ വിചാരിച്ചു."ആളുകൾ എങ്ങിനെ ഇളകിയിരിക്കുന്നു!"

പൈപ്പു വലിച്ചുകൊണ്ട് എന്റെയടുക്കൽ നിന്നിരുന്ന ബസ്കാ ക്കൊവിന് പ്രസംഗവേദിയിൽ കയറാൻ യാതൊരുദ്ദേശ്യവുമില്ലെന്നു തോന്നി. അതെന്നെ അത്ഭുതപ്പെടുത്തി.

ബോൾഷെവിക്കുകളുടെ പെരുമാറ്റം വണ്ടിക്കു ചുറ്റും കൂടിനി ന്നിരുന്ന സോഷ്യലിസ്റ്റ് റവലൂഷണറികളേയും അത്ഭുതപ്പെടുത്തി. ബോൾഷെവിക്കുകൾ ആരുടേയോ ആഗമനം പ്രതീക്ഷിച്ചിരിക്കു കയാണെന്നു കരുതി അവർ മറ്റൊരാളെ പ്രസംഗവേദിയിലേക്ക് കയറ്റി. ക്രൂഗ്ലിക്കൊവിന്റെ അടുത്തെങ്ങും നിൽക്കാൻ അയാൾക്കു കഴിവുണ്ടായിരുന്നില്ല. മുമ്പുപറഞ്ഞ കാര്യങ്ങളൊക്കെത്തന്നെ പതി ഞ്ഞശബ്ദത്തിൽ ആവർത്തിക്കുകയാണ് അയാൾ ചെയ്തത്. അയാൾ താഴെയിറങ്ങിയപ്പോൾ വലിയ കയ്യടിയൊന്നും കിട്ടിയില്ല.

ഇടുങ്ങിയ നീണ്ട കണ്ണുകൾ ഇറുക്കിപ്പിടിച്ച് അകൃത്രിമമായ സദ്ഭാ വത്തോടെ നിന്ന് ബസ്കാക്കൊവ് അപ്പോഴും പുകവലിക്കയായി രുന്നു. "അവർ കിടന്ന് ചിലയ്ക്കട്ടെ, ആർക്കു ചേതം! ഞാൻ എന്റെ പൈപ്പു വലിക്കുകയാണ്. ആരെയും തടസ്സപ്പെടുത്താൻ ഉദ്ദേശിക്കു ന്നില്ല!" എന്നു പറയുന്ന മുഖഭാവമായിരുന്നു അയാളുടേത്.

മൂന്നാമത്തെ പ്രാസംഗികൻ രണ്ടാമനേക്കാൾ ഒട്ടും ഭേദമായിരു ന്നില്ല. അയാൾ പ്രസംഗം അവസാനിപ്പിച്ചപ്പോൾ ആളുകൾ ചൂളമ ടിക്കുകയും കൂക്കിവിളിക്കുകയും ചെയ്തു:

"ഹേ! അദ്ധ്യക്ഷനെവിടെ!"

"ഹേ! മരത്തലയാ! മറ്റുള്ളവർക്കും പ്രസംഗിക്കാൻ അവസരം കൊടുക്കു!"

"ബോൾഷെവിക്കുകളെ വിളിക്കു! പ്രസംഗിക്കാൻ അവരെ അനുവദിക്കാത്തതെന്താണ് ?"

താൻ എല്ലാവർക്കും അവസരം കൊടുക്കാൻ തയ്യാറാണെന്നും എന്നാൽ ബോൾഷെവിക്കുകൾ പേടികൊണ്ടായിരിക്കാം മുമ്പോട്ടു വരാതിരിക്കുന്നതെന്നും അവരെക്കൊണ്ട് നിർബന്ധിച്ചു പ്രസംഗിപ്പിക്കാൻ തനിക്കു കഴിവില്ലെന്നും അദ്ധ്യക്ഷൻ പ്രസ്താവിച്ചു.

"നിങ്ങൾക്കു കഴിവില്ലെങ്കിൽ ഞങ്ങൾ നോക്കാം!"

"വേണ്ടാത്ത വൃത്തികേടുകളൊക്കെ ചെയ്തിട്ട് അവർ ഇപ്പോൾ ഒളിച്ചിരിക്കുകയാണ്..."

"അവരെ പിടലിക്കു പിടിച്ച് മുമ്പോട്ടു കൊണ്ടുവരൂ! ജനങ്ങളോട് സമാധാനം പറയട്ടെ..."

ജനക്കൂട്ടത്തിന്റെ ഗർജ്ജനം എന്നെ ഭയപ്പെടുത്തി. ഞാൻ മാസ്റ്ററുടെ മുഖത്തേക്കു നോക്കി. പുഞ്ചിരിച്ചുകൊണ്ടിരുന്നെങ്കിലും അദ്ദേഹത്തിന്റെ മുഖം വിളറുന്നതു ഞാൻ കണ്ടു.

"അതു മതി. ബസ്കാക്കൊവ്," അദ്ദേഹം പറഞ്ഞു."സംഗതി കുഴപ്പമായേക്കും."

ബാസ്കാക്കൊവ് കണ്ണുശുദ്ധിവരുത്തി. പൈപ്പു പോക്കറ്റിലിട്ടിട്ട് ക്ഷുഭിതരായ ജനക്കൂട്ടത്തിനിടയിലൂടെ മെല്ലെ വണ്ടിയുടെ അടുത്തേക്കു നീങ്ങി. രോഷാകുലരായിരുന്ന ആളുകൾ അയാൾക്കു വഴിമാറിക്കൊടുത്തു.

അയാൾ യാതൊരു ബദ്ധപ്പാടും കാണിച്ചില്ല. ആദ്യം അയാൾ വണ്ടിക്കു ചുറ്റും കൂടിനില്ക്കുന്ന സോഷ്യലിസ്റ്റ് റവലൂഷണറികളെ യാതൊരു താല്പര്യവും കൂടാതെ ഒന്നു നോക്കി. അതു കഴിഞ്ഞ് കൈപ്പടംകൊണ്ട് നെറ്റി തുടച്ചു. പിന്നീട് അയാൾ ജനക്കൂട്ടത്തെ ആകെ കണ്ണുകൊണ്ടുഴിഞ്ഞിട്ട് തന്റെ വലിയ മുഷ്ടി ചുരുട്ടി എല്ലാവർക്കും കാണത്തക്കവിധം പിടിച്ചു.

"ഇതു കണ്ടോ?" പരിഹാസം നിറഞ്ഞ ശബ്ദത്തിൽ അയാൾ ഉറക്കെ ചോദിച്ചു.

തികച്ചും അസാധാരണമായ ആ തുടക്കം എന്നെ അമ്പരപ്പിച്ചു. കൃഷിക്കാരേയും അത് അത്ഭുതപ്പെടുത്തി.

കോപാകുലരായി പലരും വിളിച്ചുചോദിച്ചു:

"എന്താണിത്?"

"ജനങ്ങളെ മുഷ്ടിചുരുട്ടിക്കാണിക്കുന്നതെന്തിനാണ്?"

"എടോ, മുഷ്ടിചുരുട്ടിക്കാണിക്കാതെ വാതുറന്ന് വല്ലതും പറയൂ! അല്ലെങ്കിൽ കരണകുറ്റി തകർക്കും!"

"ഇതു കണ്ടോ?" ബാസ്കാക്കൊവ് വീണ്ടും പറഞ്ഞു. "ഇല്ലെങ്കിൽ അവർ ഇതിലും വലിയതു് നിങ്ങൾക്കു കാട്ടിത്തരും," അയാൾ സോഷ്യലിസ്റ്റ് റവലൂഷണറികളുടെ നേരെ തല തിരിച്ചുകൊണ്ടു് പറഞ്ഞു"സ്വതന്ത്ര റഷ്യയിലെ പൗരന്മാരായ നിങ്ങൾ ആരെന്തു പറഞ്ഞാലും അതു കണ്ണുമടച്ച് വിശ്വസിക്കുന്നതു് നിർഭാഗ്യകരമാണ്. മാന്യരെ, വിപ്ലവംകൊണ്ടു് നിങ്ങൾക്ക് എന്തു ഗുണമാണ് ഉണ്ടായിട്ടുള്ളതെന്ന് ഒന്നു പറഞ്ഞുതരൂ. യുദ്ധമുണ്ടായിരുന്നു അതിപ്പോഴും നടക്കുന്നു. നിങ്ങൾക്കു് കൃഷിഭൂമി സ്വന്തമായിട്ടില്ലായിരുന്നു, ഇപ്പോഴും ഇല്ല. അയലത്തു താമസിച്ചിരുന്ന ഭൂവുടമ ഇപ്പോഴും പ്രതാപത്തിൽ കഴിയുന്നു. അയാൾക്ക് പേടിക്കാനൊന്നുമില്ല. നിങ്ങൾ തൊണ്ട അടയുംവരെ കൂക്കിവിളിക്കുകയും അട്ടഹസിക്കുകയും ചെയ്തോളൂ. ഈ ഗവണ്മെന്റും അയാളുടെ ഭാഗത്താണ്. സംശയമുണ്ടെങ്കിൽ വോദൊവാതൊവൊ ഗ്രാമവാസികളോടു് ചോദിച്ചു നോക്കൂ. അവർ ജന്മിയുടെ ഭൂമി കൈവശപ്പെടുത്താൻ ശ്രമിച്ചപ്പോൾ എന്താണു നടന്നതെന്നറിയോ? ഒരു പട്ടാളവിഭാഗം അവിടെയെത്തി. ഭൂമി ഒന്നാന്തരമാണെന്ന് എല്ലാവരും സമ്മതിച്ചു. പക്ഷേ ഫലമെന്താണ്? മുന്നൂറു വർഷം നിങ്ങൾ അതു സഹിച്ചില്ലേ? അതുപോലെ ഇനിയും സഹിച്ചോ! ദൈവത്തിന് ക്ഷമയുള്ളവരോടാണ് ഇഷ്ടം. ഭൂവുടമ വന്ന് തൊപ്പിയൂരി"നിങ്ങൾക്കു് വേണമെങ്കിൽ കുറെ നല്ല ഭൂമി എടുത്തോളൂ!" എന്നു പറയുന്നതുവരെ കാത്തിരുന്നോളൂ. ലോകാവസാനംവരെ നിങ്ങൾക്കു കാത്തിരിക്കേണ്ടി വരും. കോൺസ്റ്റിറ്റുവെന്റ് അസംബ്ലി കൂടി, കർഷകർക്കു ഭൂമി കൊടുക്കുമ്പോൾ കാണം വാങ്ങണോ വേണ്ടയോ" എന്നതിനെപ്പറ്റി ചർച്ചചെയ്യാൻ പോകുന്നെന്നു കേട്ടില്ലേ? നിങ്ങൾ ഓരോരുത്തരും വീട്ടിൽ ചെന്ന് കൈവശമുള്ള പണം എണ്ണിനോക്കൂ. ഭൂമി വാങ്ങാൻ അതു തികയുമോ? ഭൂമികിട്ടാനാണ് വിപ്ലവം നടത്തിയതെന്ന് നിങ്ങൾ പറയുമായിരിക്കും-- നിങ്ങളുടെ സ്വന്തം ഭൂമി ജന്മിക്കു പണം കൊടുത്തിട്ടു വാങ്ങാനാണോ വിപ്ലവം നടത്തിയതു്? അത്തരം ഒരു വിപ്ലവം ആവശ്യമുണ്ടായിരുന്നോ എന്നു ഞാൻ നിങ്ങളോടു ചോദിക്കുന്നു. വിപ്ലവമില്ലാതെതന്നെ പണം കൊടുത്താൽ ഭൂമി വിലയ്ക്കുവാങ്ങാൻ കഴിയുമായിരുന്നില്ലേ?"

"കാണം കൊടുക്കണമെന്നു പറഞ്ഞതിന്റെ അർത്ഥമെന്താണ്?" രോഷത്തോടെ ആളുകൾ വിളിച്ചുചോദിച്ചു.

"ഇതാണ്..." ബസ്കാക്കൊവ് പോക്കറ്റിൽ നിന്നും ചുരുണ്ടുകൂടിയ ഒരു ലഘുലേഖ പുറത്തെടുത്ത് വായിച്ചു:"കൃഷിക്കാർക്കു വിട്ടുകൊടുക്കുന്ന ഭൂമിക്ക് നഷ്ടപരിഹാരം കിട്ടുക എന്നത് ഭൂവുടമയുടെ ന്യായമായ അവകാശമാണ്." അതാണ് കാണം. കേഡറ്റ് പാർട്ടി എഴുതിവിട്ടിട്ടുള്ളതാണ് ഞാൻ വായിച്ചത്. അവരും കോൺസ്റ്റിറ്റുവെന്റ് അസംബ്ലിയിൽ ഉണ്ടായിരിക്കും. അവർ തങ്ങളുടെ അവകാശങ്ങൾക്കുവേണ്ടി വാദിക്കുകയും ചെയ്യും. അതുകൊണ്ട് ബോൾഷെവിക്കുകളായ ഞങ്ങൾ തുറന്നു പറയുന്നത് ഇതാണ്:"കോൺസ്റ്റിറ്റുവെന്റ് അസംബ്ലികൂടുന്നതു വരെ കാത്തിരുന്നിട്ടു കാര്യമില്ല, ഇപ്പോൾത്തന്നെ ഞങ്ങൾക്കു ഭൂമി തരിക. ചർച്ചകളോ, നീട്ടിവയ്ക്കലോ, കാണപ്പണമോ ഇല്ലാതെ ഇപ്പോൾത്തന്നെ ഭൂമി വിട്ടു തരിക. ഞങ്ങൾ വേണ്ടുവോളം വില കൊടുത്തിട്ടുണ്ട്."

"അതേ, നാം പണ്ടേ കൊടുത്തുകഴിഞ്ഞു", നൂറുകണക്കിനു കണ്ഠങ്ങൾ വിളിച്ചുപറഞ്ഞു.

"ചർച്ചകൾ തുലയട്ടെ! നമുക്ക് ഒന്നും തരാതിരിക്കാനുള്ള സൂത്രമാണ് അത്."

"മിണ്ടാതിരിക്കിൻ! ആ ബോൾഷെവിക്ക് സംസാരിക്കട്ടെ അയാൾ ചൂടുള്ളതെന്തെങ്കിലും ഇനിയും പറയുമായിരിക്കും."

ഞാൻ വാപൊളിച്ചുകൊണ്ട്മാനുവൽ മാസ്റ്ററുടെ അടുത്തുനിന്നു. പെട്ടെന്ന്എനിക്ക് സന്തോഷവും ബസ്കാക്കൊവിനെപ്പറ്റി അഭിമാനവും തോന്നി.

"സെമ്യോൻ ഇവാനൊവിച്ച്" മാസ്റ്ററുടെ ഷർട്ടിന്റെ കയ്യിൽ പിടിച്ചു വലിച്ചുകൊണ്ട് ഞാൻ വിളിച്ചു."ഞാൻ മുമ്പ് അയാളെപ്പറ്റി എത്ര മോശമായാണ് വിചാരിച്ചത്! അയാൾ പ്രസംഗിക്കുകയല്ല, ആളുകളോട്ട് സംസാരിക്കുകയാണ്."

"അതെ, നമ്മുടെ ബസ്കാക്കൊവ് മിടുമിടുക്കനാണ്." ക്ഷുഭിതരായ ജനക്കൂട്ടത്തിലേക്ക് തെറിച്ചുവീണു കൊണ്ടിരുന്ന അയാളുടെ ശാന്തവും ഘനഗംഭീരവുമായ വാക്കുകൾ ശ്രദ്ധിച്ചുകൊണ്ട് ഞാൻ വിചാരിച്ചു.

"വിജയത്തിനുശേഷം സമാധാനമെന്നോ?" ബസ്കാക്കൊവ് പറഞ്ഞു."കൊള്ളാം, നല്ല ആശയം. നമ്മൾ കോൺസ്റ്റാന്റിനോപ്പിൾ പിടിച്ചടക്കും. നമുക്ക് അതു കൂടിയേ കഴിയൂ, അതില്ലാതെ പറ്റില്ല! ബർലിൻകൂടി പിടിച്ചടക്കിയാലെന്താ? ഞാൻ നിങ്ങളോട്ട് ചോദിക്കുന്നു," മുന്നോട്ടു തള്ളിവന്ന് അതിനകം മുൻനിരയിൽ സ്ഥാനംപിടിച്ചിരുന്ന പൊട്ടിയ കഴിഞ്ഞാൺ കയ്യിൽ പിടിച്ച കൃഷിക്കാരന്റെ

നേരെ വിരൽ ചൂണ്ടിക്കൊണ്ട് ബസ്കാക്കൊവ് തുടർന്നു.

"ഞാൻ നിങ്ങളോടു ചോദിക്കയാണ്. ജർമ്മൻകാരോ തുർക്കികളോ നിങ്ങൾക്ക് വായ്പവാങ്ങിയ പണം തിരിച്ചുതരാനുണ്ടോ? എന്റെ പ്രിയസ്നേഹിതാ, പറയൂ, നിങ്ങൾക്ക് കോൺസ്റ്റാന്റിനോപ്പിളിൽ എന്തു കാര്യമാണുള്ളത്? അവിടുത്തെ ചന്തയിലേക്ക് കുതിരവണ്ടിയിൽ ഉരുളക്കിഴങ്ങ് ഇറക്കാൻ നിങ്ങൾക്ക് ഉദ്ദേശ്യമുണ്ടോ? പറയൂ."

ആ കൃഷിക്കാരന്റെ മുഖം ചുവന്നു. അയാൾ കണ്ണു ചിമ്മുകയും കൈമലർത്തിക്കാണിക്കുകയും ചെയ്തുകൊണ്ട് ക്രുദ്ധനായി പറഞ്ഞു:

"എനിക്കതിന്റെ ആവശ്യമില്ല... എനിക്ക് അത് എന്തിനാണ്?"

"നിങ്ങൾക്കു വേണ്ട, എനിക്കുവേണ്ട, ഇവിടെ കൂടിയിരിക്കുന്നവരിൽ ഒരാൾക്കും വേണ്ട, കൊള്ളലാഭം ഉണ്ടാക്കാൻ കൊതിക്കുന്ന കച്ചവടക്കാർക്കാണ് അതാവശ്യം. അവർക്ക് അത് വേണമെങ്കിൽ അവർതന്നെ പോയി യുദ്ധം ചെയ്യട്ടെ. പാവപ്പെട്ട കൃഷിക്കാരൻ എന്തിനു യുദ്ധം ചെയ്യുന്നു? ഈ ഗ്രാമത്തിലെ പകുതി ആളുകളേയും അവർ യുദ്ധമുന്നണിയിലേക്ക് അയച്ചത് എന്തിനാണ്? ലാഭമുണ്ടാക്കാൻ! കച്ചവടക്കാരെ സഹായിക്കാൻ! നിങ്ങൾ എത്ര സാധുക്കളാണ്. താടിയും മീശയുമുള്ള തടിമാടന്മാരാണ് നിങ്ങൾ. പക്ഷേ ആർക്കുവേണമെങ്കിലും നിങ്ങളെ കുരങ്ങുകളിപ്പിക്കാം."

"ശരിയാണ് പറഞ്ഞത്!" കാൽ ആഞ്ഞു ചവിട്ടിക്കൊണ്ട് ആ കൃഷിക്കാരൻ പറഞ്ഞു."സത്യമായിട്ടും അയാൾ പറഞ്ഞത് ശരിയാണ്." അയാൾ ഒരു നെടുവീർപ്പിട്ടുകൊണ്ട് തലകുനിച്ചു.

"അതുകൊണ്ട്, ഞങ്ങൾ പറയുന്നത് ഇതാണ്," തന്റെ പ്രസംഗം ഉപസംഹരിച്ചുകൊണ്ട് ബസ്കാക്കൊവ് പറഞ്ഞു."വിജയം വരിച്ചതിനുശേഷമുള്ള സമാധാനമല്ല ഞങ്ങൾക്കു വേണ്ടത്. ഇനിയും അനേകായിരം തൊഴിലാളികളും കൃഷിക്കാരും മരിക്കുകയും അംഗഹീനരാകുകയും ചെയ്തുശേഷമുള്ള സമാധാനമല്ല നമുക്കു വേണ്ടത്. നമുക്ക് സമാധാനം ഇപ്പോൾ വേണം. നമുക്ക് ഒരു യുദ്ധവും ജയിക്കേണ്ട. നമ്മുടെ സ്വന്തം ഭൂമിയിൽ നാം ഭൂവുടമകളോട് ഇനിയും ജയിച്ചിട്ടില്ല. ശരിയല്ലേ, സഹോദരന്മാരെ? ആർക്കെങ്കിലും മറിച്ച് അഭിപ്രായമുണ്ടെങ്കിൽ മുമ്പോട്ടു വന്ന് എന്നെ നുണയനെന്നു വിളിച്ചോളൂ, ഞാൻ പറഞ്ഞത് നേരല്ലെന്ന് പറഞ്ഞോളൂ. എനിക്ക് കൂടുതലൊന്നും പറയാനില്ല."

ജനങ്ങളുടെ ഇടയിൽനിന്ന് വിലാപസ്വരം പോലെയുള്ള വലിയ ഒരാരവം ഉയർന്നു. ക്രൂഗ്ലിക്കൊവ് വിളറിയ മുഖവുമായി വേദിയിലേക്ക് ചാടിക്കയറി, തനിക്ക് എന്തോ പറയാനുണ്ടെന്നു കാണിക്കാൻ കൈ

വീശി. പക്ഷേ അയാളെ ആളുകൾ തള്ളി മാറ്റി. ബസ്ക്കാക്കൊവ് പൈപ്പു കത്തിച്ചു. കടിഞ്ഞാൺ കയ്യിൽ പിടിച്ചിരുന്ന കൃഷിക്കാരൻ ബസ്കാക്കൊവിന്റെ കുപ്പായക്കയ്യിൽ പിടിച്ചു വലിച്ച് തന്നോടൊപ്പം കുടിലിൽവന്ന് ചായകുടിക്കാൻ ക്ഷണിച്ചു.

"തേൻകൂട്ടി ചായകുടിക്കാം", ഏതാണ്ട് യാചനാസ്വരത്തിൽ കൃഷിക്കാരൻ പറഞ്ഞു."കുറച്ചുതേൻ ബാക്കിയുണ്ട്. വരൂ, കൂട്ടുകാർ എല്ലാവരും പോരട്ടെ."

ഉണങ്ങിയ റാസ്ബറി ഇട്ട് തിളപ്പിച്ച വെള്ളം ഞങ്ങൾ കുടിച്ചു. ആ കുടിലിനുള്ളിൽ തേനിന്റെ ഹൃദ്യമായ ഗന്ധം നിറഞ്ഞു നിന്നു. സോഷ്യലിസ്റ്റ് റവലൂഷണറികളെ കയറ്റിയ കുതിര വണ്ടി കുടിലുകടന്ന് പൊടി നിറഞ്ഞ വഴിയിലൂടെ അകന്നു പോയി. വരണ്ട് ശ്വാസം മുട്ടിക്കുന്ന സന്ധ്യ സമാഗതമായി. അങ്ങു ദൂരെ പട്ടണത്തിൽ മണികൾ മുഴങ്ങിക്കൊണ്ടിരുന്നു. പ്രക്ഷുബ്ധമായ നാട്ട് ശാന്തമാകാൻ വേണ്ടി പട്ടണത്തിലെ മുപ്പതു പള്ളികളിലുമുള്ള സന്യാസിമാരും വൈദികന്മാരും പ്രാർത്ഥന നടത്തുകയായിരുന്നു.

അദ്ധ്യായം മൂന്ന്

തീംകയെ യാത്രയയക്കാൻ ഞാൻ സെമിത്തേരിയിലേക്കു പോയി. ഉക്രൈനിലുള്ള ഒരമ്മാവന്റെ അടുത്തേക്ക് തീംകയും അച്ഛനും പോവുകയായിരുന്നു. സിറ്റോമിർ എന്ന നഗരത്തിന് അടുത്തെവിടെയോ തീംകയുടെ അമ്മാവന് കൃഷിചെയ്യാൻ കുറച്ച് സ്ഥലമുണ്ട്.

അവർ സാമാനങ്ങളൊക്കെ കെട്ടിവച്ചു കഴിഞ്ഞിരുന്നു. തീംകയുടെ അച്ഛൻ ഒരു കുതിരവണ്ടി പിടിക്കാൻ പോയി. തീംക ഉല്ലാസവാനായി കാണപ്പെട്ടു. അവന് ഒരു നിമിഷംപോലും അടങ്ങിയിരിക്കാൻ കഴിഞ്ഞില്ല. താൻ ജനിച്ചുവളർന്ന കുടിലിന്റെ ചുമരുകൾ അവസാനമായി ഒരിക്കൽക്കൂടി കാണാനെന്നവണ്ണം അവൻ വീട്ടിലാകെ ഓടിനടന്നു. എന്നാൽ തീംക, ഉല്ലാസവാനാണെന്ന് വെറുതെ നടിക്കുകമാത്രമാണെന്നും കണ്ണീരടക്കാൻ അവൻ പണിപ്പെടുകയാണെന്നും എനിക്കു മനസ്സിലായി. പക്ഷികളെയെല്ലാം അവൻ നേരത്തേതന്നെ തുറന്നു വിട്ടിരുന്നു.

“പക്ഷികളെല്ലാം.... പറന്നുപോയി,” തീംക പറഞ്ഞു.”റോബിനും ടോംടിറ്റുകളും ഗോൾഡ്ഫിഞ്ചുകളും സിസ്കിനും എല്ലാം. ബോറിസ്, എനിക്ക് ആ സിസ്കിനോടായിരുന്നു ഏറ്റവും ഇഷ്ടം. അതു നന്നായി ഇണങ്ങിക്കഴിഞ്ഞിരുന്നു. ഞാൻ കൂടു തുറന്നിട്ടു, പക്ഷേ അതു പറന്നു പോയില്ല. ഞാൻ ഒരു കൊച്ചു കമ്പുകൊണ്ട് തള്ളിയാണ് അതിനെ കൂട്ടിനു പുറത്താക്കിയത്. അത് ഒരു പോപ്ലാർ മരത്തിന്റെ കൊമ്പത്തു പോയിരുന്ന് പാട്ടു തുടങ്ങി--നീ അതൊന്ന് കേൾക്കേണ്ടിയിരുന്നു! ഞാൻ കൂട് ഒരു കൊമ്പിൽ തൂക്കിയിട്ടിട്ട് ആ മരച്ചുവട്ടിലിരുന്ന് കഴിഞ്ഞ കാലത്തെപ്പറ്റി ഓർത്തു. എന്റെ പക്ഷികൾ സെമിത്തേരി, സ്കൂൾ--എല്ലാം ഉപേക്ഷിച്ച് ഞങ്ങൾ പോകണം. ഞാൻ വളരെ നേരം ആലോചിച്ചുകൊണ്ടിരുന്നു. ഒടുവിൽ ഞാൻ എണീറ്റ് കൂട് കയ്യിലെടുത്തു. എന്റെ സിസ്കിൻ അതിനുള്ളിൽ ഉണ്ടായിരുന്നു! അതിന് പറന്നു പോകാൻ ഇഷ്ടമില്ല. അതു തിരിച്ചു കൂട്ടിൽക്കയറി. പെട്ടെന്ന് എനിക്ക് സഹിക്കാനാവാത്ത സങ്കടം തോന്നി. ഞാൻ... ഞാൻ

കരഞ്ഞില്ലെന്നു മാത്രം."

അവന്റെ വാക്കുകൾ എന്റെ ഉള്ളിൽ തട്ടി.

"കരഞ്ഞില്ലെന്ന് നീ നുണ പറയുകയാണ്," ഞാൻ പറഞ്ഞു."നീ കരഞ്ഞു കാണും."

"അതേ, ഞാൻ കരഞ്ഞു," ഒരു തേങ്ങലോടെ അവൻ സമ്മതിച്ചു." ബോറിസ്, ഞാൻ ഇവിടവുമായി പഴകിപ്പോയി. ഞങ്ങളെ ഇവിടുന്ന് ഓടിക്കുന്നത് എനിക്ക് സഹിക്കാൻ കഴിയുന്നില്ല. ഞാൻ അച്ഛൻ അറിയാതെ ആ പള്ളി അധികാരി സെന്യൂഗിന്റെ അടുത്തുപോയി ഞങ്ങളെ ഇവിടെ താമസിപ്പിക്കണമെന്ന് കെഞ്ചുകപോലും ചെയ്തു. ബോറിസ് പക്ഷേ അയാൾ സമ്മതിച്ചില്ല." തീംക നെടുവീർപ്പിട്ടു കൊണ്ട് മുഖം തിരിച്ചു. "മറ്റുള്ളവർക്ക് കിടപ്പാടമില്ലെങ്കിൽ അയാൾക്കെന്ത്? അയാൾക്കു താമസിക്കാൻ സ്വന്തമായി ഒന്നാന്തരം ഒരു വീടുണ്ട്..."

തീംക അവസാനത്തെ വാക്കു പറഞ്ഞത് വളരെ പതുക്കെയാണ്. പെട്ടെന്ന് അവൻ അടുത്ത മുറിയിലേക്കു പോയി. ഏതാനും നിമിഷങ്ങൾ കഴിഞ്ഞു് ഞാനും അങ്ങോട്ടു ചെന്നു. അവൻ കെട്ടിവച്ചിരുന്ന കിടക്കയിൽ മുഖമമർത്തി കരയുന്നതാണ് ഞാൻ കണ്ടത്.

സ്റ്റേഷനിൽ തീവണ്ടി വന്നു നിന്നപ്പോൾ അതിൽ കടന്നുകൂടാനായി കുതിച്ചു പാഞ്ഞ ജനപ്രവാഹത്തിനിടയിൽ തീംകയും അവന്റെ അച്ഛനും അപ്രത്യക്ഷരായി.

"അവൻ ഈ ബഹളത്തിൽപ്പെട്ട് ഞെരിഞ്ഞുപോകും," ഞാൻ ഉൽക്കണ്ഠയോടെ വിചാരിച്ചു."ഇക്കണ്ട ആളുകളെല്ലാം എങ്ങോട്ടു പോവുകയാണ്?"

പ്ലാറ്റ്ഫോറത്തിൽ ആളുകൾക്ക് നില്ക്കാൻ ഇടമില്ലാതായി. പട്ടാളക്കാരും നാവികരും സൈനികോദ്യോഗസ്ഥന്മാരും അക്കൂട്ടത്തിലുണ്ടായിരുന്നു. "ഇവരൊക്കെ യാത്രചെയ്യുക പതിവാണ്. പക്ഷേ, സാധാരണക്കാരായ മറ്റാളുകൾ എങ്ങോട്ടാണു പോകുന്നത്?" അവിടവിടെ കൂടിക്കിടക്കുന്ന പെട്ടികളുടേയും ഭാണ്ഡങ്ങളുടേയും കുട്ടകളുടേയും ചുറ്റുംകൂടി നിന്ന ആളുകളെ നോക്കി ഞാൻ അത്ഭുതപ്പെട്ടു. പട്ടാളക്കാരല്ലാത്തവർ കുടുംബസമേതമാണ് സഞ്ചരിച്ചിരുന്നത്. വൃത്തിയായി മുഖംവടിച്ച കോപിഷ്ടരായ പുരുഷന്മാർ അങ്ങോട്ടുമിങ്ങോട്ടുമുള്ള ഓട്ടവും ക്ഷോഭവും നിമിത്തം വിയർക്കുന്നുണ്ട്. സുന്ദരികളായ യുവതികളുടെ കണ്ണുകളിൽ ക്ഷീണവും അവശതയും തളംകെട്ടിനിന്നു. വിചിത്രാകൃതിയിലുള്ള വലിയ തൊപ്പികൾ ധരിച്ച മാമൂൽപ്രിയരായ അമ്മമാർ ഈ ബഹളംകണ്ട് അമ്പരന്ന്

പിടിവാശിക്കാരും അസ്വസ്ഥരുമായിത്തീർന്നു.

ഇടത്തുവശത്ത് ഒരു വലിയ തുകൽപ്പെട്ടിക്കടുത്ത് ഒരു വൃദ്ധ ഇരുന്നിരുന്നു. സിനിമയിലും മറ്റും കാണുന്നമാതിരിയുള്ള ഉന്നതകുലജാതയായ ഒരു പ്രഭ്വിയാണ് അവരെന്ന് കണ്ടാൽ തോന്നും. അവരുടെ ഒരു കയ്യിൽ, തുകൽവാറിട്ടു മുറുക്കിക്കെട്ടിയ കിടക്കവിരികളുടെ ഒരു ഭാണ്ഡവും മറ്റേ കയ്യിൽ ഒരു കൂട്ടം ഉണ്ടായിരുന്നു.

ഒരു വലിയ ഇരുമ്പുപെട്ടി എടുത്തു മാറ്റാൻ ശ്രമിക്കുന്ന യുവാവായ ഒരു നാവികോദ്യോഗസ്ഥനോട് അവർ എന്തൊക്കെയോ വിളിച്ചു പറഞ്ഞുകൊണ്ടിരുന്നു.

"നിർത്തു," അയാൾ അവരോട് പറഞ്ഞു. "ഇവിടെ പോർട്ടറെ എങ്ങിനെ കിട്ടാനാണ്? നാശം!" അയാൾ പെട്ടി താഴെയിട്ടിട്ട് ആ വഴി കടന്നുപോയ ഒരു പട്ടാളക്കാരനെ നോക്കി പറഞ്ഞു: "ഹേ! ഇതൊന്ന് വണ്ടിയിൽ കയറ്റാൻ സഹായിക്കൂ!"

ഓർക്കാപ്പുറത്തു കേട്ട ആ ഉറച്ച കല്പനയെ യാന്ത്രികമായി അനുസരിച്ച് പട്ടാളക്കാരൻ അറ്റൻഷനായി നിന്നു. എന്നാൽ കൂട്ടുകാരുടെ പരിഹാസം നിറഞ്ഞ നോട്ടം കണ്ടപ്പോൾ, തന്റെ വിധേയഭാവത്തിൽ സ്വയം ലജ്ജിതനായിട്ടെന്നപോലെ അയാൾ കൈ മെല്ലെ അരപ്പട്ടയിൽ തിരുകുകയും കൗശലത്തോടെ കണ്ണുകൾ ചെറുതാക്കിപ്പിടിച്ച് നാവികോദ്യോഗസ്ഥനെ നോക്കുകയും ചെയ്തു.

"ഞാൻ നിങ്ങളോടാണ് പറഞ്ഞത്," നാവികോദ്യോഗസ്ഥൻ ആവർത്തിച്ചു. "നിങ്ങൾക്ക് എന്താ ചെവി കേട്ടുകൂടെ?"

"എന്റെ ചെവിക്കു കുഴപ്പമൊന്നുമില്ല, സർ, പക്ഷേ താങ്കളുടെ തുണിപ്പെട്ടി ചുമക്കുന്നത് എന്റെ ജോലിയല്ല."

പട്ടാളക്കാരൻ തിരിഞ്ഞ് ട്രെയിനിന്റെ മറ്റെ അറ്റത്തേക്കു പോയി.

"ഗ്രിഗോറി!" കാഴ്ച മങ്ങിയ കണ്ണുകളാൽ നാവികോദ്യോഗസ്ഥനെ തുറിച്ചു നോക്കിക്കൊണ്ട് വൃദ്ധ വിളിച്ചു. "ഒരു പോലീസുകാരനെ വിളിച്ച് ആ മര്യാദകെട്ട മനുഷ്യനെ അറസ്റ്റു ചെയ്യിക്കൂ!"

അതുകേട്ടപ്പോൾ നാവികോദ്യോഗസ്ഥൻ നിരാശയോടെ അവരുടെ നേരെ കൈ വീശിക്കൊണ്ട് പൊട്ടിത്തെറിച്ചു:

"നിങ്ങൾ ഒന്ന് നാവടക്കുമോ? നിങ്ങൾക്ക് എന്തറിയാം? ഏതു പോലീസുകാരുടെ കാര്യമാണ് പറയുന്നത്? പരലോകത്തെയോ? ഒന്നും മിണ്ടാതെ അടങ്ങിയിരുന്നോളൂ!"

പെട്ടെന്ന് ജനലിലൂടെ തീംക തല പുറത്തേക്കു നീട്ടി.

"ബോറിസ്, ഞങ്ങൾ ഇവിടെയാണ്!"

"സ്ഥലം കിട്ടിയോ?"

"കിട്ടിയെന്നു പറയാം. അച്ഛൻ ഞങ്ങളുടെ സാമാനങ്ങളുടെ പുറത്താണ് ഇരിക്കുന്നത്. ഒരു നാവികൻ അയാളുടെ കൂടെ മുകളിലത്തെ ബർത്തിൽ ഇരുന്നോളാൻ എന്നെ സമ്മതിച്ചു."ഇവിടെ ഇരുന്നു ബഹളം കൂട്ടിയാൽ ഞാൻ നിന്നെ തള്ളി താഴെയിടും," എന്ന് അയാൾ താക്കീതു ചെയ്തിട്ടുണ്ടെന്നു മാത്രം."

രണ്ടാമത്തെ മണി അടിച്ചപ്പോൾ ബഹളം അതിന്റെ പാരമ്യത്തിലെത്തി. ഫ്രഞ്ചു വാക്കുകളോട് കൂടിക്കലർന്ന പുളിച്ച തെറികൾ, വിയർപ്പിൽ അലിഞ്ഞ സുഗന്ധദ്രവ്യങ്ങൾ, ആരുടേയോ തേങ്ങലിനോടൊപ്പം മുഴങ്ങിക്കൊണ്ടിരുന്ന അക്കോർഡിയന്റെ സ്വരം, എല്ലാം വണ്ടികളുടെ ഇരമ്പലിൽ വിലയം പ്രാപിച്ചു.

"പോകട്ടെ, ബോറിസ്!" കൈവീശിക്കൊണ്ട് തീംക പാഞ്ഞു.

"പോയി വരൂ, തീംക!"

നാനാതരത്തിലുള്ള നൂറുക്കണക്കിന് ആളുകളെ കയറ്റിയ ട്രെയിൻ കാഴ്ചയിൽ നിന്നു മറഞ്ഞു. എന്നിട്ടും സ്റ്റേഷനിലെ തിരക്കിനു യാതൊരു കുറവുമില്ലായിരുന്നു.

"ഹും! അവരെ കണ്ടോ!" എന്റെ തൊട്ടടുത്തു നിന്ന് ആരോ പറയുന്നതു കേട്ടു."എല്ലാവരും തെക്കോട്ട് ഓടിപ്പോകയാണ്. പ്രധാനമായും റസ്തോവിലേക്കും ദോൺ പ്രദേശങ്ങളിലേക്കും. വടക്കോട്ടു പോകുന്ന തീവണ്ടികളിൽ പട്ടാളക്കാരും, ഉദ്യോഗസ്ഥന്മാരുമാണ്. എന്നാൽ തെക്കോട്ടു പോകുന്നവയിൽ മാന്യന്മാരുടെ തിരക്കാണ്."

"അവർ എങ്ങോട്ടാണ് പോകുന്നത്--സുഖവാസ കേന്ദ്രങ്ങളിലേയ്ക്കോ?"

"അതെ, അതുതന്നെ," പരിഹാസ സ്വരത്തിൽ ആരോ പറഞ്ഞു. ഈ ബഹളത്തിൽനിന്നെല്ലാം ഒഴിഞ്ഞു് സുഖവാസത്തിനു പോവുകയാണ് അവർ. ഈ മാന്യന്മാർ പേടിച്ചു വിറച്ചിരിക്കയാണ് ഇപ്പോൾ."

പെട്ടികളും, ചാക്കുകളും ഭാണ്ഡങ്ങളും കടന്ന്, ചായകുടിക്കുന്ന ആളുകളേയും സൂര്യകാന്തിവിത്ത് കൊറിക്കുന്നവരേയും ഉറങ്ങുന്നവരേയും ചിരിക്കുന്നവരേയും വഴക്കടിക്കുന്നവരേയും പിന്നിലാക്കിക്കൊണ്ട് ഞാൻ പുറത്തേക്കുള്ള വാതില്ക്കലെത്തി.

ഞൊണ്ടിയായ പത്രവില്പനക്കാരൻ എവിടുന്നോ പ്രത്യക്ഷപ്പെട്ടു. മരക്കാലുകൊണ്ട് അത്ഭുതകരമായ അനായാസതയോടെ ചാടിച്ചാടി നടന്ന് നേരത്തു ചിലമ്പിച്ച ശബ്ദത്തിൽ അയാൾ വിളിച്ചു പറഞ്ഞു:

"റൂസിക്കായെ സ്ലോവൊ'യുടെ പ്രത്യേക പതിപ്പ്! ബോൾഷെവിക്ക്

പ്രകടനത്തെപ്പറ്റിയുള്ള സംഭ്രമജനകമായ വിവരണം! ഗവണ്മെന്റ് പ്രകടനക്കാരെ പിരിച്ചുവിട്ടു! പലരും മരിച്ചു, പലർക്കും പരുക്കേറ്റു. ബോൾഷെവിക്കുകളുടെ തലവനായ ലെനിനെ പിടിക്കാനുള്ള വൃഥാശ്രമം!" ആളുകൾ അയാളുടെ കയ്യിൽ നിന്നും പത്രം വാങ്ങിക്കൊണ്ടിരുന്നു. ആരും ബാക്കി ചോദിക്കുന്നതു കണ്ടില്ല.

റോഡിൽ നിന്ന് അല്പം വലത്തോട്ടു മാറി. വിളഞ്ഞുകിടന്ന വരകുപാടത്തിനു നടുവിലുള്ള ഒരു ഒറ്റയടിപ്പാതയിലൂടെയാണ് ഞാൻ തിരിച്ചു വീട്ടിലേക്കു നടന്നതു്. ഞാൻ മലയിടുക്കിലേക്ക് ഇറങ്ങിത്തുടങ്ങിയപ്പോൾ എതിർവശത്തുള്ള ചരിവിൽനിന്ന് ഒരാൾ നടന്നുവരുന്നതു കണ്ടു. കയ്യിലുണ്ടായിരുന്ന കെട്ടിന്റെ ഭാരംകൊണ്ട് കുനിഞ്ഞാണ് അയാൾ നടന്നിരുന്നതെങ്കിലും അതു ഞങ്ങളുടെ മാനുവൽ മാസ്റ്ററായിരുന്നുവെന്ന് അപ്പോൾത്തന്നെ എനിക്കു മനസ്സിലായി.

"ബോറിസ്, നീ ഇവിടെ എന്തുചെയ്യുന്നു?" അദ്ദേഹം വിളിച്ചുചോദിച്ചു."സ്റ്റേഷനിൽനിന്നു വരികയാണോ?"

"അതെ. മാസ്റ്റർ എങ്ങോട്ടാണ്? ട്രെയിനിൽ പോകാനാണെങ്കിൽ അതു പണ്ടേ പൊയ്ക്കഴിഞ്ഞു!"

മാസ്റ്റർ നടപ്പുനിർത്തി. ഭാരിച്ച ചുമടു നിലത്തു വച്ചിട്ട് അദ്ദേഹം പുല്ലിൽ ഇരുന്നു."ഛെ! കഷ്ടം!" മനഃപ്രയാസത്തോടെ അദ്ദേഹം പറഞ്ഞു. "ഇതു് എവിടെകൊണ്ടുവയ്ക്കും?" അദ്ദേഹം കാലുകൊണ്ട് മുകളിൽ ഒന്നു തട്ടി.

അദ്ധ്യായം നാല്

ആ വേനല്ക്കാലത്ത് ഫേജ വളർന്ന് പ്രായപൂർത്തി പ്രാപിച്ചു. അവൻ മുടി നീട്ടി വളർത്തി, ഒരു കറുത്ത റഷ്യൻ ബ്ലൗസു ധരിക്കുകയും ഒരു തുകൽസഞ്ചി വാങ്ങുകയും ചെയ്തു. തുകൽസഞ്ചിയിൽ പത്രങ്ങൾ കുത്തിനിറച്ച് അവൻ യോഗങ്ങളുള്ളിടത്തെല്ലാം പോയി. അവൻ ക്ലാസ് കമ്മറ്റിയുടെ അദ്ധ്യക്ഷനായിരുന്നു. പെൺപള്ളിക്കൂടത്തിൽ നടന്ന മീറ്റിംഗിൽ ടെക്നിക്കൽ സ്കൂളിനെ പ്രതിനിധീകരിച്ചു. രക്ഷകർത്താക്കളുടെ യോഗത്തിൽ പങ്കെടുക്കാൻ തിരഞ്ഞെടുക്കപ്പെട്ടതും ഫേജയാണ്. അവൻ പ്രസംഗകലയിൽ നിപുണനായിരുന്നു--ഒരു രണ്ടാം ക്ലൂഗലിക്കൊവ്."കുട്ടികൾ ക്ലാസിൽ ഉത്തരം പറയുന്നത് എണീറ്റു നിന്നു വേണോ ഇരുന്നു വേണോ?"" വേദപാഠക്ലാസു നടക്കുന്നതിനിടയിൽ കുട്ടികൾ ചീട്ടു കളിക്കുന്നത് സ്വതന്ത്രമായ ഒരു രാജ്യത്ത് അനുവദനീയമാണോ?" തുടങ്ങിയ ചർച്ചകൾ നടക്കുമ്പോൾ അവൻ ആവേശത്തോടെ പ്രസംഗിക്കും. അവൻ ഒരു കാൽ മുന്നോട്ടു വയ്ക്കുകയും, ബൽട്ടിനടിയിൽ ഒരു കൈ തിരുകുകയും ചെയ്തുകൊണ്ട് തട്ടിവിടും:

"മാന്യരെ, ഞങ്ങൾ നിങ്ങളോട് അഭ്യർത്ഥിക്കുന്നത്... സ്ഥിതിഗതികൾ അങ്ങിനെയായിരിക്കെ... വിപ്ലവത്തിന്റെ ഭാഗധേയം ഞങ്ങളുടെ കരങ്ങളിലാണ്..." അവൻ വാതോരാതെ പ്രസംഗിക്കും.

ഫേജയും ഞാനും തമ്മിൽ ഇപ്പോൾ വലിയ അടുപ്പമില്ല. ഒരു തുറന്ന സംഘട്ടനത്തിൽ ഇതേവരെ എത്തിയില്ലെങ്കിലും ഞങ്ങൾ തമ്മിലുള്ള ബന്ധം ദിവസംപ്രതി വഷളായിക്കൊണ്ടിരുന്നു.

ഞാൻ വീണ്ടും ഒറ്റപ്പെട്ടു.

എന്റെ അച്ഛന്റെ കാര്യം എല്ലാവരും മറന്നുകഴിഞ്ഞിരുന്നു. തന്റെ പഴയ ചങ്ങാതിമാരിൽ ചിലർക്കും എനിക്കും ഇടയിലുണ്ടായിരുന്ന മഞ്ഞ് കുറേശ്ശെ ഉരുകിത്തുടങ്ങി. അപ്പോഴാണ് തലസ്ഥാനത്തു നിന്നും മറ്റൊരു കാറ്റ് ആഞ്ഞടിച്ചത്. ഞങ്ങളുടെ പട്ടണത്തിലെ ആളുകൾ ബോൾഷെവിക്കുകൾക്കെതിരായി ബഹളം കൂട്ടുകയും ക്ലബ്ബ് അടച്ചുപൂട്ടുകയും ചെയ്തു. മുനിസിപ്പാലിറ്റിയിലെ മിലിഷ്യാക്കാർ

ബസ്കാക്കൊവിനെ അറസ്റ്റുചെയ്തു. വീണ്ടും എനിക്കെതിരായി ആരോപണങ്ങളുയർന്നു: ഞാൻ ബോൾഷെവിക്കുകളുമായി അടുപ്പത്തിലായിരുന്നു, മേയ്ദിനം ആഘോഷിക്കാൻ ഞാൻ അവരുടെ ക്ലബ്ബിന്റെ മുകളിൽ കൊടി തൂക്കി, ഗ്രാമത്തിൽ നടന്ന യോഗത്തിൽ ലഘുലേഖ വിതരണംചെയ്യാൻ ഫേജ പറഞ്ഞിട്ട് ഞാൻ അനുസരിച്ചില്ല.

ഞങ്ങളുടെ സ്കൂളിലെ കുട്ടികൾ എല്ലാവരും ലഘുലേഖ വിതരണം ചെയ്യാൻ കൂടി. ഏതു പാർട്ടിയുടേതെന്നു നോക്കാതെ കയ്യിൽ കിട്ടുന്ന ലഘുലേഖകളെല്ലാം വലിച്ചെടുത്തുകൊണ്ട് ഓടിപ്പോയി വഴിയിൽ കാണുന്നവർക്കു വിതരണം ചെയ്യുന്നവരായിരുന്നു അവരിൽ ചിലർ. അക്കൂട്ടരുടെ പ്രവൃത്തിയിൽ ആരും പന്തികേടൊന്നും കണ്ടില്ല, അവരെ കുറ്റപ്പെടുത്തിയുമില്ല.

ബസ്കാക്കൊവ് പാർട്ടിയുടെ ഒരു വലിയ കെട്ട് ലഘുലേഖകൾ വിതരണംചെയ്യാൻ എന്നെ ഏല്പിച്ചിരുന്ന സ്ഥിതിക്ക് ഫേജ നീട്ടിയ ലഘുലേഖകൾ ഞാൻ എങ്ങിനെ വാങ്ങും? !ഒരു കൈകൊണ്ട് ഒന്നും മറ്റെ കൈകൊണ്ട് മറ്റൊന്നും വിതരണം ചെയ്യുന്നതെങ്ങിനെ? അവരുടെ തരത്തിലുള്ളവയായിരുന്നെങ്കിലോ പോകട്ടെ. എന്നാൽ അവയിൽ ഒന്ന്"ജർമ്മൻകാരെ പരാജയപ്പെടുത്തുന്ന യുദ്ധം നീണാൽ വാഴട്ടെ!" എന്നും മറ്റേത്"വിനാശകരമായ യുദ്ധം തുലയട്ടെ!" എന്നുമാണ് പറയുന്നത്."താല്ക്കാലിക ഗവണ്മെന്റിനെ സഹായിക്കുക," എന്ന് ഒന്നിൽ പറയുമ്പോൾ"മുതലാളിമന്ത്രിമാർ തുലയട്ടെ" എന്നാണ് മറ്റേതിൽ. പരസ്പരവിരുദ്ധങ്ങളായ ഇത്തരം രണ്ടു ലഘുലേഖകൾ ഒരുമിച്ച് വിതരണം ചെയ്യുന്നതെങ്ങിനെ?

അക്കാലത്ത് സ്കൂളിൽ പഠിത്തം വളരെ കുറച്ചേ നടന്നുള്ളൂ. അദ്ധ്യാപകർ ക്ലബ്ബുമീറ്റിംഗുകളിൽ ഇരുന്ന് സമയം കളഞ്ഞു. രാജവാഴ്ച്ചക്കുവേണ്ടി ഉറച്ചു നിന്നവർ രാജിവച്ചു പിരിഞ്ഞു. സ്കൂളിന്റെ പകുതി ഭാഗവും റെഡ്ക്രോസുകാരുടെ കൈവശമായിരുന്നു.

"അമ്മേ, ഞാൻ ഇനി സ്കൂളിൽ പോകുന്നില്ല," ചിലപ്പോൾ ഞാൻ അമ്മയോടു പറയും."അവിടെ യാതൊന്നും ഇപ്പോൾ പഠിപ്പിക്കുന്നില്ല. എല്ലാവർക്കും എന്നോടു ദേഷ്യവുമാണ്. ഇന്നലെ നടന്നതെന്താണെന്നോ. മുറിവേറ്റ പട്ടാളക്കാർക്കുവേണ്ടി പണം പിരിക്കാൻ കോരെനെവ് ഒരു കപ്പുമായി വന്നു. എന്റെ കയ്യിൽ ഉണ്ടായിരുന്ന ഇരുപതു കോപ്പെക്ക് ഞാൻ അതിലിട്ടു. അതു തിരിച്ചുതന്നുകൊണ്ട് അവൻ പറയുകയാണ്."ചെറ്റകളുടെ നക്കാപ്പിച്ച ഞങ്ങൾക്കു വേണ്ടെന്ന്!" എല്ലാവരുടേയും മുമ്പിൽവച്ചാണ് അവൻ അതു പറഞ്ഞത്. എനിക്കത് സഹിക്കാൻ കഴിഞ്ഞില്ല. ഞാൻ

പറഞ്ഞു:"ഞാൻ ഒളിച്ചോടിയവന്റെ മകനാണെങ്കിൽ നീ കള്ളന്റെ മകനാണ്. നിന്റെ അച്ഛൻ വലിയ കൺട്രാക്ടറാണ്, അയാൾ പട്ടാളത്തെ വെട്ടിച്ചാണ് പണമുണ്ടാക്കുന്നത്. പിരിച്ചെടുക്കുന്ന കാശിൽ കുറെ സ്വന്തം കീശയിലാക്കാൻ നീയും മടിക്കയില്ല. ഞങ്ങൾ അതേച്ചൊല്ലി വഴക്കുണ്ടാക്കി. കുറെ ദിവസം കഴിഞ്ഞു"കുട്ടികളുടെ കോടതി" കൂടി എന്നെ വിസ്തരിക്കാൻ പോകുകയാണത്രെ! അവർ എന്തുവേണമെങ്കിൽ ചെയ്തോട്ടെ, എനിക്ക് ഒരു ചേതവുമില്ല! കുറെ ജഡ്ജിമാർ വന്നിരിക്കുന്നു! പോയി പാട്ടുനോക്കട്ടെ!"

അച്ഛൻ എനിക്കു സമ്മാനിച്ച തോക്ക് ഞാൻ എപ്പോഴും കൊണ്ടുനടക്കുക പതിവാക്കി. മാർദ്ദവമുള്ള തുകൽ ഉറയിൽ ഒതുങ്ങിയിരുന്ന ആ ചെറിയ തോക്ക് കൊണ്ടുനടക്കാൻ നല്ല സൗകര്യമുള്ളതായിരുന്നു. ആത്മരക്ഷയ്ക്കുവേണ്ടിയല്ല ഞാൻ അതു കൊണ്ടുനടന്നത്. എന്നെ കയ്യേറ്റം ചെയ്യുമെന്ന് ആരും ഭീഷണിപ്പെടുത്തിത്തുടങ്ങിയിരുന്നില്ല. എന്റെ അച്ഛൻ തന്ന സമ്മാനം എന്ന നിലയ്ക്ക് ആ തോക്ക് എനിക്ക് ഏറ്റവും വിലപ്പെട്ട വസ്തുവായിരുന്നു. അത് എപ്പോഴും കൊണ്ടുനടക്കാൻ ഞാൻ ആഗ്രഹിച്ചു. അതു കൈവശമിരിക്കുമ്പോൾ എനിക്കു തോന്നിയിരുന്ന സുഖകരമായ ഉദ്വേഗവും അഭിമാനബോധവും അതു കൊണ്ടുനടക്കാൻ എന്നെ പ്രേരിപ്പിച്ച മറ്റൊരു കാരണമായിരുന്നു. പോരാത്തതിന് അന്ന് എനിക്ക് പതിനഞ്ചു വയസ്സായിരുന്നു. ആ പ്രായത്തിൽ ഒരു കൈത്തോക്കു കിട്ടിയാൽ കൈവശം വയ്ക്കാൻ മടിക്കുന്ന ഒരു ആൺകുട്ടിയെ ഞാൻ ഒരിക്കലും കണ്ടിട്ടില്ല. എനിക്ക് തോക്കുണ്ടെന്ന് അറിയാവുന്ന ഒരേയൊരാൾ ഫേജയായിരുന്നു. ഞങ്ങൾ കൂട്ടുകാരായിരുന്ന സമയത്ത് ഞാൻ അവനെ അത് കാണിച്ചിട്ടുണ്ട്. അവൻ എത്ര അസൂയയോടെയാണ് അതു പരിശോധിച്ചതെന്ന് ഇപ്പോഴും ഞാൻ ഓർക്കുന്നു.

കോരെനെവുമായുള്ള വഴക്കിന്റെ പിറ്റേ ദിവസം പതിവുപോലെ ആരേയും അഭിവാദ്യം ചെയ്യുകയോ ശ്രദ്ധിക്കുകയോ ചെയ്യാതെ--ഞാൻ ക്ലാസിലേയ്ക്കു കയറി.

ആദ്യം ഭൂമിശാസ്ത്രമായിരുന്നു. പശ്ചിമ ചൈനയെക്കുറിച്ച് എന്തൊക്കെയോ ചിലതു പറഞ്ഞിട്ട് അദ്ധ്യാപകൻ പത്രങ്ങളിലെ പുതിയ വാർത്തകളിലേക്കു കടന്നു. ആ ചർച്ച നടന്നുകൊണ്ടിരിക്കുമ്പോൾ ഫേജ കടലാസുതുണ്ടുകളിൽ എന്തോ എഴുതി ക്ലാസിൽ വിതരണം ചെയ്യുന്നതു ഞാൻ കണ്ടു. എന്റെ മുമ്പിലിരുന്ന കുട്ടിയുടെ തലയ്ക്കു മുകളിലൂടെ എത്തിനോക്കി ഞാൻ അവയിലൊരെണ്ണം വായിക്കാൻ ശ്രമിച്ചു. എന്റെ പേരു് അതിൽ എഴുതിയിരിക്കുന്നതാണ് ഞാൻ കണ്ടതു്. ഞാൻ കരുതിഇരിക്കണമെന്ന് ഉടൻ എനിക്കു

മനസ്സിലായി.

മണിയടിച്ചപ്പോൾ ഞാൻ എണീറ്റ് കരുതലോടെ ചുറ്റും നോക്കിക്കൊണ്ട് വാതില്ക്കലേക്കു നടന്നു. ക്ലാസിലെ ഏറ്റവും കരുത്തന്മാരായ കുറെ കുട്ടികൾ എന്റെ വഴി മുടക്കിക്കൊണ്ട് അവിടെ നിന്നു. അവർ എനിക്കു ചുറ്റും ഒരു അർദ്ധവൃത്തം സൃഷ്ടിച്ചു. അതിന്റെ നടുക്കു നിന്നിരുന്ന ഫേജ മുന്നോട്ടു വന്നു.

"എന്തു വേണം?" ഞാൻ ചോദിച്ചു.

"തോക്ക് ഇവിടെ തരൂ", ഫേജ ധിക്കാരത്തോടെ ആജ്ഞാപിച്ചു. "നീ നിന്റെ തോക്ക് മിലിഷ്യക്ക് വിട്ടുകൊടുക്കണമെന്ന് ക്ലാസ്കമ്മിറ്റി തീരുമാനിച്ചിരിക്കുന്നു. ഇപ്പോൾ തന്നെ നീ അതു കമ്മിറ്റിയെ ഏല്പിക്കണം. നാളെ മിലിഷ്യയിൽ നിന്നും നിനക്ക് രസീതു കിട്ടും."

"ഏതു തോക്ക്?" ക്ഷോഭം പുറത്തുകാട്ടാതിരിക്കാൻ കഠിനയത്നം ചെയ്തുകൊണ്ട് ഞാൻ ചോദിച്ചു. അതിനിടെ ഞാൻ ജനലിനടുത്തേക്കു എത്തിക്കഴിഞ്ഞിരുന്നു.

"ഇല്ലെന്നു ഭാവിക്കയാണോ? നീ നിന്റെ കൈത്തോക്ക് എപ്പോഴും കൊണ്ടുനടക്കുമെന്ന് എനിക്കറിയാം. ഇപ്പോഴും അതു നിന്റെ ട്രൗസറിന്റെ വലത്തെ പോക്കറ്റിലുണ്ട്. നീ സ്വമനസ്സാലെ അതു തരുന്നതാണ് നല്ലത്. അല്ലെങ്കിൽ ഞങ്ങൾ മിലിഷ്യാക്കാരെ വിളിക്കും."

"കൈത്തോക്കോ?"

"അതുതന്നെ."

"നിനക്ക് കിട്ടാൻ പോകുന്നത് ഇതാണ്!" ഞാൻ മുഷ്ടി ചുരുട്ടി കാണിച്ചു."നീ എന്നെ തോക്ക് ഏല്പിച്ചിട്ടുണ്ടോ? ഇല്ല. അതുകൊണ്ട് ഞാൻ നിന്റെ ചെവിക്കുറ്റി അടിച്ചു തകർക്കുന്നതിനു മുമ്പ് സ്ഥലം വിട്ടോ!"

ഞാൻ പെട്ടെന്ന് തിരിഞ്ഞുനോക്കി--നാലു പയ്യന്മാർ എന്റെമേൽ ചാടിവീഴാൻ തയ്യാറായി പിന്നിൽ നിൽക്കുന്നു. വലയം ഭേദിച്ച് വാതില്ക്കലെത്താനുള്ള ശ്രമത്തിൽ ഞാൻ മുന്നോട്ട് കുതിച്ചു. ഫേജ എന്റെ തോളിൽ കടന്നു പിടിച്ചു. ഞാൻ അവനെ മുഷ്ടി ചുരുട്ടി ഇടിച്ചു. മറ്റാരോ എന്റെ ഇരുതോളുകളിലും അമർത്തി, ആരോ ഒരാൾ നെഞ്ചിനു വട്ടമിട്ടു പിടിച്ചു. എന്റെ കൈ പോക്കറ്റിൽനിന്ന് വിടുവിക്കാൻ ഒരുത്തൻ ശ്രമിച്ചുകൊണ്ടിരുന്നു. ഞാൻ കൈ പുറത്തെടുക്കാതെ തോക്കിൽ മുറുകെ പിടിച്ചു.

"അവർ ഇതെടുക്കും, അവർ ഒരു നിമിഷത്തിനകം ഇതു പിടിച്ചു പറിക്കും..."

പെട്ടെന്ന്, കെണിയിൽ വീണ ഒരു മൃഗത്തെപ്പോലെ

അലറിക്കൊണ്ടു് ഞാൻ എന്റെ തോക്ക് പുറത്തെടുത്ത്് അതിന്റെ സേഫ്റ്റി ക്യാച്ച് തള്ളവിരൽകൊണ്ടു് മാറ്റി കാഞ്ചി വലിച്ചു.

എന്നെ വരിഞ്ഞു മുറുക്കിയിരുന്ന നാലു ജോടി കരങ്ങൾ താനെ പിടുവിട്ടു. ഞാൻ ജനൽപ്പടിയിലേക്കു ചാടിക്കയറി ചുറ്റും ഒന്നു കണ്ണോടിച്ചു. കുട്ടികളുടെ ചോക്കുപോലെ വിളറിയ മുഖങ്ങളും വെടിയുണ്ടയേറ്റു ചിതറിയ മഞ്ഞനിറമുള്ള തറയും ബൈബിളിൽ വർണ്ണിച്ചിട്ടുള്ള ഉപ്പുതൂണുപോലെ വാതില്ക്കൽ സ്തംഭിച്ചു നില്ക്കുന്ന ഗെന്നാദി അച്ചന്റെ രൂപവും എന്റെ കണ്ണിനുമുമ്പിൽ തെളിഞ്ഞു. ഞാൻ പിന്നെ സംശയിച്ചുനില്ക്കാതെ രണ്ടാം നിലയിലെ ആ ജനലിൽ നിന്ന് താഴത്തേക്ക് ചാടി. വിരിഞ്ഞുനിൽക്കുന്ന ചുവന്ന ഡാലിയാപ്പൂക്കളുടെ തടത്തിലേക്കാണ് ഞാൻ വീണതു്.

അന്നു സന്ധ്യക്കുശേഷം പിൻവശത്തെ പാത്തിവഴി ഞാൻ എന്റെ വീടിന്റെ മുകളിലത്തെ നിലയിലേക്ക് കയറി. ആരെയും ഭയപ്പെടുത്തേണ്ട എന്നു കരുതി തീരെ ശബ്ദമുണ്ടാക്കാതെയാണ് ഞാൻ കയറിയതു്. പക്ഷേ എന്തോ അനങ്ങുന്നതു കേട്ടു് അമ്മ ജനലിനടുത്തേക്ക് ഓടിവന്നു. അടക്കിയ ശബ്ദത്തിൽ അവർ ചോദിച്ചു:

“ബോറിസ്, നീയാണോ?”

“ഞാനാണ്, അമ്മേ.”

“നീ പാത്തി വഴി കയറണ്ട. വീഴും. ഞാൻ വാതിൽ തുറന്നു തരാം.”

“വേണ്ടമ്മേ. ഞാൻ വീഴാതെ കേറാം.”

ഞാൻ ജന്നലപ്പടിയിൽ നിന്ന് ചാടിയിറങ്ങി, അമ്മയുടെ ശകാരം കേൾക്കാൻ തയ്യാറായി നിന്നു.

“നിനക്ക് വിശക്കുന്നില്ലേ?” അമ്മ പതിഞ്ഞ ശബ്ദത്തിൽതന്നെ ചോദിച്ചു.”ഇരിക്ക്, ഞാൻ സൂപ്പ് എടുത്തുകൊണ്ടു വരാം. അതിന്റെ ചൂടു് ആറിയിട്ടില്ല.”

അമ്മ സംഭവങ്ങളൊന്നും അറിഞ്ഞിട്ടില്ലെന്ന് എനിക്ക് ഉറപ്പായി. ഞാൻ അവരെ ചുംബിച്ചിട്ടു് ഭക്ഷണം കഴിക്കാനിരുന്നു. അമ്മയോടു് ആ കാര്യം എങ്ങിനെ പറയണം എന്ന് ഞാൻ ആലോചിക്കുകയായിരുന്നു. അമ്മയുടെ കണ്ണുകൾ എന്റെ മുഖത്തുതന്നെ തറച്ചിരുന്നു. ആ നോട്ടം എന്നെ കുഴക്കി. ഞാൻ സ്പൂൺ താഴെ വച്ചു.

“ഇൻസ്പെക്ടർ ഇവിടെ വന്നിരുന്നു,” അമ്മ പറഞ്ഞുതുടങ്ങി.”അവർ സ്കൂളിൽ നിന്ന് നിന്നെ പറഞ്ഞയയ്ക്കാൻ തീരുമാനിച്ചുകഴിഞ്ഞു. നാളെ പന്ത്രണ്ടു മണിക്കകം നീ തോക്ക് ഏല്പിച്ചില്ലെങ്കിൽ അവർ മിലിഷ്യയിൽ വിവരമറിയിക്കുമെന്നും മിലിഷ്യാക്കാർ വന്ന് ബലമായി അതു് എടുത്തുകൊണ്ടു പോകുമെന്നും പറഞ്ഞു. ബോറിസ്, നീ അതു്

കൊടുത്തേക്ക്."

"കൊടുക്കില്ല," അമ്മയുടെ മുഖത്തേയ്ക്ക് നോക്കാതെ ഞാൻ വാശിയോടെ പറഞ്ഞു."ഇത് അച്ഛന്റെ തോക്കാണ്."

"അതുകൊണ്ടെന്താ? നിനക്ക് തോക്കെന്തിനാണ്? പിന്നീട് നിനക്ക് വേറൊന്നു വാങ്ങാം. കഴിഞ്ഞ കുറെ മാസങ്ങളായി നിനക്ക് എന്താണു പറ്റിയതെന്ന് എനിക്കറിയില്ല. നിനക്ക് കിറുക്കാണ്. ഈ തോക്കുകൊണ്ട് ആരെയെങ്കിലും നീ കൊല്ലുമോ എന്നാണ് എന്റെ പേടി. നീ നാളെ ഇത് മിലിഷ്യയിൽ കൊണ്ടുപോയി കൊടുക്ക്."

"ഇല്ല." ഞാൻ പിഞ്ഞാണം തള്ളി മാറ്റിക്കൊണ്ട് ധൃതിയിൽ പറഞ്ഞു."എനിക്ക് വേറെ തോക്കു വേണ്ട. ഇതു മതി! ഇത് എന്റെ അച്ഛൻ തന്നതാണ്. എനിക്ക് കിറുക്കില്ല. ഞാൻ ആരെയും ഉപദ്ര വിക്കയുമില്ല. അവർ എന്നെ എന്റെ പാട്ടിനു വിടാത്തതെന്ത്? അവർ എന്നെ പുറത്താക്കിയെങ്കിൽ ആക്കട്ടെ, എനിക്കൊന്നുമില്ല. ഞാൻ പഠിത്തം നിർത്തണമെന്ന് വിചാരിച്ചിരിക്കയായിരുന്നു. പക്ഷേ ഈ തോക്ക് ഞാൻ ഒളിച്ചുവയ്ക്കും."

"ദൈവമേ!" അമ്മ വല്ലാതെ ക്ഷോഭിച്ചു."അവർ നിന്നെ ജയിലി ലടയ്ക്കും. അതു കൊടുക്കുന്നതുവരെ വിടില്ല!"

"എനിക്കു പേടിയില്ല." ഞാൻ ദേഷ്യത്തോടെ പറഞ്ഞു."അവർ ബസ്കാക്കൊവിനേയും ജയിലിലിട്ടിരിക്കയാണ്. എന്നെ ജയിലി ലിട്ടോട്ടെ, പക്ഷേ തോക്കു ഞാൻ കൊടുക്കുകയില്ല!" ഒരു നിമിഷത്തെ നിശ്ശബ്ദതയ്ക്കു ശേഷം ഞാൻ ഉറക്കെപറഞ്ഞു."ഒരിക്കലും കൊടുക്കില്ല!" അതു കേട്ട് അമ്മ ഞെട്ടിപ്പോയി.

"ശരി, കൊടുക്കണ്ട സമ്മതിച്ചു." അമ്മ കുറേക്കൂടി മയത്തിൽ പറഞ്ഞു."എനിക്ക് എല്ലാം ഒരുപോലെയാണ്." അമ്മ എന്തോ ആലോചിച്ചുകൊണ്ട് കുറേനേരം മിണ്ടാതിരുന്നു. ഒടുവിൽ വാതില്ക്ക ലേക്കു നടക്കുമ്പോൾ അവർ വേദനയോടെ പറഞ്ഞു:"നിങ്ങളെല്ലാ വരുംകൂടി ആയുസ്സെത്തുന്നതിനു മുമ്പ് എന്നെ കൊല്ലും!"

അമ്മയുടെ അനുകൂലഭാവം എന്നെ അത്ഭുതപ്പെടുത്തി. അങ്ങിനെ വിട്ടുവീഴ്ച ചെയ്യുന്ന സ്വഭാവമല്ല അമ്മയുടേത്. അമ്മ വളരെ ചുരുക്ക മായേ എന്റെ കാര്യങ്ങളിൽ ഇടപെടാറുള്ളൂ. പക്ഷേ ഒരിക്കൽ അവർ ഒരു കാര്യം പറഞ്ഞാൽ അതനുസരിക്കാതെ പിന്നെ രക്ഷയില്ല.

ഞാൻ ഗാഢമായി ഉറങ്ങി. തീംക എന്റെയടുത്തു വന്നെന്ന് ഞാൻ സ്വപ്നം കണ്ടു. അവൻ എനിക്ക് ഒരു കുയിലിനെ സമ്മാനിച്ചു. "തീംക, എനിക്ക് ഇത് എന്തിനാണ്?" ഞാൻ ചോദിച്ചു. തീംക മിണ്ടിയില്ല. "കുയിലേ, കുയിലേ, എനിക്ക് എത്ര വയസ്സുണ്ട്?" കുയിൽ പതിനേഴ

തവണ കൂവി. “നിനക്കു തെറ്റി,” ഞാൻ പറഞ്ഞു. “എനിക്ക് പതിനഞ്ചു വയസ്സേ ആയുള്ളൂ.”അല്ല. “തീംക തലകുലുക്കിക്കൊണ്ട് പറഞ്ഞു.” നിന്റെ അമ്മ നിന്നെ പറ്റിച്ചതാണ്. “അമ്മ എന്തിനാണ് എന്നെ പറ്റിക്കുന്നതു്?” ഞാൻ ചോദിച്ചു. തീംക തീംകയല്ലെന്നും ഫേജയാണെന്നും അപ്പോഴാണ് എനിക്കു മനസ്സിലായതു്. അവൻ പല്ലിളിച്ചു കൊണ്ട് അവിടെ നിന്നു.

ഞാൻ ഉണർന്നു. കട്ടിലിൽനിന്നു ചാടിയിറങ്ങി ഞാൻ അടുത്ത മുറിയിൽ ചെന്നു നോക്കി. മണി ഏഴാകാൻ പോകുന്നു. അമ്മ വീട്ടിലുണ്ടായിരുന്നില്ല. ആരും ഇല്ലാത്ത തക്കം നോക്കി തോക്ക് തോട്ടത്തിലെവിടെയെങ്കിലും ഒളിച്ചുവയ്ക്കണം, ഞാൻ തീരുമാനിച്ചു.

ഞാൻ ഷർട്ടിട്ടിട്ട് കസേരയിൽ നിന്ന് ധൃതിയിൽ ട്രൗസർ വലിച്ചെടുത്തു. പെട്ടെന്ന് ഭയം എന്നെ പിടികൂടി. ട്രൗസറിന്റെ ഭാരം കുറഞ്ഞിരിക്കുന്നു. കടന്നൽക്കൂട്ടിൽ കയ്യിടുന്നതുപോലെ അറച്ചറച്ച് ഞാൻ പോക്കറ്റിൽ കയ്യിട്ടു--ശൂന്യം! ഞാൻ ഉറങ്ങിക്കിടക്കുമ്പോൾ അമ്മ തോക്കെടുത്തു മാറ്റിയെന്നർത്ഥം.”അങ്ങിനെയാണ്... അമ്മയും എനിക്കെതിരാണ്. ഇന്നലെ ഞാൻ അമ്മയെ വിശ്വസിച്ചു. അമ്മ അത്രവേഗം വഴങ്ങിത്തന്നതു് ഇതിനായിരുന്നു. അമ്മ അതു് മിലിഷ്യയിൽ ഏല്പിച്ചുകാണും.”

അമ്മയുടെ പിന്നാലെ ഓടിച്ചെന്നാലോ?

“നിൽക്ക്, നിൽക്ക്, നിൽക്ക്, എന്നു പറയുമ്പോലെ പെട്ടെന്ന് ക്ലോക്കിൽ മണിയടിച്ചു തുടങ്ങി. ഞാൻ അങ്ങോട്ടു നോക്കി. മണി ഏഴായതേയുള്ളൂ. അമ്മ ഇത്ര നേരത്തെ മിലിഷ്യയിലേക്കു പോയിരിക്കയില്ല. അവർ പിന്നെ എവിടെ പോയിരിക്കയാണ്? ഞാൻ മുറിയിലാകെ ഒന്നു കണ്ണോടിച്ചു. വള്ളിക്കൂട സ്ഥാനത്തില്ല. അതിന്റെ അർത്ഥം അമ്മ അങ്ങാടിയിൽ പോയെന്നാണ്.

അങ്ങാടിയിൽ പോയിരിക്കയാണെങ്കിൽ അമ്മ തോക്ക് കൂടെ കൊണ്ടുപോയിട്ടില്ലെന്ന് തീർച്ച. പിന്നെ അതെവിടെയായിരിക്കും? അമ്മ അതു് തല്ക്കാലം എവിടെയെങ്കിലും ഒളിച്ചുവച്ചുകാണും. എവിടെ? അലമാരിയുടെ ഏറ്റവും മുകളിലത്തെ വലിപ്പിനുള്ളിലായിരിക്കുമെന്ന് ഉടൻ ഞാൻ ഊഹിച്ചു. കാരണം ഞങ്ങളുടെ വീട്ടിൽ പൂട്ടുള്ള ഒരേയൊരു സാധനം ആ അലമാരിയാണ്.

വളരെ നാൾ മുമ്പ് നടന്ന ഒരു സംഭവം എനിക്ക് ഓർമ്മ വന്നു. അമ്മ ഒരിക്കൽ ഊതനിറമുള്ള ഒരുതരം ഗുളികകൾ മരുന്നുപീടികയിൽനിന്നു വാങ്ങിക്കൊണ്ടു വന്നു. ആരും എടുക്കാതെ ആ വലിപ്പിൽ വച്ച് പൂട്ടി. ഫേജയും ഞാനും സിമക്കോവുകാരുടെ പൂച്ചയെ വകവരുത്തണമെന്നു തീരുമാനിച്ചിരിക്കയായിരുന്നു. കാരണം സിമക്കോവ്

ഞങ്ങളുടെ പട്ടിക്കുട്ടിയുടെ കാൽ തല്ലിയൊടിച്ചു. ഞങ്ങൾ പഴയ ഇരുമ്പുസാധനങ്ങളുടെ ഇടയിൽ നിന്ന് പാകമാകുന്ന ഒരു താക്കോൽ തപ്പിയെടുത്തു. അലമാരി തുറന്ന് ഒരു ഗുളികയെടുത്തിട്ട് ഞങ്ങൾ അലമാരി പൂട്ടി താക്കോൽ പഴയ സ്ഥാനത്തു നിക്ഷേപിച്ചു.

ഞാൻ കലവറമുറിയിൽ ചെന്ന് നല്ല ഈടുള്ള ഒരു മേശ തുറന്നു. അതിനുള്ളിൽ കണ്ട ഇരുമ്പുകഷണങ്ങളുടേയും ആണികളുടേയും ഇടയിൽ ഞാൻ തപ്പിത്തുടങ്ങി. ഒരു തകരക്കഷണം കൊണ്ടു് എന്റെ കൈ മുറിഞ്ഞു. എങ്കിലും തുരുമ്പുപിടിച്ച മൂന്നു താക്കോലുകൾ വളരെ വേഗം എനിക്കു തപ്പിയെടുക്കാൻ കഴിഞ്ഞു. "ഇതിൽ ഏതെങ്കിലും ഒന്ന് പാകമാകും... ഇതാവാനാണ് വഴി," ഞാൻ വിചാരിച്ചു.

ഞാൻ അലമാരിയുടെ അടുത്തെത്തി, വളരെ വിഷമിച്ച് താക്കോൽ പൂട്ടിൽ കടത്തി. ക്ലിക്ക് ശബ്ദത്തോടെ പൂട്ടു തുറന്നു. ഞാൻ വലിപ്പ് തുറന്നുനോക്കി. എന്റെ തോക്ക് അവിടെയുണ്ടായിരുന്നു. ഉറയും അടുത്തുതന്നെ ഉണ്ടു്. ഞാൻ രണ്ടും കയ്യിലെടുത്തു. അലമാരി പൂട്ടി താക്കോൽ ജനലിലൂടെ തോട്ടത്തിലേക്കു വലിച്ചെറിഞ്ഞിട്ട് ഞാൻ ഓടി വഴിയിലെത്തി. ഇരുവശവും സൂക്ഷിച്ചു നോക്കിയപ്പോൾ അമ്മ അങ്ങാടിയിൽ നിന്ന് മടങ്ങി വരുന്നതു കണ്ടു. പെട്ടെന്ന് ഞാൻ മൂല തിരിഞ്ഞു് സെമിത്തേരിയെ ലക്ഷ്യമാക്കി ഓടിത്തുടങ്ങി.

കാടിന്റെ അരികിലെത്തിയപ്പോൾ കിതപ്പ് മാറ്റാൻ ഞാൻ നിന്നു. ആരെങ്കിലും പിന്നാലെ വരുന്നുണ്ടോ എന്നറിയാൻ ഇടയ്ക്കിടെ തലയുയർത്തി നോക്കിക്കൊണ്ടു് ഞാൻ ഒരു കരിയിലക്കൂനയിൽ കിടന്നു. തൊട്ടടുത്തുകൂടി ഒരു ചെറിയ നീർച്ചാൽ ശാന്തമായി ഒഴുകിക്കൊണ്ടിരുന്നു. അതിലെ വെള്ളം തെളിഞ്ഞതായിരുന്നെങ്കിലും ചൂടുള്ളതും ജലസസ്യങ്ങളുടെ ഗന്ധമുള്ളതുമായിരുന്നു. ഞാൻ കിടന്നിടത്തു നിന്ന് എണീക്കാതെതന്നെ കൈക്കുമ്പിളിൽ കുറെ വെള്ളം കോരിയെടുത്തു കുടിച്ചു. അതു കഴിഞ്ഞു് കൈത്തണ്ടകളിൽ തലവച്ച് മലർന്നു കിടന്നുകൊണ്ടു് ഞാൻ ആലോചനയിൽ മുഴുകി.

ഇനിയിപ്പോൾ എന്താണു ചെയ്യുക? വീട്ടിലേക്കു തിരിച്ചുപോകാൻ നിവൃത്തിയില്ല. സ്കൂളിലേക്കു പോകാനും സാദ്ധ്യമല്ല. അല്ലെങ്കിൽ വീട്ടിൽ പോകാൻ എന്താണ് തടസ്സം? തോക്ക് ഒളിച്ചുവച്ചിട്ട് പോയാൽ മാത്രം മതി. അമ്മ കോപിക്കും, പക്ഷേ കുറേക്കഴിയുമ്പോൾ അവർ അതു മറക്കും. വാസ്തവത്തിൽ കുറ്റം അമ്മയുടേതാണ്. അമ്മ എന്തിനാണ് സൂത്രത്തിൽ അതെടുത്തു മാറ്റിയതു്? അതു കളഞ്ഞു പോയെന്നു പറഞ്ഞാൽ ആരും വിശ്വസിക്കയില്ല. എന്റേതല്ലായിരുന്നെന്നു പറഞ്ഞാൽ, പിന്നെ ആരുടേതാണെന്ന് ചോദ്യമുണ്ടാകും. ഒന്നും പറയാതിരുന്നാൽ അവർ എന്നെ ജയിലിലിടും! ആ ഫേജ

എന്തൊരു നീചനാണ്! പെരുച്ചാഴി!

കാടിന്റെ അതിർത്തിയിൽ അങ്ങിങ്ങായി വളർന്നുനിന്ന മരങ്ങളുടെ ഇടയിലൂടെ റെയിൽവേസ്റ്റേഷൻ എനിക്കു കാണാമായിരുന്നു.

"കൂ-കൂ-കൂ!" എഞ്ചിന്റെ ചൂളംവിളി ദൂരെനിന്നു കേട്ടു. പാളത്തിനു മുകളിൽ ആവിയുടെ വെളുത്ത തരംഗം പ്രത്യക്ഷപ്പെട്ടു. കറുത്ത എഞ്ചിൻ വളവിനപ്പുറത്തുനിന്നും ഒരു വണ്ടിനേപ്പോലെ ഇഴഞ്ഞുവന്നു.

"കൂ-കൂ-കൂ!" സൗഹൃദപൂർവ്വം കൈ നീട്ടിനിൽക്കുന്ന അടയാള സ്തംഭത്തെ അഭിവാദ്യം ചെയ്യാനെന്നവണ്ണം എഞ്ചിൻ വീണ്ടും കൂവി. "പോയാലോ?..."

ഞാൻ കരുതലോടെ എണീറ്റിരുന്ന് വീണ്ടും ആലോചന തുടങ്ങി.

ചിന്തിക്കുന്തോറും റെയിൽവേസ്റ്റേഷന്റെ ആകർഷകത്വം കൂടിക്കൂടി വന്നു. എഞ്ചിന്റെ ചൂളംവിളിയും സിഗ്നൽ ക്യാബിനിൽ നിന്നുള്ള താളാത്മകമായ മണിമുഴക്കവും കത്തുന്ന പെട്രോളിന്റെ ഒട്ടു മുക്കാലും അനുഭവവേദ്യമായ മണവും അറിയപ്പെടാത്ത ചക്രവാളങ്ങളിലേക്കു നീണ്ടുപോകുന്ന പാളങ്ങളും എന്നെ അങ്ങോട്ടു മാടിവിളിച്ചു.

"നീഷ്നി നോവ്ഗൊറദിലേക്ക് പോകുകതന്നെ", ഞാൻ വിചാരിച്ചു."അവിടെച്ചെന്നാൽ എവിടെയോ ഉണ്ട്. അദ്ദേഹം എന്നെ സന്തോഷത്തോടെ സ്വീകരിക്കും. കുറെ നാൾ അവിടെ താമസിക്കാം. അന്തരീക്ഷം ശാന്തമാകുമ്പോൾ വീട്ടിലേക്കു തിരിച്ചു വരികയും ചെയ്യാം. ഒരുപക്ഷേ...."

ഒരു ഉൾപ്രചോദനത്താലെന്നവണ്ണം ഞാൻ വിചാരിച്ചു. "ഒരുപക്ഷേ, ഞാൻ തിരിച്ചു വരികയേയില്ലായിരിക്കും."

"അതെ, അതു തീരുമാനിക്കപ്പെട്ടുകഴിഞ്ഞു", ഞാൻ പെട്ടെന്ന് ഉറച്ച ഒരു തീരുമാനമെടുത്തു. അതിന്റെ പ്രാധാന്യത്തെപ്പറ്റി ബോധവാനായപ്പോൾ, ശക്തിയും തന്റേടവുമുള്ള ഒരു മുതിർന്ന മനുഷ്യനായി ഞാൻ എണീറ്റു നിന്നു.

അദ്ധ്യായം അഞ്ച്

രാത്രിയിലാണ് ട്രെയിൻ നീഷ്നി നോവ്ഗൊറദിലെത്തിയത്. പുറത്തു കടന്ന ഉടൻതന്നെ ഞാൻ എത്തിച്ചേർന്നത് സ്റ്റേഷൻ മുമ്പിലുള്ള വലിയ കവലയിലാണ്. പുത്തൻ തോക്കുകളുടെ ബയണറ്റുകൾ തെരുവുവിളക്കുകളുടെ പ്രകാശത്തിൽ വെട്ടിത്തിളങ്ങിക്കൊണ്ടിരുന്നു.

പ്ലാറ്റ്ഫോറത്തിൽ നിന്നുകൊണ്ട് താടിക്കാരനായ ഒരു മനുഷ്യൻ പട്ടാളക്കാരെ അഭിസംബോധനചെയ്തു. ജന്മഭൂമിയെ രക്ഷിക്കേണ്ടതിന്റെ ആവശ്യകതയെപ്പറ്റി ഉൽബോധിപ്പിക്കുകയും "വെറുക്കപ്പെട്ട ജർമ്മൻ സാമ്രാജ്യവാദികളുടെ" സത്വരവും അനിവാര്യവുമായ പരാജയം സുനിശ്ചിതമാണെന്നു പറയുകയും ചെയ്തുകൊണ്ട് അയാൾ പ്രസംഗം തുടർന്നു.

തന്റെ തൊട്ടടുത്തിരിക്കുന്ന ഒരു കേണലിന്റെ നേരെ നോക്കിയിട്ടാണ് അയാൾ ഓരോ വാചകവും അവസാനിപ്പിച്ചത്. കേണലാകട്ടെ താടിക്കാരൻ പറയുന്നത് ശരിയാണെന്ന് അംഗീകരിക്കുന്നവിധം തന്റെ ഉരുണ്ട കഷണ്ടിത്തല ആട്ടിക്കൊണ്ടുമിരുന്നു.

പ്രാസംഗികൻ തളർന്നെന്നു തോന്നി. അയാൾ കൈകൊണ്ട് നെഞ്ചത്തടിക്കുകയും ആദ്യം ഒരു കയ്യും പിന്നീട് മറ്റെ കയ്യും ഉയർത്തിക്കാണിക്കുകയും ചെയ്തു. പട്ടാളക്കാരുടെ മനസ്സാക്ഷിയെ തട്ടിയുണർത്താനായിരുന്നു അയാളുടെ ശ്രമം. തന്റെ പ്രഭാഷണം പട്ടാളയൂണിഫോറങ്ങളുടെ ഉള്ളിലേക്ക് തുളച്ചുകയറിയെന്ന് ഉറപ്പായപ്പോൾ അയാൾ പെട്ടെന്ന് കൈ വീശിയിട്ട് തൊള്ള തുറന്ന് "മാർസെലസ്" പാടാൻ തുടങ്ങി. (കേണൽ ഞെട്ടി പുറകോട്ടുമാറിയില്ലായിരുന്നെങ്കിൽ താടിക്കാരന്റെ കൈ അയാളുടെ മുഖത്ത് കൊള്ളുമായിരുന്നു.) അവിടെയും ഇവിടെയും ചിലർ അതേറ്റു പാടിയെങ്കിലും പട്ടാളക്കാരുടെ നിര നിശ്ശബ്ദമായിരുന്നു.

താടിക്കാരനായ വാഗ്മി പാട്ടു പാതിക്കുവച്ച് നിർത്തി. അയാൾ തൊപ്പി നിലത്തേക്കെറിഞ്ഞിട്ട് പ്ലാറ്റ്ഫോറത്തിൽനിന്നു താഴെയിറങ്ങി.

നിസ്സഹായത പ്രകടിപ്പിക്കുന്നവിധത്തിൽ കൈ മലർത്തിക്കൊണ്ട് കേണലും താഴെയിറങ്ങി. കഷണ്ടിതല കുനിച്ചു പിടിച്ച്, കൈവരിയിൽ പിടിച്ചുകൊണ്ടാണ് അയാൾ ഇറങ്ങിയത്. ജർമ്മൻ മുന്നണിയിലേക്കു പോകാനുള്ള ഒരു പോഷകസേനാവിഭാഗമായിരുന്നു അത്.

പട്ടാളക്കാർ പാട്ടുപാടിക്കൊണ്ടാണ് മാർച്ചുചെയ്തുവന്നത്. പൂക്കളും സമ്മാനങ്ങളും വഴിനീളെ അവരുടെ മേൽ വർഷിക്കപ്പെട്ടു. സ്റ്റേഷനിലെത്തുന്നതുവരെ എല്ലാം ഭംഗിയായി നടന്നു. എന്നാൽ സ്റ്റേഷനിൽ എത്തിയപ്പോൾ ആരുടേയോ അശ്രദ്ധകാരണം, ചായ കുടിക്കാൻ വേണ്ടത്ര തിളച്ച വെള്ളമില്ലെന്നും യാത്ര ചെയ്യാനുള്ള വണ്ടികളിൽ എല്ലാവർക്കും കിടക്കാൻ സൗകര്യമില്ലെന്നും തെളിഞ്ഞു. അതിൽ പ്രതിഷേധിച്ച് പട്ടാളക്കാർ യോഗം കൂടി.

മേധാവികൾ ക്ഷണിച്ചുവരുത്താത്ത പ്രാസംഗികർ പ്രസംഗവേദിയിലേക്കു കയറി. ചായയെപ്പറ്റി തുടങ്ങിയ ചർച്ച അവസാനിച്ചത് ഇങ്ങിനെയാണ്:"ഞങ്ങൾക്ക് മടുത്തു. ഞങ്ങളുടെ വീടുകളിൽ ഭൂമി കൃഷിചെയ്യാൻ ആളില്ലാതെ തരിശായിക്കിടക്കുന്നു! ജന്മിമാരുടെ ഭൂമി പങ്കിട്ടിട്ടില്ല! ഈ യുദ്ധം ഞങ്ങൾക്കു മതിയായി!"

തീക്കുണ്ഡങ്ങൾ നിർമ്മിക്കപ്പെട്ടു. മരക്കറയുടേയും പുകയിലയുടേയും, അടുത്തുള്ള കപ്പൽത്തുറകളിൽ അട്ടിയിട്ടിരിക്കുന്ന ഉണക്കമത്സ്യത്തിന്റേയും വോൾഗയിൽനിന്നു വീശുന്ന കുളിർകാറ്റിന്റേയും ഗന്ധം വായുവിൽ അനുഭവപ്പെട്ടു. തീക്കുണ്ഡങ്ങളും, തോക്കുകളും കടന്ന്, ഉദ്വേഗഭരിതരായ പട്ടാളക്കാരെയും ഉറക്കെ സംസാരിക്കുന്ന വാഗ്മികളേയും അമ്പരന്നു നില്ക്കുന്ന രോഷാകുലരായ ഓഫീസർമാരെയും പിന്നിട്ട്, ഞാൻ ആവേശഭരിതനും പുളകിതഗാത്രനുമായി അപരിചിതമായ തെരുവുകളിലെ ഇരുട്ടിലേക്കിറങ്ങി.

ആദ്യം കണ്ട ആളോട് ഞാൻ സോർമൊവൊയിലേക്കുള്ള വഴി ചോദിച്ചു. അയാൾ അത്ഭുതത്തോടെ പറഞ്ഞു:

"സോർമൊവൊയിലേക്ക് ഇവിടുന്ന് നടന്നു പോകാൻ പറ്റില്ല, ചങ്ങാതീ. ഇവിടുന്ന് ആളുകൾ ബോട്ടിലാണ് അങ്ങോട്ടു പോകുന്നത്. അമ്പത് കോപ്പെക്കു കൊടുത്തു കയറിയിരുന്നാൽ മതി. പക്ഷേ ഇനി കാലത്തേ ബോട്ടുള്ളൂ."

ഞാൻ കുറേനേരം അവിടെയൊക്കെ ചുറ്റിത്തിരിഞ്ഞുനടന്നു. ഒരിടത്ത് ഒരു മതിലിനു താഴെ കുറെ ഒഴിഞ്ഞ പെട്ടികൾ അടുക്കി വച്ചിരിക്കുന്നതു ഞാൻ കണ്ടു. രാവിലെ വരെ അവിടെ ഇരിക്കാൻ ഞാൻ തീരുമാനിച്ചു. വളരെ വേഗം ഞാൻ ഉറങ്ങിപ്പോയി.

ഒരു പാട്ടു കേട്ടാണ് ഞാൻ ഉണർന്നത്. ഭാരമുള്ള എന്തോ ചുമട്ട് വണ്ടിയിൽ കയറ്റിക്കൊണ്ടിരുന്ന പോർട്ടറന്മാരുടെ പാട്ടായിരുന്നു അത്.

"ഏലോ-എലോ-ലോ!"

പിളർന്നതെങ്കിലും കേൾക്കാൻ സുഖമുള്ള ശബ്ദമാണ് മുന്നിട്ടു നില്ക്കുന്നത്.

ചിലമ്പിച്ച മറ്റു ശബ്ദങ്ങൾ അതേറ്റു പാടി.

"വീണ്ടും വീണ്ടും പൊക്കിക്കോ!"

ഒരു ഞരക്കത്തോടെ എന്തോ ഒന്ന് അനങ്ങി,

"ഏലോ-ലോ-ഏലോ-ലോ!"

ഞാൻ തലപൊക്കി നോക്കി. വലിയ ഒരു കഷണം വരകുറൊട്ടിക്കു ചുറ്റും ഉറുമ്പുകൾ കൂടിയിരിക്കുന്നതുപോലെ പോർട്ടറന്മാർ തുരുമ്പുപിടിച്ച ഒരു കൂറ്റൻ ഇരുമ്പുചക്രത്തിന് ചുറ്റും നില്ക്കുകയായിരുന്നു. ചരിഞ്ഞ റെയിലുകൾ വഴി അത് ഒരു തുറന്ന വണ്ടിയിലേക്കു കയറ്റാനാണ് അവരുടെ ശ്രമം. അവരുടെയിടയിൽ എവിടെയോ നിന്ന് പ്രധാന പാട്ടുകാരന്റെ ശബ്ദം വീണ്ടും ഉയർന്നു.

"നിക്കൊലായെ തൊഴിച്ചു മാറ്റി
ഏലോ-ഏലോ-ലോ!"

പിന്നേയും ഒരു ഞരക്കം.

"ഒത്തുപിടിച്ചാൽ, ചങ്ങാതികളെ
വൃദ്ധൻ അലെക്സും പട്ടുകുഴിയിൽ!"

ഒരു ഞരക്കവും മുട്ടും കേട്ടു. ഇരുമ്പുചക്രം വണ്ടിയിലായി. പാട്ടു നിലച്ചു. ആളുകൾ ഉറക്കെ വിളിക്കുകയും സംസാരിക്കുകയും തെറിപറയുകയും ചെയ്തുതുടങ്ങി. "ഇതെന്തൊരു പാട്ടപ്പാ!" ഞാൻ വിചാരിച്ചു. "ആരാണോവോ ഈ അലെക്സ്? അത് കേരെൻസ്കിയാണല്ലൊ! അർസമാസിൽ ആരെങ്കിലും ഇങ്ങിനെ പാടിയാൽ ജയിലിൽ കയറാൻ താമസമില്ല. ഇവിടെ മിലിഷ്യാക്കാർ ഇതൊന്നും കേൾക്കാത്തമട്ടിൽ തിരിഞ്ഞു നടക്കുന്നു."

ചെളിപുരണ്ട ചെറിയൊരു ആവിബോട്ട് തുറയിൽ നംകൂരമിട്ടിട്ടു വളരെ നേരമായി. എന്റെ കൈവശം ടിക്കറ്റു വാങ്ങാനുള്ള അമ്പതു കോപ്പെക്ക് ഉണ്ടായിരുന്നില്ല. ബോട്ടിലേക്കു കയറാനുള്ള വഴിയിൽ ഒരു ടിക്കറ്റ്ചെക്കറും തോക്കു പിടിച്ച നാവികനും നിന്നിരുന്നു.

ഞാൻ നഖം കടിച്ചുകൊണ്ട് ബോട്ടിനും തുറയ്ക്കും ഇടയ്ക്ക് ഒഴുകിക്കൊണ്ടിരിക്കുന്ന എണ്ണമയമുള്ള വെള്ളത്തിലേക്കു ദുഃഖത്തോടെ നോക്കിനിന്നു. തണ്ണീർമത്തങ്ങയുടെ തോട്, മരപ്പൂളുകൾ, കടലാസുതുണ്ടുകൾ

തുടങ്ങിയ പലതരം ചവറുകൾ ആ വെള്ളത്തിൽ പൊങ്ങിക്കിടക്കുന്നുണ്ടായിരുന്നു.

"എന്നെ എങ്ങിനെയെങ്കിലും കൊണ്ടുപോകണമെന്ന് ടിക്കറ്റുചെക്കറോട്ട് അപേക്ഷിച്ചാലോ?" ഞാൻ വിചാരിച്ചു."ഞാൻ ഒരു അനാഥബാലനാണെന്നും സുഖമില്ലാതെ കിടക്കുന്ന മുത്തശ്ശിയെ കാണാൻ പോവുകയാണെന്നും പറഞ്ഞാലോ?"

കലങ്ങിയ വെള്ളത്തിന്റെ എണ്ണകലർന്ന മുകൾപ്പരപ്പിൽ ഞാൻ എന്റെ പ്രതിബിംബം കണ്ടു-നല്ല ആരോഗ്യമുള്ള മുഖം, വെട്ടി ഭംഗിയാക്കിയ മുടി, പിച്ചളബട്ടണുകൾ തിളങ്ങുന്ന സ്കൂൾ യൂണിഫോറം.

ഞാൻ നെടുവീർപ്പിട്ടു. അനാഥബാലനാണെന്നു പറയാതിരിക്കുകയാണ് നല്ലതു്. ഇത്ര ആരോഗ്യമുള്ള ഒരു കുട്ടി അനാഥബാലനാണെന്ന് ആരും വിശ്വസിക്കയില്ല.

യാത്രയ്ക്കു പണമില്ലാത്ത കുട്ടികളെ കപ്പലിൽ പണിയെടുക്കാമെന്ന വ്യവസ്ഥയിൽ യാത്രചെയ്യാൻ അനുവദിക്കാറുണ്ടെന്ന് ഞാൻ പല പുസ്തകങ്ങളിലും വായിച്ചിട്ടുണ്ട്. പക്ഷേ എന്റെ കാര്യത്തിൽ അതും ഫലപ്രദമല്ല. എനിക്ക് ദീർഘയാത്ര ചെയ്യേണ്ട, അക്കരെ കടന്നാൽ മതി.

"എന്തിനാണ് ഇവിടെ നിൽക്കുന്നതു്? മാറിനിൽക്കു!" ധിക്കാരം നിറഞ്ഞ ഒരു ശബ്ദം ഞാൻ കേട്ടു. തിരിഞ്ഞുനോക്കിയപ്പോൾ വസൂരിക്കല മുഖത്തുള്ള ചെറിയ ഒരു ബാലനെയാണ് ഞാൻ കണ്ടതു്.

അവൻ കുറെ ലഘുലേഖകൾ ഒരു വീഞ്ഞപ്പെട്ടിയിലേക്ക് ഇട്ടിട്ട് എന്റെ കാലിനടിയിൽനിന്ന് ഒരു സിഗററ്റുകുറ്റി വലിച്ചെടുത്തു.

"ഹേ, നോക്കു! എത്ര നല്ല സിഗററ്റുകുറ്റിയാണ് നീ കാണാതെ ഇവിടെ കിടന്നതു്!" അവൻ പറഞ്ഞു.

എനിക്കു സിഗററ്റുകുറ്റിയിൽ താല്പര്യമില്ലെന്നും ഞാൻ പുകവലിക്കയില്ലെന്നും ഞാൻ അവനോടു പറഞ്ഞു. അവൻ ഇവിടെ എന്തു ചെയ്യുകയാണെന്ന് ഞാൻ തിരിച്ചുചോദിച്ചു.

"ഞാനോ?" ഒഴുകിക്കൊണ്ടിരുന്ന ഒരു പലകക്കഷണത്തിന്റെ ഒത്ത നടുവിലേക്ക് അവൻ തുപ്പി."ഞാൻ ഞങ്ങളുടെ കമ്മറ്റിക്കുവേണ്ടി ലഘുലേഖ വിതരണം ചെയ്യുകയാണ്."

"ഏതു കമ്മറ്റിയാണ്?"

"തൊഴിലാളി കമ്മറ്റി, അല്ലാതെന്താ! സഹായിക്കാൻ കൂടുന്നോ?"

"വിരോധമില്ല, പക്ഷേ എനിക്ക് സോർമൊവൊയിലേക്കു പോകണം. ടിക്കറ്റില്ലതാനും."

“എന്തിനാണ് അങ്ങോട്ടു പോകുന്നത്?”

“അവിടെ എന്റെ അമ്മാവനുണ്ട്. അവിടുത്തെ ഫാക്ടറിയിൽ ജോലിയാണ്.”

“അതു കഷ്ടംതന്നെ”, പയ്യൻ പരിഹാസപൂർവ്വം പറഞ്ഞു.”പോക്കറ്റിൽ ഒറ്റച്ചില്ലിയില്ലാതെ ആരെങ്കിലും അമ്മാവനെ കാണാൻ ഇറങ്ങിത്തിരിക്കുമോ!”

“എനിക്കു സമയം കിട്ടിയില്ല”, വാക്കുകൾ എന്റെ ചുണ്ടിൽനിന്നു തെറിച്ചുവീണു.”വിചാരിച്ചിരിക്കാതെ ഞാൻ വീട്ടിൽനിന്ന് ഒളിച്ചോടിപ്പോന്നതാണ്.”

“സത്യം?” പറഞ്ഞതു വിശ്വസിക്കാനാവാതെ പയ്യൻ ജിജ്ഞാസയോടെ എന്നെ നോക്കി. എന്നിട്ട് മൂക്കു ചുളിച്ചുകൊണ്ട് സഹതാപത്തോടെ പറഞ്ഞു. “തിരിച്ചുചെല്ലുമ്പോൾ അച്ഛന്റെ കയ്യിൽനിന്ന് നല്ല സമ്മാനം കിട്ടും.”

“ഞാൻ തിരിച്ചുപോകുന്നില്ല. എനിക്ക് അച്ഛനില്ലതാനും. ചക്രവർത്തിയുടെ ഭരണകാലത്ത് അദ്ദേഹം വധിക്കപ്പെട്ടു. അദ്ദേഹം ഒരു ബോൾഷെവിക്കായിരുന്നു.”

“എന്റെ അച്ഛനും ബോൾഷെവിക്കാണ്,” പയ്യൻ ധൃതിയിൽ പറഞ്ഞു. “അദ്ദേഹം ജീവിച്ചിരിപ്പുണ്ടെന്നുമാത്രം. എന്റെ അച്ഛൻ ഒരു വലിയ ആളാണ്. സോർമൊവെറയിൽ മറ്റാരെക്കാളും മുന്നിലാണ് അദ്ദേഹം. പാവെൽ കൊർച്ചാഗിൻ എവിടെയാണ് താമസിക്കുന്നതെന്ന് ആരോടു ചോദിച്ചാലും പറഞ്ഞുതരും:” ഓ, അത് കമ്മറ്റി ഓഫീസിലാണ്. തെർ-അക്കോപ്പൊവിന്റെ വരീധയിലുള്ള ഫാക്ടറിയിലാണ് അത്. “അതെ, ചങ്ങാതി, എന്റെ അച്ഛൻ അങ്ങിനെയുള്ള ആളാണ്!”

പയ്യൻ സിഗററ്റുകുറ്റി വലിച്ചെറിഞ്ഞിട്ട് എപ്പോഴും ഊർന്നിറങ്ങുന്ന ട്രൗസർ പൊക്കിയിട്ടു. ലഘുലേഖകൾ എന്റെ അടുത്തുതന്നെ വച്ചിട്ട് അവൻ ആൾക്കൂട്ടത്തിനിടയിൽ മറഞ്ഞു.

ഞാൻ ലഘുലേഖയിലൊന്ന് എടുത്തു വായിച്ചു. പ്രതിവിപ്ലവകാരിയായ ജനറൽ കൊർനീലൊവുമായി രഹസ്യ ഉടമ്പടി ഉണ്ടാക്കാൻ തക്കംകൊട്ടുകുന്ന ഒരു രാജ്യദ്രോഹിയാണ് കേരെൻസ്കിയെന്ന് അതിൽ പറഞ്ഞിരുന്നു. താല്ക്കാലിക ഗവണ്മെന്റിനെ മറിച്ചിടണമെന്നും സോവിയറ്റ് അധികാരം സ്ഥാപിക്കണമെന്നും അതിൽ ആഹ്വാനം ചെയ്തിരുന്നു.

ലഘുലേഖയിലെ മൂർച്ചയുള്ള വാക്കുകൾ പോർട്ടറന്മാരുടെ ധിക്കാരം നിറഞ്ഞ പാട്ടിനേക്കാൾ എന്നെ അത്ഭുതപ്പെടുത്തി. മീൻ

നിറച്ചിരുന്ന കറെ വീപ്പകളുടെ പിന്നിൽ പയ്യന്റെ തല പ്രത്യക്ഷപ്പെട്ടു. അവൻ കിതച്ചുകൊണ്ട് ഓടിവരുന്ന വരവിൽ പറഞ്ഞു:"ഒരു രക്ഷയുമില്ല, ചങ്ങാതീ!"

"എന്ത്?" ഒന്നും മനസ്സിലാകാതെ ഞാൻ ചോദിച്ചു.

"അമ്പതു കോപ്പെക്ക് സംഘടിപ്പിക്കാമോന്ന് നോക്കുകയായിരുന്നു ഞാൻ. നമ്മുടെ കൂട്ടരിൽ ഒരാളായ സിമോൻ കൊത്തീൽക്കിനെ ഞാൻ ഇവിടെ കണ്ടു. പക്ഷേ അയാളുടെ കയ്യിൽ കാശൊന്നുമില്ല."

"നിനക്കെന്തിനാണ് അമ്പതു കോപ്പെക്ക്?"

"എനിക്കല്ല, നിനക്കു തരാനാണ്", അവൻ അത്ഭുതത്തോടെ എന്നെ നോക്കി."കാശു കിട്ടിയിരുന്നെങ്കിൽ നിനക്കു ടിക്കറ്റു വാങ്ങാമായിരുന്നു. സോർമൊവൊയിൽ ചെന്നിട്ട് അമ്മാവനോടു വാങ്ങി മടക്കി തന്നാൽ മതിയല്ലോ ഞാനും അവിടുത്തുകാരനാണ്."

പയ്യൻ വീണ്ടും അപ്രത്യക്ഷനായി, വളരെ വേഗം തിരിച്ചുവരികയും ചെയ്തു. "ടിക്കറ്റില്ലാതെ നമുക്ക് പണി പറ്റിക്കാം. ഈ ലഘുലേഖകൾ എടുത്തുകൊണ്ട് നേരെ ബോട്ടിലേക്കു കയറിക്കോ. കയറിപ്പോകുന്ന വഴിയിൽ തോക്കുപിടിച്ചു നിൽക്കുന്ന നാവികനെ കണ്ടോ? പാഷ സുർക്കോവാണ് അയാൾ. അവിടെ എത്തുമ്പോൾ "ഞാൻ കമ്മറ്റിയുടെ ലഘുലേഖ കൊണ്ടുവന്നതാണ് എന്ന് അയാളോട് പറഞ്ഞാൽ മതി. ടിക്കറ്റ് ചെക്കറെ നോക്കുകയേ വേണ്ട. നാവികൻ നമ്മുടെ ആളാണ്. എന്തെങ്കിലും കുഴപ്പമുണ്ടാകുകയാണെങ്കിൽ അയാൾ ശരിയാക്കിക്കൊള്ളും."

"അപ്പോൾ നീയോ?"

"ഞാൻ എങ്ങിനെയെങ്കിലും അകത്തു കടന്നോളാം. ഞാൻ ഈ നാട്ടുകാരനാണ്, ചങ്ങാതീ."

കച്ചിയും ആപ്പിൾക്കുരുവും തറയിലാകെ ചിതറിക്കിടക്കുന്ന ആ വൃത്തികെട്ട കൊച്ചുബോട്ട് വളരെ ദൂരം പോയിട്ടും എന്റെ കൂട്ടുകാരനെ കണ്ടില്ല.

തുരുമ്പുപിടിച്ച ചങ്ങലകൾ കൂട്ടിയിട്ടിരുന്നതിന്റെ മുകളിൽ ഞാൻ ഇരിക്കാൻ ഒരിടം കണ്ടെത്തി. ആപ്പിളിന്റേയും പെട്രോളിന്റേയും മീനിന്റേയും മണമുള്ള തണുത്ത വായു ശ്വസിച്ചുകൊണ്ട് ഞാൻ ചുറ്റുമുള്ള യാത്രക്കാരെ ജിജ്ഞാസയോടെ നോക്കി. എന്റെ തൊട്ടടുത്തിരുന്നത് ഒരു പുരോഹിതനായിരുന്നു. കണ്ടിട്ട് ഒരു ചെമ്മാച്ചനാണെന്നു തോന്നി. താൻ ഇവിടെ ഉണ്ടെന്ന് ആരും അറിയണ്ട എന്ന മട്ടിൽ വളരെ ഒതുങ്ങിയാണ് അയാൾ ഇരുന്നത്. അയാൾ പരിഭ്രമത്തോടെ ഇടയ്ക്കിടെ ചുറ്റും നോക്കിക്കൊണ്ട് തണ്ണിമത്തങ്ങയുടെ കഷണം കടിച്ചു

തിന്നുകയും കുരു കൈപ്പടത്തിലേക്കു തുപ്പുകയും ചെയ്തുകൊണ്ടിരുന്നു.

പുരോഹിതനെ കൂടാതെ അവിടെ ഒഴിഞ്ഞ പാൽപ്പാത്രങ്ങളുമായി സഞ്ചരിക്കുന്ന കുറെ കർഷകസ്ത്രീകളും രണ്ടു് ഓഫീസർമാരും നാലു മിലിഷ്യാക്കാരും കയ്യിൽ ചുവന്ന നാട കെട്ടിയ ഒരു മനുഷ്യനും ഉണ്ടായിരുന്നു. മറ്റുള്ളവരിൽനിന്ന് അല്പം അകന്നുമാറി, ചുവപ്പുനാട കെട്ടിയ ആളുടെ തൊട്ടടുത്താണ് മിലിഷ്യാക്കാർ ഇരുന്നതു്.

ബോട്ടിലുണ്ടായിരുന്ന മറ്റു യാത്രക്കാർ എല്ലാവരും തൊഴിലാളികളായിരുന്നു. അവർ ചെറുസംഘങ്ങളായി പിരിഞ്ഞു് ഉറക്കെ സംസാരിക്കുകയും തർക്കിക്കുകയും പ്രാകുകയും പൊട്ടിച്ചിരിക്കുകയും പത്രങ്ങളിലെ വാർത്തകൾ ഉറക്കെ വായിക്കുകയും ചെയ്തുകൊണ്ടിരുന്നു. അവരിൽ ചിലർ ചൂടേറിയ വാദപ്രതിവാദം നടക്കുന്നിടത്തേക്കു് ക്ഷണിക്കപ്പെടാതെ കടന്നു ചെല്ലുന്നതു് കണ്ടപ്പോൾ അവരെല്ലാവരും പരസ്പരം അറിയുന്നവരാണെന്നു് എനിക്കു തോന്നി. ബോട്ടിന്റെ ഒരു വശത്തിരിക്കുന്ന ആളുകൾ മറുവശത്തുള്ളവരോടു് സംസാരിക്കുകയും തമാശ പറയുകയും ചെയ്യുന്നതു് ഞാൻ കണ്ടു.

സോർമെവൊ പട്ടണം കാഴ്ചയിൽപ്പെട്ടുതുടങ്ങി. തീരെ കാറ്റില്ലാത്ത ഒരു പ്രഭാതമായിരുന്നു അതു്. ഫാക്ടറികളിൽനിന്ന് ചുരുളുചുരുളായി മേല്പോട്ടുയർന്ന പുകപടലം ബോട്ടിൽനിന്ന് നോക്കിയപ്പോൾ കൂറ്റൻ പുകക്കുഴലുകളാവുന്ന തായ്ത്തടികളിൽനിന്ന് പൊട്ടിപ്പുറപ്പെട്ടു പന്തലിച്ചുനിൽക്കുന്ന കറുത്ത ശിഖരങ്ങളാണെന്ന് തോന്നി.

"ഹല്ലോ!" എന്റെ പുതിയ കൂട്ടുകാരന്റെ പരിചിതമായ ശബ്ദം തൊട്ടു പിന്നിൽ കേട്ടു.

എനിക്കു സന്തോഷമായി. ആ ലഘുലേഖകൾ എന്തു ചെയ്യണമെന്നറിയാതെ വിഷമിക്കുകയായിരുന്നു ഞാൻ.

അവൻ എന്റെ അടുത്തു വന്നിരുന്നു് പോക്കറ്റിൽനിന്നും ഒരു ആപ്പിൾ എടുത്തു് എനിക്കു തന്നു.

"ഇതു തിന്നോ. പുതിയ ലഘുലേഖയോ പത്രമോ ഇറങ്ങിയാൽ ഞാൻ ചൂടോടെ എത്തിച്ചുകൊടുക്കുന്നതുകൊണ്ടു് പോർട്ടറന്മാർ എനിക്കു ഒരു തൊപ്പി നിറയെ ആപ്പിൾ തന്നു. ഇന്നലെ അവർ എനിക്ക് ഒരു കോർമ്പൽ ഉണക്കമീൻ തന്നു. അവർക്കും അതുകൊണ്ടു് നഷ്ടമൊന്നുമില്ല. ഏതെങ്കിലും ഒരു ചാക്കിൽ കൈയിട്ടാൽ മതി. മൂന്നു മീൻ ഞാൻ തന്നെ തിന്നു. രണ്ടെണ്ണം എന്റെ അനിയത്തിമാരായ ആൻകയ്ക്കും മാൻകയ്ക്കും കൊടുക്കാനായി വീട്ടിൽ കൊണ്ടുപോയി." അവൻ വാത്സല്യത്തോടെ ഇത്രയുംകൂടി കൂട്ടിച്ചേർത്തു:"അതുങ്ങൾക്കു് എപ്പോഴും വിശപ്പാണ്."

ചുവന്ന നാട കയ്യിൽക്കെട്ടിയ മനുഷ്യൻ മിലിഷ്യാക്കാരുടെ സഹായത്തോടെ പെട്ടെന്ന് യാത്രക്കാരുടെ രേഖകൾ പരിശോധിക്കാൻ തുടങ്ങിയതുകൊണ്ട് ഞങ്ങളുടെ സംസാരം നിലച്ചു. തൊഴിലാളികൾ നിശ്ശബ്ദരായി മാഞ്ഞു് മെഴുക്കുപുരണ്ട കടലാസുകൾ എടുത്തു കാണിച്ചിട്ട് പുച്ഛത്തോടെ അഭിപ്രായങ്ങൾ തട്ടിവിട്ടു.

"ആരെയാണ് നോക്കുന്നതു്?"

"ചെകുത്താനറിയാം."

"ചുണയുണ്ടെങ്കിൽ സോർമൊവൊയിൽ വന്ന് തപ്പട്ടെ!"

മിലിഷ്യാക്കാർക്ക് അതിൽ താല്പര്യമില്ലെന്നും ആശങ്കയോടെ തങ്ങളെ ഉറ്റുനോക്കുന്ന അനേകം കണ്ണുകളുടെ മുമ്പിൽ അവർ ചൂളുന്നുണ്ടെന്നും തോന്നി.

ആളുകളുടെ അടക്കിപ്പിടിച്ച പ്രതിഷേധം വകവയ്ക്കാതെ ചുവപ്പു നാടകെട്ടിയ മനുഷ്യൻ പരിശോധന തുടർന്നു. ഒരു വെല്ലുവിളി പോലെ പുരികങ്ങൾ ചലിപ്പിച്ചുകൊണ്ട് അയാൾ പുരോഹിതന്റെ അടുത്തെത്തി. പുരോഹിതൻ കുറേക്കൂടി ഒതുങ്ങിയിരുന്നുകൊണ്ട് കൈ വടർത്തി അയാളുടെ കഴുത്തിൽ തൂക്കിയിട്ടിരുന്ന കപ്പ് ചൂണ്ടിക്കാണിച്ചു. നല്ല ക്രിസ്ത്യാനികളെ, ജർമ്മൻകാർ നശിപ്പിച്ച പള്ളികൾ പുനരുദ്ധരിക്കാനായി എന്തെങ്കിലും സംഭാവന ചെയ്യുവിൻ", എന്ന് അതിൽ എഴുതിയിരുന്നു.

ചുവപ്പു പട്ടാളക്കാരൻ നീരസത്തോടെ തിരിഞ്ഞു് എന്റെ കൂട്ടുകാരന്റെ തോളിൽ പിടികൂടി.

"രേഖകൾ എവിടെ?"

"എനിക്കു പ്രായപൂർത്തിയാകുമ്പോൾ കിട്ടും!" പയ്യൻ പരുഷമായി പറഞ്ഞു.

തോളിൽനിന്ന് പിടി വിട്ടുവിക്കാനായി അവൻ ഒന്ന് കുതറി കാൽ വഴുതി വീഴാൻ പോയതുകൊണ്ട് കയ്യിലിരുന്ന ലഘുലേഖയുടെ കെട്ട് താഴെ വീണു.

ചുവപ്പുപട്ടക്കാരൻ കുനിഞ്ഞു് ഒരെണ്ണമെടുത്തു് ധൃതിയിൽ വായിച്ചു അയാൾ കോപംകൊണ്ട് ജ്വലിച്ചു.

"രേഖകൾ കിട്ടാൻ നിനക്കു പ്രായമായിട്ടില്ല, പക്ഷേ പ്രചരണം നടത്താൻ പ്രായമായി, അല്ലേ? പിടിക്കൂ ഇവനെ!"

എന്നാൽ ആ ലഘുലേഖ വായിച്ചതു് അയാൾ മാത്രമായിരുന്നില്ല. കാറ്റിൽ പറന്ന് അവയിൽ കുറെയെണ്ണം ഡക്കിലുള്ള യാത്രക്കാരുടെ ഇടയിലും എത്തിയിരുന്നു. അമ്പരന്നു നിന്ന നിരുന്മേഷരായ

മിലിഷ്യാക്കാർ പയ്യന്റെ അടുത്തെത്തുന്നതിനുമുമ്പുതന്നെ ഡക്ക് ഒരു തേനീച്ചക്കൂട്ടുപോലെ സജീവമായ.

"പോയി, കൊർനീലൊവിനെ പിടിക്ക് !"

"പുരോഹിതനോട്ട് രേഖ ചോദിച്ചില്ലല്ലേ നിങ്ങൾ. പിന്നെ ഈ ബാലനെ ശല്യപ്പെടുത്തുന്നതെന്തിനു? അവനെ വെറുതെ വിട്ടേക്കു !"

"ഇതു് നിങ്ങളുടെ പട്ടണമല്ല; ഇതു് സോർമൊവൊയാണ് !"

"ആരും മിണ്ടണ്ട!" പേടിയോടെ മിലിഷ്യാക്കാരുടെ നേരെ നോക്കിക്കൊണ്ടു് അയാൾ പറഞ്ഞു.

"താൻ പോയി മുങ്ങിച്ചാക് ! വേഷം മാറിയ പോലീസുകാരൻ ! അയാൾ ലഘുലേഖകൾ തട്ടിപ്പറിച്ചതു കണ്ടില്ലേ !"

അയാളുടെ തൊപ്പിയുടെ നേരെ ആരോ ഒരു കഷ്ണം വെള്ളരിക്ക എറിഞ്ഞു.

എല്ലാ വശത്തുനിന്നും ആളുകൾ മുമ്പോട്ടു തള്ളിക്കയറുന്നതു് കണ്ടിട്ടു് മിലിഷ്യാക്കാർ അമ്പരന്ന് ചുറ്റും നോക്കിക്കൊണ്ടു് പിറുപിറുത്തു:

"മാറിനിൽക്കു ! മാറിനിൽക്കു, മാന്യരെ !"

പെട്ടെന്ന് ചെവിക്കല്ലു തുളയ്ക്കുമാറു് ഉച്ചത്തിൽ സൈറൺ മുഴങ്ങി. ക്യാപ്റ്റന്റെ ബ്രിഡ്ജിൽനിന്ന് ആരോ ആക്രോശിച്ചു. "ബോട്ടിന്റെ ഇടത്തുവശത്തുനിന്നു മാറിനില്ക്കണം, അല്ലെങ്കിൽ ബോട്ടു മറിയും!" ആളുകൾ ബോട്ടിന്റെ മറുവശത്തേക്ക് ഓടി. ആളുകൾ അമ്പരന്നു് നിന്ന ആ ഒരൊറ്റ നിമിഷം ഉപയോഗിച്ച് ചുവപ്പുനാട ധരിച്ച മനുഷ്യൻ മിലിഷ്യാക്കാരെ പ്രാകിക്കൊണ്ടു് പാലത്തിനടുത്തേക്കുള്ള കോണിയിലൂടെ രക്ഷപ്പെട്ടു. ഓഫീസറന്മാർ രണ്ടുപേരും വിളറി വിഷണ്ണരായി അവിടെ നില്പുണ്ടായിരുന്നു.

ബോട്ട് കരയ്ക്കടുത്തു. തൊഴിലാളികൾ ധൃതിയിൽ ഇറങ്ങിപ്പോയി. പയ്യൻ വീണ്ടും എന്റെ അടുത്തു നില്ക്കുന്നതു കണ്ടു. അവന്റെ കണ്ണുകൾ തിളങ്ങി. ചുരുണ്ടുകൂടിയ ലഘുലേഖകൾ അവൻ മാറോട്ട് അടുക്കിപ്പിടിച്ചിരുന്നു.

"എന്നെ വന്നു കാണണം", അവൻ വിളിച്ചു പറഞ്ഞു."നേരെ വാരിഖയിൽ വന്നാൽ മതി. വാസ്കാ കൊർച്ചാഗിൻ എവിടെയാണെന്നു ചോദിച്ചാൽ ആരും കാണിച്ചുതരും."

അദ്ധ്യായം ആറ്

പുകയും കരിയും പുരണ്ട് ചാരനിറമാർന്ന ചെറിയ വീടുകളും ഫാക്ടറികളുടെ കല്ലുകൊണ്ടു പണിത ചുമരുകളും ഞാൻ അത്ഭുതവും ജിജ്ഞാസയും നിറഞ്ഞ മിഴികളോടെ നോക്കിനിന്നു. ഫാക്ടറികളുടെ ജനാലകളിലൂടെ തീനാമ്പുകളുടെ ഉജ്ജ്വലവർണ്ണം എനിക്കു കാണാൻ കഴിഞ്ഞു. തടവിലാക്കപ്പെട്ട കൂറ്റൻ യന്ത്രങ്ങളുടെ അടക്കിപ്പിടിച്ച ഗർജ്ജനം ഞാൻ കേട്ടു.

ഉച്ചയൂണിന്റെ സമയമായിരുന്നു അത്. ചക്രങ്ങൾ കയറ്റിയ വണ്ടികളെ വലിച്ചുകൊണ്ട് ഒരു എഞ്ചിൻ എന്നെ കടന്ന് റോഡിന്റെ മറുവശത്തേക്ക് ഉരുണ്ടുപോയി. അതിൽനിന്നു പുറത്തുവന്ന ആവി അലഞ്ഞുനടന്ന പട്ടികളെ പേടിപ്പിച്ചു. പല സ്ഥായിയിലുള്ള ചൂളംവിളികൾ കേട്ടുതുടങ്ങി. ക്ഷീണിച്ച് വിയർപ്പിൽ കുളിച്ച തൊഴിലാളികൾ ഗയിറ്റുകൾക്കു പുറത്തു കടന്നു.

നഗ്നപാദരായ ഒരു പറ്റം കുട്ടികൾ ചട്ടികളും പിഞ്ഞാണങ്ങളും അടങ്ങിയ ചെറുപൊതികളുമായി അവരുടെ അടുത്തേക്ക് ഓടിച്ചെന്നു. ആ പൊതികളിൽനിന്ന് ഉള്ളിയുടേയും ഉപ്പിലിട്ട മൊട്ടക്കൂസിന്റേയും മണം ഉതിരുന്നുണ്ടായിരുന്നു.

വളഞ്ഞു പുളഞ്ഞു കിടക്കുന്ന പല ഇടവഴികളും കടന്ന് ഒടുവിൽ ഞാൻ മലങ്കാക്ക താമസിക്കുന്ന തെരുവിലെത്തി.

തടികൊണ്ടു പണിത ഒരു കൊച്ചു വീടിന്റെ ജനാലയിൽ ഞാൻ മുട്ടി. എല്ലും തൊലിയും മാത്രമുള്ള തലനരച്ച ഒരു വൃദ്ധ തുണിനനയ്ക്കുന്നതു നിർത്തി ചുവന്ന മുഖം വെളിയിൽ കാട്ടിക്കൊണ്ട്, ആരെക്കാണാനാണ് വന്നതെന്ന് പരുഷമായി ചോദിച്ചു.

ഞാൻ പറഞ്ഞു.

"അയാൾ ഇവിടെയല്ല ഇപ്പോൾ താമസിക്കുന്നത്. അയാൾ താമസം മാറ്റിയിട്ട് വളരെ നാളായി", എന്നു പറഞ്ഞിട്ട് അവർ ജനലടച്ചു.

ആ വാർത്ത എന്നെ പരവശനാക്കി. ഞാൻ ഒരു മൂലതിരിഞ്ഞു് ചരലുകൾ കൂട്ടിയിട്ടിരുന്ന ഒരിടത്തു ചെന്നു നിന്നു. വിശപ്പും

ഉറക്കക്ഷീണവും കൊണ്ട് ഞാൻ തളർന്നിരുന്നു.

സോർമാവൊയിൽ എനിക്ക് അറിയാവുന്ന ഒരേയൊരാൾ നിക്കൊലായ് അമ്മാവനാണ്. അദ്ദേഹം എവിടെയാണ് താമസിക്കുന്നതെന്നോ ഏതു ഫാക്ടറിയിലാണു പണിയെടുക്കുന്നതെന്നോ എനിക്കറിയില്ല. അദ്ദേഹം എങ്ങിനെ എന്നെ സ്വീകരിക്കുമെന്നും എനിക്കു നിശ്ചയമില്ലായിരുന്നു.

ഞാൻ വഴിയാത്രക്കാരിൽ ഒരോരുത്തരുടേയും മുഖം ശ്രദ്ധിച്ചുനോക്കിക്കൊണ്ട് തെരുവുകളിലൂടെ അനേകം മണിക്കൂറുകൾ അലഞ്ഞുതിരിഞ്ഞു. എന്റെ അമ്മാവനെ കണ്ടുമുട്ടിയില്ല.

കടുത്ത ഏകാന്തതയും നിസ്സഹായബോധവും എങ്ങോട്ടും പോകാനായില്ല എന്ന തോന്നലും മൂലം തളർന്ന് ഞാൻ പുൽത്തകിടിയിൽ ഇരുന്നു. മീൻതൊലിയും മഴനനഞ്ഞു മഞ്ഞനിറമായ ചുണ്ണാമ്പുകട്ടകളും ചിതറിക്കിടന്ന വൃത്തികെട്ട ഒരു പുൽത്തകിടിയായിരുന്നു അത്. അവിടെ കിടന്ന് കണ്ണുകളടച്ച് ഞാൻ എന്റെ ദുരവസ്ഥയെപ്പറ്റി ചിന്തിച്ചു.

ആലോചിക്കുന്തോറും സങ്കടം കൂടിക്കൂടിവന്നു. വീടു വിട്ടു പോന്നത് അബദ്ധമായിപ്പോയെന്നു തോന്നി.

എങ്കിൽപ്പോലും അർസമാസിലേക്ക് തിരിച്ചുപോകാൻ ഞാൻ തീരെ ആഗ്രഹിച്ചില്ല. അവിടെച്ചെന്നാൽ ഞാൻ മുമ്പെന്നത്തേക്കാളും ഒറ്റപ്പെട്ടവനാകും. എല്ലാവരും പണ്ട് ത്സുപ്പിക്കൊവിനെ പരിഹസിച്ചതുപോലെ എന്നെയും പരിഹസിക്കും. അമ്മ മാത്രം എല്ലാം പൊറുക്കും. അവർ ഹെഡ് മാസ്റ്ററുടെ അടുത്തുപോയി എന്നെ തിരിച്ചെടുക്കണമെന്ന് അപേക്ഷിക്കുകപോലും ചെയ്യുമെന്നാണ് എനിക്കു തോന്നുന്നത്.

ഞാൻ ഒരു പിടിവാശിക്കാരനായിരുന്നു. തീപ്പൊരികളുടേയും മിന്നിമറയുന്ന വെളിച്ചങ്ങളുടേയും മദ്ധ്യേ ട്രെയിനുകളിൽ കരുത്തുറ്റ യഥാർത്ഥജീവിതം കടന്നു പോകുന്നത് ഞാൻ അർസമാസിൽവച്ചു കണ്ടിട്ടുണ്ട്. ചീറിപ്പായുന്ന ആ വണ്ടികളിലൊന്നിന്റെ പടിയിലേക്കു ചാടിക്കയറി അഴികളിൽ മുറുകെപ്പിടിച്ചുകൊണ്ടുനിന്നാൽ പിന്നെ ആർക്കും എന്നെ തള്ളിയിടാനാവില്ലെന്ന് എനിക്കു തോന്നി.

ഒരു വൃദ്ധൻ ആ വഴി വന്നു. അയാളുടെ കയ്യിൽ ഒരു ബ്രഷും തൊട്ടിയും ചുരുട്ടിവച്ച കുറെ പോസ്റ്ററുകളുമുണ്ടായിരുന്നു. അയാൾ നോട്ടീസു പതിക്കാനുള്ള പലകയിൽ പശതേച്ച് പോസ്റ്റർ പതിച്ചു വച്ചിട്ട് താഴെ വച്ചിട്ട് എന്നെ അടുത്തേക്കു വിളിച്ചു.

"മോനേ, ഈ തീപ്പെട്ടി എന്റെ പോക്കറ്റിൽനിന്ന് ഒന്നെടുത്തുതാ, എന്റെ കൈ മുഴുവൻ പശയാണ്." ഞാൻ തീപ്പെട്ടിയെടുത്ത് ഉരച്ച് അയാളുടെ പൈപ്പു കത്തിച്ചുകൊടുത്തു. "നന്ദി", അയാൾ പറഞ്ഞു.

പൈപ്പ് ഒന്നരണ്ടു തവണ വലിച്ചിട്ട് ഒരു മൂളലോടെ തൊട്ടി വീണ്ടും കയ്യിലെടുത്തുകൊണ്ട് അയാൾ തമാശയായി പറഞ്ഞു:

“വാർദ്ധക്യം ഒരനുഗ്രഹമല്ല ! പണ്ടൊക്കെ ഞാൻ ഏറ്റവും വലിയ കരുത്തന്മാരുടെ ഒപ്പം നിന്ന് ചുറ്റിക അടിച്ചിട്ടുണ്ട്. ഇപ്പോൾ ഈ തൊട്ടി പിടിച്ചിട്ട് എന്റെ കൈ തളരുന്നു.”

“അമ്മാവാ, ഞാൻ തൊട്ടി പിടിക്കാം,” ഞാൻ പറഞ്ഞു. “എന്റെ കൈ തളരുകയില്ല. എനിക്കു നല്ല ശക്തിയുണ്ട്.”

അയാൾ സമ്മതിക്കാതിരുന്നെങ്കിലോ എന്നു പേടിച്ച് ഞാൻ തൊട്ടിയിൽ കടന്നുപിടിച്ചു.

“ശരി”, വൃദ്ധൻ ഉടൻ സമ്മതിച്ചു. “പിടിക്കാമെങ്കിൽ പിടിക്ക്. നമുക്ക് ഈ ജോലി വേഗം ചെയ്തുതീർക്കാൻ പറ്റും.”

ഞങ്ങൾ മതിലുകൾ തോറും പോസ്റ്ററുകൾ ഒട്ടിച്ചുകൊണ്ട് അനേകം തെരുവുകൾ താണ്ടി.

ഞങ്ങൾ എവിടെയെങ്കിലും നിന്നാലുടൻ ഒട്ടിക്കുന്നത് എന്താണെന്നറിയാൻ ആളുകൾ കൂടും. ആ ജോലിയിലുള്ള രസംകൊണ്ട് ഞാൻ എന്റെ ബുദ്ധിമുട്ടുകൾ മറന്നു. പല വിധത്തിലുള്ള മുദ്രാവാക്യങ്ങളായിരുന്നു അവയിൽ.”എട്ടുമണിക്കൂർ ജോലി, എട്ടുമണിക്കൂർ ഉറക്കം, എട്ടു മണിക്കൂർ വിശ്രമം,” എന്ന് ഒന്നിൽ എഴുതിയിരുന്നു. അത് ശുഷ്കവും വിരസവുമാണെന്ന് എനിക്കു തോന്നി. തടിച്ച അക്ഷരത്തിൽ ചുവന്ന മഷികൊണ്ടെഴുതിയിരുന്ന നീല പോസ്റ്ററാണ് എനിക്ക് ഇഷ്ടപ്പെട്ടത്. “കയ്യിൽ ആയുധമെടുത്താൽ മാത്രമേ തൊഴിലാളികൾക്ക് സോഷ്യലിസത്തിന്റെ ഉജ്ജ്വലസാമ്രാജ്യം നേടിയെടുക്കാൻ കഴിയൂ.”

തൊഴിലാളികൾ നേടിയെടുക്കാനിരുന്ന ആ “ഉജ്ജ്വലസാമ്രാജ്യം” മയിൻ റീഡിന്റെ കഥകളിലെ മനം കവരുന്ന വിദേശരാജ്യങ്ങളെക്കാൾ എന്റെ ഭാവനയെ ആകർഷിച്ചു. ആ രാജ്യങ്ങൾ ദൂരെയെവിടെയോ ആണെങ്കിലും അവ കണ്ടുപിടിക്കപ്പെട്ടുകഴിഞ്ഞവയാണ്. വിരസങ്ങളായ പടങ്ങളിൽ അവ അടയാളപ്പെടുത്തിയിട്ടുണ്ട്. എന്നാൽ ഈ “ഉജ്ജ്വലസാമ്രാജ്യം” ആരും ഇതേവരെ പിടിച്ചടക്കിയിട്ടില്ല. അതിന്റെ അതിരുകൾക്കുള്ളിൽ മനുഷ്യരാരും ഇനിയും കടന്നു ചെന്നിട്ടില്ല.

“കുട്ടീ, നീ ക്ഷീണിച്ചുകാണും,” നടപ്പു നിർത്തിക്കൊണ്ട് വൃദ്ധൻ പറഞ്ഞു. “നീ വീട്ടിൽ പൊയ്ക്കോ. ബാക്കിയുള്ളത് ഞാൻ തനിയെ ഒട്ടിച്ചോളാം.”

“ഇല്ല, ഞാൻ ഒട്ടും ക്ഷീണിച്ചില്ല.” ഞാൻ വീണ്ടും ഒറ്റയ്ക്കാകാൻ പോകുന്നു എന്ന കയ്പേറിയ ചിന്തയോടെ ഞാൻ പറഞ്ഞു.

“എന്നാൽ പോകണ്ട,” വൃദ്ധൻ പറഞ്ഞു. “വീടുണ്ട്. പക്ഷേ അത്

വളരെ ദൂരെയാണ്."

എന്റെ മനസ്സിന്റെ ഭാരം എവിടെയെങ്കിലും ഒന്നിറക്കിവയ്ക്കാനുള്ള വ്യഗ്രതയോടെ ഞാൻ ആ വൃദ്ധനോട്ട് എന്റെ കഥ മുഴുവൻ പറഞ്ഞു.

അയാൾ മുഴുവൻ ശ്രദ്ധിച്ചു കേട്ടു. തെല്ലൊരു പരിഹാസത്തോടെ അയാൾ എന്നെ ഉറ്റുനോക്കിക്കൊണ്ടിരുന്നു.

"കൂടുതൽ അന്വേഷിക്കേണ്ടിയിരുന്നു," അയാൾ ശാന്തമായി പറഞ്ഞു. "സോർമൊവൊ വലിയ ഒരു സ്ഥലമാണ്. പക്ഷേ ഒരു മനുഷ്യൻ ഒരു മണൽത്തരിയല്ലല്ലോ. അമ്മാവൻ ഫിറ്ററാണെന്നാണോ പറഞ്ഞതു്?"

"അതെ", ഞാൻ തെല്ലൊരാശ്വാസത്തോടെ പറഞ്ഞു. "നിക്കൊലായ് എന്നാണ് പേര്. നിക്കൊലായ് ദൂബ്ര്യാക്കൊവ്. എന്റെ അച്ഛനെപ്പോലെതന്നെ അമ്മാവനും പാർട്ടി പ്രവർത്തകനായിരിക്കണം. കമ്മിറ്റിക്കാരോട്ട് ചോദിച്ചാൽ അറിയാൻ കഴിയുമോ?"

"ഇല്ല. എനിക്ക് അങ്ങിനെ ഒരാളെ പരിചയമില്ല. അതു സാരമില്ല. ഇതൊട്ടിച്ചുകഴിഞ്ഞാലുടൻ നീ എന്റെ കൂടെ വീട്ടിലേയ്ക്കു വാ. ഞാൻ നമ്മുടെ ആളുകളോട്ട് അന്വേഷിക്കാം."

വൃദ്ധന്റെ മുഖം എന്തുകൊണ്ടോ മ്ലാനമായി. അയാൾ പൈപ്പു വലിച്ചുകൊണ്ട് നിശ്ശബ്ദനായി നടന്നു.

"നിന്റെ അച്ഛനെ വധിച്ചു എന്നാണോ പറഞ്ഞതു്." പെട്ടെന്ന് അയാൾ ചോദിച്ചു.

"അതെ."

വൃദ്ധൻ കണ്ടംവച്ചതുന്നിയതും മെഴുകുപുരണ്ടതുമായ തന്റെ ട്രൗസറിൽ കൈ തുടച്ചിട്ട് വാത്സല്യപൂർവ്വം എന്റെ പുറം തലോടിക്കൊണ്ടു പറഞ്ഞു:

"നമുക്ക് എന്റെ വീട്ടിൽ പോയി ഉള്ളിയും ഉരുളക്കിഴങ്ങും തിന്നുകയും ചായ തിളപ്പിച്ച് കുടിക്കുകയും ചെയ്യാം. നിനക്കു വിശക്കുന്നുണ്ടാവും."

തൊട്ടിയുടെ ഭാരം പെട്ടെന്നു കുറഞ്ഞെന്നു തോന്നി. അർസമാസിൽ നിന്ന് ഓടിപ്പോന്നതിൽ തെറ്റില്ലെന്നും അതു ബുദ്ധിപൂർവ്വമായിരുന്നെന്നും ഒരിക്കൽകൂടി ഞാൻ വിചാരിച്ചു.

അവർ എന്റെ അമ്മാവനെ കണ്ടുപിടിച്ചു. അദ്ദേഹം ഫിറ്ററായിരുന്നില്ല, ഫോർമാനായിരുന്നു.

വിഡ്ഢിത്തം മതിയാക്കി വീട്ടിലേയ്ക്കു തിരിച്ചുപോകണമെന്ന് അമ്മാവൻ എന്നോട്ട് ഉറപ്പിച്ചു പറഞ്ഞു.

"നിനക്ക് ഇവിടെ ഒന്നും ചെയ്യാനില്ല. സ്വന്തം നില അറിയാവുന്ന

ഒരു മനുഷ്യനു മാത്രമേ മേൽഗതി ഉണ്ടാകൂ", ആദ്യത്തെ ദിവസം ഉച്ച ഭക്ഷണത്തിനിരിക്കുമ്പോൾ ഇഷ്ടികനിറമുള്ള മേൽമീശ ഒരു തുവാലകൊണ്ട് തുടച്ചുകൊണ്ട് അദ്ദേഹം പരുഷമായി പറഞ്ഞു. "എനിക്ക് എന്റെ നില അറിയാം. ഞാൻ ഒരു അപ്രെന്റീസായിരുന്നു. പിന്നീട് ഫിറ്ററായി. ഞാൻ കഠിനാദ്ധ്വാനം ചെയ്ത് ഫോർമാനായിത്തീർന്നു. ഞാൻ ഈ നിലയിലെത്തുകയും മറ്റു ചിലർ ഇവിടെ എത്താതിരിക്കുകയും ചെയ്തത് എന്തുകൊണ്ടാണെന്നറിയാമോ? അവർ ഉരുണ്ടു പിരണ്ടു കളിക്കാൻ ഇഷ്ടപ്പെടുന്നതുകൊണ്ട്. അവർക്ക് പണിയെടുക്കാൻ ഇഷ്ടമില്ല. അവർക്ക് എൻജിനീയറോട് അസൂയയാണ്. ഒറ്റക്കുതിക്ക് മേളിൽ എത്തണമെന്നാണ് അവരുടെ ആഗ്രഹം. നിന്റെ കാര്യം തന്നെ എടുക്കാം. നീ സ്കൂളിൽ പഠിപ്പു തുടരാത്തതെന്തുകൊണ്ടാണ്? നിനക്ക് അടങ്ങിയൊതുങ്ങി പഠിച്ച് ഒരു ഡോക്ടറോ എൻജിനീയറോ ആകാൻ കഴിയും. പക്ഷേ നിനക്ക് അതുപോരാ. മടിയല്ലാതെ ഇതു മറ്റൊന്നുമല്ല. ഒരിക്കൽ ഒരു ജോലിയിൽ പ്രവേശിച്ചാൽ പടിപടിയായി മുകളിലോട്ടു കയറാൻ നോക്കണം. യാതൊരു ബദ്ധപ്പാടും കാണിക്കാതെയും പതറാതെയും മുമ്പോട്ടു പോയാൽ അതു സാധിക്കും. അതല്ലാതെ മറ്റു മാർഗ്ഗമൊന്നും ഇല്ലാതാനും."

"പക്ഷേ, നിക്കൊലായ് അമ്മാവാ, എന്റെ അച്ഛന്റെ കാര്യം എടുത്തുനോക്കൂ", ഞാൻ വേദനയോടെ പറഞ്ഞു."അദ്ദേഹം ഒരു പട്ടാളക്കാരനായിരുന്നു. അമ്മാവന്റെ അഭിപ്രായത്തിൽ അദ്ദേഹം ജൂനിയർ ഓഫീസർമാർക്കുള്ള സ്കൂളിൽ ചേരേണ്ടതായിരുന്നു, അല്ലേ? ഒരാഫീസറും ക്രമേണ ക്യാപ്റ്റനും ആയിത്തീരേണ്ടിയിരുന്നു, അല്ലേ? അച്ഛൻ ഒരു ക്യാപ്റ്റനായിത്തീരാതെ ഒളിപ്രവർത്തകനായിത്തീർന്നതു തെറ്റായിപ്പോയെന്നാണോ പറയുന്നത്?"

അമ്മാവൻ നെറ്റി ചുളിച്ചു.

"നിന്റെ അച്ഛനെപ്പറ്റി മോശമായി എന്തെങ്കിലും പറയണമെന്ന് എനിക്കാഗ്രഹമില്ല. പക്ഷേ അയാളുടെ പ്രവൃത്തികൾ ബുദ്ധിപൂർവ്വമായിരുന്നെന്ന് എനിക്ക് അഭിപ്രായമില്ല. അയാൾ ബുദ്ധിഹീനനും വഴക്കാളിയുമായിരുന്നു എന്നാണ് എനിക്കു തോന്നിയിട്ടുള്ളത്. അയാൾ എന്നേയും കുഴപ്പത്തിൽ ചാടിച്ചേനെ. ഫോർമനായി എന്നെ നിയമിക്കാൻ തീരുമാനിച്ച ഇടയ്ക്ക് ഒരു ദിവസം അവർ വന്നു ചോദിച്ചു: 'എത്തരം ബന്ധുക്കളെയാണ് നിങ്ങൾ വീട്ടിൽ താമസിപ്പിച്ചത് ?' ഞാൻ വളരെ പ്രയാസപ്പെട്ടാണ് അക്കാര്യം ഒതുക്കിത്തീർത്തത്."

അമ്മാവൻ ധാരാളം മാംസമുള്ള ഒരു എല്ല് പാത്രത്തിൽ നിന്നെടുത്ത് നിറച്ച് കടുകരച്ചതും ഉപ്പും പുരട്ടി ബലമുള്ള മഞ്ഞപ്പല്ലുകൊണ്ട് കടിച്ചുതിന്നു തുടങ്ങി. അദ്ദേഹം അപ്പോഴെല്ലാം ദേഷ്യത്തോടെ തലയാട്ടുന്നുണ്ടായിരുന്നു.

ഭക്ഷണം കഴിഞ്ഞെഴുന്നേറ്റപ്പോൾ, നല്ല പൊക്കമുള്ള സുന്ദരിയായ അമ്മായി ചായം തേച്ച ഒരു മൺപാത്രത്തിൽ വീട്ടിലുണ്ടാക്കിയ ക്വാസ് കൊണ്ടുവന്ന് അമ്മാവനു കൊടുത്തു. അതു കുടിച്ചുകൊണ്ടിരിക്കെ അദ്ദേഹം പറഞ്ഞു.

"ഞാൻ കുറച്ചു കിടക്കാൻ പോകുകയാണ്. ഒരു മണിക്കൂർ കഴിഞ്ഞ് എന്നെ വിളിക്കണം. വർവാറയ്ക്ക് ഒരെഴുത്തെഴുതണം. ബോറിസ് പോകുമ്പോൾ കൊടുത്തയയ്ക്കാം."

"അവൻ എപ്പോഴാണ് പോകുന്നത്?"

"നാളെത്തന്നെ."

ആരോ ജനലിൽ മുട്ടി.

"നിക്കൊലായ് അമ്മാവാ, മീറ്റിംഗിന് പോകുന്നുണ്ടോ?" വഴിയിൽനിന്ന് ആരോ വിളിച്ചുചോദിച്ചു.

"എങ്ങോട്ട്?"

"മീറ്റിംഗിന്. കവലയിൽ ആളുകൾ തടിച്ചുകൂടിയിട്ടുണ്ട്."

"പിന്നെ, ഞാൻ അവരുടെ മീറ്റിംഗിന് പോവുകയല്ലേ !" അമ്മാവൻ പറഞ്ഞു.

അമ്മാവൻ കിടന്ന് ഉറങ്ങിയെന്നു ബോധ്യമായപ്പോൾ ഞാൻ ശബ്ദമുണ്ടാക്കാതെ പുറത്തു കടന്നു.

"എന്റെ അമ്മാവൻ ഒരു തട്ടിപ്പുകാരനാണ്," ഞാൻ വിചാരിച്ചു." വലിയ ആളാണെന്നാണ് ഭാവം. ഫോർമാൻ ! ഞാൻ വിചാരിച്ചിരുന്നത് പാർട്ടിപ്രവർത്തകനായിരിക്കുമെന്നാണ്. അർസമാസിലേക്കു തിരിച്ചുപോകേണ്ടിവരുമോ?"

തടികൊണ്ടുണ്ടാക്കിയ ഒരു പ്രസംഗവേദിക്കു മുമ്പിൽ പത്തുമൂവായിരം ആളുകൾ തടിച്ചുകൂടിയിരുന്നു. ആൾക്കൂട്ടത്തിനിടയിൽ ചുണക്കുട്ടിയായ വാസ്ക കൊർച്ചാഗിനെ ഞാൻ കണ്ടു. ഞാൻ അവനെ വിളിച്ചെങ്കിലും അവൻ അതു കേട്ടില്ല.

ഞാൻ അവന്റെ പിന്നാലെ ചെന്നു. അവന്റെ ചുരുളൻമുടി ആൾക്കൂട്ടത്തിനിടയിൽ ഒന്നു രണ്ടു തവണ മിന്നിമറഞ്ഞിട്ട് എവിടെയോ അപ്രത്യക്ഷമായി. പ്രസംഗവേദിയോട് കൂടുതലടുക്കാൻ നിവൃത്തിയില്ലായിരുന്നു. ഞാൻ ഒരിടത്തു നിന്ന് പ്രസംഗം ശ്രദ്ധിച്ചു. പ്രാസംഗികർ ഓരോരുത്തരായി പ്രസംഗിച്ചു. ആരുടേയും പ്രത്യേക ശ്രദ്ധയെ ആകർഷിക്കാതെ സോർമൊവൊയിലെ തെരുവുകളിലൂടെ നടന്നുപോകുന്ന നൂറുക്കണക്കിന് തൊഴിലാളികളിൽ ഒരുവനെപ്പോലിരുന്ന മുഷിഞ്ഞ വസ്ത്രം ധരിച്ച സാധാരണക്കാരനായ ഒരു മനുഷ്യൻ എന്റെ സ്മരണയിൽ ഇപ്പോഴും തങ്ങിനില്ക്കുന്നു. അയാൾ

തന്റെ പരന്ന തൊപ്പി സാവധാനം എടുത്തുമാറ്റുകയും കണ്ഠശുദ്ധി വരുത്തുകയും ചെയ്തിട്ട് കൃത്രിമവും കലുഷിതവുമായ ശബ്ദത്തിൽ സംസാരിച്ചു തുടങ്ങി:

"രാഷ്ട്രീയകാരണങ്ങളാൽ എട്ടുവർഷം ക്രിമിനൽ തടവുകാരോടൊപ്പം തടങ്കൽപാളയത്തിൽ കിടക്കേണ്ടിവന്നവനാണ് ഞാനെന്ന് എഞ്ചിൻ നിർമ്മാണശാലയിലെ തൊഴിലാളികൾക്കും മറ്റു പലർക്കും അറിവുള്ളതാണല്ലോ. അവിടുന്നിറങ്ങി അല്പം ശുദ്ധവായു ശ്വസിക്കാൻ ഇടകിട്ടുന്നതിനു മുമ്പുതന്നെ വീണ്ടും എന്നെ ജയിലിലാക്കി--രണ്ടുമാസത്തേക്ക് ! ആരാണതു ചെയ്തതെന്നറിയണ്ടേ? ചക്രവർത്തിയുടെ പോലീസുകാരല്ല. പുതിയ ഭരണത്തിന്റെ സേവകന്മാർ ! ചക്രവർത്തിയുടെ കാലത്ത് അന്യായമായി ഒരുവനെ ജയിലിൽ വയ്ക്കുന്നത് അസാധാരണമായിരുന്നില്ല. പക്ഷേ ഇവർ ഇതു ചെയ്യുന്നത് എങ്ങിനെ സഹിക്കും? ജനറൽമാരും ഓഫീസറന്മാരും ചുവന്ന നാടയും കെട്ടിക്കൊണ്ട് കുണുങ്ങിക്കുണുങ്ങി നടക്കുന്നതു കാണുമ്പോൾ നമ്മൾ വിചാരിക്കും അവരൊക്കെ വിപ്ലവത്തിന്റെ സുഹൃത്തുക്കളാണെന്ന്. പക്ഷേ നിസ്സാരകുറ്റങ്ങൾക്കുപോലും നമ്മെ ജയിലിലിടുകയാണ് അവർ ചെയ്യുന്നത്. അവർ നമ്മെ വേട്ടയാടുകയും ഇട്ടോടിക്കുകയും ചെയ്യുന്നു. ഇതെന്റെ മാത്രം പ്രശ്നമല്ല. രണ്ടുമാസം കൂടുതൽ ജയിലിൽക്കിടക്കേണ്ടിവന്നതുകൊണ്ട് ഞാൻ ഇതു പറയുകയില്ല, സഖാക്കളെ. സകല തൊഴിലാളികളുടേയും കാര്യമാണ് ഞാൻ പറയുന്നത്."

അയാൾ ചുമച്ചുതുടങ്ങി. ചുമ അല്പമൊന്നടങ്ങിയപ്പോൾ അയാൾ വീണ്ടും സംസാരിക്കാനായി വായ് തുറന്നു. പക്ഷേ ശക്തിയായ ചുമവീണ്ടും അയാളെ കീഴടക്കി. അയാൾ കൈവരിയിൽ അള്ളിപ്പിടിച്ചുകൊണ്ട് താഴെയിറങ്ങി.

"അവർ അയാളുടെ നെഞ്ച് കലക്കി !" ആരോ ഒരാൾ അമർഷത്തോടെ വിളിച്ചുപറഞ്ഞു.

പാരനിറമുള്ള ഇരുണ്ട ആകാശത്തുനിന്ന് മഞ്ഞു് പൊടിപൊടിയായി വീണുതുടങ്ങി--ആ വർഷത്തെ ആദ്യത്തെ മഞ്ഞു്. വരണ്ട ശീതക്കാറ്റ് മരങ്ങളിൽ അവശേഷിച്ച അവസാനത്തെ ഇലകളേയും നിലം പതിപ്പിച്ചു. എന്റെ കാലുകൾ തണുപ്പുകൊണ്ട് മരവിച്ചുതുടങ്ങി. കുറേ ദൂരം നടന്ന് കാലുകൾ ചൂടാക്കാമെന്ന ഉദ്ദേശ്യത്തോടെ ആൾക്കൂട്ടത്തിനു പുറത്തു കടക്കാൻ ശ്രമിച്ചുകൊണ്ടിരുന്ന എനിക്ക് പ്രസംഗവേദി കാണാൻ പാടില്ലായിരുന്നു. പെട്ടെന്ന് ഉച്ചസ്ഥായിയിലുള്ള സുപരിചിതമായ ഒരു ശബ്ദം എന്റെ കാതിലെത്തി. ഞാൻ തിരിഞ്ഞു പ്രസംഗവേദിയിലേക്കു നോക്കി. പൊടിമഞ്ഞുപെയ്യുന്നതുകൊണ്ട് എനിക്ക് ഒന്നും കാണാൻ കഴിഞ്ഞില്ല. ആളുകൾ എന്നെ തള്ളി.

ആരോ എന്റെ കാലിൽ ചവിട്ടി. കാലു വല്ലാതെ വേദനിച്ചു. ഞാൻ എത്തിവലിഞ്ഞുനിന്ന് പ്രസംഗവേദിയിലേക്കു വീണ്ടും നോക്കി. മലങ്കാക്കയുടെ താടിനിട്ടിയ സുപരിചിതമായ മുഖമാണ് ഞാൻ അവിടെ കണ്ടത്.

ആൾക്കൂട്ടത്തിനിടയിലൂടെ ഉന്തിയും തള്ളിയും ഒരു തരത്തിൽ ഞാൻ പ്രസംഗവേദിക്കടുത്തേക്കു നടന്നു. പ്രസംഗം അവസാനിപ്പിച്ച് അദ്ദേഹം ആൾക്കൂട്ടത്തിൽ മറയുന്നതിനു മുമ്പ് അടുത്തെത്തണ മെന്നായിരുന്നു എന്റെ ഉദ്ദേശ്യം. ആൾക്കൂട്ടത്തിനിടയിൽപ്പെട്ടാ ൽപ്പിന്നെ ഞാൻ വിളിക്കുന്നത് അദ്ദേഹം കേൾക്കുകയില്ല. പിന്നെ കണ്ടുപിടിക്കാൻ സാധിച്ചില്ലെന്നുവരും. അതായിരുന്നു എന്റെ പേടി. ഞാൻ തൊപ്പിവീശി, പക്ഷേ അദ്ദേഹം അതു ശ്രദ്ധിച്ചില്ല.

പ്രസംഗം ഉപസംഹരിക്കുന്ന മട്ടിൽ അദ്ദേഹം കൈയുയർത്തുന്നതു കണ്ടപ്പോൾ ഞാൻ ഉറക്കെ വിളിച്ചു:

“സെമ്യോൻ ഇവാനൊവിച്ച് ! സെമ്യോൻ ഇവനൊവിച്ച് !”

അടുത്തനിന്ന ഒരാൾ എന്നെ വിലക്കി. ആരോ എന്റെ പുറത്ത് തട്ടി. പക്ഷേ ഞാൻ ഒന്നും വകവയ്ക്കാതെ സർവ്വശക്തിയുമെടുത്തു വിളിച്ചു:

“സെമ്യോൻ ഇവനൊവിച്ച് !”

സെമ്യോൻ ഇവാനൊവിച്ച് അത്ഭുതത്തോടെ കൈകൾ റിട ർത്തിപ്പിടിക്കുകയും പറഞ്ഞുവന്ന വാചകം പെട്ടെന്ന് അവസാനി പ്പിച്ചിട്ട് ധൃതിയിൽ പ്രസംഗവേദിയിൽനിന്ന് താഴത്തേക്ക് ഇറങ്ങി വരികയും ചെയ്യുന്നത് ഞാൻ കണ്ടു.

ആൾക്കൂട്ടത്തിൽനിന്ന് ഒരു മനുഷ്യൻ കോപത്തോടെ എന്റെ കൈക്കു കടന്നു പിടിച്ച് എന്നെ ഒരു വശത്തേക്കു തള്ളിമാറ്റി.

എന്നാൽ ചുറ്റുമുള്ള ആളുകളുടെ ചീത്തപറച്ചിലോ കയ്യേറ്റമോ വകവയ്ക്കാതെ ആഹ്ലാദത്തോടെ ഞാൻ ഒരു ഭ്രാന്തനെപ്പോലെ പൊ ട്ടിച്ചിരിച്ചു.

“കൊച്ചുതെമ്മാടീ, എന്താണ് നിന്റെ ഉദ്ദേശ്യം?” എന്റെ കയ്യിൽ പിടിച്ചിരുന്ന തൊഴിലാളി എന്നെ കുലുക്കിക്കൊണ്ട് ചോദിച്ചു.

“ഞാൻ തെമ്മാടിയല്ല,” എല്ലാം മറന്നു പുഞ്ചിരിക്കയും മരവിച്ചു തുടങ്ങിയ കാലുകളിൽനിന്ന് തുള്ളുകയും ചെയ്തുകൊണ്ട് ഞാൻ പറഞ്ഞു.

“ഞങ്ങളുടെ മലങ്കാക്കയെ കണ്ടുകിട്ടി ! സെമ്യോൻ ഇവാനൊ വിച്ചിനെ. . .”

എന്റെ മുഖഭാവം കണ്ടിട്ട് അയാളും ചിരിച്ചു.

"ഏതോ ഒരു മലങ്കാക്കയെയല്ല, സെമ്യോൻ ഇവാനൊവിച്ചിനെ. അതാ അദ്ദേഹം ഇങ്ങോട്ടു വരുന്നു. . ."

സേമ്യോൻ ഇവാനൊവിച്ച് എന്റെ തോളിൽ പിടിച്ചുകൊണ്ട് ചോദിച്ചു:

"നീ ഇവിടെ എന്തു ചെയ്യുന്നു?"

ആൾക്കൂട്ടത്തിനിടയിൽ ഒരു ഇളക്കം കണ്ടു. എല്ലാവരും ഒരുമിച്ചു സംസാരിക്കുന്ന ശബ്ദം അന്തരീക്ഷത്തിൽ തങ്ങിനിന്നു. പ്രതിഷേധവും ഉദ്വോഗവും അമ്പരപ്പും ചുറ്റുമുള്ള എല്ലാ മുഖങ്ങളിലും പ്രതിഫലിച്ചു.

"സെമ്യോൻ ഇവാനൊവിച്ച്, എന്താണ് ഈ ബഹളം?" അദ്ദേഹത്തിന്റെ ചോദ്യത്തിനു മറുപടി കൊടുക്കുന്നതിനു പകരം ഞാൻ അങ്ങോട്ടു ചോദിച്ചു.

"ഇപ്പോൾ ഒരു കമ്പിസന്ദേശം കിട്ടി," അദ്ദേഹം ധൃതിയിൽ പറഞ്ഞു."കേരെൻസ്കി വിപ്ലവത്തെ ഒറ്റുകൊടുക്കുകയാണ്. ജനറൽ കൊർനീലൊവ് ദോൺപ്രദേശത്തേക്ക് ഓടിപ്പോയി അവിടത്തെ കൊസാക്കുകളെ അണിനിരത്തുന്നു."

വെളിച്ചത്തിൽ മുങ്ങിയ എക്സ്പ്രസ് ട്രെയിൻ മിന്നൽവേഗത്തിൽ സ്റ്റേഷനുകൾ കടന്നുപോകുന്നതുപോലെ ഹ്രസ്വങ്ങളായ ആ ശരൽക്കാലദിനങ്ങൾ എന്നെ കടന്നുപൊയ്ക്കൊണ്ടിരുന്നു. എനിക്കും ഒരു ജോലി കണ്ടുപിടിക്കപ്പെട്ടു. ഞാനും പ്രയോജനമുള്ള ഒരു വ്യക്തിയായിത്തീർന്നു. ഞാനും ദ്രുതഗതിയിലുള്ള സംഭവവികാസങ്ങളുടെ നീർച്ചുഴിയിൽപ്പെട്ടു.

അത്തരത്തിൽ പ്രക്ഷുബ്ധമായ ഒരു ദിവസം സെമ്യോൻ ഇവാനൊവിച്ച് ഉൽക്കണ്ഠാകുലനായി എന്നോടു പറഞ്ഞു:

"ബോറിസ്, നീ വേഗം കമ്മിറ്റി ആപ്പീസിലേക്കു ചെല്ലു. വരീഖയിൽ ഒരു പ്രചാരകനെ ആവശ്യമുള്ളതുകൊണ്ട് ഞാൻ അങ്ങോട്ടു പോകുന്നുവെന്ന് അവരോടു പറയണം. യെർഷോവിനെ കണ്ടില്ലെങ്കിൽ. . . . . ഒരു പെൻസിൽ തരു. ഇതാ ഈ കുറിപ്പ് പ്രസ്സിൽ കൊടുക്കണം. ആപ്പീസിലല്ല. നേരിട്ട് കംപോസിറ്ററുടെ കൈയിൽ കൊടുക്കണം. കണ്ണട ധരിച്ച ആ കറുത്ത തലമുടിക്കാരനെ കൊർച്ചാഗിന്റെ അടുത്തുവച്ച് കണ്ടതു് നീ ഓർക്കുന്നുണ്ടാകും. ഇതെല്ലാം കഴിഞ്ഞു് നീ നേരെ വരീഖയിൽ എന്റെയടുത്തേക്കു വരു. കമ്മിറ്റിക്കാരുടെ പക്കൽ പുതിയ ലഘുലേഖ വല്ലതുമുണ്ടെങ്കിൽ കൊണ്ടുവരാൻ മറക്കരുതു്. പാവെലിനോടു ചോദിച്ചാൽ മതി. ഒരു നിമിഷം നിൽക്കു!" ഞാൻ ഇറങ്ങി നടക്കുമ്പോൾ അദ്ദേഹം വിളിച്ചു. "പുറത്തു തണുപ്പുണ്ട്. നീ എന്റെ പഴയ മഴക്കോട്ടെങ്കിലും എടുത്തിട്ട്."

പക്ഷേ ഞാൻ തെരുവിലെത്തിക്കഴിഞ്ഞിരുന്നു. കുതിച്ചുപായുന്ന

ഒരു പടക്കുതിരയെപ്പോലെ ഉത്സാഹത്തിമിർപ്പോടെ ചെളിനിറഞ്ഞ വഴിയിലുള്ള കുണ്ടും കുഴികളും ചാടിക്കടന്ന് ഞാൻ ഓടി.

പാർട്ടി ഓഫീസിന്റെ വാതിൽക്കൽ വച്ച് ഞാൻ കൊർച്ചാഗിനുമായി കൂട്ടിമുട്ടി. ട്രെയിൻ പുറപ്പെടാൻ നേരത്തെ സ്റ്റേഷൻപോലെ അവിടം ശബ്ദമുഖരിതമായിരുന്നു. കൊർച്ചാഗിനേക്കാൾ വലിപ്പം കുറഞ്ഞവരോ ബലം കുറഞ്ഞവരോ ആരെങ്കിലുമായിരുന്നു അവിടെ നിന്നിരുന്നതെങ്കിൽ തീർച്ചയായും അവർ വീണുപോകുമായിരുന്നു. അത്ര ശക്തിയിലാണ് ഞാൻ ചെന്ന് മുട്ടിയത്. കൊർച്ചാഗിനായിരുന്നതുകൊണ്ട് ഒരു കമ്പിത്തൂണിൽ ഞാൻ ചെന്നിടിച്ച പ്രതീതിയാണ് എനിക്കുണ്ടായത്.

"എന്താണ് ഇത്ര ധൃതി?" അദ്ദേഹം പെട്ടെന്ന് ചോദിച്ചു."പുരയ്ക്കു തീപിടിച്ചോ?"

"ഇല്ല," ചതഞ്ഞ നെറ്റി തടവുകയും കിതയ്ക്കുകയും ചെയ്തുകൊണ്ട് സങ്കോചത്തോടെ ഞാൻ പറഞ്ഞു."സെമ്യോൻ ഇവാനൊവിച്ച് വരീഖയിലേക്കു പോകുന്നെന്നു പറയാൻ അദ്ദേഹം എന്നെ പറഞ്ഞയച്ചതാണ്. . . ."

"ഞാനറിഞ്ഞു. അവർ ഫോൺ ചെയ്തിരുന്നു."

"ലഘുലേഖകൾ വേണമെന്നും പറഞ്ഞു."

"അതും കൊടുത്തയച്ചുകഴിഞ്ഞു. പിന്നെ എന്താണ്?"

"പ്രസ്സിൽ പോകാൻ യെർഷോവിനോടു പറയണം. ഒരു കുറിപ്പു തന്നയച്ചിട്ടുണ്ട്."

"പ്രസ്സിലെക്കാര്യം എന്താണ് പറഞ്ഞത് ? കുറിപ്പു നോക്കട്ടെ," ആയുധധാരിയായ ഒരു തൊഴിലാളി ഇടയ്ക്കു കയറി പറഞ്ഞു. അയാൾ പഴയ ജാക്കറ്റിനു മീതെ ഒരു പട്ടാളക്കോട്ട് ധരിച്ചിരുന്നു.

"സെമ്യോനിന് ഇത്ര വേവലാതി എന്താണ്?" കുറിപ്പു വായിച്ചിട്ട് അയാൾ കൊർച്ചാഗിനോടു പറഞ്ഞു."പ്രസ്സിനെപ്പറ്റി അയാൾ ഇത്ര ഉൽക്കണ്ഠപ്പെടേണ്ട കാര്യമൊന്നുമില്ല. ഞാൻ അങ്ങോട്ട് ഉച്ചയ്ക്കുതന്നെ കാവൽക്കാരെ അയച്ചുകഴിഞ്ഞു."

കൂടുതൽ കൂടുതൽ ആളുകൾ വാതിലുലേയ്ക്കു പ്രവഹിച്ചുകൊണ്ടിരുന്നു. നല്ലതണുപ്പുണ്ടായിരുന്നിട്ടും അതു മലർക്കെ തുറന്നിട്ടിരുന്നു. പട്ടാളക്കോട്ടുകളും, ബ്ലൗസുകളും നിറംമങ്ങിയ തവിട്ടു ജാക്കറ്റുകളും അതിനിടയിലൂടെ കാണാമായിരുന്നു. ഇടനാഴിയിൽ രണ്ടുപേർ ഒരു വീഞ്ഞപ്പെട്ടി ചുറ്റികകൊണ്ടടിച്ച് തുറക്കുകയായിരുന്നു. അതിനുള്ളിലെ കച്ചിക്കിടയിൽ കളിയിൽ എണ്ണപുരട്ടിയ പുത്തൻ തോക്കുകളായിരുന്നു. പുറത്ത് അത്തരം കുറെ ഒഴിഞ്ഞ വീഞ്ഞപ്പെട്ടികൾ കൂടിക്കിടന്നു.

കൊർച്ചാഗിൻ ആയുധധാരികളായ മൂന്നു തൊഴിലാളികളേയും കൂടിക്കൊണ്ട് വാതിൽക്കൽ തിരിച്ചെത്തി.

"വേഗം ചെല്ലൂ," അദ്ദേഹം പറഞ്ഞു. "അവിടെത്തന്നെ കാണണം, കമ്മിറ്റിയുടെ പാസില്ലാത്ത ഒരൊറ്റ കുഞ്ഞുപോലും അകത്തുപോകാൻ പാടില്ല. ആരെയെങ്കിലും പറഞ്ഞയച്ച് അവിടുത്തെ ചുറ്റുപാടുകൾ ഞങ്ങളെ അറിയിക്കണം."

"ആരെയാണ് അയയ്ക്കേണ്ടത്?"

"നമ്മുടെ ആളുകളിൽ അവിടെ കണ്ടുകിട്ടുന്ന ആരെങ്കിലും."

"ഞാൻ അവിടെ കാണും !" അടക്കാനാവാത്ത ആവേശവും മറ്റുള്ളവരോടൊപ്പം നില്ക്കണമെന്നുള്ള ആഗ്രഹവും കൊണ്ട് ഞാൻ പറഞ്ഞു.

"ശരി, എന്നാൽ ഇവനെക്കൂടി കൊണ്ടുപോയ്ക്കോളൂ. ഇവൻ ഓട്ടത്തിൽ മിടുക്കനാണ്."

കമ്മിറ്റി ആപ്പീസിൽ നിന്നു പുറത്തുവരുന്ന ഏതാണ്ട് എല്ലാവരും വീഞ്ഞപ്പെട്ടിയിൽനിന്ന് ഓരോ തോക്കെടുക്കുന്നതു ഞാൻ ശ്രദ്ധിച്ചു.

"സഖാവ് കൊർച്ചാഗിൻ, എല്ലാവരും തോക്കെടുക്കുന്നുണ്ടല്ലോ. ഞാനും ഒന്നെടുത്തോട്ടെ?" ഞാൻ ചോദിച്ചു.

"എന്താണ് വേണ്ടത്?" പച്ചകുത്തിയ കരുത്തനായ ഒരു നാവികനോട്ട് സംസാരിച്ചുകൊണ്ടുനിന്നിരുന്ന കൊർച്ചാഗിൻ പെട്ടെന്ന് സംസാരം നിർത്തി ഈർഷ്യയോടെ ചോദിച്ചു.

"എനിക്കും ഒരു തോക്കു വേണം. മറ്റുള്ളവരെപ്പോലെ തന്നെയാണ് ഞാനും. അല്ലേ?"

ആ സമയത്ത് അടുത്ത മുറിയിൽനിന്ന് ആരോ ഉറക്കെ കൊർച്ചാഗിനെ വിളിക്കുന്നതു കേട്ടു. അദ്ദേഹം എന്റെ നേരെ ഒരു കൈ വീശിക്കാട്ടിയിട്ട് ധൃതിയിൽ അകത്തേക്കു പോയി.

നിഷേധാർത്ഥത്തിലായിരിക്കാം അദ്ദേഹം കൈ വീശിയത്. പക്ഷേ അത് അനുവാദമാണെന്നു ഞാൻ വ്യാഖ്യാനിച്ചു. ഞാൻ ഒരു തോക്കെടുത്ത് മാറോടു ചേർത്തുപിടിച്ചുകൊണ്ട് തെരുവിലെത്തിക്കഴിഞ്ഞ ആയുധധാരികളായ ഗാർഡുകളുടെ പിന്നാലെ ഓടി.

ഞാൻ മുറ്റം മുറിച്ചുകടക്കുമ്പോൾ അപ്പോൾ കിട്ടിയ വാർത്ത കേട്ടു: "പെട്രോഗ്രാഡിൽ സോവിയറ്റ് അധികാരം സ്ഥാപിക്കപ്പെട്ടു, കേരെൻസ്കി ഓടിപ്പോയി. മോസ്കോയിൽ മിലിട്ടറി കേഡറ്റുകളുമായി യുദ്ധം നടക്കുന്നു."

ഭാഗം മൂന്ന്

മുന്നണി

അദ്ധ്യായം ഒന്ന്

മാസം ആറു കഴിഞ്ഞു. അമ്മയുടെ മേൽവിലാസമെഴുതിയ ഒരു കത്ത് തെളിഞ്ഞ ഒരു ഏപ്രിൽദിനത്തിൽ ഞാൻ റെയിൽവേ സ്റ്റേഷനിലുള്ള പെട്ടിയിൽ നിക്ഷേപിച്ചു.

“അമ്മേ,

“വിടതരൂ! ഞാൻ കൊർനീലൊവിന്റേയും കലേഡിന്റേയും വൈറ്റ്ഗാർഡ് സേനകളോട് സുധീരം പോരാടുന്ന സഖാവു സീവെർസിന്റെ സംഘത്തോടു ചേരാൻ പോവുകയാണ്. ഞങ്ങൾ മൂന്നു പേരുണ്ട്. സോർമൊവൊ സമരസ്ക്വാഡാണ് ഞങ്ങൾക്ക് രേഖകൾ തന്നതു്. ഞാനും ‘മലങ്കാക്ക’യും അതിലെ അംഗങ്ങളാണ്. ആദ്യം അവർ എനിക്ക് രേഖ തരാൻ മടിച്ചു. എനിക്കു പ്രായം പോരെന്നു പറഞ്ഞു. ‘മലങ്കാക്ക’ യോട് പറഞ്ഞു സമ്മതിപ്പിക്കാൻ ഞാൻ വളരെ പാടുപെട്ടു. ഒടുവിൽ അദ്ദേഹം സമ്മതിച്ചു. അദ്ദേഹത്തിനു് ഞങ്ങളോടൊപ്പം വരണമെന്നുണ്ടായിരുന്നു. പക്ഷേ അദ്ദേഹത്തിന്റെ ആരോഗ്യം തീരെ മോശമാണ്. എപ്പോഴും ചുമതന്നെ. സന്തോഷംകൊണ്ട് എനിക്കു ശ്വാസം മുട്ടുന്നു. ഇതേവരെ നടന്നതെല്ലാം വെറും കുട്ടിക്കളിയായിരുന്നു. യഥാർത്ഥമായതു് ഇനി തുടങ്ങാൻ പോവുകയാണ്. അതുകൊണ്ടാണ് എനിക്ക് ഇത്രസന്തോഷം.”

ഞങ്ങളുടെ യാത്രയുടെ മൂന്നാം ദിവസം ആറുമണിക്കുർ നേരത്തെ വിശ്രമത്തിനുവേണ്ടി വണ്ടി ഒരു ചെറിയ സ്റ്റേഷനിൽ നിന്നു. ചുറ്റുപാടുമുള്ള ഗ്രാമപ്രദേശങ്ങളിൽ അസ്വസ്ഥത തലപൊക്കിയിരിക്കുന്നുവെന്ന് അവിടെവച്ചു ഞങ്ങൾക്ക് അറിവു കിട്ടി. കൊള്ളക്കാരുടെ ആഗമനവും ചിലയിടങ്ങളിൽ ഭക്ഷ്യസംഭരണസംഘവും കുലാക്കുകളുമായുണ്ടായ സംഘട്ടനങ്ങളുമായിരുന്നു അതിനു കാരണം. രാത്രി വളരെ വൈകിയതിനുശേഷമാണ് ഞങ്ങളുടെ വണ്ടിയിൽ എഞ്ചിൻ ഘടിപ്പിക്കപ്പെട്ടതു്. ഞാനും എന്റെ സഖാക്കളും സാമാനങ്ങൾ കയറ്റാനുദ്ദേശിച്ച വണ്ടിയുടെ മുകളിലത്തെ തട്ടിൽ തൊട്ടുതൊട്ടുകിടന്നു. ചക്രങ്ങളുടെ താളാത്മകമായ ശബ്ദവും വണ്ടിയുടെ കുടുക്കവും കേട്ടുകൊണ്ട് ഞാൻ കോട്ടു തലവഴിയിട്ട് ഉറങ്ങാൻ തയ്യാറെടുത്തു.

ഇരുട്ടത്ത് ആളുകൾ കൂർക്കംവലിയ്ക്കുകയും ചുമയ്ക്കുകയും ചൊറിയുകയും ചെയ്യുന്ന ശബ്ദം കേൾക്കാമായിരുന്നു. തട്ടിൽ സ്ഥലം കിട്ടിയ ഭാഗ്യവാന്മാർ ഉറക്കംപിടിച്ചു. എന്നാൽ തറയിൽ ഞെങ്ങി ഞെരുങ്ങി ഇരുന്നിരുന്നവരുടെ ഇടയിൽനിന്ന് മുറുമുറുപ്പും പിറുപിറുപ്പും പ്രാക്കും, ഉന്തുകയും തള്ളുകയും ചെയ്യുന്ന ശബ്ദവും കേട്ടുകൊണ്ടിരുന്നു.

"ഹോ ഇങ്ങനെ ഉന്തല്ലെ !" ചിലമ്പിച്ച ഒരു ശബ്ദം ഉയർന്നു. "എന്താ തന്റെ ഭാവം? എന്നെ ഈ ചാക്കിൻപുറത്തുനിന്നു തള്ളി താഴെയിടാനാണോ? മര്യാദയ്ക്കിരുന്നില്ലെങ്കിൽ ഞാൻ തന്നെ അങ്ങേ ലോകത്തേക്കു തള്ളിയിടും ! പറഞ്ഞേക്കാം."

"ഇതു കണ്ടില്ലേ!" കോപാകുലമായ നേർത്ത ഒരു സ്ത്രീശബ്ദം പരാതിപ്പെട്ടു. "അയാളുടെ ബൂട്ടുകൾ എന്റെ മുഖത്താണ്. ഹേ, കാലുമാറ്റി വയ്ക്കൂ !"

ആരോ ഉരച്ച തീപ്പെട്ടിക്കോലിന്റെ വെളിച്ചത്തിൽ ബൂട്ടുകളുടെ കുമ്പാരങ്ങളും, ചാക്കുകളും കെട്ടുകളും, തൊപ്പികളും, കൈകാലുകളും ഇളകിക്കൊണ്ടിരിക്കുന്നത് അവ്യക്തമായി കാണാൻ കഴിഞ്ഞു. വീണ്ടും കൂരിരുട്ട്. ഒരു മൂലയ്ക്ക് ആരോ ഒരാൾ ശുഷ്കവും ഏകപ്രകാര വുമായ ശബ്ദത്തിൽ ശോകാത്മകവും ദുഷ്കരവുമായ തന്റെ ജീവിതകഥ പറഞ്ഞുകൊണ്ടിരുന്നു. അതിൽ സഹതപിച്ച് അടുത്തിരുന്നയാൾ സിഗററ്റു വലിച്ചു. മാട്ടീച്ചകളുടെ കടിയേറ്റ കുതിരയെപ്പോലെ വണ്ടി വിറച്ചുകൊണ്ട് കുലുങ്ങികുലുങ്ങി മുന്നോട്ടു പൊയ്ക്കൊണ്ടിരുന്നു.

എന്റെ സഹയാത്രികരിൽ ആരോ ഷർട്ടിന്റെ കയ്യിൽ പിടിച്ചു വലിച്ചപ്പോൾ ഞാൻ ഉണർന്നു തലപൊക്കിനോക്കി. തുറന്നുകിടന്ന ജനലിലൂടെ കടന്നുവന്ന തണുത്ത ശുദ്ധവായു എന്റെ മുഖത്തു തട്ടി. ട്രെയിൻ വളരെ പതുക്കെയാണ് പൊയ്ക്കൊണ്ടിരുന്നത്. അത് ഒരു കുന്നുകയറുകയാണെന്നു തോന്നി. ചക്രവാളരേഖയാകെ തീജ്ജ്വാ ലയുടെ ഉജ്ജ്വലപ്രഭയേറ്റ് തിളങ്ങിക്കൊണ്ടിരുന്നു. തീജ്ജ്വാലയുടെ ചൂടു സഹിക്കാനാവാഞ്ഞിട്ടെന്നവണ്ണം അങ്ങു മുകളിൽ നക്ഷത്രങ്ങൾ മിന്നാമിനുങ്ങികളെപ്പോലെ തളർന്നു വീണു, വിളറിയ ചന്ദ്രക്കല ആകാശത്തിൽ അലിഞ്ഞുചേർന്നു.

"കലാപം നടക്കുകയാണ്," ശാന്തവും പ്രസന്നവുമായ ശബ്ദത്തിൽ ആരോ ഒരാൾ വിളിച്ചു പറഞ്ഞു.

"അടിയുടെ കുറവാണ്, മറ്റൊന്നുമല്ല," മറ്റൊരു മൂലയിൽ നിന്ന് പരുഷമായ ഒരു ശബ്ദം അമർഷം പ്രകടിപ്പിച്ചു.

പെട്ടെന്നുണ്ടായ ഒരു സ്ഫോടനം ആ സംഭാഷണത്തിനു വിരാ മമിട്ടു. വണ്ടി വല്ലാതെ കുടുങ്ങുകയും ചരിയുകയും ചെയ്തു. ഞാൻ

മുകളിലത്തെ തട്ടിൽ നിന്ന് താഴെ ഇരുന്നവരുടെ തലയിലേയ്ക്കു വീണു. ആകെ ബഹളമായി. ആളുകൾ നിലവിളിക്കുകയും തുറന്നു കിടന്ന വാതിലിനെ ലക്ഷ്യമാക്കി ഓടുകയും ചെയ്തു.

അപകടം സംഭവിച്ചിരിക്കുന്നു ! പിന്നിൽ നിന്ന് തള്ളുന്ന യാത്രക്കാരുടെ ഇടയിൽപ്പെട്ടു ഞെരിഞ്ഞുപോകാതിരിക്കാൻ വേണ്ടി ഞാൻ പുറത്തേക്കു ചാടി. പാളത്തിന്റെ ഓരത്തുള്ള ഒരു കുഴിയിലാണ് ഞാൻ ചെന്നു വീണതു്. രണ്ടു പ്രാവശ്യം വെടി പൊട്ടുന്ന ശബ്ദം കേട്ടു. എന്റെ തൊട്ടടുത്തു നിന്ന ഒരു മനുഷ്യൻ വിറയ്ക്കുന്ന കൈകൾ നീട്ടിപ്പിടിച്ചുകൊണ്ട് ധൃതിയിൽ പറഞ്ഞു:

“സാരമില്ല. . . സാരമില്ല. ഓടാതിരുന്നാൽ മതി. ഓടിയാൽ അവർ വെടിവയ്ക്കും. വെള്ളക്കാരല്ല. ഇവിടങ്ങളിലുള്ള ഗ്രാമീണരാണ്. അവർ വേണ്ടതെല്ലാം എടുത്തിട്ട് നമ്മെ വെറുതെ വിടും.”

തോക്കു പിടിച്ച രണ്ടുപേർ വണ്ടിയുടെ അരികിലൂടെ ഓടിനടന്ന് വിളിച്ചു പറഞ്ഞു:

“എല്ലാവരും തിരിച്ചു വണ്ടിയിൽ കയറൂ !” യാത്രക്കാർ ട്രെയിനിൽ കയറാനായി ഓടി. ആ ബഹളത്തിനിടയിൽ കാൽവഴുതി ഞാൻ ഒരു ചേറ്റുകുഴിയിലേയ്ക്കു വീണു. പെട്ടെന്ന് ഞാൻ കമഴ്ന്നുകിടന്ന് തീവണ്ടിയുടെ വാലറ്റത്തേക്ക് ഇഴഞ്ഞുതുടങ്ങി. ഏറ്റവും അവസാനത്തേതിന്റെ തൊട്ടുമുമ്പിലുള്ള കംപാർട്ടുമെന്റായിരുന്നു ഞങ്ങളുടേതു്. ഞാൻ നിമിഷങ്ങൾക്കകം അവസാനത്തെ കംപാർട്ടുമെന്റിന്റെ മങ്ങിയ സിഗ്നൽ വിളക്കിന്നു തൊട്ടടുത്തെത്തി. അവിടെ തോക്കുപിടിച്ചുകൊണ്ട് ഒരു മനുഷ്യൻ നിൽപ്പുണ്ടായിരുന്നു. ഞാൻ തിരിഞ്ഞു നടക്കാൻ ഭാവിച്ചു. എന്നാൽ പെട്ടെന്ന് ആ മനുഷ്യൻ തിട്ടിന്റെ മറ്റേ അറ്റത്തു് ആരെയോ കണ്ടിട്ട് അങ്ങോട്ട് ഓടി വന്നു.

ഒറ്റ കുതിയ്ക്ക് ഞാൻ ഒരു കൊക്കയുടെ വക്കത്തെത്തി. അതിന്റെ ചെളികെട്ടിയ തെന്നുന്ന ചെരിവിലൂടെ ഞാൻ താഴത്തേക്ക് ഉരുണ്ടു. അടിയിലെത്തിയപ്പോൾ ഞാൻ എണീറ്റ് കുറ്റിക്കാട്ടിനടുത്തേക്കു നടന്നു. എന്റെ ബൂട്ടുകളിൽ മുഴുവൻ പശയുള്ള മണ്ണ് കുഴഞ്ഞുപിടിച്ചിരുന്നതുകൊണ്ട് കാലുകൾ ഇഴച്ചിഴച്ചാണ് ഞാൻ നടന്നതു്.

ഇളംതലപ്പുകളാൽ മൂടുപടമണിഞ്ഞ കാട് സജീവമായിത്തീർന്നു. കുറെ ദൂരെ എവിടെയോ പൂവൻകോഴികൾ മത്സരിച്ചു കൂവുന്നതു കേട്ടു. വെയിൽകായാനെത്തിയ തവളകൾ അടുത്തൊരു പുൽത്തകിടിയിൽ ഇരുന്ന് ഉറക്കെ ശബ്ദിച്ചു. തണലുള്ളിടത്തു് അങ്ങിങ്ങായി ചാരനിറമാർന്ന മഞ്ഞുകൂനകൾ കാണാനുണ്ടായിരുന്നെങ്കിലും വെയിലുള്ളിടത്തു് ഉണ്ടായിരുന്ന തലേവർഷത്തെ പുല്ലുകൾ ഉണങ്ങിക്കഴിഞ്ഞിരുന്നു. ഞാൻ കുറച്ചു വിശ്രമിച്ചിട്ട് ഒരു കഷ്ണം ബർച്ചുമരത്തൊലികൊണ്ട്

ബൂട്ടുകളിലെ ചെളി ചുരണ്ടിക്കളഞ്ഞു. പിന്നീട് കുറെ പുല്ല് പറിച്ചെടുത്ത് വെള്ളത്തിൽ മുക്കി അഴുക്കുപുരണ്ട മുഖം തുടച്ചു.

തികച്ചും അപരിചിതമായ ഒരു പ്രദേശമായിരുന്നു അത്. ഏറ്റവും അടുത്ത റെയിൽവേ സ്റ്റേഷനിൽ എങ്ങിനെ എത്താൻ കഴിയും? പട്ടികൾ കുരയ്ക്കുന്ന ശബ്ദം കേട്ടതുകൊണ്ട് അടുത്തെവിടെയോ ആൾപ്പാർപ്പുണ്ടെന്ന് എനിക്കു മനസ്സിലായി. അവിടെച്ചെന്ന് വഴി ചോദിച്ചാലോ? ഒരു പക്ഷേ അത് കുലാക്കുകളുടെ രഹസ്യതാവളമാണെന്ന് വരാം. ഞാൻ, ആരാണ് എന്താണ് എന്നെല്ലാം അവർ ചോദിക്കും. എന്റെ കൈവശമാണെങ്കിൽ രേഖകളും കൈത്തോക്കും ഉണ്ടുതാനും. രേഖകൾ ബൂട്ടിനകത്ത് ഒളിച്ചുവയ്ക്കാം. പക്ഷേ തോക്ക് എന്തു ചെയ്യും? കളഞ്ഞാലോ?

ഞാൻ തോക്കു പുറത്തെടുത്തു തിരിച്ചും മറിച്ചും നോക്കി. എനിക്കതു് ഉപേക്ഷിക്കാൻ മനസ്സു വന്നില്ല. കയ്യുള്ളിലിരുന്ന് തിളങ്ങിക്കൊണ്ടിരുന്ന ആ കൈത്തോക്ക് സുഖകരമായ ഒരു വികാരമാണ് എനിക്കു പകർന്നുതന്നത്. അത് ഉപേക്ഷിക്കുന്നതിനെപ്പറ്റി ആലോചിച്ചതിൽ എനിക്ക് ലജ്ജതോന്നി. ഞാൻ അതിൽ തലോടിയിട്ട് എന്റെ ജാക്കറ്റിന്റെ അകവശത്തു തുന്നിപ്പിടിപ്പിച്ചിരുന്ന രഹസ്യ അറയിലേയ്ക്കു തന്നെ അതു തിരിച്ചുവച്ചു.

തെളിഞ്ഞ ഒരു പ്രഭാതമായിരുന്നു അത്. നാനാതരം ശബ്ദങ്ങൾ കാട്ടിൽ മുഴങ്ങി. മഞ്ഞനിറമാർന്ന പുൽത്തകിടിയുടെ നടുക്കു നിന്ന ഒരു മരക്കുറ്റിയിൽ ഇരുന്നിരുന്ന എനിക്ക് എവിടെയെങ്കിലും അപകടം പതിയിരിപ്പുണ്ടെന്നു വിശ്വസിക്കാൻ കഴിഞ്ഞില്ല.

"പ്യൂ, പ്യൂ. . . !" തൊട്ടടുത്ത് സുപരിചിതമായ ഒരു കള കൂജനം കേട്ടു. നീലനിറമുള്ള ഒരു ടിസ്റ്റ്മൗസ് ഒരു മരക്കൊമ്പിൽ വന്നിരുന്ന് ജിജ്ഞാസയോടെ എന്നെ ചരിഞ്ഞുനോക്കി.

"പ്യൂ, പ്യൂ. . . !" അതു മരക്കൊമ്പിൽ തത്തിനടന്നുകൊണ്ട് ചിലച്ചു.

പെട്ടന്ന് തീംക ഫ്രൂഷിനെ ഞാൻ ഓർത്തു. ഞാൻ അറിയാതെ ഒരു പുഞ്ചിരി എന്റെ ചുണ്ടിൽ വിരിഞ്ഞു. "മണ്ടൻ പക്ഷി" എന്നാണ് തീംക ടിറ്റ്മൗസുകളെ വിളിച്ചിരുന്നത്. പക്ഷികളും, സെമിത്തേരിയും, ഞങ്ങളുടെ കളികളുമെല്ലാം ഇന്നലെ കഴിഞ്ഞതുപോലെ തോന്നുന്നു. പക്ഷേ ഇപ്പോഴോ? ഞാൻ നെറ്റി ചുളിച്ചു. എന്തെങ്കിലുമൊരു വഴി കണ്ടുപിടിക്കണം.

അടുത്തെവിടെയോ ചാട്ടവീശുന്ന ശബ്ദം കേട്ടു.. പശുക്കൾ അമറി. "ഒരു കന്നുകാലിപ്പറ്റം," ഞാൻ വിചാരിച്ചു. "മേച്ചിൽക്കാരനോട് വഴി ചോദിക്കാം. അയാളെ പേടിക്കാനെന്തിരിക്കുന്നു? അയാളോടു

ചോദിച്ചിട്ട് കഴിയുന്നതും വേഗം ഇവിടുന്ന് രക്ഷപ്പെടണം."

സാവധാനത്തിൽ പഴയ പുല്ലിന്റെ കുറ്റികൾ കരണ്ടുതിന്നുകൊണ്ട് ഒരു ചെറിയ പറ്റം കന്നുകാലികൾ വനത്തിന്റെ അതിരിലൂടെ നടന്നുവന്നു. വണ്ണമുള്ള ഒരു വടിയുമായി വൃദ്ധനായ മേച്ചിൽക്കാരൻ ഒപ്പമുണ്ട്. വെറുതെ നടക്കാനിറങ്ങിയ ഒരു മനുഷ്യന്റെ ശാന്തതയും ഉദാസീനതയും നടിച്ചുകൊണ്ട് ഞാൻ അയാളുടെ അടുത്തെത്തി.

"നമസ്കാരം, അപ്പൂപ്പാ !"

"നമസ്കാരം !" അയാൾ നടപ്പുനിർത്തി എന്നെ സാകൂതം നോക്കി.

"റെയിൽവേസ്റ്റേഷനിലേക്ക് എത്ര ദൂരമുണ്ട്?"

"സ്റ്റേഷനിലേയ്ക്കോ? ഏതു സ്റ്റേഷന്റെ പേരറിഞ്ഞുകൂടായിരുന്നു. പക്ഷേ വൃദ്ധൻതന്നെ എന്നെ സഹായിച്ചു."

"അലെക്സാണ്ട്രവ്ക്കയായിരിക്കും, അല്ലേ?" അയാൾ ചോദിച്ചു.

"അതുതന്നെ. ഞാൻ അങ്ങോട്ടു പോവുകയായിരുന്നു. പക്ഷേ എവിടെയോവച്ച് വഴിതെറ്റി."

"എവിടുന്നാണ് വരുന്നത്."

പിന്നേയും എനിക്ക് ഉത്തരം മുട്ടി.

"അവിടുന്ന്," അമ്പരപ്പു പുറത്തു കാട്ടാതിരിക്കാൻ ആവതു ശ്രമിച്ചുകൊണ്ട് ഞാൻ ദൂരെ കണ്ട ഒരു ഗ്രാമത്തിനുനേരെ അവ്യക്തമായി കൈ വീശിക്കാണിച്ചു.

"ഹും. . . അവിടുന്നാണ്. . . ദേമെനെവൊയിൽനിന്ന്, അല്ലേ?"

"അതെ, ദേമെനെവൊയിൽനിന്നാണ്."

ആ സമയത്ത് ഒരു പട്ടിയുടെ മുറുമുറുപ്പും ആരുടേയോ കാൽപ്പെരുമാറ്റവും ഞാൻ കേട്ടു. തിരിഞ്ഞുനോക്കിയപ്പോൾ ഞാൻ കണ്ടത് ആജാനുബാഹുവായ ഒരു പയ്യൻ വൃദ്ധന്റെ അടുത്തേക്കു നടന്നു വരുന്നതാണ് മേച്ചിൽക്കാരന്റെ സഹായിയാണതെന്ന് ഞാൻ ഊഹിച്ചു.

"അലെക്സാണ്ടർ അമ്മാവാ, കാര്യം എന്താണ്?" ഒരു കഷണം റൈ റൊട്ടി ചവച്ചുകൊണ്ട് അയാൾ ചോദിച്ചു.

"ഒരു വഴിയാത്രക്കാരൻ. അലെക്സാണ്ട്രവ്ക്കസ്റ്റേഷനിലേയ്ക്കുള്ള വഴിചോദിക്കുന്നു. ദേമെനെവൊയിൽ നിന്നു വരികയാണെന്നും പറയുന്നു."

പയ്യൻ ചവയ്ക്കൽ നിർത്തി എന്നെ തുറിച്ചുനോക്കി.

"അതെങ്ങിനെ?" അയാൾ ചോദിച്ചു.

"അതാണ് എനിക്കു പിടികിട്ടാത്തത്. ദേമെനെവൊ സ്റ്റേഷന്റെ

തൊട്ടടുത്താണ്. അലെക്സാണ്ട്രവ്ക്കയും ദേമെനെവൊയും ഒന്നുതന്നെയാണ്. പിന്നെ ഇവൻ ഇവിടെ എങ്ങിനെ വന്നെത്തി?"

"നമുക്ക് ഇവനെ ഗ്രാമത്തിലേക്കു കൊണ്ടുപോകാം," പയ്യൻ പറഞ്ഞു. "അവിടത്തെ മിലിട്ടറി പോസ്റ്റിലുള്ളവർ തീരുമാനിച്ചുകൊള്ളും അവൻ എന്തുവേണമെങ്കിൽ പറയട്ടെ."

അതു് എന്തുതരം ചെക്പോസ്റ്റാണെന്നോ അവർ എന്തു തീരുമാനിക്കുമെന്നോ എനിക്ക് യാതൊരു രൂപവുമില്ലായിരുന്നെങ്കിലും എനിക്ക് ഗ്രാമത്തിലേക്കു പോകാൻ തീരെ ആഗ്രഹമുണ്ടായിരുന്നില്ല. ആ ഭാഗത്തുള്ള ഗ്രാമങ്ങളെല്ലാം ധനികർ പാർക്കുന്നവയും അപകടകരവുമായിരുന്നുവെന്നതാണ് അതിനു കാരണം. ഒട്ടും സമയം കളയാതെ ഞാൻ ഒരു വശത്തേക്കു ചാടി കാട്ടിലൂടെ ഓടി.

മേച്ചിൽക്കാരൻ പയ്യൻ അധികദൂരം എന്നെ പിൻതുടർന്നില്ല. പക്ഷേ ആ നശിച്ച പട്ടി എന്റെ കാലിൽ രണ്ടുമൂന്നു തവണ കമ്മി. അപ്പോൾ എനിക്ക് ഒട്ടും വേദന തോന്നിയില്ല. കൂർത്ത മുള്ളുകളുള്ള മരച്ചില്ലകൾ മുഖത്തു വന്നടിച്ചതോ കുനകളിലും മരക്കുറ്റികളിലും കാലു മുട്ടിയതോപോലും അപ്പോൾ ഞാൻ ശ്രദ്ധിച്ചില്ല.

രാത്രിയാകുന്നതുവരെ ഞാൻ കാട്ടിൽ അലഞ്ഞുതിരിഞ്ഞു. അതൊരു വിജനമായ ഘോരവനമൊന്നും ആയിരുന്നില്ല. അവിടവിടെ തടിവെട്ടിയെടുത്ത കുറ്റികൾ ധാരാളം ഉണ്ടായിരുന്നു. ഉള്ളിലേക്കു കടക്കുംതോറും വൃക്ഷങ്ങളുടെ നിബിഡത കുറഞ്ഞുവന്നു. തുറന്ന പ്രദേശങ്ങൾ കൂടുതൽ കൂടുതൽ പ്രത്യക്ഷപ്പെട്ടു. ചിലേടങ്ങളിൽ കുതിരച്ചാണകവും കാണാൻ കഴിഞ്ഞു. നേരം രാത്രിയായി. ദേഹമാസകലം പോറലുകളും. ഒരു കുറ്റിച്ചെടിയുടെ അടിയിൽ ഉണങ്ങിയതും മറവുള്ളതുമായ ഒരു സ്ഥലം ഞാൻ കണ്ടുപിടിച്ചു. ഒരു തടിക്കഷണം തലയിണയാക്കിക്കൊണ്ട് ഞാൻ അവിടെ കിടന്നു. കലശലായ ക്ഷീണം എന്നെ പിടികൂടി. എന്റെ മുഖം ചുട്ടുപൊള്ളുന്നതു പോലെ തോന്നി. പട്ടി കടിച്ച ഭാഗങ്ങൾ വല്ലാതെ വേദനിച്ചു.

"കുറച്ച് ഉറങ്ങാം," ഞാൻ തീരുമാനിച്ചു. "ഈ രാത്രിയിൽ ആരും എന്നെ കണ്ടുപിടിക്കയില്ല. വല്ലാത്ത ക്ഷീണം. ഇപ്പോൾ ഉറങ്ങുക തന്നെ. രാവിലെ എന്തെങ്കിലും വഴി ആലോചിക്കാം."

മയക്കത്തിനിടയിൽ ഞാൻ അർസമാസിലെ കാര്യങ്ങൾ ഓർത്തു: കളവും ഞങ്ങളുടെ ചങ്ങാടയുദ്ധവും പഴയ കമ്പിളിപ്പുതപ്പിനടിയിലെ എന്റെ കിടക്കയും എന്റെ മനസ്സിൽ തെളിഞ്ഞു. ഞാനും ഫേജയും കൂടി പ്രാവുകളെ പിടിച്ച് അവന്റെ ചീനച്ചട്ടിയിലിട്ടു പൊരിച്ചെടുത്തു രഹസ്യമായി തിന്നതു് ഞാൻ ഓർത്തു. പ്രാവിന്റെ ഇറച്ചിയ്ക്ക് എന്തൊരു സ്വാദായിരുന്നു. . . .

മരങ്ങളുടെ മുകളിലിരുന്ന് കാറ്റു ചൂളം വിളിച്ചു. കാട്ട് ശൂന്യവും ഭീകരവുമാണെന്നു തോന്നി. അർസമാസെന്ന പഴയ പട്ടണം ചൂടും സുഗന്ധവും പൊഴിച്ചുകൊണ്ടു് പെരുന്നാൾദിവസത്തെ അപ്പം പോലെ എന്റെ മനസ്സിൽ നീന്തിനടന്നു.

ഞാൻ കോട്ടിന്റെ കോളർ പൊക്കിവച്ചു. ക്ഷണിക്കാതെ വന്ന ഒരുതുള്ളി കണ്ണുനീർ എന്റെ കവിളിലൂടെ ഒഴുകി. പക്ഷേ ഞാൻ കുനിഞ്ഞില്ല.

ആ രാത്രി തണുപ്പുകൊണ്ടു മരവിച്ചുപോയ ഞൻ ദേഹം ചൂടാകാൻ വേണ്ടി ചാടുകയും അങ്ങോട്ടുമിങ്ങോട്ടും ഓടുകയും ചെയ്തു കൊണ്ടിരുന്നു. ഒരു ബർച്ചുമരത്തിൽ പിടിച്ചുകയറാൻ ഞാൻ ശ്രമിച്ചു. തണുപ്പുമാറ്റാൻ വേണ്ടി ഞാൻ നൃത്തം ചവിട്ടുകപോലും ചെയ്തു. മരവിപ്പു കുറയുമ്പോൾ ഞാൻ അല്പം കിടക്കും. കോടമഞ്ഞു് എന്റെ ശരീരത്തിന്റെ ചൂട്ട് അപഹരിക്കുമ്പോൾ വീണ്ടും ചാടിയെണീക്കും.

അദ്ധ്യായം രണ്ട്

ഇളംചൂട് പകർന്നുകൊണ്ട് വീണ്ടും സൂര്യനുദിച്ചു. പക്ഷികൾ ചിലച്ചു. നിരനിരയായി പറക്കുന്ന കൊക്കുകൾ. ആകാശത്തിൽ ആഹ്ലാദത്തോടെ കാഹളംമുഴക്കി. രാത്രി അവസാനിച്ചതിലുള്ള സന്തോഷംകൊണ്ട് ഞാനും പുഞ്ചിരിതൂകി. വിഷാദചിന്തകൾ എന്റെ മനസ്സിൽനിന്നും അകന്നു പോയി. എന്തെങ്കിലും തിന്നണം എന്ന ഒരു വിചാരം മാത്രം അവിടെ അവശേഷിച്ചു.

ഞാൻ കഷ്ടിച്ച് ഒരു ഇരുനൂറു ചുവടു നടന്നപ്പോൾ വാത്തുകൾ കരയുകയും പന്നികൾ മുക്രയിടുകയും ചെയ്യുന്ന ശബ്ദം കേട്ടുതുടങ്ങി. പച്ചച്ചായമടിച്ച മേൽക്കൂരയുള്ള ഒറ്റപ്പെട്ട ഒരു വീട് പച്ചിലകളുടെ ഇടയിലൂടെ എനിക്കു കാണാൻ കഴിഞ്ഞു.

"പതുങ്ങി അടുത്തുചെല്ലാം," ഞാൻ തീരുമാനിച്ചു."അപകടമൊന്നുമില്ലെന്ന് ബോധ്യമായാൽ വഴിചോദിക്കുകയും തിന്നാൻ വല്ലതും ആവശ്യപ്പെടുകയും ചെയ്യാം."

ഞാൻ ഒരു കുറ്റിച്ചെടിയുടെ പിന്നിൽ മറഞ്ഞുനിന്നു. യാതൊരനക്കവുമില്ല. ആളുകളുള്ളതിന്റെ യാതൊരു ലക്ഷണവും കണ്ടില്ല. എന്നാൽ വാത്തുകൾ ഞാൻ നില്ക്കുന്നിടത്തേക്ക് കുണുങ്ങിക്കുണുങ്ങി വന്നു. എന്റെ തൊട്ടടുത്തായി ചുള്ളിക്കമ്പുകൾ ഞെരിയുന്ന ശബ്ദം കേട്ടെന്നു തോന്നി. പെട്ടെന്ന് ഞാൻ ജാഗ്രതയായി നിന്ന് തലതിരിച്ചുനോക്കി. ഭയം ഉടൻതന്നെ വിസ്മയത്തിന് വഴിമാറിക്കൊടുത്തു. പത്തു ചുവടകലത്തെ കുറ്റിച്ചെടിയുടെ പിന്നിൽനിന്ന് രണ്ടു കണ്ണുകൾ എന്നെ തുറിച്ചു നോക്കിക്കൊണ്ടിരുന്നു. ആ കണ്ണുകളുടെ ഉടമസ്ഥൻ തീർച്ചയായും ആ വീട്ടിലെ ആരുമല്ലെന്ന് എനിക്കു മനസ്സിലായി. കാരണം അയാളും എന്നെപ്പോലെ കുറ്റിച്ചെടികൾക്കിടയിൽ ഒളിച്ചിരുന്ന് ആ വീടു ശ്രദ്ധിക്കയായിരുന്നു. ഒരേ ഇരയുടെ പിന്നിലെ എത്തിയ രണ്ടു വന്യമൃഗങ്ങളെപ്പോലെ ഞങ്ങൾ കരുതലോടെ പരസ്പരം തുറിച്ചുനോക്കി. പിന്നീട് മൗനാനുവാദത്താലെന്നവണ്ണം ഞങ്ങൾ ഇരുവരും കാട്ടിലേക്കുപിൻവാങ്ങുകയും പരസ്പരം അടുക്കുകയും ചെയ്തു.

അപരിചിതന് എന്റത്ര തന്നെ പൊക്കമുണ്ടായിരുന്നു. ഏകദേശം പതിനേഴ വയസ്സ തോന്നിച്ചു. ദൃഢഗാത്രനായ അവൻ ധരിച്ചിരുന്നത് കറുത്ത തുണികൊണ്ടു തുന്നിയ ഒരു ഡബിൾ ബ്രെസ്റ്റ് കോട്ടാണ്. അതിൽ ഒരൊറ്റ ബട്ടൺ പോലുമില്ലായിരുന്നു. മനപ്പൂർവ്വം ബട്ടണുകൾ മുറിച്ചു മാറ്റിയിരിക്കയാണെന്ന് എനിക്കു തോന്നി. അവൻ ധാരാളം ഉണങ്ങിയ ഈർപ്പക്കായ്കൾ പറ്റിപ്പിടിച്ചിരുന്ന തന്റെ ട്രൗസറിന്റെ കാലുകൾ ചെളികുഴഞ്ഞുപിടിച്ച ഹൈബൂട്ടുകൾക്കുള്ളിലേക്ക് തിരുകിവച്ചിരുന്നു.

അവന്റെ ചുളിവുകളുള്ള വിളർത്ത മുഖവും കണ്ണുകളുടെ താഴെയുള്ള കറുത്ത വലയവും കണ്ടപ്പോൾ അവനും കാട്ടിൽത്തന്നെയാണ് രാത്രികഴിച്ചതെന്ന് എനിക്കുതോന്നി.

"അങ്ങോട്ടു പോകണോ എന്ന് ആലോചിക്കയാണോ?" തലകൊണ്ട് വീട് ചൂണ്ടിക്കാട്ടിയിട്ട് അവൻ മെല്ലെ ചോദിച്ചു.

"അതെ," ഞാൻ പറഞ്ഞു. "നീയോ?"

"അവർ ഒന്നും തരികയില്ല. മൂന്നു ക്രൂരന്മാരായ കൃഷിക്കാരാണ് അവിടെയുള്ളത്--ഞാൻ അവരെ കണ്ടു. അവർ എത്തരക്കാരാണെന്ന് അറിഞ്ഞുകൂടാ."

"പിന്നെ എന്തു ചെയ്യും? എന്തെങ്കിലും തിന്നണം !"

"തിന്നണം," അവൻ സമ്മതിച്ചു. :പക്ഷേ, യാചിച്ചിട്ടല്ല. ഇക്കാലത്ത് ആരും ഭിക്ഷ തരില്ല. നീ ആരാണ്?" ഉത്തരത്തിനു കാത്തു നില്ക്കാതെ അവൻ തുടർന്നു. "അതുപോകട്ടെ. നമ്മൾ രണ്ടുപേരും ഒരുമിച്ചു വിചാരിച്ചാൽ സാധിക്കും. ഈ കുറ്റിക്കാട്ടിൽ ധാരാളം വാത്തകൾ നടക്കുന്നുണ്ട്--തടിച്ചുകൊഴുത്ത വാത്തകൾ."

"പക്ഷേ, നമ്മുടേതല്ലല്ലോ."

ഇത്തരം ഒരു വിഡ്ഢിത്തം വിളമ്പിയതിൽ അത്ഭുതപ്പെട്ടിട്ടെന്നവണ്ണം അവൻ എന്നെ ഒന്നു നോക്കി.

"ഇപ്പോൾ എല്ലാം എല്ലാവരുടേയുമാണ്," അവൻ ശാന്തമായി പറഞ്ഞു. "പുൽത്തകടിയുടെ പിൻവശത്തു ചെന്ന് ഒരു വാത്തയെ സൂത്രത്തിൽ ഇങ്ങോട്ട് ഓടിക്ക്. ഞാൻ കുറ്റിച്ചെടിയുടെ പിന്നിൽ മറഞ്ഞിരിക്കാം."

പറ്റത്തിൽ നിന്ന് ഒറ്റപ്പെട്ടു നടന്ന ഒരു തടിയൻ വാർത്തയെ ഞാൻ തടഞ്ഞു നിർത്തി. അത് ഇടയ്ക്കിടെ നിന്ന് നിലത്തു കൊത്തിക്കൊണ്ട് മെല്ലെ തിരിഞ്ഞു നടന്നു. ഞാൻ പടിപടിയായി അതിനെ നിർദ്ദിഷ്ട സ്ഥലത്തെത്തിച്ചു. കുറ്റിച്ചെടിയുടെ അടുത്തെത്തിയപ്പോൾ പെട്ടെന്ന് അത് കഴുത്തു വളച്ച് സംശയത്തോടെ എന്നെ ഒന്നു നോക്കി. പിന്നീട്

ഒരു തീരുമാനമെടുത്തിട്ടെന്നവണ്ണം അതു തിരിഞ്ഞുനടക്കാൻ ഭാവിച്ചു. എന്നാൽ അപരിചിതനായ പയ്യൻ പൂച്ച കുരുവിയുടെമേൽ ചാടിവീഴുന്നത്ര വേഗത്തിൽ അതിന്റെ കഴുത്ത് കൈകൾക്കുള്ളിലാക്കിക്കഴിഞ്ഞു. അതിന് ഒന്നു കരയാൻപോലും സമയം കിട്ടിയില്ല. വാത്തകളുടെ പറ്റം അമ്പരപ്പോടെ കരഞ്ഞുതുടങ്ങി. അപരിചിതൻ ചിറകിട്ടടിക്കുന്ന വാത്തയേയും കൊണ്ട് കാട്ടിനുള്ളിലേക്ക് ഓടിപോയി. ഞാനും പിന്നാലെ ചെന്നു.

വാത്ത വളരെ നേരം ചിറകിട്ടടിക്കുകയും കാലിളക്കുകയും ചെയ്തുകൊണ്ടിരുന്നു. ഒരു മലയിടുക്കിലുള്ള ഒഴിഞ്ഞ ഒരു മൂലയിൽ ചെന്നപ്പോഴാണ് അതിന്റെ ബഹളം നിലച്ചത്. അപരിചിതൻ അതിനെ നിലത്തിട്ടു. അവൻ കുറെ പുകയില കയ്യിലെടുത്തിട്ട് കിതച്ചുകൊണ്ട് പറഞ്ഞു:

"ഇവിടെ ഇരിക്കാം."

അവൻ ഇടയ്ക്കിടെ എന്നെ നോക്കിക്കൊണ്ട് ഒന്നും മിണ്ടാതെ വാത്തയെ നന്നാക്കിത്തുടങ്ങി.

ഞാൻ ഉണങ്ങിയ ചുള്ളികൾ പെറുക്കി ഒരിടത്ത് കൂട്ടിവച്ചു.

"തീപ്പെട്ടിയുണ്ടോ?"

"ഇതാ," അവൻ ചോരപുരണ്ട കൈകൊണ്ട് തീപ്പെട്ടിയെടുത്തു വന്നു"അത്യാവശ്യത്തിനേ ഉപയോഗിക്കാൻ പാടുള്ളൂ."

ഞാൻ അവനെ ശരിക്കു കണ്ടതു് അപ്പോഴാണ്. മുഖത്തു പറ്റിപ്പിടിച്ചിരുന്ന അഴുക്കിന് അവന്റെ ജീവസ്സുള്ള മുഖത്തിന്റെ സ്നിഗ്ദ്ധതയോടെയോ വെണ്മയേയോ മറച്ചുവയ്ക്കാൻ കഴിഞ്ഞില്ല. സംസാരിക്കുമ്പോൾ അവന്റെ വായുടെ വലത്തേ കോൺ പിടയുകയും ഇടത്തേക്കണ്ണ് ചെറുതാവുകയും ചെയ്യും. അവന് എന്നേക്കാൾ ഒന്നോ രണ്ടോ വയസ്സ് കൂടുതൽ കാണും. അവൻ എന്നേക്കാൾ ശക്തനാണെന്നു തോന്നി. മോഷ്ടിക്കപ്പെട്ട വാത്ത കൊതിപ്പിക്കുന്ന മണം പരത്തിക്കൊണ്ട് കനലിനുമുകളിൽ വെന്തുകൊണ്ടിരുന്നപ്പോൾ ഞങ്ങൾ പുല്ലിൽ കിടന്ന് വിശ്രമിച്ചു.

"പുകവലിക്കാരനാണോ?" അപരിചിതൻ ചോദിച്ചു.

"ഞാൻ പുകവലിക്കില്ല."

"നീ കാട്ടിലാണോ ഉറങ്ങിയത്? ഇവിടെ വലിയ തണുപ്പാണ് നീ എങ്ങിനെ ഇവിടെ വന്നുപെട്ടു? അവിടുന്നാണോ?" അവൻ റെയിൽപാളത്തിന്റെ നേരെ കൈ വീശി.

"അതെ. ട്രെയിൻ നിന്നപ്പോൾ ഞാൻ ഓടിപ്പോന്നു."

"അവർ രേഖകൾ പരിശോധിക്കാൻ വന്നോ?"

"രേഖകളോ? അല്ല. കൊള്ളക്കാർ വണ്ടി ആക്രമിച്ചു."

"ഓഹോ. . ." അവൻ സിഗററ്റു വലിച്ചുകൊണ്ട് മൗനത്തിനുശേഷം അവൻ ഓർക്കാപ്പുറത്ത് ചോദിച്ചു.

"ദോൺ പ്രദേശത്ത്. . . ." ഞാൻ മുഴുവനാക്കാതെ നിർത്തി.

"ദോൺ പ്രദേശത്തോ?" എണീറ്റിരുന്നുകൊണ്ട് അവൻ ചോദിച്ചു.

അവന്റെ വിണ്ടുകീറിയ നേർത്ത ചുണ്ടുകളിൽ അവിശ്വാസത്തിന്റേതായ ഒരു പുഞ്ചിരി മിന്നിമറഞ്ഞു. അവന്റെ ഇറുക്കിപ്പിടിച്ച കണ്ണുകൾ ഒരു നിമിഷനേരത്തേക്കു വികസിക്കുകയും ഉടൻതന്നെ മങ്ങുകയും ചെയ്തു. അവൻ വീണ്ടും നിർവ്വികാരനായി.

"അവിടെ ബന്ധുക്കളുണ്ടായിരിക്കും, അല്ലേ?"

"അതെ, ബന്ധുക്കളുണ്ട്," അവൻ സ്വന്തം കാര്യം ഒന്നും വെളിപ്പെടുത്താതിരിക്കുകയും സൂത്രത്തിൽ എന്നെ സംബന്ധിച്ച കാര്യങ്ങളറിയാൻ ശ്രമിക്കയുമാണെന്നു മനസ്സിലായതുകൊണ്ട് ഞാൻ കരുതലോടെ പറഞ്ഞു.

അവൻ വീണ്ടും നിശ്ശബ്ദനായി വാത്തയെ മറിച്ചിട്ടു. അതിൽനിന്നും തിളച്ച കൊഴുപ്പ് തീയിലേക്ക് ഇറ്റിറ്റു വീണു. അവൻ അക്ഷോഭ്യനായി എന്നോടു പറഞ്ഞു:

"ഞാനും അങ്ങോട്ടുതന്നെയാണ് പോകുന്നത്. അവിടെ സിവേർസ് സേനാവിഭാഗത്തിൽ ചേരാൻ."

"താൻ പേൻസയിൽ പഠിക്കുകയായിരുന്നെന്നും അടുത്ത് ഒരു ഗ്രാമത്തിൽ അദ്ധ്യാപകനായിരുന്ന അമ്മാവനെ കാണാൻ വന്നപ്പോൾ കുലാക്കുകൾ അവിടെ കലാപമുണ്ടാക്കിയെന്നും താൻ ഒരുവിധത്തിൽ അവിടെനിന്ന് രക്ഷപ്പെട്ടുവന്നതാണെന്നും അവൻ എന്നോടു പറഞ്ഞു.

പുകയുടെ മണമുള്ള ചുട്ട വാത്തയെ കഷണങ്ങളാക്കി ആർത്തിയോടെ തിന്നുകൊണ്ട് ഞങ്ങൾ ഉറ്റ ചങ്ങാതിമാരെപ്പോലെ സംസാരിച്ചു.

ഒരു കൂട്ടുകാരനെ കിട്ടിയതിൽ ഞാൻ സന്തോഷിച്ചു. എനിക്ക് കൂടുതൽ ഉത്സാഹം തോന്നി. ഞങ്ങൾ അകപ്പെട്ടിരിക്കുന്ന ഈ കെണിയിൽ നിന്ന് ഞങ്ങൾക്ക് ഇരുവർക്കും നിഷ്പ്രയാസം രക്ഷപ്പെടാൻ കഴിയുമെന്ന് എനിക്ക് വിശ്വാസം തോന്നി.

"വെയിലുള്ളപ്പോൾ നമുക്ക് കുറച്ചു കിടക്കാം," എന്റെ കൂട്ടുകാരൻ പറഞ്ഞു. "നന്നായി ഒന്ന് ഉറങ്ങാമല്ലോ. രാത്രിയിൽ തണുപ്പുകൊണ്ട്

തീരെ ഉറങ്ങാൻ സാധിക്കയില്ല."

ഞങ്ങൾ മരങ്ങളധികമില്ലാത്ത ഒരിടത്ത് കിടന്നു, ഉടൻതന്നെ ഉറങ്ങുകയും ചെയ്തു. എന്നാൽ ഗാഢനിദ്രയിലേക്കു ഞാൻ വഴുതി വീഴുന്നതിനുമുമ്പ് ഒരു ഉറുമ്പ് എന്റെ മൂക്കിൽ കയറി. ഞാൻ എണീറ്റിരുന്ന് മൂക്കു ചീറ്റി. എന്റെ കൂട്ടുകാരൻ നല്ല ഉറക്കമായിരുന്നു. അവന്റെ തുറന്നു കിടന്ന ജാക്കറ്റിന്റെ കോളറിനടിയിൽ കറുത്ത മഷികൊണ്ട് അയാളെപ്പെടുത്തിയിരുന്ന അക്ഷരങ്ങൾ എന്റെ കണ്ണിൽപ്പെട്ടു.

"ct. A.C.C."

"ഏതു തരം സ്കൂളായിരിക്കും അത്?" ഞാൻ അത്ഭുതപ്പെട്ടു. എന്റെ ബെൽറ്റിന്റെ ബക്കിളിൽ, 'A.T.H.S.' എന്ന് എഴുതിയിട്ടുണ്ട്. അത് അർസമാസ് ടെക്നിക്കൽ ഹൈസ്കൂൾ എന്നതിന്റെ ആദ്യ അക്ഷരങ്ങളാണ്. പക്ഷേ ഈ 'ct'യും 'A.C.C.'യും എന്താണാവോ?" ഞാൻ പല തരത്തിൽ നോക്കിയിട്ടും അതിന്റെ അർത്ഥം പിടികിട്ടിയില്ല."അവൻ എണീക്കുമ്പോൾ ചോദിക്കാം." ഞാൻ തീരുമാനിച്ചു.

വയറു നിറച്ച് വാത്ത ഇറച്ചി തിന്നതുകൊണ്ട് എനിക്ക് വല്ലാതെ ദാഹിച്ചു. അടുത്തെങ്ങും വെള്ളമുണ്ടായിരുന്നില്ല. മലയിടുക്കിൽ എവിടെയെങ്കിലും ഒരു നീരുറവ കാണുമെന്ന് വിചാരിച്ച് ഞാൻ അങ്ങോട്ടു നടന്നു. ചെറിയൊരു തോട് ഒഴുകുന്നതു ഞാൻ കണ്ടു. എന്നാൽ അതിന്റെ വാക്ക് നനഞ്ഞു് തെന്നുന്നതായിരുന്നു. ഉണങ്ങിയ ഒരിടം കണ്ടുപിടിക്കാനായി ഞാൻ മുമ്പോട്ടു നടന്നു. മലയിടുക്കിന്റെ അടിത്തട്ടിൽ തോട്ടിനു സമാന്തരമായി ഒരു പാത ഉണ്ടായിരുന്നു. കുതിരക്കുളമ്പുകൾ ചെളിയിൽ പതിഞ്ഞ പാടുകളും ഉണങ്ങാത്ത കുതിരച്ചാണകവും അവിടെ എനിക്കു കാണാൻ കഴിഞ്ഞു. അന്നു രാവിലെ ഒരു പറ്റം കുതിരകൾ ആ വഴി കടന്നുപോയിട്ടുണ്ടെന്നു തോന്നി.

എന്റെ കയ്യിൽനിന്നു താഴെ വീണ ചെറിയ വടി എടുക്കാനായി കുനിഞ്ഞപ്പോൾ തിളങ്ങുന്ന ഒരു സാധനം ചെളിയിൽ പുതഞ്ഞു കിടക്കുന്നതു ഞാൻ കണ്ടു. ഞാൻ അതു കയ്യിലെടുത്ത് തുടച്ചു. ചുവന്ന നക്ഷത്രത്തിന്റെ ആകൃതിയിലുള്ള ഒരു തകര ബാഡ്ജായിരുന്നു അത്. ചുവപ്പുസേനക്കാരുടെ തൊപ്പിയിലും ബോൾഷെവിക്കുകളുടേയും തൊഴിലാളികളുടേയും ഉടുപ്പിലും അക്കാലത്തു കാണാറുണ്ടായിരുന്ന ഒഴിക്കൻ ബാഡ്ജുകളിൽ ഒന്നായിരുന്നു അത്.

"ഇതെങ്ങിനെ ഇവിടെ വന്നു?" എന്ന് സ്വയം ചോദിച്ചുകൊണ്ട് ഞാൻ റോഡിന്റെ ഇരുവശവും സൂക്ഷിച്ചു നോക്കി. ഒരു ഒഴിഞ്ഞവെടിത്തിരപ്പെട്ടിയും അവിടെ നിന്ന് എനിക്കു കിട്ടി.

വെള്ളം കുടിക്കുന്ന കാര്യം മറന്ന് ഞാൻ എന്റെ കൂട്ടുകാരന്റെ അടുത്തേക്ക് ഓടി. അവൻ ഉറങ്ങുകയായിരുന്നില്ല. ഒരു കുറ്റിച്ചെടിക്കു മറഞ്ഞു നില്ക്കുകയായിരുന്നു. അവൻ എന്നെ തിരയുകയായിരുന്നിരിക്കണം.

"ചുവപ്പുസേന," അവന്റെ അടുത്തേക്ക് ഒടിച്ചെന്ന് ഞാൻ ഉറക്കെ പറഞ്ഞു.

തൊട്ടുപിന്നിൽ ഒരു വെടി കേട്ടിട്ടെന്നപോലെ അവൻ കുനിയുകയും ഒരു വശത്തേക്കു മാറി നിൽക്കുകയും ചെയ്തു. പേടികൊണ്ട് വികൃതമായ മുഖമാണ് അവൻ എന്റെ നേരെ തിരിച്ചത്.

ഞാനാണ് എന്നു മനസ്സിലായപ്പോൾ അവൻ നിവർന്നു നിന്നു താൻ പേടിച്ചതിന് ഒരു വിശദീകരണമെന്നപോലെ അവൻ ദേഷ്യത്തോടെ പറഞ്ഞു:

"നിന്റെ ഒരലർച്ച ! ചെവി പൊട്ടിപ്പോയി !"

"ചുവപ്പുസേനക്കാർ," ഞാൻ അഭിമാനത്തോടെ വീണ്ടും പറഞ്ഞു.

"എവിടെ?"

"അവർ ഇന്നു രാവിലെ ഈ വഴികടന്നു പോയിട്ടുണ്ട്. റോഡിൽ കുതിരക്കുളമ്പുകളുടെ അടയാളം കാണാം. വഴിയിൽ കിടക്കുന്ന ചാണകം ഇനിയും ഉണങ്ങിത്തുടങ്ങിയിട്ടില്ല. ഒരു വെടിത്തിരക്കൂട്ടും ഇതും എനിക്കു കിട്ടി," ഞാൻ നക്ഷത്രം അവനെ കാണിച്ചു.

എന്റെ കൂട്ടുകാരൻ ആശ്വാസത്തോടെ നെടുവീർപ്പിട്ടു.

"നീ അക്കാര്യം ആദ്യം പറയാതിരുന്നതെന്താ? നിന്റെ അലർച്ച കേട്ടപ്പോൾ... എന്താണ് കാര്യമെന്ന് എനിക്കു മനസ്സിലായില്ല," സ്വയം ന്യായീകരിക്കുന്ന മട്ടിൽ അവൻ വീണ്ടും പറഞ്ഞു.

"വേഗം വരൂ, നമുക്ക് ആ വഴി പോകാം," ഞാൻ പറഞ്ഞു. "ആദ്യം കാണുന്ന ഗ്രാമത്തിൽ പോയി അന്വേഷിക്കാം. ഒരു പക്ഷേ അവർ ഇപ്പോഴും അവിടെ വിശ്രമിക്കുന്നുണ്ടാകും. വേഗം തീരുമാനിക്ക്."

"ശരി, പോകാം," അവൻ സമ്മതിച്ചു. എങ്കിലും അവന് അതിൽ അത്ര തൃപ്തിയില്ലെന്ന് എനിക്കു തോന്നി.

"അവൻ ഒരു കൈകൊണ്ട് കഴുത്തു തടവി." "ct.A.C.C." എന്ന അക്ഷരങ്ങൾ വീണ്ടും എന്റെ ദൃഷ്ടിയിൽപ്പെട്ടു.

"ആ അക്ഷരങ്ങളുടെ അർത്ഥമെന്താണ്?" ഞാൻ ചോദിച്ചു.

"ഏതക്ഷരങ്ങൾ"? കോട്ടിന്റെ ഹുക്ക് ഇട്ടുകൊണ്ട് പരിഭ്രമത്തോടെ അവൻ ചോദിച്ചു.

"കോളറിനടിയിൽ എഴുതിയിരിക്കുന്നത്."

“ആർക്കറിയാം! ഇതു് എന്റെ സൂട്ടല്ല. ഞാൻ മറ്റൊരാളോട്ട് പഴയതു് വാങ്ങിയതാണ്.”

“ഓഹോ... ഇതു് മറ്റൊരാളോട്ട് വാങ്ങിയതാണെന്ന് ഞാൻ വിശ്വസിക്കയില്ല,” അവന്റെ അടുത്തു ചെന്ന നിന്നുകൊണ്ടു് ഞാൻ പറഞ്ഞു. “ഇതു് നിനക്ക് നല്ല പാകമാണ്. ഒരിക്കൽ അമ്മ എനിക്ക് പഴവിലയ്ക്ക് ഒരു ട്രൗസർ വാങ്ങി. എന്തൊക്കെ ചെയ്തിട്ടും അതു് എന്റെ അരയിൽ നിന്ന് ഊർന്നുവീണുകൊണ്ടിരുന്നു.”

ഗ്രാമത്തോടടുക്കാറായപ്പോൾ എന്റെ കൂട്ടുകാരൻ പല തവണ നിന്നു. “ധൃതികൂട്ടണ്ട,” അവൻ പറഞ്ഞു.”സന്ധ്യയായിട്ട് ചെല്ലുന്നതാണ് നല്ലതു്. ചുവപ്പുസേനക്കാർ അവിടെ ഇല്ലെങ്കിൽ ആരുടേയും ശ്രദ്ധയിൽപ്പെടാതെ നമുക്ക് സ്ഥലംവിടാം. വീട്ടുകളുടെ പിറകിലുള്ള തോപ്പുകളിലൂടെ നമുക്കു കടന്നുപോകാം. പരിചയമില്ലാത്ത സ്ഥലത്തു് ചെന്നുപെടുന്നതു് ഇക്കാലത്തു് അപകടകരമാണ്.”

“സന്ധ്യയ്ക്കുശേഷം ഗ്രാമത്തിലെത്തുന്നതാണു നല്ലതെന്ന് ഞാനും സമ്മതിച്ചു. പക്ഷേ സ്വന്തം ആളുകളുമായി സന്ധിക്കാനുള്ള എന്റെ വ്യഗ്രതകൊണ്ടു് ഞാൻ അറിയാതെതന്നെ നടപ്പിന്റെ വേഗത കൂട്ടിക്കൊണ്ടിരുന്നു.”

ഗ്രാമത്തിനു കുറേക്കൂടി അടുത്തെത്തിയപ്പോൾ വഴിയരികിൽ കുറ്റിച്ചെടികളും വള്ളിപ്പടർപ്പുകളുംകൊണ്ടു മൂടിയ ഒരു കുഴിക്കടുത്തു്? എന്റെ കൂട്ടുകാരൻ നിന്നു. റോഡിൽനിന്നു വശത്തേക്ക് മാറിനിന്ന് ഭാവിപരിപാടിയെപ്പറ്റി ആലോചിക്കാമെന്ന് അവൻ പറഞ്ഞു. ഞങ്ങൾ ചെടികൾക്കിടയിൽ മറഞ്ഞിരുന്നു. അവൻ പറഞ്ഞു:

“നമ്മൾ രണ്ടുപേരും ഒരുമിച്ച് അപകടത്തിൽ തലയിടുന്നതു് വിഡ്ഢിത്തമാണ്. നമ്മളിൽ ഒരാൾ ഇവിടെ കാത്തിരിക്കണം, മറ്റേയാൾ വീട്ടുകൾക്കു പിന്നിലുള്ള തൊടികൾവഴി ഗ്രാമത്തിൽ കടന്ന് കാര്യങ്ങൾ മനസ്സിലാക്കണം--ഇതാണ് എന്റെ അഭിപ്രായം. എനിക്ക് എന്തോ സംശയം തോന്നുന്നു. ഇവിടെ യാതൊരനക്കവുമില്ല. പട്ടികൾ കുരയ്ക്കുന്ന ശബ്ദംപോലുമില്ല. അവിടെ ചുവപ്പുസേനക്കാർക്കു പകരം തോക്കുകളുമായി നില്ക്കുന്ന നശിച്ച കുലാക്കുകളാണുള്ളതെന്നു വരാം.”

“നമുക്ക് ഒരുമിച്ച് പോകാം.”

“വിഡ്ഢിത്തം പറയാതെ,” എന്റെ തോളിൽ വാത്സല്യപൂർവ്വം തട്ടിക്കൊണ്ടു് അവൻ പറഞ്ഞു.”നീ ഇവിടെ ഇരിക്ക്. ഞാൻ ഒറ്റയ്ക്കു പോയി നോക്കിയിട്ടു വരാം. നീ ആവശ്യമില്ലാതെ അപകടത്തിൽ ചെന്നു ചാടണ്ട. ഞാൻ വരുന്നതുവരെ ഇവിടെ ഇരുന്നാൽ മതി.”

“നല്ല പയ്യൻ,” അവൻ പൊയ്ക്കഴിഞ്ഞപ്പോൾ ഞാൻ വിചാരിച്ചു.”എന്തോ ഒരു പന്തികേടുണ്ടെങ്കിലും ആൾ നല്ലവനാണ്. വേറെ ആരെങ്കിലുമായിരുന്നെങ്കിൽ അപകടകരമായ പണി എന്റെ തലയിൽ വയ്ക്കാൻ ശ്രമിച്ചേനെ. അതുമല്ലെങ്കിൽ നറുക്കിട്ടു നിശ്ചയിക്കാമെന്നു പറഞ്ഞേനെ. ഇവൻ അതു സ്വമേധയാ ഏറ്റെടുത്തു.”

അവൻ ഒരു മണിക്കൂറിനുള്ളിൽ തിരിച്ചെത്തി--ഞാൻ വിചാരിച്ചതിലും വളരെ നേരത്തേയായിരുന്നു അത്. നല്ല വണ്ണവും ഘനവുമുള്ള ഒരു കുറുവടി അവന്റെ കയ്യിലുണ്ടായിരുന്നു. അവൻ അത് അപ്പോൾ വെട്ടി തൊലിയുരിച്ചെടുത്തതായിരിക്കണം. “ഇത്രവേഗം തിരിച്ചു വന്നോ !” ഞാൻ വിളിച്ചു ചോദിച്ചു.”എങ്ങിനെയുണ്ട്?”

“ആരുമില്ല,” അവൻ തലകുലുക്കിക്കൊണ്ട് ദൂരെനിന്നുതന്നെ പറഞ്ഞു. “അവർ ഇവിടെ വന്നതിന്റെ യാതൊരു ലക്ഷണവുമില്ല. ചുവപ്പുസേനക്കാർ വേറെ വഴിയായിരിക്കും പോയത്. അവർ ഇവിടെ അടുത്തുള്ള സുഗ്ലീൻകിയിലേക്ക് പോയിക്കാണും.”

“തീർച്ചയാണോ?” ഞാൻ നിരാശയോടെ ചോദിച്ചു. “അവിടെ ആരുമില്ലേ?”

“ഒരു ജീവിയുമില്ല. ഗ്രാമത്തിന്റെ അതിരിലുള്ള കുടിലുകളിൽ ഒന്നിൽ ഉണ്ടായിരുന്ന വൃദ്ധയും തൊടിയിലൂടെ പതുങ്ങി നടക്കുമ്പോൾ കണ്ടുമുട്ടിയ ഒരു ബാലനും അക്കാര്യം ഉറപ്പിച്ചു പറഞ്ഞു. ഇന്നു രാത്രി നമുക്ക് ഇവിടെ കഴിയേണ്ടിവരുമെന്നാണു തോന്നുന്നത്. രാവിലെ അവരെ അന്വേഷിച്ചുപോകാം.”

ഞാൻ പുല്ലിൽ കിടന്ന് ആലോചന തുടങ്ങി. എന്റെ സ്നേഹിതൻ പറഞ്ഞത് സത്യമല്ല എന്ന തോന്നൽ എനിക്കുണ്ടായി. അവന്റെ കയ്യിലെ വടിയും എന്നെ അലട്ടി. അറ്റത്ത് ഒരു മൊട്ടോടുകൂടിയ ഘനമുള്ള ഒരു ഓക്കുമരക്കമ്പായിരുന്നു അത്. അവൻ അപ്പോൾ മുറിച്ചെടുത്തതാണ് അതെന്നു സ്പഷ്ടം. ഇവിടുന്നു ഗ്രാമത്തിലെത്താൻ കുറഞ്ഞത് ഒരു മണിക്കൂറെങ്കിലും വേണം. പാത്തും പതുങ്ങിയും, ആളുകളോടു കാര്യങ്ങൾ ചോദിച്ചു മനസ്സിലാക്കിയും പോകണമെങ്കിൽ തീർച്ചയായും രണ്ടുമണിക്കൂറെടുക്കും. അവൻ കഷ്ടിച്ച് ഒരു മണിക്കൂറിനുള്ളിൽ പോയിവന്നു. അതിനിടെ ഒരു ഓക്കുകമ്പു മുറിച്ച് ചെത്തിമിനുക്കിയെടുക്കുകയും ചെയ്തിരിക്കുന്നു. അത് പേനാക്കത്തികൊണ്ട് ചെത്തിമിനുക്കാൻതന്നെ കുറഞ്ഞത് അരമണിക്കൂറെങ്കിലും വേണം. അവിടെ പോയി അന്വേഷിക്കാൻ ധൈര്യമില്ലാതെ കുറ്റിക്കാട്ടിൽ ഒളിച്ചിരുന്നിട്ട് തിരിച്ചുവന്നതാണോ അവൻ? ഇല്ല, അതാവാൻ വഴിയില്ല. താൻ പോയി അന്വേഷിക്കാമെന്ന് അവൻ ഇങ്ങോട്ടുകയറി പറഞ്ഞതാണ്. പോരെങ്കിൽ അവൻ ഒരു

ഭീരുവാണെന്ന തോന്നുന്നുമില്ല. ആരായാലും പേടിച്ചുപോകുമെന്നതു ശരിതന്നെ. പക്ഷേ അവനും സ്വയം രക്ഷപ്പെടാൻ ഒരു മാർഗ്ഗം കണ്ടുപിടിക്കാതെ ഗത്യന്തരമില്ലല്ലൊ.

ഞങ്ങൾ കുറെ കരിയില തട്ടുത്തുകൂട്ടി അതിന്റെ മുകളിൽ തൊട്ടുതൊട്ടു കിടന്ന് എന്റെ കോട്ടുകൊണ്ട് പുതച്ചു. ഏകദേശം അരമണിക്കൂർ കഴിഞ്ഞു. ഈർപ്പമുള്ള മണ്ണിന്റെ തണുപ്പ് അടിയിൽനിന്നും എന്നെ ശല്യപ്പെടുത്തിത്തുടങ്ങി. "കുറെ കരിയിലകൂടി അടിയിലിടണം," എന്നു വിചാരിച്ച് ഞാൻ എണീറ്റു.

"എന്താണ്?" ഉറക്കച്ചടവോടെ സ്നേഹിതൻ ചോദിച്ചു. "നീ ഉറങ്ങാത്തതെന്ത്?"

"ഈർപ്പമുണ്ട്. ഞാൻ കുറെ കരിയിലകൂടി വാരിയിടാം."

അടുത്തുള്ള കരിയിലമുഴുവൻ ഞങ്ങൾ നേരത്തെ വാരിയെടുത്തിരുന്നതുകൊണ്ട് ഞാൻ റോഡരികിലുള്ള ചെടികളുടെ അടുത്തേക്കു നടന്നു ചന്ദ്രൻ ഉദിച്ചു വരുന്നതേയുള്ളൂ. ഇരുട്ടുകൊണ്ട് ഒന്നും വ്യക്തമായി കാണാൻ കഴിഞ്ഞില്ല. മരക്കൊമ്പുകളും ചില്ലകളും മാർഗ്ഗതടസ്സമുണ്ടാക്കിക്കൊണ്ടിരുന്നു. റോഡിൽനിന്ന് ആരുടേയോ അവ്യക്തമായ കാൽപ്പെരുമാറ്റം കേട്ടു. ആരോ നടന്നുപോകുകയോ കുതിരപ്പുറത്തു സാവധാനം സവാരിചെയ്യുകയോ ആണ്. ഇലകൾ താഴെയിട്ടിട്ട്, ഉണങ്ങിയ ചുള്ളികളിൽ ചവിട്ടി ശബ്ദമുണ്ടാക്കാതിരിക്കാൻ പ്രത്യേകം ശ്രദ്ധിച്ചുകൊണ്ട് ഞാൻ മെല്ലെ റോഡിനടുത്തേക്കു നടന്നു.

കൃഷിക്കാർ സാധാരണ ഉപയോഗിക്കുന്നതരം ഒരു വണ്ടി നനഞ്ഞ മണ്ണിലൂടെ ശബ്ദമുണ്ടാക്കാതെ സാവധാനം ഉരുണ്ടുപൊയ്ക്കൊണ്ടിരുന്നു. രണ്ടുപേർ പതിഞ്ഞ ശബ്ദത്തിൽ സംസാരിക്കുന്നതു കേട്ടു.

"പലതും ആലോചിച്ചു നോക്കുമ്പോൾ അയാൾ പറഞ്ഞതു ശരിയാണെന്ന് എനിക്കു തോന്നുന്നു," ഒരുവൻ പറഞ്ഞു.

"കമാണ്ടർ പറഞ്ഞതോ?" അപരൻ ചോദിച്ചു. "അതു ശരിയാണെന്നു ഞാനും സമ്മതിക്കാം. പക്ഷേ അവർ ഇവിടെ തങ്ങാത്തതാണ് കുഴപ്പം. ഇന്ന് അവർ ഇവിടെ വന്ന് നമ്മോട്ട് ഇതെല്ലാം പറഞ്ഞിട്ട് നാളെ സ്ഥലം വിടും. അപ്പോൾ യജമാനന്മാർ തിരിച്ചുവന്ന് നമ്മോടു ചോദിക്കും: 'ഇതാണ് നിങ്ങളുടെ പണി, അല്ലേ? കുലാക്കുകളോടു കളിക്കുകയാണോ? എല്ലാറ്റിനേയും ശരിയാക്കിക്കളയും.' ചുവപ്പുസേനക്കാർക്കു കുഴപ്പമൊന്നുമില്ല. അവർ കുറച്ചു സമയം ഇവിടെ പാർത്തു ഇന്ന് അവർ വണ്ടി വിടുകയാണ്, കുലാക്കുകൾ എന്നും ഇവിടത്തന്നെ കാണുകയും ചെയ്യും. അതാണു കുഴപ്പം !"

"വണ്ടിവിട്ടുകയാണെന്നോ?"

"അതെ, ഫേ്യാദർ. അവരുടെ ഒരു പട്ടാളക്കാരൻ ഇന്ന് വൈകിട്ട് ഞങ്ങളെ വിളിച്ചു പറഞ്ഞു, പന്ത്രണ്ടുമണിയാകുമ്പോഴേക്കും ഒരു വണ്ടി തയ്യാറാക്കി നിർത്തണമെന്ന്."

ശബ്ദങ്ങൾ കടന്നുപോയി. എന്തു ചെയ്യണമെന്നറിയാതെ ഞാൻ അവിടെ നിന്നു. ചുവപ്പുസേനക്കാർ ആ ഗ്രാമത്തിലെത്തിയിട്ടുണ്ടെന്ന് തെളിഞ്ഞു. എന്റെ കൂട്ടുകാരൻ എന്നെ കബളിപ്പിക്കയായിരുന്നു. ചുവപ്പുസേനക്കാർ ഇന്നുതന്നെ അവിടെനിന്നു പോകും. പിന്നെ അവരെ കണ്ടുപിടിക്കുക എളുപ്പമല്ല. വേഗം പുറപ്പെടണം. പക്ഷേ അവൻ എന്നോട്ട് നുണപറഞ്ഞതെന്തിനാണ്?

ഒറ്റയ്ക്ക് റോഡിലിറങ്ങി ഓടി ഗ്രാമത്തിലെത്താനാണ് എനിക്ക് ആദ്യം തോന്നിയത്. എന്നാൽ എന്റെ കോട്ട് ഞങ്ങൾ കിടന്നിരുന്നിടത്ത് ഇരിക്കയാണെന്ന് ഞാൻ ഓർത്തു."അങ്ങോട്ടു തിരിച്ചു പോകണം. സമയമുണ്ട്. അവൻ ഒരു ഭീരുവാണെങ്കിലും നമ്മുടെ പക്ഷക്കാരനായതുകൊണ്ട് അവനേയും വിവരം അറിയിക്കണം."

കാടനങ്ങുന്ന ശബ്ദംകേട്ട് ഞാൻ തിരിഞ്ഞുനോക്കി. എന്റെ കൂട്ടുകാരൻ കുറ്റിച്ചെടികൾക്കിടയിൽനിന്ന് ഇറങ്ങിവരുന്നത് ഞാൻ കണ്ടു. അവൻ എന്നെ പിൻതുടർന്നിരുന്നുവെന്നും കൃഷിക്കാരുടെ സംഭാഷണം ഒളിച്ചിരുന്ന് അവനും കേട്ടിരുന്നുവെന്നും സ്പഷ്ടം.

"എങ്കിലും നീ--" ഞാൻ അവനെ കുറ്റപ്പെടുത്തുന്നമട്ടിൽ പറഞ്ഞു തുടങ്ങി.

"വേഗം വരൂ !" അതിനു മറുപടിയായി അവൻ ഉദ്വേഗത്തോടെ പറഞ്ഞു.

ഞാൻ റോഡിലേക്കിറങ്ങി. എന്റെ പിന്നാലെ അവനും.

കുറുവടികൊണ്ടുള്ള കനത്ത ഒരടിയേറ്റ് ഞാൻ നിലംപതിച്ചു. എന്റെ രോമത്തൊപ്പി അടിയുടെ ആഘാതം തെല്ലൊന്ന് ലഘൂകരിച്ചെങ്കിലും എന്റെ തലകറങ്ങി. എന്റെ പോക്കറ്റിൽനിന്നു വലിച്ചെടുത്ത കടലാസുകൾ നിലാവെളിച്ചത്തിൽ വായിച്ചുനോക്കിക്കൊണ്ട് അവൻ കുറച്ചകലെ കുത്തിയിരിക്കുന്നതാണ് ഞാൻ കണ്ണുതുറന്നപ്പോൾ കണ്ടത്.

"അതായിരുന്നു അവന്റെ ഉദ്ദേശ്യം," എനിക്കു കാര്യം മനസ്സിലായി. "അവൻ ഭീരുവായിട്ടില്ല. ചുവപ്പുസേനക്കാർ ഗ്രാമത്തിലുണ്ടെന്ന് അവനറിയാമായിരുന്നു. ഈ രാത്രി ഒരുമിച്ചു കഴിച്ചിട്ട് എന്റെ കടലാസുകൾ തട്ടിയെടുക്കണമെന്ന ഉദ്ദേശത്തോടെ അവൻ അക്കാര്യം മനപ്പൂർവ്വം മറച്ചുവച്ചതാണ്. അവൻ ഒരു യഥാർത്ഥ

വൈറ്റ്ഗാർഡ് പക്ഷക്കാരനാണ്."

കുറ്റിക്കാട്ടിലേക്ക് ഇഴഞ്ഞുപോകാൻ ഞാൻ ഒരു ശ്രമം നടത്തി അവൻ അതു കണ്ടു. അവർ എന്റെ കടലാസുകൾ തന്റെ തുകൽസഞ്ചിയിലേക്ക് ഇട്ടിട്ട് എന്റെ അടുത്തെത്തി.

"ചത്തില്ലേ?" അവൻ വിദ്വേഷത്തോടെ ചോദിച്ചു."നിനക്ക് സഖാവിനെ കിട്ടിയെന്നു വിചാരിച്ചു, അല്ലേടാ തെണ്ടി? ഞാൻ ദോൺ പ്രദേശത്തേക്ക് ഓടിപ്പോവുകയാണ്, പക്ഷേ നിന്റെ ആ ശപിക്കപ്പെട്ട സിവേർസിന്റെ അടുത്തേക്കല്ല. ജനറൽ ക്രസ്നോവിന്റെ അടുത്തേക്കാണ്."

ഞാൻ കിടന്നതിനു രണ്ടു ചുവടകലെ നിന്ന് അവൻ വടി ചുഴറ്റി. എന്റെ ഹൃദയം ഉറക്കെ മിടിച്ചു. നല്ല ഉറപ്പും കട്ടിയുമുള്ള എന്തിലോ അതു ചെന്ന് മുട്ടിക്കൊണ്ടിരുന്നു. ഞാൻ ഒരു വശംതിരിഞ്ഞു വലതുകൈ നെഞ്ചിൽ വച്ച് കിടക്കുകയായിരുന്നു. അറിയാതെ തന്നെ എന്റെ വിരലുകൾ മെല്ലെ ജാക്കറ്റിനുള്ളിലെ രഹസ്യ അറയിലേക്ക് ഇഴഞ്ഞുചെന്നു.

അവൻ അതു കണ്ടിരുന്നെങ്കിൽത്തന്നെ പ്രത്യേക പ്രാധാന്യമൊന്നും കൽപ്പിക്കയില്ലായിരുന്നു--കാരണം അവിടെ കൈത്തോക്കുണ്ടെന്ന കാര്യം അവനറിഞ്ഞിരുന്നില്ല. ഞാൻ കൈത്തോക്കിന്റെ ചൂടുള്ള പിടിയിൽ പിടിച്ച് മെല്ലെ സേഫ്റ്റി ക്യാച്ച് അയച്ചു. അതിനിടെ എന്റെ ശത്രു ഒന്നുരണ്ടു ചുവടുകൂടി പിന്നിലേക്കു മാറിനിന്നു. എന്നെ ശരിക്കു കാണാൻവേണ്ടിയാണോ അതോ കൂടുതൽ ആയം കിട്ടാൻ വേണ്ടിയാണോ അവൻ അങ്ങിനെ ചെയ്തതെന്ന് നിശ്ചയമില്ല. ഏതായാലും വിറയ്ക്കുന്ന ചുണ്ടുകൾ കടിച്ചുപിടിക്കുകയും മരവിച്ച കൈ നിവർത്തുകയും ചെയ്തുകൊണ്ട് ഞാൻ അവന്റെ നേരെ തോക്കു ചൂണ്ടി.

അവന്റെ മുഖം ഭയംകൊണ്ട് വികൃതമായി. അവൻ ആക്രോശിച്ചു കൊണ്ട് എന്റെ മേത്തേക്കു അലച്ചുവീഴാൻ ഭാവിച്ചു. എന്റെ വിരലുകൾ യാന്ത്രികമായി കാഞ്ചിവലിച്ചു....

അവൻ എന്റെയടുത്തുനിന്ന് രണ്ടടി അകലെ വീണു. അവന്റെ ചുരുട്ടിപ്പിടിച്ച മുഷ്ടികൾ എന്റെ നേരെ ചൂണ്ടിയിരുന്നു. കുറുവടി അടുത്തുതന്നെ കിടപ്പുണ്ട്.

"ഞാൻ അവനെ കൊന്നു," അർദ്ധബോധാവസ്ഥയിൽ ഞാൻ ഓർത്തു. എന്റെ തല വീണ്ടും പുല്ലിൽ സ്പർശിച്ചു.

ഞാൻ വളരെനേരം അവിടെ മോഹാലസ്യപ്പെട്ടുകിടന്നു. ചൂടു കുറഞ്ഞു. എന്റെ മുഖത്തെ ചോരയോട്ടം നിലച്ചു. പെട്ടെന്ന് എനിക്ക് തണുപ്പു തോന്നി. എന്റെ പല്ലുകൾ കിടുകിടുത്തു. ഞാൻ

എണീറ്റിരുന്നു. എന്റെ നേരെ നീട്ടിപ്പിടിച്ച കൈകളിലേക്കു ഞാൻ നോക്കി. അതു ഭയങ്കരമായിരുന്നു. ഇത് യഥാർത്ഥമാണ്! ഇതുവരെ എന്റെ ജീവിതത്തിൽ നടന്നതെല്ലാം വെറും കുട്ടിക്കളിയായിരുന്നു. വീട്ടുവിട്ടു പോന്നതും, സോർമൊവൊയിലെ തൊഴിലാളികളോടൊപ്പം ഒന്നാന്തരമായി യുദ്ധമുറകൾ അഭ്യസിച്ചതും, ഇന്നലെ കാട്ടിൽ അലഞ്ഞുതിരിഞ്ഞതും എല്ലാം എല്ലാം. താൻ കൊന്ന ഒരു മനുഷ്യന്റെ ശവശരീരത്തിനടുത്ത് കൊടുംകാട്ടിൽ ഒറ്റയ്ക്കിരിക്കുന്ന പതിന്നാലുകാരനായ എന്നെ ഭയം പിടികൂടി.

"പേടിയിൽനിന്നുണ്ടായ ധൈര്യത്തോടെ ഞാൻ എണീറ്റ് ശബ്ദം കേൾപ്പിക്കാതെ ശവശരീരത്തിനടുത്തു ചെന്ന് എന്റെ കടലാസുകളടങ്ങിയ തുകൽസഞ്ചി കയ്യിലാക്കി. നിലത്തു കിടന്ന ശവശരീരത്തിൽ നിന്ന് കണ്ണെടുക്കാതെ ഞാൻ കുറ്റിക്കാട്ടിനടുത്തേക്ക് പിൻവാങ്ങി. പിന്നീട് തിരിഞ്ഞു കുറ്റിച്ചെടികൾക്കിടയിലൂടെ ഓടി നേരെ റോഡിലെത്തി. മനുഷ്യവാസമുള്ള ആ ഗ്രാമത്തിലെത്തുക എന്നതു മാത്രമായിരുന്നു എന്റെ ലക്ഷ്യം. ആ കാട്ടിൽ ഒറ്റയ്ക്കിരിക്കുന്നതിനേക്കാൾ ഭേദമാണ് മറ്റെന്തും എന്ന് എനിക്കു തോന്നി.

അദ്ധ്യായം മൂന്ന്

ആദ്യത്തെ കുടിലിനടുത്തെത്തിയപ്പോൾ ആരോ വിളിച്ചു ചോദിച്ചു:

"ചെകുത്താൻ കയറിയതുപോലെ എങ്ങോട്ടാണ് ഓടുന്നത്? ഹേ! മരത്തലയാ, നിൽക്കവിടെ !"

കുടിലിന്റെ നിഴലിൽനിന്ന് തോക്കു പിടിച്ച ഒരു മനുഷ്യൻ എന്റെ അടുത്തേക്കു നടന്നുവന്നു.

"എങ്ങോട്ടാണ് ഓടിപ്പോകുന്നത്? എവിടുന്നു വരുന്നു?" എന്നെ നിലാവിനു നേരെ തിരിച്ചു നിർത്തിക്കൊണ്ട് പാറാവുകാരൻ ചോദിച്ചു.

"നിങ്ങളുടെ അടുത്തേക്കു വന്നതാണ്. നിങ്ങൾ സഖാക്കളാണ്, നിങ്ങൾ..."

"ഞങ്ങൾ സഖാക്കളാണെന്നുള്ളതു ശരിതന്നെ," അയാൾ ഇടയ്ക്കു കയറി പറഞ്ഞു."പക്ഷേ നീ ആരാണ്?"

"ഞാനും സഖാവാണ്--" ഞാൻ വിക്കിവിക്കി പറഞ്ഞു. തുടർന്നു സംസാരിക്കാനാവാതെ ഞാൻ എന്റെ തുകൽസഞ്ചി അയാളുടെ നേരെ നീട്ടി.

"നീയും സഖാവാണെന്നോ?" സംശയം വിട്ടുമാറിയില്ലെങ്കിലും അല്പം കൂടി മയത്തിൽ അയാൾ ചോദിച്ചു."അങ്ങിനെയാണെങ്കിൽ നമുക്ക് കമാണ്ടറുടെ അടുത്തേക്കു പോകാം."

നേരം വളരെ ഇരുട്ടിയിരുന്നെങ്കിലും ഗ്രാമത്തിൽ ആരും ഉറങ്ങിയിരുന്നില്ല. കുതിരകൾ ചിനച്ചുകൊണ്ടിരുന്നു. വണ്ടികൾക്കു കടന്നുപോവാനായി ഗയിറ്റുകൾ കിരുകിരശബ്ദത്തോടെ തുറക്കപ്പെടുന്നുണ്ട്. അടുത്തെവിടെയോനിന്ന് ഒരാൾ വിളിച്ചു:

"ദൊക്കുകിൻ ! ദൊക്കുകിൻ ! അയാൾ എവിടെ പോയിരിക്കയാണ്?"

"വാസ്സ്കാ, താൻ എന്തിനാണ് കിടന്ന് അലറുന്നത്?" വിളിച്ചുകൂവിയ ആളുടെ അടുത്തെത്തിയപ്പോൾ എന്നെ കൂട്ടിക്കൊണ്ടുപോയ

പാറാവുകാരൻ ചോദിച്ചു.

"ഞാൻ മീഷ്കയെ തിരക്കുകയാണ്," അയാൾ ദേഷ്യത്തോടെ മറുപടിപറഞ്ഞു."ഞങ്ങൾക്കു രണ്ടുപേർക്കുമുള്ള പഞ്ചസാര അയാളെ ഏല്പിച്ചിരുന്നു. അയാൾ പാറാവുകാരോടൊപ്പം നേരത്തെ പോവുക യാണെന്ന് പറയുന്നതു കേട്ടു."

"അയാൾ അതു നാളെ തരും."

"തരും, തരും ! അയാൾ അതു മുഴുവൻ രാവിലത്തെ ചായയോ ടൊപ്പം അകത്താക്കും. ഒരു മധുരക്കൊതിയനാണ് അയാൾ."

ആ സമയത്ത് അയാൾ എന്നെ കണ്ടു. ഉടൻതന്നെ അയാൾ സ്വരം മാറ്റി ജിജ്ഞാസയോടെ ചോദിച്ചു:

"ചുബുക്ക്, ആരെയാണ് പിടിച്ചതു്? ഹെഡ് ക്വാർട്ടേഴ്സിലേ ക്കു കൊണ്ടുപോവുകയാണോ? വേഗം ചെല്ല്. അവർ ഇവനെ നേരെയാക്കിക്കൊള്ളും. എടാ പന്നീ," അയാൾ പെട്ടെന്ന് എന്നെ നോക്കി പ്രാകുകയും തോക്കിന്റെ പാത്തികൊണ്ട് എന്നെ കുത്താൻ ഓങ്ങുകയും ചെയ്തു.

എന്നാൽ എന്നെ കൊണ്ടുപോയ പാറാവുകാരൻ അയാളെ തള്ളി മാറ്റിക്കൊണ്ട് മുരണ്ടു:

"താൻ തന്റെ പാടുനോക്ക്, ഇതിൽ തലയിടണ്ട. ഒരു മനുഷ്യൻ ആരാണെന്നോ ഏതാണെന്നോ അറിയുന്നതിനുമുമ്പ് പട്ടിയെ പ്പോലെ ചാടിക്കടിക്കാൻ ചെല്ലരുത് !"

ഒരു വശത്തുനിന്ന് ലോഹം കൂട്ടി മുട്ടുന്ന"കിണിം, കിണിം" ശബ്ദം കേട്ടു. സവാരിക്കുള്ള വേഷവും തിളങ്ങുന്ന കുറുവാളും തടികൊണ്ടുള്ള ഉറയിലിട്ട കൈത്തോക്കും, തോളിൽ തൂക്കിയിട്ട ചാട്ടയുമായി ഒരു മനുഷ്യൻ ഒരു കുതിരയെ ഗയിറ്റിനു പുറത്തേക്കു കൊണ്ടുവന്നു.

അയാളുടെ വശത്തായി ഒരു കാഹളമൂത്തുകാരൻ നടന്നു വന്നു.

കുതിരയെ നടത്തികൊണ്ടുവന്ന മനുഷ്യൻ കുതിരപ്പുറത്തു കയറാനായി ഒരു കാൽ ജീനിപ്പടിയിൽ വച്ചു.

"ത... ത... റ... ത... ത്ത...."

ബ്യൂഗിൾ ഇമ്പമുള്ള ശബ്ദത്തിൽ പാടി.

"ഷെബാലൊവ്," എന്നെ കൂട്ടിക്കൊണ്ടുപോയ മനുഷ്യൻ വിളിച്ചു. "നിങ്ങളുടെ അടുത്തേക്ക് ഞാൻ ഒരാളെ കൂട്ടിക്കൊണ്ടു വന്നിട്ടുണ്ട്."

"ഒരാളോ?" ജീനിപ്പടിയിൽ നിന്ന് കാൽമാറ്റാതെ അദ്ദേഹം ചോദിച്ചു.

"ആരാണ്?"

"നമ്മുടെ ആളാണെന്നാണ് അയാൾ പറഞ്ഞത്. അയാളുടെ പക്കൽ രേഖകളുണ്ട്.""എനിക്ക് ഇപ്പോൾ സമയമില്ല", ജീനിയി ലേക്കു ചാടിക്കയറിക്കൊണ്ട് കമാണ്ടർ പറഞ്ഞു."ചുബുക്ക്, നിങ്ങൾ അക്ഷരാഭ്യാസമുള്ള ഒരാളാണല്ലോ. നിങ്ങൾതന്നെ അയാളുടെ കടലാസുകൾ പരിശോധിച്ചു നോക്കു. അയാൾ നമ്മുടെ സുഹൃത്താണെങ്കിൽ അയാളെ പാട്ടിനു വിട്ടേക്കു."

"ഞാൻ എങ്ങും പോകുകയില്ല", വീണ്ടും ഒറ്റയായിപ്പോകും എന്ന് ഭയന്ന് ഞാൻ പറഞ്ഞു."രണ്ടുദിവസമായി ഞാൻ കാട്ടിൽ അലഞ്ഞു തിരിഞ്ഞു നടക്കുകയാണ്. ഞാൻ നിങ്ങളോടൊപ്പം താമസിക്കാൻ വന്നതാണ്."

"ഞങ്ങളൊടൊപ്പമോ?" കമാണ്ടർ ചോദിച്ചു."ഞങ്ങൾക്ക് ആവശ്യമില്ലെങ്കിലോ?"

"ആവശ്യമുണ്ടാകും", ഞാൻ വാശിയോടെ പറഞ്ഞു."ഒറ്റയ്ക്ക് ഞാൻ എന്തു ചെയ്യും?"

"അതു ശരിയാണ്. അയാൾ വാസ്തവത്തിൽ നമ്മുടെ ആളാണെങ്കിൽ ഒറ്റയ്ക്ക് അയാൾ എന്തുചെയ്യും?" എന്നെ കൊണ്ടുചെന്ന മനുഷ്യൻ പറഞ്ഞു. "ഒറ്റയ്ക്കു നടക്കാൻ കൊള്ളാവുന്ന ഒരിടമല്ല ഇപ്പോൾ ഇവിടം. ഷെബാലൊവ്, വെറുതെ സമയം കളയാതെ കാര്യത്തിലേക്കു കടക്കു. ഇയാളെ വെറുതെ നിർത്തി താമസിപ്പിക്കുന്നതെന്തിനാണ്? അയാൾ നുണ പറയുകയാണെങ്കിൽ കാര്യം വേറെ. പക്ഷേ അയാൾ പറയുന്നതു സത്യമാണെങ്കിൽ അയാളെ കൂടുതൽ ക്ലേശിപ്പിക്കുന്നത് കഷ്ടമാണ്. കുതിരപ്പുറത്തുനിന്ന് താഴെയിറങ്ങു. നിങ്ങൾക്ക് ധാരാളം സമയമുണ്ട്."

"ചുബുക്ക് !" കമാണ്ടർ പരുഷമായി വിളിച്ചു. "ഇങ്ങനെയാണോ മേലധികാരികളോടു സംസാരിക്കേണ്ടത്? ഇവിടെ കമാണ്ടർ ഞാനാണ്, അല്ലേ?"

"അതെ, അതൊരു സത്യമാണ് !" ചുബുക്ക് അക്ഷോഭ്യനായി പറഞ്ഞു.

"അങ്ങനെയാണെങ്കിൽ ഞാൻ നിങ്ങൾ പറയാതെ തന്നെ താഴെയിറങ്ങിക്കൊള്ളാം."

കുതിരപ്പുറത്തുനിന്ന് ചാടിയിറങ്ങി കടിഞ്ഞാൺ അടുത്തുള്ള വേലിയുടെ മുകളിലേക്കിട്ടിട്ട് അദ്ദേഹം വാൾ കിലുക്കിക്കൊണ്ട് കുടിലിലേക്ക് നടന്നു.

കുടിലിനുള്ളിൽ കത്തിക്കൊണ്ടിരുന്ന തിരിയുടെ മങ്ങിയ

വെളിച്ചത്തിലാണ് ഞാൻ കമാണ്ടറെ ശരിക്കു കണ്ടതു്. അദ്ദേഹത്തിന് മീശയോ ദീക്ഷയോ ഇല്ലായിരുന്നു. അദ്ദേഹത്തിന്റെ ശോഷിച്ച നീണ്ടമുഖം പരുപരുത്തതായിരുന്നു. മുഖത്തിന് ഗൗരവം വരുത്താൻവേണ്ടി വെളുത്ത നിറമുള്ള കനത്ത ക്കുട്ടപുരികങ്ങൾക്കടിയിലുള്ള ഔദാര്യം സ്ഫുരിക്കുന്ന കണ്ണുകൾ അദ്ദേഹം മനപ്പൂർവ്വം ഇറുക്കിപ്പിടിച്ചിരിക്കയാണെന്ന് എനിക്കു തോന്നി.

എന്റെ രേഖകൾ വായിച്ചുനോക്കാൻ അദ്ദേഹം വളരെ സമയം എടുത്തുതുകൊണ്ടും ആ സമയമെല്ലാം അദ്ദേഹത്തിന്റെ ചുണ്ടുകൾ അനങ്ങിക്കൊണ്ടിരുന്നതുകൊണ്ടും ഒരു കാര്യം എനിക്കു മനസ്സിലായി--അദ്ദേഹത്തിന് വിദ്യാഭ്യാസം കുറവാണ്. വായിച്ചുകഴിഞ്ഞു് കടലാസ്സ് ചുബുക്കിനെ ഏല്പിച്ചിട്ട് സംശയത്തോടെ അദ്ദേഹം പറഞ്ഞു:

"ഇതു് ഒരു വ്യാജരേഖയല്ലെങ്കിൽ ശരിയായിട്ടുള്ളതാണ്. നിങ്ങൾക്ക് എന്തുതോന്നുന്നു, ചുബുക്ക്?"

"അതെ!" പൈപ്പിൽ പുകയില നിറച്ചുകൊണ്ടിരുന്ന ചുബുക്ക് ശാന്തനായി പറഞ്ഞു.

"ശരി, നീ എന്താണ് ഇവിടെ ചെയ്യുന്നതു്?" കമാണ്ടർ എന്നോടു ചോദിച്ചു.

ഉദ്വേഗഭരിതനായി ഞാൻ എന്റെ കഥ മുഴുവൻ പറഞ്ഞു. അവർ അതു വിശ്വസിക്കയില്ലെന്നാണ് ഞാൻ വിചാരിച്ചതു്. എന്നാൽ ഞാൻ പറഞ്ഞവസാനിപ്പിച്ചപ്പോൾ കമാണ്ടറുടെ ഇറുക്കിപ്പിടിച്ചിരുന്ന കണ്ണുകൾ അയയുന്നതു് ഞാൻ കണ്ടു. അദ്ദേഹം ചുബുക്കിന്റെ നേരെ തിരിഞ്ഞു് പ്രസന്നമായ ശബ്ദത്തിൽ പറഞ്ഞു:

"ഈ പയ്യൻ പറയുന്നതു നുണയല്ലെങ്കിൽ സത്യമാണ്. നിങ്ങൾ എന്തു പറയുന്നു ചുബുക്ക്?"

"അതെ," ചുബുക്ക് പൈപ്പ് ബൂട്ടിനടിയിൽ തട്ടി ചാരം കളഞ്ഞുകൊണ്ട് നിർവ്വികാരനായി പറഞ്ഞു.

"ഇവനെ നമ്മൾ എന്തുചെയ്യും?"

"നമുക്ക് ഇവനെ ഒന്നാം നമ്പർ കമ്പനിയിൽ ചേർക്കാം. കൊല്ലപ്പെട്ട പഷ്കയുടെ തോക്ക് സൂഹരെവ് ഇവനു കൊടുക്കട്ടെ", ചുബുക്ക് നിർദ്ദേശിച്ചു.

കമാണ്ടർ മേശപ്പുറത്തു് താളം പിടിച്ചുകൊണ്ട് അതേപ്പറ്റി ആലോചിച്ചു.

"ശരി. ചുബുക്ക്, ഇവനെ കമ്പനി ഒന്നിൽ കൊണ്ടാക്കിയിട്ട് പാഷ്കയുടെ തോക്ക് ഇവനു കൊടുക്കാൻ സൂഹരെവിനോടു പറയൂ.

അവന് കുറെ വെടിത്തിരയും കൊടുക്കണം--പതിവുള്ള വിഹിതം. സൂഹരെവ് ഈ പയ്യനെ നമ്മുടെ വിപ്ലവസേനാവിഭാഗത്തിൽ ചേർക്കട്ടെ."

വീണ്ടും കമാണ്ടറുടെ വാളും കുതിമുള്ളും കൈത്തോക്കും കിലുങ്ങി. അദ്ദേഹം വാതിൽ തള്ളിത്തുറന്ന് തന്റെ കുതിരയുടെ അടുത്തേക്കു നടന്നു.

"വരൂ," എന്നുപറഞ്ഞുകൊണ്ട് ചൂബുക്ക് എന്റെ പുറത്ത് വാത്സല്യപൂർവ്വം തട്ടി.

പിന്നേയും ബ്യൂഗിളിന്റെ മൃദുലവും ഉല്ലാസകരവുമായ ഗാനം മുഴങ്ങി. കുതിരകൾ കൂടുതൽ ഉറക്കെ മുക്രയിട്ടു. വണ്ടികളുടെ ഞരക്കം വർദ്ധിച്ചു. ഞാൻ പരമസന്തുഷ്ടനായി പുഞ്ചിരിതൂകിക്കൊണ്ട് എന്റെ പുതിയ സഖാക്കളുടെ അടുത്തേക്കു നടന്നു. ആ രാത്രി മുഴുവൻ ഞങ്ങൾ യാത്രചെയ്തു. രാവിലെ വഴിക്കുള്ള ഒരു സ്റ്റേഷനിൽനിന്ന് ഞങ്ങൾ തീവണ്ടിയിൽ കയറി. വൈകുന്നേരമായപ്പോൾ ഒരു തല്ലിപ്പൊളി എൻജിൻ ഞങ്ങളുടെ വണ്ടിയിൽ ഘടിപ്പിക്കപ്പെട്ടു. ദോൺബാസ് പിടിച്ചടക്കിയിരുന്ന ജർമ്മൻകാരോടും, ഗയ്ദാമക്കുകളോടും ക്രാസ്നോവൈറ്റുകളോടും യുദ്ധം ചെയ്തുകൊണ്ടിരുന്ന തൊഴിലാളിസേനാവിഭാഗത്തോടു ചേരാനായി ഞങ്ങൾ തെക്കോട്ട് യാത്രചെയ്തു.

"വിപ്ലവതൊഴിലാളിവർഗ്ഗത്തിന്റെ പ്രത്യേക സേനാവിഭാഗം എന്ന അന്തസുള്ള പേരായിരുന്നു ഞങ്ങളുടേത്. അതിൽ അധികം ആളുകളുണ്ടായിരുന്നില്ല, വെറും നൂറ്റമ്പതു പേർ മാത്രം. ഫേജസിർത്സോവിന്റെ നേതൃത്വത്തിൽ പതിനഞ്ചുപേരടങ്ങിയ കുതിരപ്പടയാളികളുടെ ഒരു സ്കൗട്ട് സംഘത്തിനൊഴികെ മറ്റാർക്കും കുതിരകളുണ്ടായിരുന്നില്ല. ഞങ്ങളുടെ സേനാവിഭാഗത്തിന്റെ കമാണ്ടറായ ഷെബാലൊവ് മുമ്പ് ഒരു ചെരിപ്പുകുത്തിയായിരുന്നു. അദ്ദേഹത്തിന്റെ കൈകളിൽ ചെരിപ്പുളികൊണ്ടുള്ള മുറിവുകളും ചായത്തിന്റെ കറയും അപ്പോഴും ഉണ്ടായിരുന്നു. അദ്ദേഹം ആളൊരു രസികനാണ്. അദ്ദേഹത്തിന്റെ ചില ദൗർബ്ബല്യങ്ങളെപ്പറ്റി പരിഹസിക്കാറുണ്ടെങ്കിലും ഞങ്ങളുടെ സേനാവിഭാഗത്തിലെ ചെറുപ്പക്കാർക്ക് അദ്ദേഹത്തെ വലിയ ബഹുമാനമായിരുന്നു. പുറം പൂച്ചിലുള്ള അദ്ദേഹത്തിന്റെ ഭ്രമമായിരുന്നു ദൗർഭല്യങ്ങളിലൊന്ന്. അദ്ദേഹം തന്റെ കുതിരയെ ചുവന്ന റിബൺ കെട്ടി അലങ്കരിച്ചു. മദ്ധ്യകാലത്തെ യോദ്ധാക്കളുടേതുപോലെ വളഞ്ഞു് അസാധാരണ നീളമുള്ള ഒരുതരം കുതിമുള്ളുകളായിരുന്നു അദ്ദേഹം ധരിച്ചിരുന്നത്. അത് അദ്ദേഹം വല്ല കാഴ്ചബംഗ്ലാവിൽനിന്നും തട്ടിയെടുത്തതാവാം. പടത്തിൽ മാത്രമേ ഞാൻ അത്തരം കുതിമുള്ളുകൾ കണ്ടിരുന്നുള്ളു. അദ്ദേഹത്തിന്റെ

വാൾ നിക്കൽപൂശിയതും നിലംവരെ മുട്ടിക്കിടക്കുന്നതുമായിരുന്നു. കൈത്തോക്കിന്റെ മരംകൊണ്ടുണ്ടാക്കിയ ഉറയിൽ പിടിപ്പിച്ച പിച്ചളത്തകിടിൽ ഇങ്ങനെ കൊത്തിവച്ചിരുന്നു:"ഞാൻ മരിക്കും, പക്ഷേ നികൃഷ്ടാ, നീയും തുലയും!" അദ്ദേഹത്തിനു ഭാര്യയും മൂന്നു കുട്ടികളുമുണ്ടായിരുന്നു. അവർ സ്വദേശത്താണ്. മൂത്ത കുട്ടി ജോലിയ്ക്കു പോയിത്തുടങ്ങിയിട്ടുണ്ടത്രെ. ഷെബാലൊവ് ഫെബ്രുവരി വിപ്ലവ ക്കാലത്ത് പട്ടാളത്തിൽനിന്ന് ഓടിപ്പോന്ന് ചെരിപ്പുകുത്തിയുടെ തൊഴിൽചെയ്തു ജീവിച്ചു. കേഡറ്റുകൾ ക്രെംലിൻ ആക്രമിച്ചുതുട ങ്ങിയപ്പോൾ അദ്ദേഹം തന്റെ ഏറ്റവും നല്ല വസ്ത്രവും ഏതോ ഒരു മാന്യനുവേണ്ടി ഉണ്ടാക്കിവച്ചിരുന്ന ഏറ്റവും നല്ല ഒരു ജോടി ബൂട്ടും ധരിച്ച് അർബാത്തിലെ തൊഴിലാളി സേനാവിഭാഗത്തിൽനിന്ന് ഒരു തോക്കും കൈവശപ്പെടുത്തി, അദ്ദേഹത്തിന്റെ ഭാഷയിൽ പറഞ്ഞാൽ "വിപ്ലവത്തിനുവേണ്ടി സ്വയം അർപ്പിച്ചു."

അദ്ധ്യായം നാല്

മൂന്നു ദിവസം കഴിഞ്ഞു് ഷാഹ്തനയ റെയിൽവേസ്റ്റേഷന് കുറച്ചിപ്പുറത്തു വച്ച് ഞങ്ങൾ ധൃതിയിൽ തീവണ്ടിയിൽ നിന്നിറങ്ങി.

യുവാവായ ഒരു കുതിരപ്പടയാളി എവിടെ നിന്നോ കുതിരയോടിച്ചു വന്ന് മുദ്രവച്ച ഒരു കവർ ഷെബാലൊവിനെ ഏല്പിച്ചിട്ട് നല്ല വാർത്ത അറിയിക്കുന്ന മട്ടിൽ പുഞ്ചിരിതൂകിക്കൊണ്ട് പറഞ്ഞു:

"ഇന്നലെ ക്രയൂഷ്ക്കോവിയിൽവച്ച് ജർമ്മൻകാർ നമ്മുടെ ആളുകളെ പുല്ലരിയുന്നവിധം അരിഞ്ഞു വീഴ്ത്തി. ഹോ ! എന്തൊരു പുകിലായിരുന്നു!"

ചുറ്റുമുള്ള ഗ്രാമങ്ങളിൽ ചിന്നിച്ചിതറിക്കിടക്കുന്ന ശത്രുയൂണിറ്റുകളുടെ ശ്രദ്ധയിൽ പെടാതെ ശത്രുനിരയുടെ പിന്നിലെത്തുകയും ബേഗിച്ചവ് നയിക്കുന്ന ദോൺ ഖനിത്തൊഴിലാളികളുടെ സൈന്യവിഭാഗവുമായി സമ്പർക്കം പുലർത്തുകയും ചെയ്യുക എന്നതായിരുന്നു ഞങ്ങളുടെ ചുമതല.

"ഞാൻ എങ്ങിനെ അവരുമായി സമ്പർക്കം പുലർത്തും?" ഭൂപടത്തിൽ വിരൽകൊണ്ടു് കുത്തിയിട്ട് ഷെബാലൊവ് ചോദിച്ചു."ഞാൻ എവിടെയാണ് അവരെ തിരയേണ്ടതു്? അവർ എഴുതിയിരിക്കുന്നതു് 'ഒല്യോഷ്കിനും സൊസ്നോവ്ക്കയ്ക്കും ഇടയ്ക്ക്'' എന്നാണ്. കൃത്യമായി സ്ഥലം പറഞ്ഞുതരാതെ, 'സമ്പർക്കം പുലർത്തണ'മെന്നും 'ഇടയ്ക്കാണ്'', എന്നും പറഞ്ഞതുകൊണ്ടു് കാര്യമൊന്നുമില്ല..."

ഒന്നിനെപ്പറ്റിയും വിവരമില്ലാതെ കല്പനകൾ പുറപ്പെടുവിക്കാൻ മാത്രമറിയാവുന്ന പട്ടാളത്തലവന്മാരെ ഷെബാലൊവ് തെറിപറഞ്ഞു. എങ്കിലും കൂടുതൽ സംഖ്യാബലമുള്ള മറ്റേതെങ്കിലും സേനാവിഭാഗത്തിന്റെ കീഴിൽ തന്നെ നിയോഗിക്കാതെ സ്വതന്ത്രമായ ഒരു ചുമതല തന്നെ ഏല്പിച്ചതിൽ അദ്ദേഹം സന്തുഷ്ടനായിരുന്നു. അദ്ദേഹം കമാണ്ടറന്മാരെ വിളിക്കാൻ ആളയച്ചു.

"അവർ മൂന്നുപേരുണ്ടായിരുന്നു: ഭംഗിയായി മുഖം വടിച്ച അക്ഷോഭ്യനായ ചെക്കുകാരൻ ഗാൽഡ, തികഞ്ഞ ആത്മവിശ്വാസമുള്ള

സൂഹറെവ്, അക്കോർഡിയൻ വായനയിലും നൃത്തത്തിലും നിപുണനും ഉല്ലാസവാനുമായ ഫേജ സിർത്സോവ്. ഇരുപത്തിമൂന്നു വയസ്സുള്ള ഫേജ സിർത്സോവ് മുമ്പ് ഒരു കന്നുകാലിമേച്ചിൽക്കാരനായിരുന്നു.

ഒരു വെളിപ്രദേശത്ത്, ചുവപ്പുസേനക്കാരുടെ ഇരു വലയത്തിനുള്ളിൽ, നിവർത്തിവച്ച ഭൂപടത്തിനു ചുറ്റും അവർ ഇരുന്നു.

ഷെബാലൊവ് കടലാസ് ഉയർത്തിപ്പിടിച്ചുകൊണ്ട് സംസാരിച്ചു തുടങ്ങി:

"ഈ കല്പനപ്രകാരം ബേഗിച്ചെവിന്റെ സേനാവിഭാഗവുമായി അടുത്ത സമ്പർക്കമുണ്ടാക്കുവാനായി നമ്മൾ ശത്രുക്കളുടെ പിന്നിൽ എത്തിച്ചേരുകയും, അതിനുവേണ്ടി ശത്രു യൂണിറ്റുകളെ മറികടന്ന്, എന്നാൽ അവയെ തൊടാതെ, ഇന്നുരാത്രിതന്നെ മാർച്ചുചെയ്യുകയും വേണം. മനസ്സിലായോ?"

"അവയെ തൊടാതെ എങ്ങിനെ കടന്നു പോകും?" ഫേജ സിർത്സോവ് കൗശലം നിറഞ്ഞ നിഷ്കപടതയോടെ ചോദിച്ചു.

"അതെ, തൊടാതെ കടന്നുപോകണം", ഫേജയുടെ നേരെ തിരിഞ്ഞു് മുഷ്ടിചുരുട്ടിക്കാണിച്ചുകൊണ്ട് ഷെബാലൊവ് പറഞ്ഞു." എനിക്ക് തന്നെ അറിയാം ! ഞാനും തന്നെ തൊട്ടെന്നിരിക്കും ! മനസ്സിലാക്കിക്കോ ! തന്റെ പിത്തലാട്ടങ്ങളൊന്നും ഇവിടെ വേണ്ട! അങ്ങിനെ ഇന്നു രാത്രി നമ്മൾ മാർച്ചുചെയ്യുകയാണ്," അദ്ദേഹം തുടർന്നു. വണ്ടികളൊന്നും പാടില്ല,യന്ത്രത്തോക്കുകളും വെടിത്തിരകളും തലച്ചുമടായി കൊണ്ടുപോകാം. യാതൊരുവിധ ഒച്ചയോ അനക്കമോ പാടില്ല. വഴിക്ക് ഏതെങ്കിലും ഗ്രാമങ്ങളുണ്ടെങ്കിൽ അടങ്ങിയൊതുങ്ങി അതു കടന്നുപോകണം, വിശക്കുന്ന പട്ടി മാംസത്തിന്റെ പിന്നാലെ പായുന്നതുപോലെ നേരെ അങ്ങോട്ടു ചെന്ന് കുഴപ്പമുണ്ടാക്കരുത്. ഫേജ, ഇതു് താൻ കേൾക്കാൻ വേണ്ടിയാണ് ഞാൻ പറയുന്നത്. എവിടെയെങ്കിലും ഒരു കർഷകഭവനം കണ്ടാൽ അത് വഴിക്കാണെങ്കിലും അല്ലെങ്കിലും തന്റെ പാൽക്കൊതി തന്നെ അവിടെ എത്തിക്കും."

"എന്റെ കാര്യവും അതു തന്നെ," ചെക്കുകാരനായ ഗാൽഡ വിചിത്രമായ ഉച്ചാരണത്തോടെഏറ്റുപറഞ്ഞു. "കഴിഞ്ഞ പ്രാവശ്യം സ്കൗട്ടുകൾ കുറെ കുഴച്ച മാവ് കൊണ്ടുവന്നു. ഞാൻ ചോദിച്ചു: 'പച്ചമാവ് എന്തിനാണെന്ന്?' 'ഇതു് തീയിലിട്ട് ചുട്ടെടുക്കാം,' അവർ പറഞ്ഞു."

എല്ലാവരും ചിരിച്ചു. ഷെബാലൊവ്പോലും പുഞ്ചിരിതൂകി. "അതു് ദെബാൽത്സെവൊയിൽ വച്ചായിരുന്നു." വാസ്ക ഷ്മാക്കൊവ് പറഞ്ഞു. "ഞങ്ങളുടെ കാര്യമാണ് അയാൾ പറഞ്ഞത്. ഞങ്ങൾ ചുറ്റുപാടുകൾ

നിരീക്ഷിക്കാൻവേണ്ടി നേരത്തെ പോയതാണ്. ഒരു കൊസാക്കിന്റെ--ഒരു ധനികനായ കൊസാക്കിന്റെ--വീട്ടിനടുത്തെത്തി. വീട്ടിനുള്ളിൽ നിന്ന് ആരോ തുരുതുരെ വെടിവച്ചെങ്കിലും ഞങ്ങൾ അകത്തു കടന്നുകൂടി. അവിടെ ആരും ഉണ്ടായിരുന്നില്ല. സ്റ്റൗ കത്തുന്നുണ്ടായിരുന്നു. അടുത്ത് ഒരു മേശപ്പുറത്ത് ഒരു പാത്രത്തിൽ കുറെ കുഴച്ച മാവിരിപ്പുണ്ട്. ഞങ്ങൾ വീടിനു തീയിട്ടിട്ട് മാവുമായി സ്ഥലം വിട്ടു. അന്നു വൈകിട്ട് ഞങ്ങൾ തീക്കുണ്ഡത്തിലിട്ട് അതു ചുട്ടെടുത്തു. നല്ല കേക്കിന്റെ സ്വാദുണ്ടായിരുന്നു."

"നിങ്ങൾ വീട് കത്തിച്ചെന്നോ?" ഞാൻ ചോദിച്ചു. "നിങ്ങൾക്ക് എങ്ങിനെ അതിനു മനസ്സുവന്നു?"

"ഞങ്ങൾ അതു കത്തിച്ചു ചാമ്പലാക്കി," വാസ്ക നിർവ്വികാരനായി പറഞ്ഞു. "വീട്ടുകാർ വെടിവയ്ക്കുകയാണെങ്കിൽ അതുതന്നെ ചെയ്യണം. ഈ കൊസാക്കുകൾ മഹാ ചീത്തകളാണ്. അയാൾ ഒരു ധനികനായിരുന്നു. ഒരു വീട് കത്തിപ്പോയാൽ അയാൾ വേറൊന്ന് ഉണ്ടാക്കും. ഗയ്ദമാക്ക് കൊള്ളക്കാരുടെകൂടെ അത്രയും നാൾ അയാൾ കൂടാതിരിക്കുമല്ലോ."

"അയാൾക്ക് അതുകൊണ്ട് ചുവപ്പുസേനക്കാരോട് കൂടുതൽ ദേഷ്യമുണ്ടാകുകയല്ലേ ചെയ്യുന്നത്?"

"അതുണ്ടാകയില്ല," വാസ്ക സഗൗരവം പറഞ്ഞു. "ധനികർക്ക് അവർ എത്ര ആഗ്രഹിച്ചാലും ഇതിൽക്കൂടുതൽ നമ്മെ വെറുക്കാൻ കഴിയില്ല. പേച്ച്ക കോക്ഷിൻ എന്നു പേരുള്ള നമ്മുടെ ഒരു പയ്യനെ അവർ മൂന്നു ദിവസം മുഴുവൻ ചാട്ടവാറുകൊണ്ട് അടിച്ചടിച്ചാണ് കൊന്നത്. അവർ നമ്മെ ഇതിൽക്കൂടുതൽ വെറുക്കുന്നതെങ്ങിനെയാണ്?"

അന്നു രാത്രിയിലെ മാർച്ചിനുമുമ്പ് ഞങ്ങൾ പന്നിക്കൊഴുപ്പ് ഉപയോഗിച്ച് പോറിഡ്ജ് ഉണ്ടാക്കി. ചുടുചാരത്തിലിട്ട് ഉരുളക്കിഴങ്ങു ചുട്ടുതിന്നു. തോക്കുകൾ മിനുക്കിവയ്ക്കുകയും പുൽത്തകിടിയിൽക്കിടന്ന് വിശ്രമിക്കയും ചെയ്തു. കമ്പനി കമാണ്ടറായ സൂഹരെവിന്റെ കുതിരവണ്ടിയിൽ ഒരു പട്ടാളക്കോട്ട് കിടക്കുന്നതു ഞാൻ കണ്ടു. അതിന്റെ അടിവശത്ത് തീപിടിച്ചതിന്റെ ഫലമായുണ്ടായ തുളകൾ ഉണ്ടായിരുന്നെങ്കിലും അതു ഉപയോഗയോഗ്യമായിരുന്നു. ഞാൻ സൂഹരെവിനോട്ട് അതെടുക്കാൻ അനുവാദം ചോദിച്ചു.

"ഇതു നിനക്കു എന്തിനാണ്?" അയാൾ പരുഷമായി ചോദിച്ചു. "നിനക്ക് തുണികൊണ്ടുണ്ടാക്കിയ നല്ലൊരു കോട്ടുണ്ടല്ലോ. ഈ കോട്ട് എനിക്ക് ആവശ്യമുണ്ട്. വെട്ടി ട്രൗസർ തുന്നണം."

“എന്റെ കോട്ട് വെട്ടി ട്രൗസർ തുന്നിക്കോളൂ,” ഞാൻ പറഞ്ഞു. “എല്ലാവരും കാക്കികൊണ്ടുള്ള പട്ടാളക്കോട്ടാണ് ധരിച്ചിരിക്കുന്നത്. ഞാൻ മാത്രം ഒരു കറുത്ത കോട്ടുമിട്ട് കാക്കയെപ്പോലെ നടക്കുകയാണ്.”

“നേരോ?” സൂഹരെവ് അത്ഭുതത്തോടെ എന്നെ നോക്കി. ആ കർഷകന്റെ പരുക്കൻ മുഖത്ത് അവിശ്വാസം നിറഞ്ഞ ഒരു പുഞ്ചിരി വിടർന്നു. “മാറിയെടുക്കണമെന്ന് വാസ്തവത്തിൽ നിനക്ക് ആഗ്രഹമുണ്ടോ? തീർച്ചയാണോ? ആലോചിച്ചുനോക്കിയാൽ നീ പറയുന്നതു ശരിയാണ്. ഒരു സാധാരണ ഓവർക്കോട്ടിട്ടുകൊണ്ട് ഒരു പട്ടാളക്കാരൻ നടക്കുന്നത് എങ്ങും കണ്ടിട്ടില്ല. ഈ പട്ടാളക്കോട്ടിൽ തുളകളുള്ളതു സാരമില്ല. അടിവശം കുറെ വെട്ടി തയ്ച്ചാൽ മതി. ഞാൻ ചാരനിറത്തിലുള്ള ഒരു തൊപ്പിയും നിനക്കു തരാം. എനിക്ക് രണ്ടെണ്ണമുണ്ട്.”

ഞങ്ങൾ കോട്ടുകൾ കൈമാറി. ആ കച്ചവടത്തിൽ ഞങ്ങൾ ഇരുവരും സന്തുഷ്ടരായിരുന്നു. ഒരു യഥാർത്ഥ ചുവപ്പുസേനക്കാരനെപ്പോലെ കാക്കി പട്ടാളക്കോട്ടുമണിഞ്ഞു തോക്കും തോളിൽ തൂക്കി ഞാൻ നടന്നുപോകുമ്പോൾ സൂഹരെവ്, വാസ്കയോടു പറയുന്നതു കേട്ടു:

“സൗകര്യം കിട്ടുമ്പോൾ ഞാൻ ഇത് എന്റെ ഭാര്യക്ക് അയച്ചുകൊടുക്കും. ഈ പയ്യന് ഇത് എന്തിനാണ്? വെടിയേൽക്കുകയാണെങ്കിൽ ഇതു മുഴുവൻ വൃത്തികേടായിപ്പോകും. എന്റെ ഭാര്യയ്ക്ക് ഇതിഷ്ടപ്പെട്ടും, ഇല്ലേ?”

രാത്രിയിൽ ഞങ്ങൾ കടന്നുപോയ ആദ്യത്തെ കൃഷിക്കളത്തിൽ നിന്ന് ഫേജ സിർത്സോവ് രണ്ടു വഴികാട്ടികളെ കൂട്ടിക്കൊണ്ടുവന്നു. ഞങ്ങളുടെ സേനാവിഭാഗം വഴിതെറ്റി നേരെ ശത്രുവിന്റെ വായിൽ ചെന്നു ചാടാതിരിക്കാൻവേണ്ടിയാണ് രണ്ടുപേരെ കൊണ്ടുവന്നത്. അവരെ രണ്ടിടത്തായി നിർത്തി. നാലുംകൂടിയ വഴിയിലെത്തുമ്പോൾ ഇനി ഇടത്തോട്ടു തിരിയണമെന്ന് വഴികാട്ടികളിലൊരാൾ പറഞ്ഞെന്നിരിക്കട്ടെ. ഞങ്ങൾ ഉടൻ മറ്റെ വഴികാട്ടിയോട് വഴിചോദിക്കും. രണ്ടുപേരും പറയുന്നത് ഒന്നാണെങ്കിൽ മാത്രമേ ഞങ്ങൾ അതു സ്വീകരിക്കൂ. ആദ്യം ഞങ്ങൾ ഈരണ്ടുപേർ വീതമാണ് കാട്ടിലൂടെ നടന്നുപൊയ്ക്കൊണ്ടിരുന്നത്. പലപ്പോഴും ഞങ്ങൾ തൊട്ടു മുമ്പിൽ നടക്കുന്നവരുമായി കൂട്ടിയിടിച്ചു. ഫേജ സിർത്സോവിന്റെ കല്പനപ്രകാരം നേരത്തെതന്നെ കുതിരകളുടെ കുളമ്പുകളിൽ തുണി ചുറ്റിയിരുന്നു. അതിരാവിലെ ഞങ്ങൾ റോഡിൽനിന്നു തിരിഞ്ഞ് ഒരു വെളിപ്രദേശത്തെത്തി. പകൽ വെളിച്ചത്തിൽ മാർച്ചുചെയ്യുന്നത് അപകടകരമായിരുന്നതിനാൽ അവിടെ വിശ്രമിക്കാൻ ഞങ്ങൾ

തീരുമാനിച്ചു. റാസ്ബെറി ചെടികൾക്കിടയിൽ ഞങ്ങളുടെ ഒരു കാവൽസംഘം നിലയുറപ്പിച്ചു. ഉച്ചയായപ്പോൾ വീശിയ പടിഞ്ഞാറൻ കാറ്റിൽ പീരങ്കിവെടിയുടെ മുഴക്കം അലിഞ്ഞു ചേർന്നിരുന്നു.

ഷെബാലൊവ് ചിന്താമഗ്നനായി നടന്നു പോയി. ഫേജ ധൃതിയിൽ സംസാരിച്ചുകൊണ്ട് ലഘുവും ദൃഢവുമായ പാദവിന്യാസത്തോടെ അദ്ദേഹത്തോടൊപ്പം നടന്നിരുന്നു. സൂഹരെവിന്റെ അടുത്തെത്തിയപ്പോൾ അവർ നിന്നു.

അവരുടെ സംസാരം എനിക്കു കേൾക്കാമായിരുന്നു.

"സ്ഥിതിഗതികൾ നിരീക്ഷിക്കാനായി മലയിടുക്കിലേക്ക് ആളെ അയയ്ക്കണം."

"കുതിരപ്പുറത്തോ?"

"അല്ല. അതു ശത്രുവിന്റെ ശ്രദ്ധയിൽപെട്ടേക്കും. മൂന്ന് സ്കൗട്ടുകളെ അയയ്ക്കു."

"ചുബുക്ക്, നിങ്ങൾ അതിന്റെ ഉത്തരവാദിത്വം വഹിക്കണം", സമ്മതം ചോദിക്കുന്ന മട്ടിൽ കമാണ്ടർ പറഞ്ഞു. "ഷ്മാക്കൊവിനേയും വിശ്വസ്തനായ മറ്റൊരാളേയും കൂട്ടിക്കോളു."

"ചുബുക്ക്, എന്നെ കൊണ്ടുപോകു", ഞാൻ മെല്ലെ പറഞ്ഞു. "ഞാൻ വിശ്വസ്തനായിരിക്കും."

"സീംക ഗർഷ്ക്കോവിനെ കൊണ്ടുപോകാം", സൂഹരെവ് അഭിപ്രായപ്പെട്ടു.

"ചുബുക്ക്, എന്നെ കൊണ്ടുപോകു", ഞാൻ വീണ്ടും മന്ത്രിച്ചു. "ഞാൻ ഏറ്റവും വിശ്വസ്തനായിരിക്കും."

"ഉം," ചുബുക്ക് തല ആട്ടിക്കൊണ്ട് മൂളി.

ഞാൻ ചാടിയെണീറ്റു. സന്തോഷംകൊണ്ട് ഉറക്കെ വിളിച്ചുകൂവണമെന്ന് എനിക്കു തോന്നിയെങ്കിലും ഞാൻ പണിപ്പെട്ട് സ്വയം നിയന്ത്രിച്ചു. അവർ ഇത്ര ഗൗരവമുള്ള ഒരു ജോലിക്ക് എന്നെ കൊണ്ടുപോകുമെന്ന് ഞാൻ വിചാരിച്ചിരുന്നില്ല. ഞാൻ വെടിത്തിരസഞ്ചി ബന്ധിച്ചുവയ്ക്കുകയും തോക്ക് തോളിൽ തൂക്കുകയും ചെയ്തു. എന്നാൽ സന്ദേഹത്തോടെയുള്ള സൂഹരെവിന്റെ നോട്ടം കണ്ടപ്പോൾ ഞാൻ നിന്നു.

"ഇവനെ എന്തിനാണു കൊണ്ടുപോകുന്നത്?" അയാൾ ചുബുക്കിനോടു ചോദിച്ചു. "ഇവൻ എല്ലാം തകരാറിലാക്കിയേക്കും. സീംകയെ കൊണ്ടുപോയാൽ മതി."

"സീംകയോ?" തീപ്പെട്ടി ഉരച്ച് പൈപ്പു കത്തിക്കുന്നതിനിടയിൽ

എന്തോ ആലോചിച്ചുകൊണ്ട് ചുബുക്ക് ചോദിച്ചു.

"വിഡ്ഢി!" ഞാൻ മനസ്സിൽ വിചാരിച്ചു. സൂഹരെവിനോടുള്ള വെറുപ്പും ആശാഭംഗവുംകൊണ്ട് എന്റെ മുഖം വിളറി. "മറ്റുള്ളവരുടെ മുമ്പിൽവെച്ച് അയാൾ ഇങ്ങനെ പറഞ്ഞതെന്തിന്? അവർ എന്നെ കൊണ്ടുപോയില്ലെങ്കിൽ ഞാൻ ഒറ്റയ്ക്കു പോകും. ഞാൻ നേരെ ഗ്രാമത്തിൽ ചെന്ന് വിവരങ്ങളെല്ലാം അറിഞ്ഞിട്ട് തിരിച്ചുവരും. സൂഹരെവ് പോയി തുലയട്ടെ !"

ചുബുക്ക് തോക്കിന്റെ പൂട്ടു തുറന്ന് നാലു വെടിത്തിരകൾ അതിനുള്ളിൽ വച്ചു. അഞ്ചാമത്തേതു് വെടിവയ്ക്കാനുള്ള സ്ഥാനത്തും ഉറപ്പിച്ചിട്ട് അയാൾ സേഫ്റ്റിലോക്ക് അടച്ചു. ചുബുക്കിന്റെ തീരുമാനം എന്നെ സംബന്ധിച്ചിടത്തോളം എത്ര പ്രധാനമാണെന്നു മനസ്സിലാക്കാതെ അലക്ഷ്യമായി അയാൾ പറഞ്ഞു:

"സീംകയോ? ശരി, എന്നാൽ അവൻ ആയിക്കൊള്ളട്ടെ. "അയാൾ തന്റെ തോൾപട്ട ശരിയാക്കിവച്ചിട്ട് എന്റെ വിളറിയ മുഖത്തേക്കു നോക്കി. പെട്ടെന്ന് അയാൾ ഒന്നു പുഞ്ചിരിച്ചിട്ട് പരുക്കൻമട്ടിൽ പറഞ്ഞു. "എനിക്ക് സീംകയുടെ കാര്യം അറിയില്ല. ഈ പയ്യൻ മതി അവൻ കളിപറയുകയല്ല. വരൂ, കുട്ടീ !"

ഞാൻ കാട്ടിനടുത്തേക്ക് ഓടാൻ ഭാവിച്ചു.

"നില്ക്ക് !" ചുബുക്ക് കർശനമായി അതു വിലക്കി. നിന്റെ കുട്ടിക്കളിയൊന്നും ഇവിടെ വേണ്ട. വിനോദയാത്രയ്ക്കല്ല നമ്മൾ പോകുന്നതു്. നിന്റെ കയ്യിൽ ബോംബുണ്ടോ? ഇല്ല. എന്റെ കയ്യിൽനിന്ന് ഒന്നെടുത്തോ. പിടി അടിയിലേക്കാക്കി പോക്കറ്റിൽ വയ്ക്കരുതു്. വലിച്ചെടുക്കുമ്പോൾ വളയം ഊർന്നുപോകും. ആണി അടിയിലേക്ക് വയ്ക്കൂ. അതെ, അങ്ങിനെ. ക്ഷമയില്ലാത്ത കരടിക്കുട്ടി! അയാൾ അലിവോടെ പറഞ്ഞു.

അദ്ധ്യായം അഞ്ച്

"നീ വലത്തേ ചരിവിലേക്കു പോകൂ," ചുബുക്ക് കല്പനതന്നു."ഷ്മാക്കൊവ് ഇടത്തെ ചരിവിലൂടെ പോകട്ടെ. ഞാൻ അടിയിലേക്ക് ഇറങ്ങാം. എന്തെങ്കിലും കണ്ടാലുടൻ അടയാളശബ്ദം കേൾപ്പിക്കണം."

ഞങ്ങൾ മെല്ലെ മുമ്പോട്ടു പോയി. അരമണിക്കൂർ കഴിഞ്ഞപ്പോൾ എന്നേക്കാൾ അല്പം പിന്നിലായി ഇടത്തുവശത്തെ ചെരിവിന്റെ ചെങ്കുത്തായ വക്കിലൂടെ ഷ്മാക്കൊവ് നടക്കുന്നതു് ഞാൻ കണ്ടു. തല അല്പം മുന്നോട്ട് നീട്ടിപ്പിടിച്ച് കുനിഞ്ഞുകുനിഞ്ഞാണ് അയാൾ നടന്നിരുന്നതു്. എപ്പോഴും സദ്ഭാവം വഴിഞ്ഞൊഴുകുന്ന അയാളുടെ കുസൃതിത്തമുള്ള മുഖം അപ്പോൾ ഗൗരവപൂർണ്ണവും നിശ്ചയദാർഢ്യം സ്ഫുരിക്കുന്നതുമായിരുന്നു.

"മലയിടുക്കിലെ വളവിൽവെച്ച് ഷ്മാക്കൊവും ചുബുക്കും എന്റെ ദൃഷ്ടിയിൽനിന്നു മറഞ്ഞു. എങ്കിലും അടുത്തെവിടെയോ കുറ്റിച്ചെടികളുടെ മറപറ്റി എന്നെപ്പോലെ അവരും മുന്നോട്ടു പോകുന്നുണ്ടെന്ന് എനിക്ക് അറിയാമായിരുന്നു. ഞങ്ങൾ ഒറ്റയ്ക്കൊറ്റയ്ക്കാണെന്നു തോന്നുമെങ്കിലും പൊതുചുമതലയും പൊതുവായ അപകടഭയവും ഞങ്ങളെ ദൃഢമായി കൂട്ടിയിണക്കിയിട്ടുണ്ടെന്ന ബോധം എനിക്ക് ധൈര്യം തന്നു. മലയിടുക്കിന്റെ വിസ്താരം കൂടി. ചെടികൾ കൂടുതൽ നിബിഡമായി. മറ്റൊരു വളവുതിരിഞ്ഞു. പൊടുന്നനെ ഞാൻ നിലത്തു കിടന്നു.

വലത്തെ ചരിവിന് സമാന്തരമായി ഉണ്ടായിരുന്ന കല്ലുപാകിയ പാതയിലൂടെ കുതിരപ്പടയാളികളുടെ ഒരു വലിയ വിഭാഗം വരുന്നതു് ഞാൻ കണ്ടു. ഞാൻ കിടന്നിടത്തുനിന്ന് വെറും നൂറു ചുവടകലമേ അങ്ങോട്ടുള്ളു. കറുത്ത ഉശിരൻ കുതിരകൾ സവാരിക്കാരെ വഹിച്ചുകൊണ്ട് ചുറുചുറുക്കോടെ നടന്നുവന്നു. ഏറ്റവും മുമ്പിലായി മൂന്നോ നാലോ ഓഫീസറന്മാരാണ് ഉണ്ടായിരുന്നതു്. എന്റെ നേരെയെതിരെ എത്തിയപ്പോൾ പട്ടാളക്കാർ നിന്നു. കമാണ്ടർ ഒരു ഭൂപടം നിവർത്തിവച്ച് അതിൽ എന്തോ നോക്കിക്കൊണ്ടിരുന്നു.

ഞാൻ അവിടെ നിന്ന് പിൻവാങ്ങി, ചരിവിലൂടെ

ഊർന്നിറങ്ങിത്തുടങ്ങി. ചുബുക്കിനെ കണ്ടുപിടിച്ച് നേരത്തെ നിശ്ചയിച്ചിരുന്ന അടയാളം അറിയിക്കുക എന്നതായിരുന്നു എന്റെ ഉദ്ദേശ്യം.

ഞാൻ വല്ലാതെ പേടിച്ചിരുന്നെങ്കിലും നിരീക്ഷണാർത്ഥം ഞാൻ വന്നത് വെറുതെയായില്ലെന്നും ശത്രുക്കളെ ആദ്യം കണ്ടുപിടിച്ചത് ഞാനാണെന്നുള്ള വിചാരം എന്റെ മനസ്സിലൂടെ കടന്നുപോയി.

“പക്ഷേ ചുബുക്കിനെ കാണുന്നില്ലല്ലോ,” ഞാൻ പരിഭ്രമത്തോടെ ചുറ്റും നോക്കിക്കൊണ്ട് വിചാരിച്ചു. മലയിടുക്കിന്റെ അടിത്തട്ടി ലേക്ക് ഇഴഞ്ഞുചെന്ന് ചുബുക്കിനെ കണ്ടുപിടിക്കാൻ ഞാനുറച്ചു. അപ്പോഴാണ് ഇടത്തെ ചരിവിൽ ഒരു ചെടി മെല്ലെ അനങ്ങുന്നത് ഞാൻ കണ്ടത്.

വാസ്ക ഷ്മാക്കൊവ് ഒരു കുറ്റിച്ചെടിയുടെ മറവിൽ നിന്ന് സൂക്ഷിച്ച് പുറത്തേക്ക് എത്തിനോക്കിക്കൊണ്ട് അടിത്തട്ടിലേക്കു ചൂണ്ടി ക്കാണിക്കുകയും ശബ്ദമുണ്ടാക്കരുതെന്ന് കരചലനങ്ങൾകൊണ്ട് എനിക്കു താക്കീതു തരികയും ചെയ്തു.

എന്നോട്ട് അടിത്തട്ടിലേക്ക് ഇറങ്ങിച്ചെല്ലാൻ പറയുകയാണ് അയാളെന്ന് ഞാൻ ആദ്യം വിചാരിച്ചു. എന്നാൽ അയാൾ ചൂണ്ടിക്കാ ണിച്ച ഇടത്തേക്കു നോക്കിയപ്പോൾ ഞാൻ ഞെട്ടി തല പിൻവലിച്ചു.

ഇടതൂർന്നു നില്ക്കുന്ന പച്ചിലപ്പടർപ്പുകളാൽ മൂടപ്പെട്ട മലയിടുക്കിന്റെ അടിത്തട്ടിലൂടെ ഒരു വൈറ്റ് ഗാർഡുകാരൻ ഒരു കുതിരയേയും പിടി ച്ചുകൊണ്ട് നടന്നുവരുന്നതാണ് ഞാൻ കണ്ടത്. അയാൾ വെള്ളം തേടിവന്ന ഒരു വെറും പട്ടാളക്കാരനാണോ അതോ ആ സേനാവി ഭാഗത്തിന്റെ സുരക്ഷിതമായ നീക്കത്തിന് ഉറപ്പുവരുത്താൻവേണ്ടി മുന്നോടിയായി വന്ന നിരീക്ഷകനാണോ എന്ന് എനിക്കറിയില്ലാ യിരുന്നു. ഏതായാലും അയാൾ ഞങ്ങളുടെ അതിർത്തി ലംഘിച്ചു കടന്ന ഒരു ശത്രുവാണ്. എന്തു ചെയ്യണമെന്ന് എനിക്ക് ഒരു രൂപ വുമില്ലായിരുന്നു. അയാൾ ഒരു കുറ്റിച്ചെടിയുടെ മറവിൽ അപ്രത്യക്ഷ നായി. എനിക്ക് ഇപ്പോൾ വാസ്കയെ മാത്രമേ കാണാമായിരുന്നുള്ളു. എതിർവശത്തെ ചരിവിലിരിക്കുന്ന വാസ്കയ്ക്കാകട്ടെ എനിക്കു കാണാൻ കഴിയാത്ത എന്തോ കാണാമായിരുന്നു.

തോക്കിന്റെ പിടി നിലത്തൂന്നി മുട്ടുകുത്തി അടിയിലേക്ക് ഉറ്റു നോക്കിക്കൊണ്ടിരുന്ന വാസ്ക എന്നെ താക്കീതു ചെയ്യാനായി ഒരു കൈനീട്ടിപ്പിടിക്കുകയും, ഏതു നിമിഷവും ചാടിവീഴാൻ തയ്യാറായി രിക്കുകയും ചെയ്തു.

എന്റെ വലതുവശത്ത് കുളമ്പടിശബ്ദം കേട്ട് ഞാൻ അങ്ങോട്ട്

നോക്കി. കുതിരപ്പടയാളികൾ ഒരു ഇടവഴിയിലേക്കു തിരിഞ്ഞ് കുതിരകളെ വേഗത്തിൽ ഓടിച്ചു പൊയ്ക്കൊണ്ടിരുന്നു. ആ സമയത്ത് വാസ്ക എന്റെ നേരെ കൈ വീശിക്കൊണ്ട് കുറ്റിച്ചെടിയുടെ മുകളിലൂടെ ചാടി മലയിടുക്കിന്റെ അടിത്തട്ടിലേക്കു പാഞ്ഞുപോയി. ഞാനും അതു പോലെ ചെയ്തു. കുറ്റിക്കാട്ടിനടുത്തായി രണ്ടുപേർ കൈകൾ കോർത്തുപിടിച്ച് മല്ലയുദ്ധത്തിലേർപ്പെട്ടിരിക്കുന്നത് ഉരുണ്ടുവരുന്ന വഴി ഞാൻ കണ്ടു. അതിൽ ഒരാൾ ചുബുക്കും മറ്റേത് ശത്രുവുമാണെന്ന് എനിക്കു മനസ്സിലായി.

ഞാൻ അവിടെ എങ്ങിനെ എത്തിച്ചേർന്നെന്ന് എനിക്ക് നിശ്ച യമില്ല. കൈത്തോക്ക് ഉറയിൽ നിന്നെടുക്കാൻ ശ്രമിച്ചുകൊണ്ടിരുന്ന വൈറ്റ്ഗാർഡുകാരന്റെ കയ്യിൽ മുറുകെ പിടിച്ചുകൊണ്ട് ചുബുക്ക് നിലത്തു കിടക്കുകയായിരുന്നു. തോക്കിന്റെ പിടികൊണ്ട് അയാളെ അടിച്ചു വീഴ്ത്തുന്നതിനു പകരം ഞാൻ തോക്കു താഴെയിട്ടിട്ട് അയാളുടെ കാലുകളിൽ പിടിച്ചു വലിച്ചുതുടങ്ങി. എന്നാൽ അയാൾ നല്ല ശക്തനാ യിരുന്നതുകൊണ്ട് എന്നെ തൊഴിച്ചുമാറ്റി. ഞാൻ പുറം തല്ലി വീണു. എങ്കിലും അയാളുടെ കയ്യിൽ കടന്നു പിടിച്ചു കടിക്കാൻ എനിക്കു കഴിഞ്ഞു. വൈറ്റ്ഗാർഡുകാരൻ നിലവിളിച്ചുകൊണ്ട് കൈ വലിച്ചു. ആ സമയത്ത് കുറ്റിച്ചെടികൾ വകഞ്ഞുമാറ്റിക്കൊണ്ട് വാസ്ക അവിടെ എത്തി. അയാൾ അരയ്ക്കു താഴെ നനഞ്ഞിരുന്നു. കവാത്തുമുറയിൽ അ യാൾ പട്ടാളക്കാരന്റെ മേൽ ചാടിവീണ് അയാളെ നിലം പതിപ്പിച്ചു.

ചുമയ്ക്കുകയും തുപ്പുകയും ചെയ്തുകൊണ്ട് ചുബുക്ക് നിലത്തുനിന്നെ ണീറ്റു.

"വാസ്ക !" അടുത്തു നിന്ന് പുല്ലുകരളുന്ന കുതിരയെ ചൂണ്ടിക്കാട്ടി ക്കൊണ്ട് ചുബുക്ക് വിമ്മിഷ്ടപ്പെട്ടു വിളിച്ചു.

"ശരി", വാസ്ക പറഞ്ഞു. അയാൾ നിലത്തു കിടന്നിഴയുന്ന കടിഞ്ഞാൺ കയ്യിലെടുത്ത് തന്റെ നേരെ വലിച്ചു.

"ഇയാളെക്കൂടെ കൊണ്ടുപോകൂ", ബോധരഹിതനായി നിലത്തു കിടക്കുന്ന വൈറ്റ്ഗാർഡുകാരനെ നോക്കിക്കൊണ്ട് ചുബുക്ക് പറഞ്ഞു.

വാസ്കയ്ക്ക് ഉടൻ കാര്യം മനസ്സിലായി.

"അയാളുടെ കൈ കെട്ടിയിടണം !"

ചുബുക്ക് എന്റെ തോക്ക് നിലത്തു നിന്നെടുത്ത് ബയണറ്റിന്റെ അറ്റം കൊണ്ട് അതിന്റെ വാറു മുറിച്ചെടുത്ത്, ബോധരഹിതനായി കിടക്കുന്ന പട്ടാളക്കാരന്റെ കൈമുട്ടുകൾ അതുകൊണ്ടു ബന്ധിച്ചു.

"അയാളുടെ കാലിൽ പിടിച്ച് പൊക്ക്," ചുബുക്ക് എന്റെ നേരെ അലറി. "തുലയാൻ !" "ഒന്ന് വേഗമാകട്ടെ !" അമ്പരന്നുനിന്ന എന്നെ

ചുബുക്ക് എന്റെ കയ്യിൽ പിടിച്ചു വലിച്ചു. "എന്റെ പിറകെ വന്നോ !"

കുറ്റിച്ചെടികളിൽ അള്ളിപ്പിടിച്ചുകൊണ്ട് അയാൾ മുകളിലേക്കു കയറി.

മുകളിലെത്താറായപ്പോൾ ചുബുക്ക് പറഞ്ഞു: "നില്ക്ക് ! ഇവിടെ ഇരിക്കാം!"

ഞങ്ങൾ ചെടികൾക്കു മറഞ്ഞ് പതുങ്ങിയിരുന്നു. താഴെ ഇടുക്കിൽ അഞ്ചു കുതിരപ്പടയാളികൾ പ്രത്യക്ഷപ്പെട്ടു. നിരീക്ഷക സംഘമായിരുന്നു അത്. അവർ കുതിരകളെ നിർത്തി ചുറ്റുപാടും നോക്കി. അവർ തങ്ങളുടെ സഖാവിനെ തേടുകയായിരുന്നെന്നു സ്പഷ്ടം. അവർ

ഉറക്കെ പ്രാകുന്നത് ഞങ്ങൾ കേട്ടു. അവർ അഞ്ചുപേരും തോളിൽ നിന്ന് തോക്കെടുത്തു കയ്യിൽപ്പിടിച്ചു. അവരിൽ ഒരാൾ കുതിരപ്പുറത്തു നിന്നിറങ്ങി. തറയിൽനിന്ന് എന്തോ എടുത്തു. അത് ഞങ്ങൾ പിടിച്ച പട്ടാളക്കാരന്റെ തൊപ്പിയായിരുന്നു. ധൃതിക്കിടയിൽ അതെടുക്കാൻ ഞങ്ങൾ മറന്നുപോയി. കുതിരപ്പടയാളികൾ സംഭ്രമത്തോടെ എന്തൊക്കെയോ സംസാരിച്ചു. അവരുടെ തലവനെന്നു തോന്നിച്ച ആൾ മുന്നോട്ടു ചൂണ്ടിക്കാണിച്ചു.

"അവർ വാസ്കയെ പിടികൂടും", ഞാൻ വിചാരിച്ചു. "വാസ്ക വലിയ ഒരു ഭാരവുമായാണ് കുതിരപ്പുറത്തു പോകുന്നത്. ഇവർ അഞ്ചു പേരുണ്ട്, അയാൾ ഒറ്റയ്ക്കാണ്."

"ബോംബ് !" ചുബുക്ക് കല്പിച്ചു. തിളങ്ങുന്ന ഒരു സാധനം അയാൾ താഴത്തേയ്ക്കെറിഞ്ഞു.

ഒരു പൊട്ടൽ കേട്ട് ഞാൻ തരിച്ചിരുന്നു.

"താഴേക്കെറിയൂ!" അയാൾ എന്റെ നേരെ അലറി. പെട്ടെന്ന് അയാൾ എന്റെ ഉയർത്തിയ കയ്യിൽനിന്ന് ബോംബ് തട്ടിപ്പറിച്ച് സേഫ്റ്റി ക്യാച്ച് മാറ്റിയിട്ട് മലയിടുക്കിനടിയിലേക്ക് എറിഞ്ഞു."കഴുത! "ചുബുക്ക് ആക്രോശിച്ചു. പൊട്ടിത്തെറിയും അപ്രതീക്ഷിതമായി അടിക്കടി ഉണ്ടായ അപകടസന്ധികളും എന്നെ തികച്ചും സ്തബ്ധനാക്കിയിരുന്നു."നീ വളയം മാറ്റി, പക്ഷേ സേഫ്റ്റി ക്യാച്ച് മാറ്റിയിരുന്നില്ല!"

പച്ചക്കറികൾ നടാനായി പുതുതായി ഉഴുതിട്ട ഒരു വയലിലെ ചേറിലൂടെ ഞങ്ങൾ ഓടി. കുറ്റിച്ചെടികളുടെ ഇടയിലൂടെ വേഗത്തിൽ കുതിരയോടിച്ചു മുകളിലേക്കു കയറുക അസാദ്ധ്യമായിരുന്നതുകൊണ്ട് വൈറ്റ്ഗാർഡുകാർ കാൽനടയായി മുകളിലേക്കു കയറുകയായിരുന്നു. അതിനാൽ മറ്റൊരു മലയിടുക്കും ഒരു പാടവും കടന്ന് കാട്ടിലെത്താൻ ഞങ്ങൾക്കു കഴിഞ്ഞു. വളരെ പിന്നിലെവിടെയോ വെടിപൊട്ടുന്ന

ശബ്ദം കേട്ടു.

"അവർ വാസ്കയെ പിടിച്ചു കാണും" ഞാൻ എന്റേതല്ലാത്ത ഒരു ശബ്ദത്തിൽ വിക്കിവിക്കി പറഞ്ഞു.

"ഇല്ല," വെടിവയ്പിന്റെ ശബ്ദം ശ്രദ്ധിച്ചിട്ട് ചുബുക്ക് പറഞ്ഞു. അവർ വെറുതെ ദേഷ്യം തീർക്കുകയാണ്. വാ, കുട്ടി. ആകാവുന്നത്ര വേഗം നടക്ക്. അവർ പിറകേ വരുന്നതിനു മുമ്പ് നമുക്ക് അക്കര പറ്റാം."

ഞങ്ങൾ ഒന്നും സംസാരിക്കാതെ നടന്നു. പേടിച്ച് തോക്കു താഴെയിട്ടതിനും, കൊച്ചുകുട്ടികളെപ്പോലെ പട്ടാളക്കാരന്റെ കയ്യിൽ കടിച്ചതിനും, തടവുകാരനെ കുതിരപ്പുറത്തു പൊക്കിവയ്ക്കുമ്പോൾ കൈ വിറച്ചതിനും, ബോംബെറിയാൻ ധൈര്യം വരാതിരുന്നതിനുമെല്ലാം ചുബുക്ക് എന്നോടു ദേഷ്യപ്പെട്ടിരിക്കയാണെന്നും അയാൾ എന്നെ വെറുക്കുന്നുണ്ടെന്നും എനിക്കു തോന്നി. ചുബുക്ക് ഇക്കാര്യം മറ്റുള്ളവരോടു പറയുമെന്ന ചിന്തയാണ് എന്നെ അതിലും കൂടുതൽ അലട്ടിയത്. ഇതറിയുമ്പോൾ സൂഹരെവ് പറയും:"അവനെ കൊണ്ടുപോകണ്ട സീംകയെ കൊണ്ടുപോയാൽ മതിയെന്ന് ഞാൻ അപ്പഴേ പറഞ്ഞതാണ്!" സ്വന്തം ഭീരുത്വത്തിലുള്ള കോപവും നിരാശയുംകൊണ്ട് എന്റെ കണ്ണുനിറഞ്ഞു.

ചുബുക്ക് നടപ്പ്നിർത്തി പുകയിലസഞ്ചി പുറത്തെടുത്ത് പൈപ്പു നിറച്ചു. അയാളുടെ വിരലുകളും കുറേശ്ശെ വിറയ്ക്കുന്നുണ്ടെന്ന് എനിക്കു തോന്നി. വെള്ളം കുടിക്കുന്നതുപോലെ ആർത്തിയോടെ അയാൾ പുക അകത്തേക്കു വലിച്ചുകൊണ്ടിരുന്നു. പിന്നീട് പുകയിലസഞ്ചി പോക്കറ്റിലിട്ടിട്ട് എന്റെ തോളിൽ സ്നേഹപൂർവ്വം തട്ടിക്കൊണ്ട് അയാൾ സന്തോഷത്തോടെ പറഞ്ഞു:

"കഷ്ടിച്ചു രക്ഷപ്പെട്ടു, അല്ലേ ചങ്ങാതീ? ബോറിസ്, നീ ഇന്ന് ഒട്ടും മോശമായിരുന്നില്ല. നീ അയാളുടെ കയ്യിൽ കടിച്ച കടി !" അതോർത്ത് അയാൾ അടക്കിച്ചിരിച്ചു."അസ്സൽ ചെന്നായ്ക്കുട്ടിയെപ്പോലെ. അതെ, ചങ്ങാതീ, യുദ്ധത്തിൽ തോക്കുമാത്രമല്ല ഉപകരിക്കുന്നത്, ചിലപ്പോൾ പല്ലും സഹായിക്കും !"

"പക്ഷേ ആ ബോംബിന്റെ കാര്യം...." ഞാൻ അപരാധബോധത്തോടെ പറഞ്ഞു. "ഞാൻ അത് സേഫ്റ്റികൃാച്ച് മാറ്റാതെ എറിയാൻ പോവുകയായിരുന്നു."

"ബോംബോ?" ചുബുക്ക് പുഞ്ചിരിച്ചു. "നീ മാത്രമല്ല, ചങ്ങാതീ, അങ്ങിനെ ചെയ്തിട്ടുള്ളത്. ആദ്യമായിട്ട് അതിടുമ്പോൾ എല്ലാവരും എന്തെങ്കിലും ഒരു മണ്ടത്തരം കാട്ടും. ചെറുപ്പത്തിൽ ഞാനും അങ്ങിനെ ചെയ്തിട്ടുണ്ട്. ആകെ വിരണ്ട്, ചെയ്യുന്നതെന്താണെന്നറിയാതെയാണ്

നാമതു ചെയ്യുന്നതു്. കല്ലെടുത്തെറിയുന്നതുപോലെ അതെറിയും. വരൂ നമുക്ക് ഒരുപാടു ദൂരം പോകാനുണ്ടു്."

ലഘുവായ ഹൃദയത്തോടും ലഘുവായ ചുവടുവയ്പുകളോടുമാണ് ഞങ്ങൾ ബാക്കിവഴി നടന്നു താവളത്തിലെത്തിയതു്. പരീക്ഷ കഴിഞ്ഞ ഒരു വിദ്യാർത്ഥിയുടെ മനോഭാവമായിരുന്നു എനിക്ക്.

സൂഹരെവ് ഇനി ഒരിക്കലും എന്നെപ്പറ്റി ചീത്ത അഭിപ്രായം പറയുകയില്ല.

വാസ്ക താവളത്തിലെത്തി ബോധരഹിതനായ തടവുകാരനെ കമാണ്ടറെ ഏല്പിച്ചു. പിറ്റേന്നു രാവിലെ വൈറ്റ്ഗാർഡുകാരനു ബോധം തെളിഞ്ഞു. ഞങ്ങൾക്ക് കടന്നുപോകേണ്ടിയിരുന്ന റെയിൽപാളം ഒരു കവചിതവാഹനത്താൽ സംരക്ഷിക്കപ്പെടുന്നുണ്ടെന്നും അടുത്തുള്ള ചെറിയ സ്റ്റേഷനിൽ ഒരു ജർമ്മൻ ബറ്റാലിയൺ നിലയുറപ്പിച്ചിട്ടുണ്ടെന്നും, ഗ്ലുഹൊവ്ക്കയിൽ ക്യാപ്റ്റൻ സൂഹരെവിന്റെ കീഴിലുള്ള ഒരു വൈറ്റ്ഗാർഡ് സേനാവിഭാഗം താവളമടിച്ചിട്ടുണ്ടെന്നും അയാളെ ചോദ്യം ചെയ്തപ്പോൾ വെളിപ്പെട്ടു.

കടുംപച്ചനിറമാർന്ന പച്ചിലപ്പടർപ്പുകളിൽ ബേർഡ്ചെറിപൂക്കളുടെ സുഗന്ധം അനുഭവപ്പെട്ടു. ശരിയായി വിശ്രമിച്ച ചുവപ്പുഭടന്മാർ ഉന്മേഷവാന്മാരായിരുന്നു. യാതൊന്നും അവരെ അലട്ടുന്നില്ലെന്നു തോന്നി. ഫേജ സിർത്സോവും അയാളുടെ ഉല്ലാസവാന്മാരായ കുതിരപ്പടയാളികളും അടുത്ത ഗ്രാമത്തിൽ നിരീക്ഷണം നടത്തിയിട്ടു തിരിച്ചുവന്നു. മുമ്പിലുള്ള വഴിയിൽ തടസ്സങ്ങളൊന്നുമില്ലെന്നും അടുത്തുള്ള ഗ്രാമീണർ ചുവപ്പുസേനയോടു് അനുഭാവമുള്ളവരാണെന്നും അവർ റിപ്പോർട്ടു ചെയ്തു. ആ ഗ്രാമത്തിൽനിന്ന് ഒക്ടോബറിൽ ഓടിപ്പോയ ഭൂവുടമ ആയിടെ വൈറ്റ്ഗാർഡ് പട്ടാളക്കാരുമായി തിരിച്ചുവന്ന് കുടിലുകൾ തോറും കയറിയിറങ്ങി തന്റെ എസ്റ്റേറ്റിൽനിന്നുള്ള സ്വത്തു് പിടിച്ചുവാങ്ങിയത്രെ. അത്തരം സ്വത്തുക്കൾ കൈവശംവച്ച എല്ലാവരേയും അയാൾ പള്ളിക്കു മുമ്പിലുള്ള കവലയിൽ കൊണ്ടുനിർത്തി അടിമകളെ തല്ലിയിരുന്നതിനേക്കാൾ കഷ്ടമായി തല്ലിച്ചതച്ചു. അതുകൊണ്ടു് ചുവപ്പുസേനക്കാർ ചെല്ലുന്നതു് ഗ്രാമവാസികൾക്കു സന്തോഷമാണ്.

പന്നിക്കൊഴുപ്പ് തിന്നുകയും ചായയ്ക്കുപകരം തിളപ്പിച്ചവെള്ളം കുടിക്കുകയും ചെയ്തിട്ടു് ഞാൻ തടവുകാരന്റെ ചുറ്റും കൂടിയിരുന്ന ചുവപ്പുസേനക്കാരുടെ അടുത്തേക്കു ചെന്നു.

"ഹലോ !" വാസ്ക ഷ്മാക്കൊവ് സ്നേഹപൂർവ്വം എന്നെ സ്വാഗതം ചെയ്തു. അയാൾ ഒരു മഗ്ഗ് തിളച്ചവെള്ളം കുടിച്ചുതീർത്തിട്ടു് കുപ്പായക്കൈകൊണ്ടു് മുഖം തുടച്ചു. "നീ ആളു തരക്കേടില്ല !"

"കാര്യമെന്താണ്?"

"ഇന്നലെ തോക്ക വലിച്ചെറിഞ്ഞതു കണ്ടപ്പോൾ തോന്നിയതാണ്".

"ചരിവിൽ നിന്ന് നിങ്ങൾ ആദ്യം ചാടിയിറങ്ങിയിട്ട് അവസാനം സഹായത്തിനെത്തിയതോ?" ഞാൻ തിരിച്ചടിച്ചു.

"ചങ്ങാതീ, ഞാൻ ഒരു ചെളിക്കണ്ടിൽ ചാടിപ്പോയി. അവിടുന്ന് കാലുപൊക്കിയെടുക്കാൻ കുറെ പണിപ്പെടേണ്ടിവന്നു. അതാണ് താമസിച്ചതു്. എങ്കിലും നമ്മൾ ഇന്നലെ കസറി. എന്റെ പിന്നിൽ ബോംബുപൊട്ടുന്നതു കേട്ടപ്പോൾ നിങ്ങളുടെ കഥ കഴിഞ്ഞെന്ന് ഞാൻ നിശ്ചയിച്ചു. സത്യത്തിൽ ഞാൻ അങ്ങിനെയാണ് വിചാരിച്ചതു്." ഞാൻ ഇവരോടു പറഞ്ഞു: "അവരുടെ കട പൂട്ടിയെന്നാണ് തോന്നുന്നതു്." എന്നിട്ട് ഞാൻ മനസ്സിൽ വിചാരിച്ചു: "അവൻ ആ തുകൽസഞ്ചി വച്ചുമാറാൻ തയ്യാറില്ലായിരുന്നു. ഇപ്പോൾ വൈറ്റ്ഗാർഡുകാർക്ക് അതു വെറുതെ കിട്ടും ! ഒന്നാന്തരം ഒരു സഞ്ചിയാണിതു്." എന്റെ തോളിൽ തൂക്കിയിട്ടിരുന്ന ആ തുകൽസഞ്ചിയിൽ തൊട്ടു കൊണ്ട് അയാൾ പറഞ്ഞു: "ആ, എനിക്ക് നിന്റെ സഞ്ചി വേണ്ട! നീതന്നെ എടുത്തോ. കഴിഞ്ഞ മാസത്തിൽ ഇതിലും നല്ല ഒരെണ്ണം എനിക്കു കിട്ടിയതാണ്. ഞാനതു വിറ്റു. നീ അത്ര പൊങ്ങുകയും മറ്റും വേണ്ട." അവജ്ഞയോടെ മൂക്കു ചുളിച്ചുകൊണ്ട് അയാൾ പറഞ്ഞു നിർത്തി.

ഞാൻ അത്ഭുതത്തോടെ വാസ്കയെ നോക്കി. വിഡ്ഢിയുടേതുപോലുള്ള അയാളുടെ മുഖവും മന്ദനെപ്പോലുള്ള നടപ്പും കണ്ടാൽ തലേദിവസം ചുണയായി ശത്രുക്കളെ കണ്ടുപിടിക്കുകയും തടവുകാരനേയും കൊണ്ട് അതിശീഘ്രം കുതിരയോടിച്ചു പോരികയും ചെയ്ത മനുഷ്യനാണ് അതെന്ന് വിശ്വസിക്കാൻ പ്രയാസം തോന്നും.

ചുവപ്പുപടയാളികൾ പ്രഭാതഭക്ഷണം കഴിഞ്ഞു് മാർച്ചിനു തയ്യാറെടുത്തു തുടങ്ങി. അവർ കോട്ടിന്റെ ബട്ടണിടുകയും കാലിലെ പട്ടീസ് അഴിച്ചുകെട്ടുകയും ചെയ്തു.

ഞാൻ നേരത്തെ തയ്യാറായിക്കഴിഞ്ഞു. മറ്റുള്ളവർ തയ്യാറാകുന്ന സമയത്തു്, പൂത്തു നില്ക്കുന്ന ബേർഡ്ചെറി ഒരു നോക്കുകൂടി കാണാനായി ഞാൻ കാടിന്റെ വക്കിലെത്തി.

പിന്നിൽനിന്ന് കാൽപ്പെരുമാറ്റം കേട്ടു. ഞാൻ തിരിഞ്ഞുനോക്കിയപ്പോൾ തടവുകാരനും അയാളുടെ പിന്നിലായി ചുബുക്കും മറ്റു മൂന്നുപേരും നടന്നുവരുന്നതാണു കണ്ടതു്.

"അവർ എവിടെ പോവുകയായിരിക്കും?" പാറിപ്പറന്ന മുടിയുമായി

വിഷാദത്തോടെ നടക്കുന്ന തടവുകാരനെ നോക്കിക്കൊണ്ട് ഞാൻ അത്ഭുതപ്പെട്ടു.

"നിൽക്ക് !" ചുബൃക്ക് കല്പന നൽകി. എല്ലാവരും നിന്നു.

ചുബൃക്കിനേയും വൈറ്റ്ഗാർഡുകാരനേയും ഒന്നുകൂടി നോക്കിയപ്പോൾ അയാളെ എന്തിനാണ് അവിടെ കൊണ്ടുവന്നതെന്ന് എനിക്ക് മനസ്സിലായി. കാലുകൾ വലിച്ചിഴച്ചുകൊണ്ട് ഞാൻ തിരിഞ്ഞോടി. ഒരു ബർച്ചുമരത്തിൽ ബലമായി പിടിച്ചുകൊണ്ട് ഞാൻ നിന്നു.

ഒരു വെടി പൊട്ടി.

"എന്റെ കുട്ടീ," തെല്ലൊരു മനസ്താപത്തോടെ ചുബൃക്ക് സഗൗരവം പറഞ്ഞു. "യുദ്ധം ഒരു കളിയോ വിനോദയാത്രയോ ആണെന്നാണ വിചാരമെങ്കിൽ നീ തിരിച്ചു വീട്ടിൽ പോകുന്നതാണു നല്ലത്. വൈറ്റ്ഗാർഡുകാരൻ വൈറ്റ്ഗാർഡുകാരനാണ്. നമ്മളും അവരും തമ്മിൽ സന്ധിയില്ല. അവർ നമ്മെ വെടിവയ്ക്കുന്നു. നമ്മൾ അവരേയും വെറുതെ വിടില്ല !"

ഞാൻ ചുവന്ന കണ്ണുകളുയർത്തി ചുബൃക്കിനെ നോക്കിക്കൊണ്ട് ശാന്തമായും എന്നാൽ ദൃഢസ്വരത്തിലും പറഞ്ഞു:

"ഞാൻ തിരിച്ചുപോവുകയില്ല. ഇത് തീരെ പ്രതീക്ഷിക്കാതെ ആയതുകൊണ്ടാണ്. ഞാൻ ഒരു ചുവപ്പുപടയാളിയാണ്, ഞാൻ സ്വമനസ്സാലെ യുദ്ധംചെയ്യാൻ ഇറങ്ങി പുറപ്പെട്ടതാണ്..." അത്രയും പറഞ്ഞു നിർത്തിയിട്ട് ക്ഷമാപണരൂപത്തിൽ ഞാൻ മെല്ലെ കൂട്ടിച്ചേർത്തു. "ഞാൻ ഉജ്ജ്വലമായ സോഷ്യലിസ്റ്റ് സാമ്രാജ്യത്തിനുവേണ്ടി പൊരുതാൻ ഇറങ്ങിയവനാണ്."

അദ്ധ്യായം ആറ്

റഷ്യയും ജർമ്മനിയും തമ്മിൽ ഒരു സമാധാന ഉടമ്പടിയിൽ ഒപ്പു വച്ചിട്ട് വളരെ നാൾ കഴിഞ്ഞെങ്കിലും ഉക്രൈനും ദോൺബാസും ജർമ്മൻ പട്ടാളക്കാരെക്കൊണ്ട് നിറഞ്ഞിരുന്നു. സേനാദളങ്ങൾ രൂപീകരിക്കുവാൻ അവർ വൈറ്റ്ഗാർഡ്ദുകാരെ സഹായിച്ചു. ആ വസന്തകാലദിനങ്ങളിൽ ആഞ്ഞടിച്ചുകൊണ്ടിരുന്ന കാറ്റ് പുകയും തീയും തുപ്പിക്കൊണ്ടിരുന്നു.

മറ്റനേകം ഒളിപ്പോർ സേനാദളങ്ങളെപ്പോലെ ഞങ്ങളുടെ ദളവും ശത്രുവിന്റെ പിന്നിൽനിന്നുകൊണ്ട് ഒറ്റയ്ക്ക് പൊരുതുകയായിരുന്നു. പകൽസമയത്ത് ഞങ്ങൾ പാടങ്ങളിലോ മലയിടുക്കുകളിലോ മറഞ്ഞിരിക്കും. അതല്ലെങ്കിൽ വല്ല ഓണംകേറാമൂലയിലുള്ള കൃഷിക്കളത്തിൽ കൂടാരമടിക്കും. രാത്രിയിൽ പട്ടാളക്കാർ അധികമില്ലാത്ത ചെറിയ സ്റ്റേഷനുകൾ ആക്രമിക്കും. ഞങ്ങൾ നാട്ടിൻപുറത്തെ വഴിയരികിൽ പതിയിരുന്ന ശത്രുക്കളുടെ വാഹനങ്ങൾ ആക്രമിക്കുകയും മിലിട്ടറി സന്ദേശങ്ങൾ പിടിച്ചെടുക്കുകയും ആഹാരം തേടി വരുന്ന അവരുടെ സംഘങ്ങളെ ശിഥിലമാക്കുകയും ചെയ്തുപോന്നു.

എന്നാൽ ശത്രുവിന്റെ വലിയ സേനാവിഭാഗങ്ങളുള്ളിടത്തുനിന്ന് ഒഴിഞ്ഞുമാറാനുള്ള ഞങ്ങളുടെ ധൃതിയും നേരെ നിന്നു യുദ്ധംചെയ്യാനുള്ള ഞങ്ങളുടെ വൈമുഖ്യവും ലജ്ജാകരമാണെന്ന് ആദ്യമൊക്കെ എനിക്കു തോന്നിയിരുന്നു. ഞാൻ ആ സേനാദളത്തിലായിട്ട് ആഴ്ചകൾ ആറു കഴിഞ്ഞിരുന്നെങ്കിലും ഒരു യഥാർത്ഥ പോരാട്ടത്തിൽ പങ്കെടുക്കുവാനുള്ള അവസരം അതേവരെ ലഭിച്ചിരുന്നില്ല. ചില്ലറ ഏറ്റുമുട്ടലുകൾ നടത്തുകയും ഉറക്കം തൂങ്ങിയ വൈറ്റ്ഗാർഡ്ദുകാരേയും കൂട്ടം തെറ്റിയവരേയും ഞങ്ങൾ ആക്രമിക്കുകയും ചെയ്തിരുന്നു. ഞങ്ങൾ എണ്ണമറ്റ കമ്പികൾ മുറിക്കുകയും കമ്പിത്തൂണുകൾ മറിച്ചിടുകയും ചെയ്തിട്ടുണ്ടെങ്കിലും ഒരു യഥാർത്ഥ യുദ്ധത്തിൽ ഒരിക്കലും പങ്കെടുത്തിട്ടില്ല.

"അതുകൊണ്ടുതന്നെയാണ് നമ്മൾ ഒളിപ്പോരാളികളാണെന്നു പറയുന്നത്," ഞങ്ങളുടെ സേനാദളത്തിന്റെ പെരുമാറ്റത്തിൽ ഞാൻ

അത്ഭുതം പ്രകടിപ്പിച്ചപ്പോൾ ചുബുക്ക് യാതൊരു മനപ്രയാസവും കൂടാതെ പറഞ്ഞു. “സിനിമയിൽ കാണുന്നതുപോലെ വേണമെന്നാണ് നിന്റെ അഗ്രഹം, അല്ലേ? അങ്കപ്പോരാളികളെപ്പോലെ അണിനിരന്ന് മാർച്ചു ചെയ്തു പോകണം, അല്ലേ? നമ്മൾ എത്ര ധീരന്മാരാണെന്ന് നീ ഒന്ന് നോക്ക്! നമുക്ക് എത്ര യന്ത്രത്തോക്കുണ്ടെന്നറിയാമോ? ഒന്ന്. അതിനാണെങ്കിൽ മൂന്നു ബെൽറ്റുകളേയുള്ളു. സീഹറെവിന് നാലു ‘മാക്സിം’ തോക്കുകളും രണ്ടു പീരങ്കികളുമുണ്ട്. അവരോടു നേരിട്ട് പൊരുതി നേടാൻ കഴിയുമോ? നമുക്ക് മറ്റൊരു മാർഗ്ഗമാണ് നല്ലത്. ഒളിപ്പോരാളികളായ നമ്മൾ കടന്നലുകളെപ്പോലെയാണ്, ചെറുതാണെങ്കിലും കുത്തിയാൽ ഭയങ്കരമായിരിക്കും. അടിച്ചിട്ട് ഓടിരക്ഷപ്പെടുക എന്നതാണ് നമ്മുടെ നയം. മറ്റുള്ളവരെ കാണിക്കാൻവേണ്ടി ധീരത കാട്ടുന്നതു കൊണ്ട് നമുക്ക് യാതൊരു പ്രയോജനവുമില്ല. വാസ്തവത്തിൽ അതു ധീരതയല്ല വിഡ്ഢിത്തമാണ്!”

അക്കാലത്ത്എന്റെ സഖാക്കളിൽ പലരേയും എനിക്ക് അടുത്തറിയാൻ കഴിഞ്ഞു. രാത്രിയിൽ പാറാവുനില്ക്കുമ്പോഴും വൈകുന്നേരം തീക്കുണ്ഡത്തിനു ചുറ്റുമിരിക്കുമ്പോഴും നട്ടുച്ചനേരത്തെ ചൂടിൽ ചെറിമരങ്ങൾക്കടിയിൽ ആലസ്യത്തോടെ കിടക്കുമ്പോഴും എന്റെ സഖാക്കളുടെ ജീവിതത്തിൽനിന്നുള്ള പല കഥകളും ഞാൻ കേട്ടു.

എപ്പോഴും മുഖംവീർപ്പിച്ചു നടക്കുന്ന ഒറ്റക്കണ്ണനായ മാലീഗിൻ--അയാളുടെ മറ്റേ കണ്ണ് ഒരു ഖനി അപകടത്തിൽ നഷ്ടപ്പെട്ടതാണ്--തന്റെ ജീവിതകഥ പറഞ്ഞു:

“എനിക്ക് അധികമൊന്നും പറയാനില്ല. ഭയങ്കര കഷ്ടപ്പാടായിരുന്നു എന്നുമാത്രം പറയാം. കഴിഞ്ഞ ഇരുപതു വർഷത്തെ എന്റെ ജീവിതം മൂന്നു സമഭാഗങ്ങളായി തിരിക്കാം. രാവിലെ ആറുമണിക്ക്, തലേന്നു തുടങ്ങിയ തലവേദനയുമായി എണീക്കുന്നു, ഖനിയിലിറങ്ങുന്നു, ഖനിയിൽ ഡ്രില്ലുകൊണ്ട് തുളച്ച് വെടിമരുന്നു വയ്ക്കാൻ പഴുതുകളുണ്ടാക്കുന്നു, വെടിമരുന്നു വച്ച് പൊട്ടിക്കുന്നു. പൊട്ടിച്ചുപൊട്ടിച്ച് ചെകിടുകേൾക്കാതാവുകയും തലകറങ്ങുകയും ചെയ്യുന്നു. പുറത്തേക്കു വരാൻ ഷാഫ്റ്റിലെത്തുന്നു. നനഞ്ഞു കുറുത്ത്, ഒരു പിശാചിനെപ്പോലെ മുകളിലെത്തുന്നു. എന്റെ ജീവിതത്തിന്റെ ഒന്നാം ഭാഗം അതാണ്. അതു കഴിഞ്ഞു ഞാൻ മദ്യശാലയിൽ ചെന്ന് ഒരു കുപ്പി വാങ്ങുന്നു--അവൻ അതിന്റെ കാശു വാങ്ങുകയില്ല, ഓഫീസിൽനിന്ന് കൊടുത്തോളും. ഖനിവക കടയിൽ ചെന്ന് കുപ്പി കാണിച്ചാൽ ഒരക്ഷരം പറയാതെ അവർ രണ്ടു് ഉപ്പിലിട്ട വെള്ളരിക്കയും ഒരു റൊട്ടിയും ഒരു മീനും തരും. ഒരു കുപ്പിയ്ക്കു അതാണ് കണക്ക് ഓഫീസുകാർ അതിനുള്ള കാശ് ശമ്പളത്തിൽനിന്നു പിടിക്കുന്നുണ്ടെന്ന് ഓർക്കണം. എന്റെ

ജീവിതത്തിന്റെ രണ്ടാം ഭാഗമാണ് അത്. കിടന്ന് ഉറങ്ങുന്നതാണ് മൂന്നാം ഭാഗം. ഞാൻ പോത്തിനെപ്പോലെ കിടന്നുറങ്ങുമായിരുന്നു. എനിക്ക് വോഡ്ക്കയേക്കാൾപ്പോലും പ്രിയങ്കരമായിരുന്നു ഉറക്കം. സ്വപ്നം കാണുന്നതുകൊണ്ടാണ് എനിക്ക് ഉറക്കം അത്ര ഇഷ്ടമായിരുന്നത്. സ്വപ്നം എങ്ങിനെയുണ്ടാകുന്നുവെന്ന് ഇപ്പോഴും എനിക്കറിയില്ല. എന്തെല്ലാം വിചിത്രസംഭവങ്ങളാണ് സ്വപ്നത്തിൽ കാണുന്നത്! എനിക്ക് ഒരെത്തും പിടിയും കിട്ടുകയില്ല. ഒരിക്കൽ ഞാൻ സ്വപ്നം കണ്ടതെന്താണെന്നോ? പറയാം: ഖനിയിലെ ഫോർമാൻ എന്നെ വിളിച്ചുപറഞ്ഞു: 'മാലീഗിൻ, തന്നെ പിരിച്ചുവിട്ടിരിക്കുന്നു'. 'എന്തിനാണു സാറേ,' ഞാൻ ചോദിച്ചു. 'താൻ ഡയറക്ടറുടെ മകളെ കല്യാണം കഴിക്കാൻ ഒരുങ്ങിയിട്ട്.' 'ഞാനോ?' ഞാൻ പറഞ്ഞു. 'എന്നെപ്പോലുള്ള ഒരു ഖനിത്തൊഴിലാളി ഡയറക്ടറുടെ മകളെ കല്യാണം കഴിക്കുന്നതെങ്ങിനെ? ഒറ്റക്കണ്ണനായ എന്നെ ഒരു അനാഥപ്പെണ്ണുപോലും കല്യാണം കഴിക്കയില്ല.' അതു കഴിഞ്ഞപ്പോൾ എല്ലാം മാറിമറിഞ്ഞു. ഫോർമാൻ ഫോർമാനേ ആയിരുന്നില്ല, ഡയറക്ടറുടെ വണ്ടിയിൽ കെട്ടിയ കുതിരയായിരുന്നു. ഡയറക്ടർതന്നെ കുതിരവണ്ടിയിൽ നിന്നിറങ്ങി. ഉപചാരപൂർവ്വം എന്നെ വന്ദിച്ചുകൊണ്ട് പറഞ്ഞു: 'പതിനായിരം റൂബിളും എന്റെ ഫോർമാനേയും--അതായത് കുതിരയേയും--സ്വീകരിച്ചുകൊണ്ട് താൻ എന്റെ മകളെ വിവാഹം ചെയ്യണം.' ഞാൻ സന്തോഷംകൊണ്ടു മതിമറന്ന് അദ്ദേഹത്തിന്റെ അടുത്തേക്കു ചെന്നപ്പോൾ ഡയറക്ടർ അയാളുടെ വാക്കിംഗ്സ്റ്റിക്കുകൊണ്ട് എന്നെ അടിച്ചുതുടങ്ങി. ഫോർമാൻ കുളമ്പുകൊണ്ട് എന്നെ ചവിട്ടുകയും 'ഹ,ഹ,ഹ, അവനെ കണ്ടോ' എന്ന് വിളിച്ചുപറയുകയും ചെയ്തു. അയാൾ എന്നെ പിന്നേയും പിന്നേയും ചവിട്ടി. ഉറക്കത്തിൽ ഞാൻ നിലവിളിച്ചു. ആ മുറിയിലുള്ള എല്ലാവരും ഉണർന്നു. രാത്രിയിൽ കിടന്നുറങ്ങാൻ സമ്മതിക്കയില്ലെന്നു പറഞ്ഞ് ഒരുത്തൻ എന്റെ പള്ളിയ്ക്കിട്ടു കുത്തി.'"

"നല്ല സ്വപ്നം!" ഫേജ സിർത്സോവ് ചിരിച്ചു."താൻ ആ പെണ്ണിനെ കുറിച്ചുനോക്കിക്കാണും അതാണ് അവളെ സ്വപ്നം കണ്ടത്. എനിക്ക് അങ്ങിനെ പറ്റാറുണ്ട്. ഞാൻ ഉറങ്ങുന്നതിനുമുമ്പ് എന്തിനെപ്പറ്റിയെങ്കിലും വിചാരിച്ചാൽ അത് അന്ന് സ്വപ്നം കാണും. കഴിഞ്ഞ ദിവസം കൊല്ലപ്പെട്ട ജർമ്മൻകാരന്റെ കാലിൽ കിടന്ന ബൂട്ടുകളുടെ കാര്യം തന്നെ എടുക്കാം. നല്ല ബൂട്ടുകളായിരുന്നു. അതെടുക്കാൻ എനിക്ക് സാധിച്ചില്ല. ഇപ്പോൾ എന്നും ഉറക്കത്തിൽ ഞാൻ ആ ബൂട്ടുകൾ സ്വപ്നം കാണാറുണ്ട്!"

"ബൂട്ട്! തന്റെ തല!" മാലീഗിൻ പറഞ്ഞു."അതിന് ഒരു വർഷം മുമ്പ്

ഒരിക്കലാണ് ഞാൻ അയാളുടെ മകളെ ആകെക്കൂടി കണ്ടിട്ടുള്ളത്. ഞാൻ കുടിച്ചു ബോധമില്ലാതെ ഒരു കുഴിയിൽ കിടക്കുകയായിരുന്നു. അവളും അവളുടെ അമ്മയും കൂടി അടുക്കളത്തോട്ടത്തിനടുത്തുള്ള വഴിയിലൂടെ നടന്നുവന്നു. അവരുടെ കുതിരകളും ഒപ്പമുണ്ടായിരുന്നു. അമ്മ തല നരച്ച ഒരു ആഢ്യസ്ത്രീ ആയിരുന്നു. അവർ എന്റെ അടുത്തു വന്ന് ചോദിച്ചു: "' തനിക്ക് നാണമില്ലേ? താൻ ഒരു മനുഷ്യനാണെന്നബോധം തനിക്കുണ്ടോ? ഒന്നുമില്ലെങ്കിൽ ദൈവത്തെയെങ്കിലും ഓർമ്മ വേണം' 'ക്ഷമിക്കണം. കൊച്ചമ്മേ, ഞാൻ പറഞ്ഞു 'ഞാൻ മനുഷ്യനാണെന്ന് എനിക്കു തോന്നുന്നില്ല. അതാണ് കുടിക്കുന്നത്.'"

ആ സ്ത്രീക്ക് എന്നോട്ട് ദയതോന്നി. അവർ ഒരു പത്തുകോപ്പെക്കിന്റെ തുട്ട് എന്റെ കയ്യിൽ വച്ചുതന്നിട്ട പറഞ്ഞു:"കൃഷിക്കാരാ, ചുറ്റുപാടുംനോക്കു. പ്രകൃതി മന്ദഹസിക്കയാണ്, സൂര്യൻ പ്രകാശം ചൊരിയുന്നു, പക്ഷികൾ പാടുന്നു. എന്നിട്ട് താൻ കുടിച്ചു ലക്കുകെട്ടു കിടക്കുകയാണ്. കുറച്ച് സോഡ വാങ്ങി കുടിച്ച് ലഹരി ഇറക്ക്," എനിക്ക് ദേഷ്യം വന്നു. ഞാൻ പറഞ്ഞു:"ഞാൻ കൃഷിക്കാരനല്ല. നിങ്ങളുടെ ഖനിയിലെ തൊഴിലാളിയാണ്. പ്രകൃതി മതിയാവോളം പുഞ്ചിരിച്ചുകൊള്ളട്ടെ. പക്ഷേ എനിക്ക് സന്തോഷിക്കാൻ കാരണമൊന്നുമില്ല. സോഡയാണെങ്കിൽ ഞാൻ അതു ജീവിതത്തിൽ ഒരിക്കലും കുടിച്ചിട്ടില്ല. നിങ്ങൾക്ക് എന്നോട്ട് ദയകാണിക്കണമെന്നുണ്ടെങ്കിൽ ഒരു പത്തുകോപ്പെക്കുകൂടി തന്നാൽ ഞാൻ അരക്കുപ്പി വോഡ്ക്ക വാങ്ങി നിങ്ങളെ കണ്ട സന്തോഷം ആഘോഷിക്കാം." "മൃഗം!'ആ മാന്യമഹിളപറഞ്ഞു. 'മൃഗം! തന്നെ ഖനിയിൽനിന്ന് പിരിച്ചുവിടണമെന്ന് ഞാൻ വീട്ടിൽച്ചെന്ന് പറയുന്നുണ്ട്.'" അവരും മകളും കുതിരവണ്ടിയിൽ കയറി എങ്ങോട്ടോ പോയി. ഞാൻ ആ സ്ത്രീയോട്ട് അത്രമാത്രമേ സംസാരിച്ചിട്ടുള്ളൂ. മകളാണെങ്കിൽ ആ സമയമത്രയും പുറംതിരിഞ്ഞു നില്ക്കയായിരുന്നു. എന്നിട്ടാണ് ഞാൻ അവളെ തുറിച്ചുനോക്കിയെന്ന് താൻ പറയുന്നത്!

"സ്വപ്നം സാരമില്ല!" ഫേജ സിർത്സോവ് ചിരിച്ചുകൊണ്ട് പറഞ്ഞു. "നടന്ന ഒരു സംഭവം കേൾക്കണോ? എന്റെയും ഒരു പ്രഭ്വിയുടേയും കാര്യമാണ്. ആ സംഭവമാണ് എന്നെ വിപ്ലവകാരിയാക്കിയതെന്ന് പറയാം. അതു കേട്ടാൽ നിങ്ങളാരും വിശ്വസിക്കയില്ല."

ഫേജ ചുരുണ്ട മുടി പുറകോട്ട് ഒതുക്കിവയ്ക്കുകയും കലവറയിൽ നിന്ന് പുറത്തു കടന്ന പൂച്ചയെപ്പോലെ നിർവൃതിയോടെ കണ്ണുകളിറുക്കിപ്പിടിക്കുകയും ചെയ്തു.

"ബഡായിയാണോ, ഫേജ?" വാസ്ക ഷ്മാക്കൊവ് അടുത്തു ചെന്ന്

ജിജ്ഞാസയും അവിശ്വാസവും കലർന്ന സ്വരത്തിൽ ചോദിച്ചു.

"നിങ്ങൾ വിശ്വസിക്കുകയോ വിശ്വസിക്കാതിരിക്കുകയോ ചെയ്തോളൂ. അതിനു തെളിവായി ഞാൻ രേഖകളൊന്നും ഹാജരാക്കാൻ പോകുന്നില്ല."

ഫേജ നിവർന്നിരുന്നു. കഥ പറയണോ വേണ്ടയോ എന്ന് സ്വയം തർക്കിക്കുന്ന മട്ടിൽ അയാൾ തല കുലുക്കിക്കൊണ്ടിരുന്നു. പിന്നീട് ഒരു തീരുമാനത്തിലെത്തിച്ചേർന്നതുപോലെ അയാൾ നാക്കുകൊണ്ട് ഒരു ശബ്ദം കേൾപ്പിച്ചിട്ട് പറഞ്ഞു തുടങ്ങി:

"മൂന്നു വർഷം മുമ്പാണ് അതു നടന്നത്. അന്ന് ഞാൻ കാണാൻ കൊള്ളാവുന്ന ഒരു പയ്യനായിരുന്നെന്ന് പറയാതെ തന്നെ നിങ്ങൾക്ക് ഊഹിക്കാമല്ലോ. വാസ്തവത്തിൽ അന്ന് ഞാൻ ഇപ്പോഴത്തേക്കാൾ സുന്ദരനായിരുന്നു. ഒരു പ്രഭുവിന്റെ എസ്റ്റേറ്റിൽ മേച്ചിൽക്കാരനായി ജോലി നോക്കേണ്ട ഒരു ചുറ്റുപാടായിരുന്നു എന്റേത്. പ്രഭുവിന് ഒരു ഭാര്യയുണ്ടായിരുന്നു-എമീലിയ. അവർക്ക് ആന്ന എന്നുപേരുള്ള ഒരു ഗവർണ്ണസ്സും ഉണ്ടായിരുന്നു. ജാനെറ്റ് എന്നാണ് അവർ അവളെ വിളിച്ചിരുന്നത്.

ഒരു ദിവസം ഞാൻ കന്നാലിപ്പറ്റത്തെ നോക്കിക്കൊണ്ട് കുളത്തിന്നടുത്ത് ഇരിക്കുമ്പോൾ സ്ത്രീകൾ രണ്ടുപേരും കുടയും പിടിച്ച് നടന്നു വരുന്നത് കണ്ടു. പ്രഭ്വി വെളുത്ത കുടയും ജാനെറ്റ് ചുവന്ന കുടയുമാണ് പിടിച്ചിരുന്നത്. ആ ജാനെറ്റ് ഒരു ഉണക്ക കൊഞ്ചുപോലെയാണ് ഇരുന്നിരുന്നത്--എല്ലും തൊലിയും മാത്രമുള്ള ശരീരവും വലിയ കണ്ണടയും. ഗ്രാമത്തിൽ നടക്കുമ്പോഴൊക്കെ അവൾ തുവാലകൊണ്ട് മൂക്കുപൊത്തും--ചാണകത്തിന്റെ മണം അവൾക്കു സഹിക്കാൻ വയ്യത്രെ! എന്റെ പറ്റത്തിൽ ഒരു ഒന്നാന്തരം കാളയുണ്ടായിരുന്നു, ഒരു ക്രൂറൻ. എന്റെ കാള ചുവന്ന കുട കണ്ടു് ജാനെറ്റിന്റെ നേരെ പാഞ്ഞു. ഞാൻ അവനെ തടയാൻ ഇടയ്ക്കു കയറിനിന്നു. പെണ്ണുങ്ങൾ നിലവിളിച്ചു. പ്രഭ്വി കുറ്റിക്കാട്ടിൽ ഒളിച്ചിരുന്നു. എന്നാൽ മനസ്സാന്നിദ്ധ്യം നഷ്ടപ്പെട്ട ജാനെറ്റ് നേരെ ചെന്ന് കുളത്തിൽ ചാടി. കാളയും പിന്നാലെ ചെന്നു. ചുവന്ന കുട വലിച്ചെറിയുന്നതിനു പകരം വിവരംകെട്ട ആ സ്ത്രീ അതുകൊണ്ട് ദേഹം മറച്ചുപിടിക്കുകയും ജർമ്മനിലോ ഫ്രഞ്ചിലോ എന്തോ വിളിച്ചുകൂവുകയുമാണു ചെയ്തത്. ഞാൻ വെള്ളത്തിലേക്കു ചാടിയിറങ്ങി അവളുടെ കുട പിടിച്ചുപറിച്ച് അതുകൊണ്ട് കാളയുടെ മോന്തയ്ക്കു അടിച്ചു. കലിയിളകിയ കാളയുടെ പക എന്നോടായി. ഞാൻ കുളത്തിന്റെ നടുവിലേക്ക് നീന്തിപ്പോയി. കുട വലിച്ചെറിഞ്ഞിട്ട് ഞാൻ കുളത്തിന്റെ മറ്റെ കരയിൽ കയറി കുറ്റിക്കാട്ടിൽ ഒളിച്ചു. അപ്പോഴേക്കും മേച്ചിൽക്കാരെല്ലാവരും

ഓടിയെത്തിക്കഴിഞ്ഞിരുന്നു. അട്ടഹാസങ്ങളും കൂക്കുവിളികളും മുഴങ്ങി. അവർ കാളയെ പിടിച്ചുകെട്ടുകയും ജാനെറ്റിനെ കരയ്ക്കു കയറ്റുകയും ചെയ്തു. കരയിലെത്തിയപ്പോൾ അവൾ ബോധംകെട്ടു വീണു."

താൻ കാളയുടെ മുമ്പിൽനിന്ന് അപ്പോൾ രക്ഷപ്പെട്ടതേയുള്ളുവെന്നു തോന്നുമാറ് ഫേജ നെടുതായി നിശ്വസിച്ചു. കഥ തുടരാൻ തയ്യാറായി അയാൾ നാക്കുകൊണ്ട് ഒരു ശബ്ദം പുറപ്പെടുവിച്ചു. എന്നാൽ ആ സമയത്ത് പൂമുഖത്തുനിന്ന് ആരോ അയാളെ വിളിച്ചു:

"ഫോജ... സിർത്സോവ്! കമാണ്ടർ തന്നെ വിളിക്കുന്നു."

"ഇതാ വന്നു കഴിഞ്ഞു," ഫേജ നീരസത്തോടെ കൈ വീശിക്കൊണ്ട് പറഞ്ഞു. പുഞ്ചിരിതൂകിക്കൊണ്ട് അയാൾ കഥ തുടർന്നു:"ജാനെറ്റിനെ മറ്റുള്ളവർ ശുശ്രൂഷിച്ചുകൊണ്ടിരുന്ന സമയത്ത് പേടികൊണ്ട് വെള്ളക്കടലാസുപോലെ വെളുത്ത മുഖവുമായി എമീലിയ എന്റെയടുത്തുവന്നു. കിതപ്പുകൊണ്ട് അവരുടെ നെഞ്ച് പൊങ്ങുകയും താഴുകയും ചെയ്തുകൊണ്ടിരുന്നു; നിറഞ്ഞ കണ്ണുകളോടെ അവർ എന്നോടു ചോദിച്ചു: '"ചെറുപ്പക്കാരാ, നീ ആരാണ്?' 'ഞാൻ മേച്ചിൽക്കാരൻ പയ്യനാണ്, കൊച്ചമ്മെ, ഫേജ സിർത്സോവ് എന്നാണ് എന്റെ പേര്.

പ്രഭ്വി ഫേജയോടു് എന്താണു പറഞ്ഞതെന്നോ ചുവപ്പുസേനയിൽ ചേരുന്നതിനും അതിനും തമ്മിലുള്ള ബന്ധം എന്തായിരുന്നെന്നോ അപ്പോൾ ഞങ്ങൾക്ക് അറിയാൻ കഴിഞ്ഞില്ല. കാരണം, ആ സമയത്ത് കുതിരമുള്ളുകൾ ശബ്ദിക്കുകയും കുപിതനായ ഷെബാലൊവ് അവിടെ പ്രത്യക്ഷപ്പെടുകയും ചെയ്തു.

"ഫേജ," വാളിൽ ചാരിനിന്നുകൊണ്ട് അദ്ദേഹം സഗൗരവം വിളിച്ചു."ഞാൻ തന്നെ വിളിച്ചതു കേട്ടില്ലേ?"

"കേട്ടു", ഫേജ മുറുമുറുത്തുകൊണ്ട് എണീറ്റു. "ഇപ്രാവശ്യം എന്താണ്?"

"തന്റെ ചോദ്യത്തിന്റെ അർത്ഥമെന്താണ്? കമാണ്ടർ ആളയച്ചാൽ ഹാജരാകണ്ടെന്നാണോ?"

"വേണം, സാർ. തിരുമനസ്സിന് എന്താണു വേണ്ടതു്?" ഫേജ പരിഹാസത്തോടെ ചോദിച്ചു. സാധാരണ അക്ഷോഭ്യനും സാത്വികനുമായ ഷെബാലൊവിനെ അയാളുടെ മറുപടി ചൊടിപ്പിച്ചു.

"ഞാൻ തന്റെ തിരുമനസ്സല്ല," വേദനനിറഞ്ഞതും ഗൗരവമാർന്നതുമായ ശബ്ദത്തിൽ ഷെബാലൊവ് പറഞ്ഞു."താൻ എന്നെ 'സാർ' എന്ന് വിളിക്കുകയും വേണ്ട. പക്ഷേ ഞാൻ ഈ സേനാദളത്തിന്റെ കമാണ്ടറാണ്. അതുകൊണ്ട് ഞാൻ പറയുന്നതു് അനുസരിക്കണം. തെംല്യക്കോവ്ു ഗ്രാമത്തിൽനിന്നുള്ള കർഷകർ ഇപ്പോൾ ഇവിടെ വന്നിരുന്നു."

"അതിന്?" ഫേജയുടെ കറുത്ത മിഴികൾ ചലിച്ചുകൊണ്ടിരുന്നു.

"അവർ പരാതിപ്പെടാൻ വന്നതാണ്. അവർ പറഞ്ഞു:'"നിങ്ങളുടെ സ്കൗട്ട് സംഘം ഗ്രാമത്തിലെത്തി. ഞങ്ങൾ സന്തോഷിച്ചു--നമ്മുടെ ആളുകൾ, സഖാക്കൾ, വന്നല്ലോ. അവരുടെ നേതാവായ കറുത്തമുടിക്കാരൻ ഒരു മീറ്റിംഗ് വിളിച്ചുകൂട്ടി. അയാൾ സോവിയറ്റ് അധികാരത്തിനുവേണ്ടി വാദിക്കുകയും ഭൂമിയേയും ഭൂവുടമകളേയും കുറിച്ച് സംസാരിക്കുകയും ചെയ്തു. എന്നാൽ ഞങ്ങൾ പ്രസംഗം കേൾക്കുകയും പ്രമേയം പാസാക്കുകയും ചെയ്തുകൊണ്ടിരുന്ന നേരത്ത് അയാളുടെ ആളുകൾ ഞങ്ങളുടെ കലവറകളിൽ കടന്ന് വെണ്ണ മോഷ്ടിക്കുകയും കോഴികളെ പിടിക്കുകയും ആയിരുന്നു!' ഫേജ, എന്താണിതിന്റെ അർത്ഥം? താൻ ഗയ്ദമാക്കുകളോട്ട് ചേരുന്നതിനു പകരം, വഴിതെറ്റി ഞങ്ങളുടെ കൂട്ടത്തിൽ ചേർന്നതാണോ? അവരാണ് ഇങ്ങിനെ ചെയ്യുന്നത്. നമ്മൾ ഇങ്ങിനെ ചെയ്യാൻ പാടില്ല. ഇത് ലജ്ജാകരമാണ്!'"

ഫേജ അവജ്ഞയോടെ തറയിൽ നോക്കിക്കൊണ്ട് മിണ്ടാതെ നിന്നു. അയാൾ ചാട്ടയുടെ പിടി ബൂട്ടിൽ മുട്ടിച്ച് താളം പിടിച്ചു.

"ഫേജ, ഞാൻ അവസാനത്തെ തവണ തന്നെ താക്കീതു ചെയ്യുകയാണ്," വാളിന്റെ ചുവന്ന പിടിയിൽ തെരുപ്പിടിച്ചുകൊണ്ട് ഷെബാലൊവ് പറഞ്ഞു. "ഞാൻ തിരുമനസ്സല്ല, ഒരു ചെരുപ്പുകുത്തിയായ സാധുമനുഷ്യനാണ്. പക്ഷേ ഞാൻ ഈ ദളത്തിന്റെ കമാണ്ടറായിരിക്കുന്നിടത്തോളം കാലം ഞാൻ പറയുന്നത് താൻ കേട്ടേ തീരൂ. എല്ലാവരുടേയും മുമ്പിൽവച്ച് ഞാൻ ഒരിക്കൽക്കൂടി പറയുകയാണ്, ഇനി ഇതാവർത്തിച്ചാൽ, താൻ ഒരു നല്ല പോരാളിയും സഖാവുമാണെന്നിരിക്കിലും തന്നെ ഞാൻ പിരിച്ചയയ്ക്കും."

ഫേജ ധാർഷ്ട്യഭാവത്തോടെ ഷെബാലൊവിന്റെ നേരെ കണ്ണെറിഞ്ഞിട്ട് ചുറ്റും നിന്നിരുന്ന ചുവപ്പുസേനക്കാരുടെ മുഖം പരിശോധിച്ചു. എങ്ങും സഹതാപം കണ്ടെത്താൻ അയാൾക്കു കഴിഞ്ഞില്ല. എന്നാൽ അയാളുടെ സെറ്റിൽപ്പെട്ട മൂന്നാലു കുതിരപ്പടയാളികൾ മാത്രം പ്രോത്സാഹിപ്പിക്കുന്നമട്ടിൽ അയാളെ നോക്കി പുഞ്ചിരിതൂകി. അതോടെ ഫേജ ഒന്നു കൂടി ഞെളിഞ്ഞുനിന്നു. ഷെബാലൊവിനോടുള്ള വിദ്വേഷം മറച്ചുവയ്ക്കാതെ അയാൾ പറഞ്ഞു:

"ഷെബാലൊവ്, സൂക്ഷിച്ചു പെരുമാറണം. ഇക്കാലത്ത് നല്ല മനുഷ്യരെ കണ്ടുകിട്ടാൻ അത്ര എളുപ്പമല്ല."

"ഞാൻ തന്നെ ഇവിടുന്ന് ഓടിക്കും" എന്ന് ശാന്തമായി പറഞ്ഞുകൊണ്ട് ഷെബാലൊവ് തലകുനിച്ച് മെല്ലെ നടന്നുപോയി.

ആ സംഭവം വളരെ നേരത്തേക്ക് എന്നെ അലട്ടിക്കൊണ്ടിരുന്നു.

ഷെബാലൊവ് പറഞ്ഞതാണ് ശരിയെന്ന് അറിയാമായിരുന്നിട്ടും എനിക്ക് ഫേജയോടായിരുന്ന അനുഭാവം."അയാളെ ഭീക്ഷണിപ്പെടുത്താതെ കാര്യം പറഞ്ഞാൽ പോരായിരുന്നോ," ഞാൻ വിചാരിച്ചു.

ഫേജ ഞങ്ങളുടെ കൂട്ടത്തിലെ ചുണക്കുട്ടികളിൽ ഒരുവനായിരുന്നു. ഉണർവ്വും ഉന്മേഷവും അയാളെ ഒരിക്കലും പിരിയാറില്ല. എന്തെങ്കിലും അന്വേഷിച്ചു കണ്ടുപിടിക്കേണ്ട സന്ദർഭങ്ങളിലും ആഹാരം തേടിവരുന്ന ശത്രുസംഘത്തെ പൊടുന്നനെ കടന്നാക്രമിക്കേണ്ടിവരുമ്പോഴും വൈറ്റ്ഗാർഡുകാർ കാവൽ നിൽക്കുന്ന വല്ല എസ്റ്റേറ്റുകളിലും കടന്നുകൂടേണ്ടിവരുമ്പോഴുമെല്ലാം വളഞ്ഞുപുളഞ്ഞുകിടക്കുന്ന മലയിടുക്കുകളും തോപ്പുകളും താണ്ടി ആദ്യം അവിടെയെത്തുന്നത് ഫേജയാണ്.

കുളമ്പുകളുടെ ശബ്ദമോ കുതിമുള്ളുകളുടെ കിലുക്കമോ കുതിരയുടെ ചിനയ്ക്കലോ കൂടാതെ പതുങ്ങി ചെല്ലുവാൻ ഫേജയ്ക്കു പ്രത്യേക ചാതുര്യമുണ്ടായിരുന്നു. കുതിരയെ അടക്കിനിർത്താനായി അതിന്റെ മൂക്കിനിട്ടു ഇടിക്കാനോ സവാരിക്കാരുടെ കുശുകുശുപ്പിനു വിരാമമിടാനായി അവരെ ചാട്ടകൊണ്ടടിക്കാനോ അയാൾക്കു യാതൊരു മടിയുമില്ല. ഫേനിയിൽ കയറിയാൽ കുശുകുശുക്കാതിരിക്കാനും പരിശീലിക്കപ്പെട്ടവരാണ്. തന്റെ ഓട്ടക്കുതിരയുടെ ചിടകെട്ടിയ കുഞ്ചിരോമത്തിനുനേരെ അല്പം കുനിഞ്ഞിരുന്ന് സ്കൗട്ട് പാർട്ടിയുടെ മുമ്പിലായ ഈച്ചയുടെനേരെ ഇഴഞ്ഞടുക്കുന്ന ഈനാംപേച്ചിയെപ്പോലെയാണിരുന്നത്.

എന്നാൽ ശത്രുക്കളുടെ പാറാവുകാർ അയാൾ വരുന്ന വിവരം മണത്തറിയുകയും അപകടസൂചന നൽകുകയും ചെയ്യുകയാണെങ്കിൽ വൈറ്റ്ഗാർഡുകാർക്ക് ഉറക്കത്തിൽനിന്ന് ചാടിയെണീറ്റ് ട്രൗസറിടും മുമ്പ് ദൃഢചിത്തരായ ചെറുസംഘം കുതിരപ്പടയാളികൾ അട്ടഹാസവും ആർപ്പുവിളികളുമായി തുരുതുരെ വെടിവയ്ക്കുകയും ബോംബ് പൊട്ടിക്കുകയും ചെയ്തുകൊണ്ട് ശത്രുക്കളുടെ മേൽ ആഞ്ഞടിക്കും. അപ്പോൾ ഫേജയ്ക്കു ബഹളവും ശബ്ദകോലാഹലങ്ങളും ഇഷ്ടമാണ്. കുതിച്ചുപായുന്ന കുതിരപ്പുറത്തിരുന്നുകൊണ്ട് വയ്ക്കുന്ന വെടി കുറിക്കു കൊള്ളാതിരിക്കുന്നതിലോ എങ്ങോട്ടെങ്കിലും എടുത്തെറിഞ്ഞ ഒരു ബോംബു പൊട്ടി കോഴികൾ പേടിച്ചു പറന്നുയരുന്നതിലോ ഫേജയ്ക്കു പരാതിയില്ല. ഒച്ചയും അമ്പരപ്പും ഉളവാക്കണമെന്നതാണ് അയാളുടെ ഉദ്ദേശ്യം. അനേകംപേരടങ്ങിയ ഒരു ചുവപ്പുസേനാവിഭാഗം ഗ്രാമത്തിലെത്തിയിരിക്കുന്നുവെന്ന ധാരണ ശത്രുക്കളിലുളവാക്കാൻ ആ ബഹളത്തിനും ശബ്ദകോലാഹലത്തിനും കഴിയും. വെടിത്തിര സ്ഥാനത്തുവയ്ക്കാൻ തുനിയുന്ന വിരലുകൾ വിറയ്ക്കുകയും, ധൃതിയിൽ ഉരുട്ടിക്കൊണ്ടുവന്ന യന്ത്രത്തോക്കിന്റെ ബെൽട്ട് ബദ്ധപ്പാടുകൊണ്ട്

കുടുങ്ങിപ്പോവുകയും, കുടിലുകളിൽനിന്ന് പാതിയുറക്കത്തിൽ പരിഭ്രാന്തരായി പുറത്തേക്കോടിവരുന്ന പട്ടാളക്കാർ തോക്കു താഴെയിട്ടിട്ട് ഭയന്നുവിറച്ച്,"ചുവപ്പുകാർ നമ്മെ വളഞ്ഞുകഴിഞ്ഞു" വെന്ന് വിളിച്ചു പറയുകയും ചെയ്യണം.

അത്രയുമാകുമ്പോൾ ബോംബുകൾ ബൽട്ടിനടിയിൽ ഭദ്രമായി വച്ച് തോക്കുകൾ തോളിൽ തൂക്കിയിട്ട് ഫേജയുടെ വിജയോന്മത്തരായ സ്കൗട്ടുകൾ നിശ്ശബ്ദം വാളിന്റെ തണുത്ത വായ്ത്തല പ്രയോഗിച്ചു തുടങ്ങും. അതാണ് ഞങ്ങളുടെ ഫേജ സീർത്സോവ്."നിസ്സാരമായ വെണ്ണയുടേയും കോഴികളുടേയും പേരിൽ ഇത്തരം ഒരു പോരാളിയെ സേനാവിഭാഗത്തിൽനിന്ന് പറഞ്ഞയയ്ക്കുന്നത് എന്തൊരു അസംബന്ധമായിരിക്കും!" ഞാൻ വിചാരിച്ചു.

ഷെബാലൊവിന്റേയും ഫേജയുടെയും വഴക്കിനെപ്പറ്റി ചിന്തിച്ചുകൊണ്ട് ഞാനിരിക്കുമ്പോൾ പുരപ്പുറത്ത് ചുറ്റുപാടുകൾ നിരീക്ഷിച്ചു കൊണ്ട് സ്ഥാനം പിടിച്ചിരുന്ന ചുബുക്ക്, പട്ടാളക്കാരുടെ ഒരു വലിയസംഘം വയലിനെ ലക്ഷ്യമാക്കി റോഡിലൂടെ വരുന്നുണ്ടെന്ന് വിളിച്ചു പറഞ്ഞു. ചുവപ്പുസേനക്കാർക്കിടയിൽ വലിയ ബഹളമായി. ആ ക്ഷോഭിച്ച മനുഷ്യസഞ്ചയത്തെ നയിക്കാൻ ഒരു കമാണ്ടർക്കും സാദ്ധ്യമല്ലെന്നു തോന്നി. ആരും കല്പന കാത്തു നിന്നില്ല. താൻ ചെയ്യേണ്ടതെന്തെന്ന് ഓരോരുത്തർക്കും അറിയാമായിരുന്നു. ഓടിപ്പോകുന്നതിനിടയിൽ തോക്കുകുഴലിലെ വെടിത്തിരകൾ യഥാസ്ഥാനത്തുണ്ടോയെന്ന് പരിശോധിക്കുകയും പ്രഭാതഭക്ഷണത്തിന്റെ അവസാനത്തെ കഷണം ചവയ്ക്കുകയും ചെയ്തുകൊണ്ട് ഗാൽഡായുടെ ഒന്നാം കമ്പനിയിലെ ആളുകൾ ഓരോരുത്തരായി കുനിഞ്ഞുകുനിഞ്ഞ് ഗ്രാമത്തിന്റെ അതിർത്തിയിലെത്തി. അവിടെ അവർ നിലത്തു കിടന്ന് ഒരു നീണ്ട നിര സൃഷ്ടിച്ചു. സ്കൗട്ടുകൾ ജീനിവാറുകൾ മുറുക്കുകയും കുതിരകൾക്കു കടിവാളമിടുകയും കുതിരകളുടെ കാലുകൾ കൂട്ടിക്കെട്ടിയിരുന്ന കയറുകൾ അഴിച്ചു മാറ്റുകയും ചെയ്തു. ചിലർ ധൃതികൊണ്ട് കയറുകൾ വാൾത്തലയാൽ അറുത്തുകളഞ്ഞു. യന്ത്രത്തോക്കുകാർ തോക്കും ബെൽറ്റും വണ്ടിയിൽ നിന്ന് ഇറക്കിവച്ചു. ചുവന്ന് തുടുത്ത് വിയർത്തൊലിച്ചുകൊണ്ടിരുന്ന സൂഹരെവും രണ്ടാം കമ്പനിയിലെ ആളുകളും കാടിന്റെ അറ്റത്തേയ്ക്കോടി. ഒന്നുരണ്ടു മിനിട്ടുകൾക്കകം എല്ലാം ശാന്തമായി. ഫേജയ്ക്ക് എന്തോ കല്പന കൊടുത്തുകൊണ്ട് ഷെബാലൊവ് ഒതുക്കുകളിറങ്ങിവന്നു. ഫേജ"ശരി, അങ്ങിനെതന്നെ ചെയ്യാം," എന്ന അർത്ഥത്തിൽ തലയാട്ടി. ജനാലകൾ ശബ്ദത്തോടെ അടഞ്ഞു. കൃഷിക്കാരനും അയാളുടെ വീട്ടിലെ സ്ത്രീകളും കുട്ടികളും നിലവറയിലേക്ക് ഇറങ്ങി.

"നില്ക്കു!" ഷെബാലൊവ് എന്നോടു പറഞ്ഞു."നീ ഇവിടെ നില്ക്കണം. ചുബുക്കിനോടൊപ്പം പുരപ്പുറത്ത് ഇരുന്നോ. അവിടെയിരുന്ന് അയാൾ എന്തെങ്കിലും കാണുകയാണെങ്കിൽ കാട്ടിന്റെ അറ്റത്തു വന്ന് എന്നെ നീ ആ വിവരം അറിയിക്കണം. വലത്തുവശത്തുള്ള ഹമൂർസ്ക്ക് റോഡിലേക്കും ഒരു കണ്ണുണ്ടായിരിക്കണമെന്ന് ചുബുക്കിനോട്ട് പറയൂ. ആ വഴിയും അവർ വരാൻ ഇടയുണ്ട്."

ക്ലക്ക്, ക്ലക്ക്,ക്ലക്ക്,.... വെയിൽ കാഞ്ഞു കൊണ്ട് വെറുതെ നിന്ന ഒരു താറാവ് ശബ്ദിച്ചു. തീജ്വാലയുടെ നിറമുള്ള ഒരു പൂവൻകോഴി വേലിയിലിരുന്ന് ആഹ്ലാദത്തോടെ കൂവി. അതിന്റെ അങ്കവാലിൽ വണ്ടിച്ചാവിയുടെ എണ്ണ പുരണ്ടിരുന്നു. ശക്തിയായി ചിറകടിച്ചുകൊണ്ട് അത് പൊടിനിറഞ്ഞ പാഴ്ച്ചെടികളുടെ ഇടയിലേക്ക് ചാടി. വീണ്ടും സർവ്വത്ര നിശ്ശബ്ദത വ്യാപിച്ചു. ആ കനത്ത നിശ്ശബ്ദതയിൽ വാനംപാടിയുടെ ഇമ്പമുള്ള ഗാനവും പൂക്കളിൽനിന്ന് നറുംതേൻ തുള്ളികൾ ശേഖരിക്കുന്ന തേനീച്ചകളുടെ വിരസമായ മുഴക്കവും കേൾക്കാമായിരുന്നു.

"കാര്യം എന്താണ്?" വയ്ക്കോൽ മേഞ്ഞ പുരപ്പുറത്തേക്ക് കയറി ച്ചെന്നപ്പോൾ ചുബുക്ക് തിരിഞ്ഞുനോക്കാതെ ചോദിച്ചു.

"നിങ്ങളെ സഹായിക്കാൻ ഷെബാലൊവ് എന്നെ അയച്ചതാണ്."

"ശരി, അനങ്ങാതെ അവിടിരുന്നോ. മറഞ്ഞിരിക്കണം."

"ചുബുക്ക്, വലത്തു വശത്തേക്കും ഒരു കണ്ണുണ്ടായിരിക്കണം,"

ഷെബാലൊവിന്റെ കല്പന ഞാൻ അയാളെ അറിയിച്ചു."ഹമൂർസ്ക്ക് റോഡിൽ എന്തെങ്കിലും കണ്ടെന്നു വരാം."

"നീ അവിടെത്തന്നെ ഇരുന്നോ," എന്നുമാത്രമാണ് അയാൾ അതിനുത്തരമായി പറഞ്ഞത്. അയാൾ തൊപ്പി ഊരി മാറ്റിയിട്ട് തന്റെ വലിയ തല പുകക്കുഴലിന്റെ പിന്നിൽ നിന്ന് പുറത്തേക്കു നീട്ടി

ശത്രുക്കൾ വരുന്നതിന്റെ യാതൊരു ലക്ഷണവും അവിടെയെങ്ങും കണ്ടില്ല. അവർ ഒരു താഴ്വരയിൽ മറഞ്ഞിരിക്കയായിരുന്നു. ഏതു നിമിഷവും അവിടെനിന്നും അവർ പുറത്തുവരും. അയാളുടെ കറുത്ത കോലൻമുടിയിൽ വെളുത്ത ഇഴകൾ പ്രത്യക്ഷപ്പെട്ടുതുടങ്ങിയിരുന്ന കാര്യം ഞാൻ ആദ്യമായി കണ്ടത് അപ്പോഴാണ്. "ഇയാൾ ഒരു വൃദ്ധനാണെന്നു വരുമോ?"

ചുബുക്കിനെപ്പോലെ നരച്ചുതുടങ്ങിയ മുടിയും കണ്ണിനു ചുറ്റും ചുളിവുകളുമുള്ള ഒരു പ്രായമായ മനുഷ്യൻ താഴെ വീഴാതിരിക്കാൻവേണ്ടി കാലുകൾ കവച്ചുവച്ച്, പുകക്കുഴലിനു പിന്നിൽനിന്ന് ഉലഞ്ഞ

മുടിയോടുകൂടിയ തല നീട്ടിപ്പിടിച്ച്, എന്നോടൊപ്പം ആ പുരപ്പുറത്തി രിക്കുന്നതിൽ എന്തോ ഒരു പന്തികേടുണ്ടെന്ന് എനിക്കു തോന്നി.

"ചുബുക്ക്!" ഞാൻ പതിഞ്ഞ ശബ്ദത്തിൽ വിളിച്ചു.

"എന്താ?"

"നിങ്ങൾക്ക് വയസ്സായിത്തുടങ്ങിയല്ലോ, ചുബുക്ക്."

"മിണ്ടാതെ..." ചുബുക്ക് കോപത്തോടെ പറഞ്ഞു. "നിന്റെ നാക്കിന് എല്ലില്ലേ?"

പെട്ടന്ന് ചുബുക്ക് തലതാഴ്ത്തുകയും ചിമ്മിനിയുടെ പിന്നിലേക്ക് പിൻവലിയുകയും ചെയ്തു. ശത്രുസൈന്യങ്ങൾ താഴ്വരയിൽനിന്ന് പുറത്തു കടന്നു. ചുബുക്ക് ഉൽക്കണ്ഠാകുലനാകുന്നത് ഞാൻ മനസ്സിലാക്കി. അയാൾ വിമ്മിട്ടപ്പെട്ട് ശ്വാസം വിടുകയും അസ്വസ്ഥതയോടെ ഇളകുകയും ചെയ്തു.

"ബോറിസ്, നോക്ക്!"

"ഞാൻ കാണുന്നുണ്ട്."

"അവർ താഴ്വരയിൽനിന്ന് പുറത്തു കടന്നെന്ന് ഓടിച്ചെന്ന് ഷെബാലൊവിനെ അറിയിക്കു. പക്ഷേ അവരുടെ നീക്കത്തിൽ അസാധാരണമായ എന്തോ ഒന്നുണ്ട്. ആദ്യം അവർ നീണ്ട ഒരു നിരയായി മാർച്ചുചെയ്തു വരികയായിരുന്നു. എന്നാൽ താഴ്വരയിൽവച്ച് അവർ പ്ലറ്റൂണുകളായി പിരിഞ്ഞിരിക്കുന്നു. മനസ്സിലായോ? അവർ ധൃതിയിൽ പ്ലറ്റൂണുകളായി പിരിഞ്ഞത് എന്തുകൊണ്ടാണ് എന്റെ സംശയം. നീ വേഗം ചെല്ല്. ഉടൻ തിരിച്ചുവരികയും വേണം."

ഞാൻ എന്റെ പാദങ്ങൾ വയ്ക്കോലിനടിയിൽനിന്ന് വലിച്ചെടുത്തുകൊണ്ട് പുരപ്പുറത്തു നിന്ന് ഊർന്നിറങ്ങി. ഒരു തടിച്ച പന്നിയുടെ മേത്താണ് ഞാൻ ചെന്നുവീണത്. പന്നി കരഞ്ഞുകൊണ്ടു ഓടിപ്പോയി. ഞാൻ ഷെബാലൊവിനെ കണ്ടുപിടിച്ചു. അദ്ദേഹം ഒരു മരത്തിന്റെ പിന്നിലായി കുഴൽക്കണ്ണാടിലൂടെ നോക്കിക്കൊണ്ടു നിൽക്കുകയായിരുന്നു. ഞാൻ ചുബുക്കിന്റെ സന്ദേശം അറിയിച്ചു.

"എനിക്കു മനസ്സിലായി," ഞാൻ അദ്ദേഹത്തോട് എന്തോ കുറ്റം ചെയ്തു എന്ന മട്ടിൽ അദ്ദേഹം പറഞ്ഞു. "ഞാൻതന്നെ അതു കണ്ടു."

ശത്രുക്കളുടെ അപ്രതീക്ഷിതമായ നീക്കം ഉളവാക്കിയ മനക്ഷോഭം മാത്രമാണ് അതെന്ന് എനിക്കു മനസ്സിലായി.

"വേഗം അങ്ങോട്ടുതന്നെ പൊയ്ക്കോ. അവിടെ നിന്നിറങ്ങരുത്. ഹമൂർസ്കു റോഡു പ്രത്യേകം ശ്രദ്ധിക്കണം."

ഞാൻ ശൂന്യമായ മുറ്റത്തെത്തി. ഒരു വേലിയിൽ കയറിനിന്ന്

കളപ്പുരയുടെ മുകളിലേയ്ക്കു കയറാൻ ഭാവിച്ചു.

"പട്ടാളക്കാരൻ കുട്ടീ!" പതിഞ്ഞ ശബ്ദത്തിൽ ആരോ വിളിച്ചു. എവിടെ നിന്നാണ് ആ ശബ്ദം വന്നതെന്നു മനസ്സിലാകാതെ ഞാൻ ഞെട്ടി ചുറ്റുപാടും നോക്കി.

"പട്ടാളക്കാരൻ കുട്ടീ!" ആരോ വീണ്ടും വിളിച്ചു.

നിലവറയുടെ വാതിൽ മുറ്റത്തേക്കു തുറന്നിരിക്കുന്നതും ഒരു സ്ത്രീഉള്ളിൽനിന്ന് എത്തിനോക്കുന്നതും ഞാൻ കണ്ടു. "അവർ വരുന്നുണ്ടോ?" ആ സ്ത്രീ സ്വകാര്യമായി ചോദിച്ചു.

"ഉണ്ട്," ഞാൻ മന്ത്രിച്ചു.

"അവരുടെ കയ്യിൽ തോക്കുകളും യന്ത്രത്തോക്കുകളും ഉണ്ടോ?" പെട്ടെന്ന് കുരിശുവരച്ചുകൊണ്ട് അവർ ചോദിച്ചു. "അവർക്കു യന്ത്ര ത്തോക്കു മാത്രമേ ഉള്ളെങ്കിൽ ഭാഗ്യം. പീരങ്കിയുണ്ടെങ്കിൽ അവർ ഇവിടം ഇടിച്ചുനിരപ്പാക്കും!"

അവരോട്ട് അതിനു മറുപടി പറയാൻ സമയം കിട്ടുന്നതിനു മുമ്പ് ഒരു വെടിപൊട്ടുന്ന ശബ്ദം കേട്ടു. മുകളിലെവിടെയോ അദൃശ്യമായ ഒരു വെടിയുണ്ട സീൽക്കാരത്തോടെ ചീറിപ്പാഞ്ഞു.

സ്ത്രീ തല അകത്തേക്കു വലിയ്ക്കുകയും നിലവറയുടെ വാതിൽ കൊട്ടിയടയ്ക്കുകയും ചെയ്തു.

"തുടങ്ങുകയാണ്," ഞാൻ വിചാരിച്ചു. പോരാട്ടം തുടങ്ങുന്നതിനു തൊട്ടുമുമ്പുള്ള ദുസ്സഹമായ ഉൽക്കണ്ഠ എന്നെ പിടികൂടി. യന്ത്ര ത്തോക്കുകളുടെ ഗർജ്ജനത്തോടെ വെടിവയ്പു തുടങ്ങുകയും ഭടന്മാർ ഉഗ്രസംഘട്ടനത്തിൽ ഏർപ്പെട്ടു തുടങ്ങുകയും ചെയ്യുന്നതിനു മുമ്പുള്ള ഉദ്വേഗമാണ് അത്. "യാതൊരു അനക്കവുമില്ലാത്തതെന്താണ്?" നാം ചിന്തിച്ചുപോകും. "തുടങ്ങാൻ ഇത്ര വൈകുന്നതെന്താണ്? വേഗം ഒന്നു തുടങ്ങിയിരുന്നെങ്കിൽ!"

"ശ്... ശ്...!" രണ്ടാമതൊരു വെടിയുണ്ട ചീറിപ്പാഞ്ഞു.

എങ്കിലും പോരാട്ടം തുടങ്ങിയിരുന്നില്ല. കൃഷിക്കളത്തിൽ ചുവപ്പു പോരാളികൾ താമസമുണ്ടെന്ന് വൈറ്റ്ഗാർഡുകാർക്ക് തോന്നിയിരി ക്കണം. എന്നാൽ അവർക്ക് തീർച്ചയുണ്ടായിരുന്നില്ല. അതുകൊണ്ടാ ണ് പ്രത്യേക ലക്ഷ്യമൊന്നുമില്ലാതെ രണ്ടുവെടിവച്ചത്. ഒരു സ്കൗട്ട് പാർട്ടിയുടെ കമാണ്ടർ ശത്രുക്കളുടെ ഔട്ട്പോസ്റ്റിനടുത്തു കടന്ന് ശത്രുവിന്റെ ബലം എത്രയുണ്ടെന്നറിയാൻവേണ്ടി പ്രയോഗിക്കുന്ന വിദ്യയാണത്. അതു കഴിഞ്ഞ് അയാൾ മറ്റെ പാർശ്വത്തിലേക്ക് ഓടി അവിടെ നിന്നും ഒന്നുരണ്ടു വെടിപൊട്ടിക്കുന്നു. അതോടെ ശത്രുക്കൾ അമ്പരന്നു പോവുകയും വിസ്തൃതവ്യൂഹം ചമയ്ക്കുകയും

അതുവഴി തങ്ങളുടെ സംഖ്യാബലം വെളിപ്പെടുത്തുകയും ചെയ്യുന്നു. സ്കൗട്ട് കമാണ്ടർ യുദ്ധം ജയിക്കുകയോ ശത്രുവിന് എന്തെങ്കിലും തരത്തിലുള്ള നാശം വരുത്തുകയോ ചെയ്തിട്ടില്ലെങ്കിലും തന്റെ ഉദ്ദേശ്യം സാധിച്ചതിലുള്ള സംതൃപ്തിയോടെ സ്വന്തം പാളയത്തിൽ മടങ്ങിയെത്തുന്നു.

ഞങ്ങളുടെ സേനാവിഭാഗം ചെറു സംഘങ്ങളായി പിരിഞ്ഞ് ഏറ്റുമുട്ടലിനു തയ്യാറെടുത്തുനിന്നെങ്കിലും തിരിച്ചു വെടിവച്ചില്ല.

തുള്ളിച്ചാടുന്ന കറുത്ത കുതിരകളുടെ പുറത്ത് അഞ്ചു കുതിരപ്പട യാളികൾ മുന്നോട്ടു വന്ന് അപകടത്തെ തൃണവൽഗണിച്ചുകൊണ്ട് ചുറുചുറുക്കോടെ കൃഷിക്കളത്തോടടുത്തു.

"ബുദ്ധിയുള്ളവരാണ്, നിരീക്ഷകർ എവിടെ കാണുമെന്ന് അവർക്കറിയാം," ചുബുക്കിന്റെ പിന്നിൽ തല മറച്ചുകൊണ്ട് ഞാൻ വിചാരിച്ചു. സ്വന്തം ഇഷ്ടത്തിനെതിരായി ശത്രുവിന്റെ ദൂരദർശിനി തന്റെ മേൽ കേന്ദ്രീകരിക്കുമ്പോഴും ഇരുട്ടിനെ കീറി മുറിച്ചുകൊണ്ട് സെർച്ച് ലൈറ്റിന്റെ പ്രകാശം താൻ മാർച്ചുചെയ്തുപോകുന്ന കോളത്തിൽ പതിക്കുമ്പോഴും തലയ്ക്കുമീതെ വട്ടമിട്ടുപറക്കുന്ന ശത്രു വിമാനത്തിനുള്ളിലെ അദൃശ്യനിരീക്ഷകരുടെ കണ്ണിൽനിന്നൊളി ക്കാൻ മാർഗ്ഗമൊന്നുമില്ലാതിരിക്കുമ്പോഴും ഏതൊരു പട്ടാളക്കാരനും ഉണ്ടാകുന്ന അസുഖകരമായ ഒരു അനുഭൂതി എനിക്കുണ്ടായി.

സ്വന്തം തലയ്ക്ക് അസാമാന്യമായ വലിപ്പമുണ്ടെന്നും കൈകാലു കൾക്ക് വേണ്ടതിലേറെ നീളമുണ്ടെന്നും ദേഹം വഴക്കമില്ലാത്തതും ഭാരിച്ചതുമാണെന്നും അപ്പോൾ തോന്നും. അവ ഒളിച്ചുവയ്ക്കാനോ സ്വയം ചുരുങ്ങിപ്പോകാനോ ഒരു പന്തുപോലെ ഉരുണ്ടുകൂടാനോ നാം ആഗ്രഹിക്കും. വട്ട മിട്ടുപറക്കുന്ന നിശ്ശബ്ദനായി ചാരനിറമുള്ള കുരുവികൾ തൂവലുകൾ വിടർത്തി ചുള്ളിക്കമ്പുകളുടെ കൂനയുമായി താദാത്മ്യം പ്രാപിക്കുന്നതുപോലെ പുരപ്പുറത്തെ വയ്ക്കോലുമായി താദാത്മ്യം പ്രാപിക്കാൻ കഴിയാത്തതിൽനാം കുണ്ഠിതപ്പെടും.

"അവർ നമ്മെ കണ്ടുപിടിച്ചു!" ചുബുക്ക് പറഞ്ഞു. ഇനി ഒളിച്ചു കളിക്കുന്നതിൽ അർത്ഥമില്ല എന്ന് കാണിക്കാനെന്നവണ്ണം അയാൾ പുകക്കുഴലിന്റെ പിന്നിൽനിന്ന് പുറത്തു വരികയും വെടിവയ്ക്കാൻ പാകത്തിൽ തോക്ക് ശരിയാക്കിവയ്ക്കുകയും ചെയ്തു. താഴെയിറങ്ങി ഷെബാലൊവിനെ വിവരമറിയിക്കണമെന്ന് എനിക്ക് ആഗ്രഹമു ണ്ടായിരുന്നു. എന്നാൽ ഒളിച്ചിരിപ്പിന്റെ ഉദ്ദേശ്യം പൊളിഞ്ഞുവെന്നും കരുതലില്ലാതെവൈറ്റ് ഗാർഡുകാർ കൃഷിക്കളം ആക്രമിക്കയി ല്ലെന്നും കാടിന്റെ വക്കത്തുനിന്നിരുന്ന ഞങ്ങളുടെ പോരാളികൾ അതിനകം ഊഹിച്ചു കഴിഞ്ഞിരുന്നു. പിൻവാങ്ങിക്കൊണ്ടിരുന്ന

കുതിരപ്പടയാളികളുടെ മേൽ മരങ്ങൾക്കു പിന്നിൽനിന്ന് വെടിയുണ്ടകൾ വർഷിച്ചു തുടങ്ങി.

വൈറ്റ്ഗാർഡുകാരുടെ പ്ലറ്റൂണുകൾ ചിതറി അവിടവിടെ വിടവുകളുള്ള ചെറുനിരകളായി ഇടത്തോട്ടും വലത്തോട്ടും മാറി. അവരോടൊപ്പം എത്തുന്നതിന് ഏതാനും മീറ്റർ അകലെവച്ച് ആ അഞ്ചു കുതിരപ്പടയാളികളിൽ അവസാനത്തെ ആൾ കുതിരയോടൊപ്പം നിലംപതിച്ചു.

പൊടിപടലം കാറ്റടിച്ച് നീങ്ങിയപ്പോൾ കുതിര മാത്രം റോഡിൽ കിടക്കുന്നതാണ് ഞാൻ കണ്ടത്. സവാരിക്കാരൻ കുനിഞ്ഞു ഞൊണ്ടി ഞൊണ്ടി തന്റെ കൂട്ടരുടെ അടുത്തേയ്ക്ക് ഓടുകയായിരുന്നു.

കുമ്മായം അടർത്തിയിട്ടുകൊണ്ട് ഒരു വെടിയുണ്ട പുകക്കുഴലിന്റെ ഇഷ്ടികയിൽ തട്ടി. ഞങ്ങൾ തല മറച്ചു പിടിച്ചു. പുകക്കുഴൽ ശത്രുക്കൾക്കു നല്ലൊരു ലക്ഷ്യമായിരുന്നു. അതിന്റെ പിന്നിലിരുന്നതുകൊണ്ട് വെടിയുണ്ട നേരെ ഞങ്ങളുടെ മേൽ കൊള്ളുകയില്ല എന്ന ആശ്വാസമുണ്ടായിരുന്നെങ്കിലും ഞങ്ങൾ ഇരിക്കുന്ന സ്ഥലം ഏതാണെന്ന് കൃത്യമായി മനസ്സിലാക്കാൻ അതു ശത്രുക്കളെ സഹായിച്ചു. ഹമൂടസ്ക്റോഡ് സൂക്ഷിക്കണം എന്ന് ഷെബാലൊവ് കല്പിച്ചിരുന്നില്ലെങ്കിൽ ഞങ്ങൾ താഴെയിറങ്ങുമായിരുന്നു. ഒന്നും ഒറ്റയുമായി പൊട്ടിക്കൊണ്ടിരുന്ന വെടികൾക്കു പകരം വെടികളുടെ ശരവർഷം തുടങ്ങി. തോക്കുകൊണ്ടുള്ള ഒറ്റപ്പെട്ട വെടികളുടെ ശബ്ദം നിലച്ചു. പകരം യന്ത്രത്തോക്കു ശബ്ദിച്ചുതുടങ്ങി. അവയുടെ സംരക്ഷണയിൽ ശത്രുക്കളുടെ അസമമായ അണികൾ ഏതാനും ചുവടുകൾ മുന്നോട്ടുവച്ചിട്ട് വീണ്ടും നിലംപറ്റി കിടന്നു. പിന്നീട് യന്ത്രത്തോക്കുകൾ നിശ്ശബ്ദമാവുകയും വെറും തോക്കുകൾ ശബ്ദിച്ചു തുടങ്ങുകയും ചെയ്തു. നല്ല അച്ചടക്കവും പരിശീലനവുമുണ്ടെന്ന് തെളിയിച്ചുകൊണ്ട് വൈറ്റ്ഗാർഡുകാർ വാശിയോടെ പടിപടിയായി അടുത്തടുത്തു വന്നുകൊണ്ടിരുന്നു.

"കൂസലില്ലാത്ത പിശാചുകൾ," ചുബുക്ക് പറഞ്ഞു."ചതുരംഗക്കളത്തിലെ കരുക്കളെപ്പോലെ മുന്നോട്ട് തള്ളിക്കയറുന്നു. ഇവർ സീഹരെവിന്റെ പട്ടാളക്കാരാണെന്നു തോന്നുന്നില്ല. ജർമ്മൻകാരാണോ എന്നെനിക്ക് സംശയമുണ്ട്."

"ചുബുക്ക്!" ഞാൻ വിളിച്ചു. ഹമൂർസ്ക് റോഡിലേക്കു നോക്കൂ. കാടിനടുത്ത് എന്തോ അനങ്ങുന്നു."

"എവിടെ?"

"അവിടെയല്ല. കുറച്ചുകൂടി വലത്തോട്ടു മാറി. ആ കുളത്തിനക്കരെ

കണ്ടോ!" കാടിനടുത്ത് കുപ്പിച്ചില്ലിൽ വെയിൽ തട്ടിയതുപോലുള്ള ഒരു തിളക്കം കണ്ട് ഞാൻ ഉറക്കെ പറഞ്ഞു.

ചാകാൻപോകുന്ന കുതിരയുടെ ഞരക്കത്തെ അനുസ്മരിപ്പിക്കുന്ന ഒരു അസാധാരണ ശബ്ദം കേട്ടുതുടങ്ങി. അതു ക്രമേണ ഒരു അലർച്ചയായിമാറി. പൊട്ടിയ പള്ളിമണിയുടേതുപോലുള്ള മുഴക്കം അന്തരീക്ഷത്തിലുയർന്നു. അടുത്തെവിടെയോ എന്തോ വന്നു വീണു. എന്റെ തൊട്ടടുത്തായി പുകയുടേയും കറുത്ത പൊടിയുടേയും മേഘപടലത്തിനുള്ളിൽനിന്ന് തവിട്ടുനിറത്തിലുള്ള ഒരു മിന്നൽപ്പിണർ പൊട്ടിവീണെന്ന് എനിക്കുതോന്നി. വായു പ്രകമ്പിതമായി. ചൂടുള്ള ഒരു തിരമാലപോലെ ആസ്ഫോടനം എന്റെ പുറത്തു വന്നു തട്ടി. ഞാൻ കണ്ണു തുറന്നപ്പോൾ കണ്ടതു് ഇടിഞ്ഞുവീണ പത്തായപ്പുരയുടെ മേൽക്കൂരയിലെ ഉണങ്ങിയ കച്ചികത്തിക്കൊണ്ടിരിക്കുന്നതാണ്. തെളിഞ്ഞ വെയിലിൽ ആ വെളുത്ത തീജ്വാലകൾ മിക്കവാറും അദൃശ്യമായിരുന്നു.

രണ്ടാമത്തെ ഷെൽ മലക്കറിത്തോട്ടത്തിലാണു വീണതു്.

"നമുക്കു താഴെയിറങ്ങാം!" ഉൽക്കണ്ഠാകുലനായി എന്റെ നേരെ നോക്കിക്കൊണ്ട് ചുംബുക്ക് പറഞ്ഞു."നമ്മൾ കുടുങ്ങിയതുതന്നെ. ഇവർ സീഹരെവിന്റെ ആളുകളല്ല ജർമ്മൻകാരണെന്നാണ് തോന്നുന്നതു്. ഹമ്മർസ്ക്ക് റോഡിൽ ഉള്ളതു് ഒരു പീരങ്കിപ്പടയാണ്."

കാടിനടുത്തെത്തിയപ്പോൾ ഞാൻ ആദ്യം കണ്ടുമുട്ടിയതു്"മരപ്പട്ടി" എന്ന് വട്ടപ്പേരുള്ള മുണ്ടനായ ഒരു ചുവപ്പുപടയാളിയെയാണ്.

തന്റെ കോട്ടിന്റെ രക്തത്തിൽ മുങ്ങിയ കൈ ഒരു ആസ്ത്രിയൻ ബയണറ്റുകൊണ്ട് കീറിമാറ്റാൻ ശ്രമിച്ചുകൊണ്ട് അയാൾ പുല്ലിലിരിക്കയായിരുന്നു. അയാളുടെ അടുത്ത് അയാളുടെ തോക്കും അതിനടിയിൽ ഒരു വെടിത്തിരപ്പെട്ടിയും കിടന്നിരുന്നു.

"ജർമ്മൻകാരാണ്!" ഞങ്ങളുടെ ചോദ്യങ്ങൾക്കൊന്നും ഉത്തരം പറയാതെ അയാൾ അട്ടഹസിച്ചു."നമുക്ക് ഓടാൻ നേരമായി!"

വെള്ളമെടുക്കാൻ എന്റെ തകരപ്പാത്രം അയാൾക്ക് കൊടുത്തിട്ട് ഞാൻ ഓട്ടം തുടർന്നു.

കൃത്യമായി പറഞ്ഞാൽ, "മരപ്പട്ടി" യുടെ ചോരയിൽകുതിർന്ന കോട്ടിന്റെ കയ്യും ജർമ്മൻകാരെപ്പറ്റിയുള്ള അയാളുടെ പരാമർശവുമാണ്, ആദ്യത്തെ ആ യഥാർത്ഥ പോരാട്ടത്തെപ്പറ്റി അനുസ്മരിക്കുമ്പോൾ നടന്ന ക്രമത്തിൽ എനിക്ക് ഓർക്കാൻ കഴിയുന്നതു്. അതുകഴിഞ്ഞാൽ വാസ്ത്ക്ഷ്മാക്കൊവിനെ മലയിടുക്കിൽ വച്ച് കണ്ടുമുട്ടിയതിനുശേഷമുള്ള സംഭവങ്ങൾ മാത്രമേ എനിക്കു വ്യക്തമായി

ഓർക്കാൻ കഴിയുന്നുള്ളൂ.

"നിന്റെ കയ്യിലെന്താണ്?" വാസ്ക ചോദിച്ചു. ഞാൻ എന്റെ കയ്യിലേക്കു നോക്കി. ഒരു വലിയ കരിങ്കൽചില്ല് ഇടത്തേ കയ്യിൽ മുറുക്കിപ്പിടിച്ചിരുന്നത് അപ്പോഴാണ് ഞാൻ കണ്ടത്. എന്റെ മുഖം ചുവന്നു. അതെങ്ങിനെ എന്റെ കയ്യിൽ വന്നുവെന്ന് എനിക്കറിയില്ല.

"വാസ്ക, ഈ ഹെൽമെറ്റ് ധരിച്ചിരിക്കുന്നത് എന്തിനാണ്?" ഞാൻ ചോദിച്ചു.

"ഞാൻ ഒരു ജർമ്മൻകാരന്റേത് എടുത്തതാണ്. എനിക്ക് കുടിക്കാൻ കുറച്ചു വെള്ളം തരൂ."

"എന്റെ കയ്യിൽ മഗ്ഗില്ല. ഞാൻ മരപ്പട്ടിക്കു കൊടുത്തു."

"മരപ്പട്ടിക്കോ?" വാസ്ക ചൂളമടിച്ചു. "എന്നാൽ അത് നീയിനി കാണുകയില്ല."

"അതെന്താണ്? വെള്ളം കുടിച്ചിട്ട് തിരികെ തരാൻ കൊടുത്തതാണ്."

"അതു നീയിനി കാണില്ല, പല്ലിളിച്ചുകാണിച്ചുകൊണ്ട് വാസ്ക പറഞ്ഞു. അയാൾ ഹെൽമെറ്റുകൊണ്ട് അരുവിയിൽ നിന്ന് വെള്ളം മുക്കിയെടുത്തു. "മഗ്ഗും മരപ്പട്ടിയും രണ്ടും പോയി."

"മരിച്ചുപോയെന്നോ?"

"അതെ അതുതന്നെ," എന്തു കാരണത്താലോ പുഞ്ചിരിച്ചുകൊണ്ട് തന്നെയാണ് അയാൾ അതു പറഞ്ഞത്. "സാധാരണ ഭടനായ മരപ്പട്ടി ഒരു ചുവപ്പുപോരാളിയ്ക്കു ചേർന്നവിധം മൃതിയടഞ്ഞു."

"വാസ്ക, നിങ്ങൾക്ക് എപ്പോഴും ചിരിയാണ്!" ഞാൻ പറഞ്ഞു. "നിങ്ങൾക്ക് മരപ്പട്ടി മരിച്ചതിൽ സങ്കടമില്ലേ?"

"ആർക്ക്, എനിക്കോ?" വാസ്ക മൂക്കു ചീറ്റുകയും മണ്ണുപറ്റിയ കൈകൊണ്ട് നനഞ്ഞ ചുണ്ട് തുടയ്ക്കുകയും ചെയ്തു. "തീർച്ചയായിട്ടും എനിക്ക് സങ്കടമുണ്ട്. മരപ്പട്ടിയെക്കുറിച്ചും നിക്കീഷിനെക്കുറിച്ചും സെർഗിയെക്കുറിച്ചും എന്നെക്കുറിച്ചും എനിക്ക് ദുഃഖമുണ്ട്. അവർ എന്റെ കൈ എങ്ങിനെയാക്കിയെന്ന് നോക്ക്! അവർ തുലയട്ടെ!"

അയാൾ തോൾ ഇളക്കി. അയാളുടെ ഇടത്തെ കൈ ഒരു ചാരനിറമുള്ള തുണികൊണ്ട് കെട്ടിവച്ചിരിക്കുന്നത് ഞാൻ കണ്ടു.

"മാംസം മാത്രമേ മുറിഞ്ഞിട്ടുള്ളൂ, ഒരു പോറൽ മാത്രം, എങ്കിലും എന്തൊരു നീറ്റലാണ്!" പിന്നേയും മൂക്കു ചീറ്റിയിട്ട് അയാൾ തലയുയർത്തിപ്പിടിച്ച് തുടർന്നു. "ആലോചിച്ചുനോക്കിയാൽ നാം സങ്കടപ്പെടുന്നതെന്തിന്? ആരും ബലം പ്രയോഗിച്ച് നമ്മളെ ഇങ്ങോട്ടു

കൊണ്ടുവന്നതല്ലല്ലോ. എന്തിനാണ് ഇറങ്ങിത്തിരിച്ചിരിക്കുന്നതെന്ന് നമുക്ക് നന്നായറിയാം. പിന്നെ സങ്കടപ്പെടുന്നതെന്തിന്?"

പോരാട്ടത്തിനിടയിലെ പല നിമിഷങ്ങളും എന്റെ സ്മൃതിമണ്ഡലത്തിൽ പതിഞ്ഞുകിടപ്പുണ്ട്. എന്നാൽ അവയെ തമ്മിൽ ബന്ധിപ്പിക്കാൻ എനിക്കു കഴിയുന്നില്ല. കഷ്ടിച്ച് ഇരുനൂറടി അകലെ നിന്നിരുന്ന ഒരു ജർമ്മൻകാരന്റെ നേരെ ഒരു കാൽമുട്ട് നിലത്തൂന്നി നിന്ന് ഞാൻ വളരെ നേരം വെടിവയ്ക്കുന്നതും അയാൾ തിരിച്ചു വെടിവയ്ക്കുന്നതും എനിക്ക് ഓർമ്മയുണ്ട്. ഞാൻ അയാളെ വെടിവയ്ക്കുന്നതിനു മുമ്പ് അയാൾ എന്നെ വെടിവച്ചെങ്കിലോ എന്നു പേടിച്ച് ഞാൻ വല്ലാത്ത ധൃതിയിൽ ഉന്നംപിടിച്ച് നിറയൊഴിച്ചുകൊണ്ടിരുന്നതിനാൽ ഒന്നുപോലും കുറിക്കു കൊണ്ടില്ല. അയാൾ ചിന്തിച്ചതും എന്നെപ്പോലെയായിരുന്നിരിക്കണം. കാരണം അയാളുടെ ഉന്നവും തെറ്റിക്കൊണ്ടിരുന്നു. ഒരു യന്ത്രത്തോക്ക് മറിച്ചിട്ടുകൊണ്ട് ഒരു ഷെല്ലുപൊട്ടിയതും എനിക്കോർമ്മയുണ്ട്. ഉടൻതന്നെ യന്ത്രത്തോക്കു മറ്റൊരിടത്തേയ്ക്കു വലിച്ചുകൊണ്ടുപോയി.

"ബെൽറ്റ് വലിച്ചുകൊണ്ടു വരൂ!" സൂഹരെവ് വിളിച്ചുപറഞ്ഞു. "നീയുടെ സഹായിക്ക്!"

ഞാൻ നിലത്തു കിടന്ന പെട്ടികളിലൊന്നിൽ പിടിച്ച് വലിച്ചിഴച്ചുകൊണ്ടുപോകാൻ തുടങ്ങി. അപ്പോൾ ഷെബാലൊവ് എന്റെ തോളിൽ ഒരു കൊട്ടുവച്ചുതരികയും എന്നെ ചീത്ത പറയുകയും ചെയ്തു. അതെന്തിനാണെന്ന് എനിക്ക് അപ്പോൾ മനസ്സിലായില്ല. അതു കഴിഞ്ഞു് നിക്കീഷിന് വെടിയേറ്റു. അല്ല നിക്കീഷിനല്ല, അയാൾ അതിനുമുമ്പ് കൊല്ലപ്പെട്ടു. ഞാൻ പെട്ടിയും വലിച്ചുകൊണ്ട് ഓടുമ്പോൾത്തന്നെ അയാൾ വെടിയേറ്റ് വീണിരുന്നു. "നീ ഇതു് മറുവശത്തേക്കാണു കൊണ്ടുപോകുന്നതു്. യന്ത്രത്തോക്കു കൊണ്ടുപോയടത്തേക്ക് കൊണ്ടുചെല്ലു!" എന്ന് അയാൾ വിളിച്ചുപറഞ്ഞതു് വെടിയേറ്റു കിടക്കുമ്പോഴാണ്.

ഫേജയുടെ കുതിര വെടിയേറ്റുവീണു.

"ഫേജ കരയുകയാണ്," ചുബുക്ക് പറഞ്ഞു. "തല പുല്ലിലിട്ടടിച്ചുകൊണ്ട് അയാൾ തേങ്ങിക്കരയുകയായിരുന്നു--കിറുക്കൻ. ഞാൻ അയാളുടെ അടുത്തു ചെന്ന് പറഞ്ഞു: 'വിഡ്ഢിത്തം കാണിക്കാതെ. ആളുകളെച്ചൊല്ലി കരയാൻ തന്നെ ഇപ്പോൾ സമയമില്ല.' ഫേജ തിരിഞ്ഞു് തോക്കു കയ്യിലെടുത്തു. 'ഞാൻ തന്നെ വെടിവയ്ക്കുന്നതിനുമുമ്പ് എന്റെ മുമ്പിൽനിന്നു പൊയ്ക്കോ!' അയാൾ അലറി. അയാളുടെ കണ്ണുകൾ ഒരു ഭ്രാന്തന്റേതു പോലിരുന്നു. ഞാൻ അവിടന്ന് പോന്നു. കിറുക്കന്മാരോട്ട് വർത്തമാനം പറഞ്ഞിട്ട് കാര്യമൊന്നുമില്ല. അയാൾ,

ആ ഫേജ, ഒരു ഗുണമില്ലാത്തവനാണ്," ചുബുക്ക് പൈപ്പ് കത്തിച്ചു കൊണ്ടു് തുടർന്നു: "എനിക്ക് അയാളെ വിശ്വാസമില്ല."

"വിശ്വാസമില്ലെന്നു പറയുന്നതെന്തുകൊണ്ടാണ്?" ഞാൻ ചോദിച്ചു. "അയാൾ എത്രയോ ധീരനാണ്!"

"അതുകൊണ്ടെന്താ? ഏതായാലും അയാൾ ഗുണമില്ലാത്തവനാണ്. അയാൾ ചിട്ടയില്ലാത്തവനാണ്. അയാൾക്ക് പാർട്ടിക്കാരെപ്പറ്റി മതിപ്പില്ല. 'എന്റെ പരിപാടി വൈറ്റ്ഗാർഡുകാരെ മുഴുവൻ നശിപ്പിക്കുക എന്നതാണ്,' അയാൾ പറയാറുണ്ട്. 'അതുകഴിഞ്ഞു് എന്തു ചെയ്യണമെന്ന് അപ്പോൾ നോക്കാം.' എന്തു കൊണ്ടോ എനിക്ക് ആ പരിപാടി അത്ര പിടിക്കുന്നില്ല. അതൊരു പരിപാടിയേ അല്ല. വെറും മൂടൽമഞ്ഞാണതു്. നല്ലൊരു കാറ്റടിച്ചാൽ അതു ബാക്കിയുണ്ടാവില്ല."

അന്ന് ഞങ്ങളുടെ കൂട്ടരിൽ പത്തുപേർ കൊല്ലപ്പെടുകയും പതിനാലുപേർക്ക് മുറിവുപറ്റുകയും ചെയ്തു. മുറിവേറ്റവരിൽ ആറുപേർ പിന്നീട് മരിച്ചു. ഡോക്ടർമാരും മരുന്നുകളുമുള്ള ഒരു ശുശ്രൂഷാകേന്ദ്രം ഞങ്ങൾക്കുണ്ടായിരുന്നെങ്കിൽ മുറിവേറ്റവരിൽ പലരും മരിക്കയില്ലായിരുന്നു.

ശുശ്രൂഷാകേന്ദ്രത്തിനു പകരം ഞങ്ങൾക്കുണ്ടായിരുന്നതു് ഒരു പുൽത്തകിടിയാണ്. ജർമ്മൻ യുദ്ധകാലത്തു് മെഡിക്കൽ ഓർഡർലിയായിരുന്ന കലുഗിനാണ് ഡോക്ടറുടെ ജോലി ചെയ്തതു്. ഞങ്ങളുടെ കൈവശമുണ്ടായിരുന്ന ഒരേ ഒരു മരുന്ന് അയഡിനായിരുന്നു. അതു ഒരു പാട്ടനിറയെ ഉണ്ടായിരുന്നു. ഞങ്ങൾ അതു നിർല്ലോഭം ഉപയോഗിച്ചു. കാലുഗിൻ ഒരു വലിയ മരക്കയിൽ നിറയെ അയഡിൻ മുക്കിയെടുത്തു് ല്യക്കൊയാനൊവിന്റെ ആഴമുള്ള വലിയ മുറിവിലേക്ക് ഒഴിക്കുന്നതു ഞാൻ കണ്ടു.

"വേദന കണക്കാക്കണ്ട,"കലുഗിൻ അയാളെ ആശ്വസിപ്പിച്ചു."അയഡിൻ നിങ്ങൾക്കു നല്ലതാണ് ഇതില്ലായിരുന്നെങ്കിൽ നിങ്ങൾ പണ്ടേ തെക്കോട്ടു യാത്രയായേനെ. അതു നേരാണ്. ഇനി നിങ്ങൾ രക്ഷപ്പെടുന്ന മട്ടുണ്ട്."

വടക്കുഭാഗത്തു് ചുവപ്പുസേനയുടെ യഥാർത്ഥ സൈനിക യൂണിറ്റുകൾ ഉണ്ടായിരുന്നു. അവയുമായി യോജിക്കുന്നതിന് ഞങ്ങൾ ഇവിടംവിട്ടു് അങ്ങോട്ടു പോകാൻ തീരുമാനിച്ചു. ഞങ്ങളുടെ വെടിത്തിരികൾ തീരാറായിരുന്നു. എന്നാൽ മുറിവേറ്റവർ കാരണം ഞങ്ങൾക്ക് യാത്ര മാറ്റിവയ്ക്കേണ്ടിവന്നു. ജിപ്സിപ്പയ്യനായ യാഷ്ക അക്കൂട്ടത്തിൽ ഒരാളായിരുന്നു. യാഷ്ക അപ്രതീക്ഷിതമായിട്ടാണ് ഞങ്ങളുടെ സംഘത്തിൽ കടന്നുകൂടിയതു്.

ഒരു ദിവസം അർഹീപ്പൊവ്ക്ക ഗ്രാമത്തിൽനിന്ന് പുറത്തേക്കു മാർച്ച ചെയ്യാൻ നേരത്ത് ഞങ്ങളുടെ സേനാദളത്തിൽ എത്ര പേരു ണ്ടെന്ന് എണ്ണിത്തിട്ടപ്പെടുത്താൻ വേണ്ടി ഞങ്ങൾ ഒരു തെരുവിൽ അണിനിന്നു. ഇടത്തുവശത്തെ അവസാനത്തെ ആളായ മരപ്പട്ടി (ഇപ്പോൾ കൊല്ലപ്പെട്ടയാൾ) വിളിച്ചുപറഞ്ഞു:"നൂറ്റി നാല്പത്തേഴ്!"

അന്നുവരെ മരപ്പട്ടി എപ്പോഴും നൂറ്റിനാല്പത്താറായിരുന്നു."ഒരി ക്കൽ കൂടി നമ്പരെടുക്കൂ!" ഷെബാലൊവ് അലറി.

പിന്നേയും മരപ്പട്ടി നൂറ്റി നാല്പത്തേഴാമനായിരുന്നു.

"ഇതെന്തസംബന്ധമാണ്!" ഷെബാലൊവ് കോപത്തോടെ വിളിച്ചുചോദിച്ചു."സൂഹരെവ്, ആരാണ് എണ്ണം തെറ്റിക്കുന്നത്?"

"ആരും തെറ്റിച്ചില്ല,"പിന്നണിയിൽ നിന്ന് ചുബുക്ക് പറഞ്ഞു"ഇ വിടെവച്ച് നമുക്ക് പുതിയ ഒരാളെ കിട്ടിയിട്ടുണ്ട്,"

"ചുബക്കിൻറേയും നിക്കീഷിൻറേയും ഇടയ്ക്കായി ഒരു പുതിയ ആൾ നിന്നിരുന്നു. പതിനെട്ടോ പത്തൊമ്പതോ വയസ്സുള്ള ഒരു യുവാവായിരുന്നു അത്. കറുത്ത നിറമുള്ള അയാളുടെ മുടി ചുരുണ്ടതും ഒതുക്കമില്ലാത്തതുമായിരുന്നു.

"താൻ ഇവിടെ എന്തു ചെയ്യുകയാണ്?" ഷെബാലൊവ് അത്ഭുത ത്തോടെ ചോദിച്ചു. പയ്യൻ മിണ്ടിയില്ല.

"അയാൾ എന്റെ അടുത്തു വന്നു നിന്നു," ചുബുക്ക് വിശദീകരി ച്ചു."ഞാൻ വിചാരിച്ചു നിങ്ങൾഒരു പുതിയ ആളെ നമ്മുടെ കൂട്ടത്തിൽ ചേർത്തതാണെന്ന്. അയാൾ ഒരു തോക്കും പിടിച്ചുകൊണ്ട് ഇവിടെ വന്നു നിൽക്കുകയാണ് ചെയ്തത്."

"താൻ ആരാണ്?"

"ഞാൻ... ഒരു ജിപ്സിയാണ്, ഒരു ചുവപ്പുജിപ്സി."

"ഒരു ചുവപ്പുജിപ്സിയോ?" ഷെബാലൊവ് അയാളെ തുറിച്ചുനോ ക്കിക്കൊണ്ട് ചോദിച്ചു. പെട്ടെന്ന് പൊട്ടിച്ചിരിച്ചുകൊണ്ട് അദ്ദേഹം ഇങ്ങിനെ പറഞ്ഞു. "നീ ഒരു മുതിർന്ന ജിപ്സിയല്ല. ഒരു ജിപ്സിപ്പയ്യ നാണ്!"

അയാൾ ഞങ്ങളോടൊപ്പം താമസമാക്കി. അന്നു മുതൽ ജിപ്സി പ്പയ്യൻ എന്ന പേരും പതിഞ്ഞു.

ജിപ്സിപ്പയ്യന്റെ നെഞ്ചിലാണ് മുറിവേറ്റത്. അയാളുടെ ഇരുണ്ട മുഖത്ത് വിളർച്ച വ്യാപിച്ചു. വരണ്ട ചുണ്ടുകൾകൊണ്ട് അയാൾ ഏതോ വിചിത്രമായ ഭാഷയിൽ എന്തോ പുലമ്പിക്കൊണ്ടു കിടന്നു.

"ഞാൻ പട്ടാളത്തിലായിട്ട് കൊല്ലം കുറെയായി.

ജർമ്മൻയുദ്ധത്തിന്റെ പകുതി കണ്ടവനാണ ഞാൻ.എന്നിട്ടും ഞാൻ ഇതേവരെ ഒരു ജിപ്സി പട്ടാളക്കാരനെ കണ്ടുമുട്ടിയിട്ടില്ല."വാസ്ക ഷ്മാക്കൊവ് പറഞ്ഞു.

"തത്താറുകാരേയും മൊൾദാവിയക്കാരെയും ഞാൻ കണ്ടിട്ടുണ്ട്. ചുവാഷുകാരെപ്പോലും കണ്ടിട്ടുണ്ട്. പക്ഷേ ജിപ്സികൾ കൊള്ളരുതാത്ത ഒരു വർഗ്ഗമാണെന്നാണ് എന്റെ അഭിപ്രായം. അവർ കൃഷിചെയ്യുന്നില്ല, കുതിരകളെ മോഷ്ടിക്കാൻ മാത്രമേ അവർക്കറിയൂ. അവരുടെ പെണ്ണുങ്ങളാണെങ്കിൽ മാനമായി ജീവിക്കുന്നവരെ പറ്റിക്കാൻ നടക്കുന്നവരാണ്. ഇവൻ ഇവിടെ വന്നതെന്തിനാണെന്ന് എനിക്കറിയില്ല. സ്വാതന്ത്ര്യം അവർക്കെന്തിന് ? അവർ സർവ്വതന്ത്രരാണല്ലോ. അവർക്ക് ഭൂമി സംരക്ഷിക്കേണ്ടതുമില്ല. അവർക്ക് ഭൂമി എന്തിനാണ്? തൊഴിലാളികളുമായും അവർക്കു യാതൊരു ബന്ധവുമില്ല. ഇതിനിടയിൽ വന്ന ചാടിയതുകൊണ്ട് അവന് എന്തു മെച്ചമാണുള്ളത് ? അവന് മറ്റെന്തോ ഉദ്ദേശ്യം കാണും. എന്താണെന്ന് ആർക്കറിയാം !"

"അയാളും വിപ്ലവത്തിന്റെ ഭാഗത്തായിരിക്കും. എന്താ പാടില്ലെന്നുണ്ടോ ?"

"അതുണ്ടാവില്ല ! ജിപ്സികൾ വിപ്ലവത്തിനു പിൻതുണ നൽകുമെന്ന് എനിക്കു വിശ്വസിക്കാൻ കഴിയുന്നില്ല. കുതിരയെ മോഷ്ടിച്ചതിന് അവൻ മുമ്പ് അടികൊണ്ടിരുന്നു. അതേ കാരണത്തിന് അവൻ ഇനിയും അടികൊള്ളും, ജീവിതകാലം മുഴുവൻ അടികൊണ്ട് കഴിയും!"

"വിപ്ലവം നടന്നതിനുശേഷം അവർ മോഷണം വേണ്ടെന്നു വച്ചിട്ടുണ്ടെങ്കിലോ ?"

"ഓ, അതെനിക്കറിയില്ല,"വാസ്ക ഒരു കുടിലമായ പുഞ്ചിരിയോടെ പറഞ്ഞു."അവരെ ഞങ്ങൾ ഗ്രാമങ്ങളിലിട്ട് കുറുവടികൊണ്ടും മുളങ്കമ്പു കൊണ്ടും പൊതിരെ തല്ലിയിട്ടുണ്ട്. പക്ഷേ അതുകൊണ്ട് ഫലമുണ്ടായിട്ടില്ല. അവർ പിന്നേയും മോഷ്ടിക്കും. വിപ്ലവം അവരുടെ സ്വഭാവം നന്നാക്കുമെന്ന് എങ്ങിനെ വിചാരിക്കാൻ കഴിയും ?"

"വാസ്ക, താനൊരു വിഡ്ഢിയാണ്,"അതേവരെ മൗനമായിരുന്ന ചുബുക്ക് പറഞ്ഞു. "താൻ തന്റെ കുടിലും കുതിരയുമല്ലാതെ മറ്റൊന്നും കാണുന്നില്ല. ജന്മിയുടെ ഒരു തുണ്ടുഭൂമിയും അയാളുടെ പുരയിടത്തിൽനിന്ന് ഇരുപതു തടിക്കഷണങ്ങളും കിട്ടാൻ വേണ്ടി മാത്രമാണ് വിപ്ലവം നടത്തിയതെന്നാണ് തന്റെ ധാരണ. സോവിയറ്റിന്റെ ചെയർമാൻ പഴയ അധികാരിയുടെ സ്ഥാനം ഏറ്റെടുക്കുകയും ജീവിതം പഴയപടിതന്നെ മുന്നോട്ടു പോവുകയും ചെയ്യുമെന്നാണോ തന്റെ വിചാരം ?"

അദ്ധ്യായം ഏഴ്

രണ്ടുദിവസം കഴിഞ്ഞപ്പോൾ ജിപ്സിപ്പയ്യന്റെ നില അല്പം മെച്ചപ്പെട്ടു. വൈകിട്ട് ഞാൻ അയാളെ കാണാൻ ചെന്നപ്പോൾ നക്ഷത്രഖചിതമായ കറുത്ത ആകാശത്തിലേക്ക് നോക്കി ഒരു മൂളിപ്പാട്ടും പാടിക്കൊണ്ട് അയാൾ ഒരു കരിയിലക്കൂനയുടെ മുകളിൽ കിടക്കുകയായിരുന്നു.

"ജിപ്സിപ്പയ്യാ,"ഞാൻ വിളിച്ചു. "ഞാൻ ഇവിടെ തീകൂട്ടി വെള്ളം തിളപ്പിക്കാം. നമുക്ക് ചായകുടിക്കണം. എന്റെ ഫ്ലാസ്കിൽ കുറച്ചുപാലുണ്ട്. സമ്മതിച്ചോ ?"

ഞാൻ ഓടിപ്പോയി വെള്ളം കൊണ്ടുവന്നു. തീയുടെ ഇരുവശത്തുമായി കുത്തിനിർത്തിയ രണ്ടു ബയണറ്റുകളിൽ തോക്കിന്റെ അച്ചുകോൽവിലങ്ങനെ വച്ചു. മെസ്റ്റിന്നിൽ വെള്ളം നിറച്ച് തീയുടെ മുകളിലായി അച്ചുകോവിലിൽ നിന്ന് തൂക്കിയിട്ടിട്ട് ഞാൻ ജിപ്സിപ്പയ്യന്റെ അടുത്തു ചെന്നിരുന്നു.

"ഏതു പാട്ടാണ് പാടുന്നത്?"ഞാൻ ചോദിച്ചു. കുറേനേരം കഴിഞ്ഞാണ് അയാൾ അതിനുത്തരം പറഞ്ഞത്.

ജിപ്സികളുടെ ഒരു പഴയ പാട്ടാണ് ഞാൻ പാടുന്നത്. പാട്ടിന്റെ സാരം ഇതാണ്: "സ്വദേശം എന്നു പറയുവാൻ ഒരിടവുമില്ലാത്ത ജിപ്സികൾ തങ്ങളെ ഹൃദ്യമായി സ്വീകരിക്കുന്ന ഏതു ദേശവും സ്വദേശമായി കരുതുന്നു. എന്നാൽ ജിപ്സി, നിന്നെ ഹൃദ്യമായി സ്വീകരിക്കുന്ന നാടേതാണ്? അനേകം രാജ്യങ്ങളുടെ വിസ്തൃതി നിന്റെ കാലടികൾ അളന്നിട്ടുണ്ട്. ഹങ്കറിയിലും ബൾഗേറിയയിലും തുർക്കികളുടെ നാട്ടിലും ഒരു നാട്ട് ഇതേവരെ നീ കണ്ടിട്ടില്ല."

"ജിപ്സിപ്പയ്യാ, നീ ഞങ്ങളുടെ അടുത്ത് വരാൻ കാരണമെന്താണ്?" ഞാൻ ചോദിച്ചു. "നിങ്ങളുടെ ആളുകളെ പട്ടാളത്തിലേക്കു വിളിച്ചിട്ടില്ലല്ലോ."

അയാൾ കൈമുട്ടുകളൂന്നി എണീറ്റിരുന്നപ്പോൾ കണ്ണിലെ വെള്ളതിളങ്ങി. അയാൾ പറഞ്ഞു:

"ഞാൻ താനെ വന്നതാണ്. വിളിക്കപ്പെടാൻ കാത്തിരിക്കാതെ വന്നതാണ്. ജിപ്സിക്കൂടാരത്തിലെ ജീവിതം എനിക്കു മടുത്തു. എന്റെ അച്ഛന് കുതിരകളെ മോഷ്ടിക്കാനറിയാം, അമ്മയ്ക്ക് ഭാഗ്യം പറയാനറിയാം. എന്റെ അപ്പൂപ്പനും കുതിരകളെ മോഷ്ടിച്ചിരുന്നു, അമ്മൂമ്മയും ഭാഗ്യം പറഞ്ഞിരുന്നു. എന്നാൽ അവരിലാർക്കും സ്വന്തം സുഖവും സന്തോഷവും മോഷ്ടിച്ചെടുക്കാൻ കഴിഞ്ഞിരുന്നില്ല. സ്വന്തം ഭാഗ്യം പറയുമ്പോൾ അവർക്കു നല്ലതായിട്ടൊന്നും പറയാൻ ഉണ്ടായിരുന്നില്ല. അതു ശരിയല്ല."

ജിപ്സിപ്പയ്യൻ ആവേശംകൊണ്ട് എണീറ്റിരുന്നെങ്കിലും വേദന സഹിക്കവയ്യാതെ ഒരു മൂളലോടെ കരിയിലക്കൂനയിലേക്കുതന്നെ വീണു.

പാൽ തിളച്ചുതൂവി. മെസ്സ്ടിൻ തീയുടെ മുകളിൽ നിന്ന് എടുത്തു മാറ്റാൻ കഴിയുന്നതിനു മുമ്പുതന്നെ തീ കെട്ടു കഴിഞ്ഞു. ജിപ്സിപ്പയ്യൻ അതുനോക്കി പൊട്ടിച്ചിരിച്ചു.

"ചിരിക്കുന്നതെന്തിനാണ്?"

അയാൾ ആഹ്ലാദഭാവത്തിൽ മുടി ഉലച്ചുകൊണ്ട് പറഞ്ഞു: "മനുഷ്യരുടെ കാര്യവും ഇതു പോലാണല്ലോ എന്നോർത്തു ചിരിച്ചതാണ്. റഷ്യാക്കാരും ജൂതന്മാരും, ജോർജിയാക്കാരും തത്താറുകാരും എല്ലാം പഴയ ജീവിതം വളരെ നാൾ ക്ഷമയോടെ സഹിക്കുന്നു. ഒടുവിൽ ക്ഷമകെടുമ്പോൾ മെസ്സ്ടിന്നിലെ വെള്ളം തിളച്ചുമറിഞ്ഞ് തീയിൽ വീണതു പോലെ സ്വയം തീയിൽ ചാടുന്നു. എന്റെ കാര്യവും അതുതന്നെ... ഞാൻ സഹിക്കാവുന്നിടത്തോളം സഹിച്ചു. ഒടുവിൽ ഒരു തോക്കും തട്ടിയെടുത്തുകൊണ്ട് നല്ലൊരു ജീവിതം തേടി ഇറങ്ങി."

"അതു നേടാൻ കഴിയുമെന്ന് വിശ്വാസമുണ്ടോ?"

"എനിക്ക് ഒറ്റയ്ക്കു നേടാൻ കഴിയുകയില്ല, ഞാൻ നേടുകയില്ല...

പക്ഷേ നമ്മൾക്ക് എല്ലാവർക്കും ഒരുമിച്ച് അതു നേടാൻകഴിയും, നമുക്ക് ഇത്രയേറെ ആത്മാർത്ഥതയുള്ളതുകൊണ്ട്."

ചുബുക്ക് അവിടെ എത്തി.

"ഇരുന്ന് കുറച്ചു ചായ കുടിക്കൂ," ഞാൻ പറഞ്ഞു.

"സമയമില്ല. ബോറിസ്, നീ എന്റെ കൂടെ വരാമോ?"

"വരാം," എങ്ങോട്ടാണ് പോകുന്നതെന്നുപോലും ചോദിക്കാതെ ഞാൻ ഉടൻ സമ്മതിച്ചു.

"എന്നാൽ വേഗം ചായ കുടിച്ചിട്ട് വാ, വണ്ടി കാത്തു നില്ക്കുന്നു."

"എന്തു വണ്ടിയാ"

ചുബുക്ക് എന്നെ ഒരു വശത്തേക്കു മാറ്റി നിർത്തി. ഞങ്ങളുടെ സേനാവിഭാഗം അടുത്തുള്ള ബേഗിച്ചെവ് ഖനിത്തൊഴിലാളികളുടെ സേനാവിഭാഗവുമായി സന്ധിക്കാൻവേണ്ടി അതിരാവിലെ പുറപ്പെടുകയാണെന്ന് അയാൾ എന്നെ അറിയിച്ചു. അതു കഴിഞ്ഞു് ഇരുസേനാവിഭാഗങ്ങളും ഒരുമിച്ച് ആ പ്രദേശത്തെ പ്രധാനപട്ടാളത്തോട് ചേരണം. ജർമ്മൻകാരേയും വൈറ്റ്ഗാർഡുകാരേയും കടന്നു പോകേണ്ടിയിരുന്നതിനാൽ, ഗുരുതരമായി മുറിവേറ്റ മൂന്നു പേരെ ഞങ്ങളോടൊപ്പം കൊണ്ടു പോകാൻ സാദ്ധ്യമായിരുന്നില്ല.

അവിടെ അടുത്തൊരിടത്ത് തേനീച്ചകളെ വളർത്തുന്ന ഒരു തോട്ടമുണ്ടായിരുന്നു. തേനീച്ചവളർത്തലുകാരൻ ചുവപ്പുസേനക്കാരോട് അനുഭാവമുള്ള ആളായിരുന്നതുകൊണ്ട് ഗുരുതരമായി മുറിവേറ്റ മൂന്നുപേരേയും സുഖം പ്രാപിക്കുന്നതുവരെ തന്നോടൊപ്പം താമസിപ്പിച്ചുകൊള്ളാമെന്ന് അയാൾ ഏറ്റു. ചുബുക്ക് മുറിവേറ്റവരെ കൊണ്ടു പോകാൻ ഒരു കുതിര വണ്ടിയുമായി അവിടെനിന്നു വരികയാണ്. ഇരുട്ടുള്ളപ്പോൾത്തന്നെ അവരെ അങ്ങോട്ടു മാറ്റണം.

“നമ്മോടൊപ്പം വേറെ ആരെങ്കിലും വരുന്നുണ്ടോ?”

“ഇല്ല. നമ്മൾ രണ്ടുപേരും മാത്രം. ഞാൻ ഒരാൾ മതിയായിരുന്നു. പക്ഷേ ആ കുതിര സ്വല്പം പിശകാണ്. അതിനെ കടിഞ്ഞാൺ പിടിച്ചു മുമ്പോട്ടു കൊണ്ടുപോകാൻ ഒരാൾ വേണം. ഒരാൾ രോഗികളുടെ അടുത്തും ഉണ്ടായിരിക്കണം. നീ വരാമോ?”

“അതു ചോദിക്കാനുണ്ടോ, ചുബുക്ക്. ഞാൻ നിങ്ങളോടൊപ്പം എവിടെ പോകാനും തയ്യാറാണ്. അവിടുന്ന് നമ്മൾ എങ്ങോട്ടാണു പോകുന്നതു്? ഇങ്ങോട്ടു തിരിച്ചുവരുമോ?”

“ഇല്ല. അവിടെനിന്ന് നേരെ പുഴകടന്ന് നമ്മുടെ സേനാവിഭാഗത്തോടു ചേരാമെന്നാണ് വിചാരിക്കുന്നതു്. നമുക്കു പോകാൻ സമയമായി.” ചുബുക്ക് കുതിരയുടെ അടുത്തേക്കു നടന്നു.”എന്റെ തോക്കു താഴെവീണുപോകാതെ നോക്കിക്കൊള്ളണം,” ഇരുട്ടത്ത് അയാളുടെ ശബ്ദം കേട്ടു.

ചെറിയൊരു കുലുക്കത്തോടെ കുതിരവണ്ടി പുറപ്പെട്ടു. വണ്ടിചക്രത്തിൽ ഉരസിയ ഒരു കുറ്റിച്ചെടിയിൽനിന്ന് ഒരു മഞ്ഞുതുള്ളി തെറിച്ച് എന്റെ മുഖത്തുവീണു. ഞങ്ങളുടെ സേനാവിഭാഗം യാത്രപുറപ്പെടാൻ തയ്യാറാക്കുന്നതിനിടയിൽ കൂട്ടിയ കെടാറായ തീകുണ്ഡങ്ങൾ കാഴ്ചയിൽനിന്ന് മറഞ്ഞു.

കുണ്ടുകളും കുഴികളും ഉന്തിനിന്ന വേരുകളും ധാരാളമുള്ള ആ വഴി ദുർഘടം നിറഞ്ഞതായിരുന്നു. കുറ്റാകുറ്റിരുട്ടായിരുന്നതുകൊണ്ട്

എനിക്ക് കുതിരയേയും ചുബുക്കിനേയും കാണാൻ കഴിഞ്ഞില്ല. വണ്ടിയിൽ വിരിച്ചിരുന്ന പുത്തൻ കച്ചിയുടെ പുറത്ത് മുറിവേറ്റവർ കിടന്നു.

തട്ടി വീഴാതിരിക്കാൻ വേണ്ടി ഒരു കൈകൊണ്ട് വണ്ടിയിൽ അള്ളിപ്പിടിച്ച് ഞാൻ വണ്ടിയുടെ പിന്നാലെ നടന്നു. എന്റെ മറ്റെ കയ്യിൽ തോക്കായിരുന്നു. എങ്ങും ഒരനക്കവുമില്ല. ഒരു രാപ്പക്ഷിയുടെ വിരസമായ രോദനമൊഴിച്ച് മറ്റൊരു ശബ്ദവും കേൾക്കാനുണ്ടായിരുന്നില്ല. വണ്ടിച്ചക്രം കുഴിയിൽ ചാടുമ്പോഴും മരക്കുറ്റികളിൽ തട്ടുമ്പോഴും മുറിവേറ്റവരിൽ ഒരാളായ തിമോഷ്കിൻ ഞരങ്ങുന്നതു മാത്രം കേൾക്കാമായിരുന്നു.

പാതി തെളിച്ച നിബിഡമായ കുറ്റിക്കാട് അതിപ്രാചീനവും അഗമ്യവുമായ ഒരു ഘോരവനാന്തരമാണെന്ന് ഞങ്ങൾക്കു തോന്നി. കാർമേഘം നിറഞ്ഞ ആകാശം കറുത്ത മച്ചുപോലെ തലയ്ക്കുമുകളിൽ തൂങ്ങിക്കിടന്നു വീർപ്പുമുട്ടലനുഭവപ്പെട്ടു. വളഞ്ഞുപുളഞ്ഞു കിടക്കുന്ന ഒരു ഇടനാഴിയിലൂടെ തപ്പിത്തടഞ്ഞു് നടക്കുകയാണ് ഞങ്ങളെന്നു തോന്നി.

വളരെക്കാലം മുമ്പുള്ള ഇത്തരം ഒരു ചൂടുള്ള രാത്രി എന്റെ ഓർമ്മയിൽ ഓടിയെത്തി. അത് മൂന്നു വർഷം മുമ്പായിരുന്നെന്നു തോന്നുന്നു. ഞാനും അച്ഛനും കുറ്റിക്കാട്ടിലുള്ള ഒരു കുടുക്കുവഴിയിലൂടെ തീവണ്ടി സ്റ്റേഷനിൽനിന്ന് മടങ്ങിവരികയായിരുന്നു. രാപ്പക്ഷി അന്നും ഇതേ മാതിരി കരഞ്ഞിരുന്നു, ചീഞ്ഞ ക്ലൂണുകളുടേയും റാസ്ബെറിയുടേയും ഗന്ധം അന്നും അന്തരീക്ഷത്തിൽ തങ്ങിനിന്നിരുന്നു.

അച്ഛന്റെ സഹോദരനെ യാത്രയയയ്ക്കാൻ ഞാനും അച്ഛനും സ്റ്റേഷനിൽ പോയതാണ്. അവിടെവച്ച് അച്ഛൻ കുറേ അധികം വോഡ്ക കുടിച്ചു. അതുകൊണ്ടാണോ അതോ റാസ്ബെറിയുടെ സുഗന്ധമേറ്റ് മത്തു പിടിച്ചിട്ടാണോ എന്നറിയില്ല, അച്ഛൻ പതിവിലേറെ ആവേശഭരിതനും വാചാലനുമായി കാണപ്പെട്ടു. തിരിച്ചുവരുന്ന വഴി അച്ഛൻ തന്റെ ബാല്യകാലത്തെപ്പറ്റിയും സെമിനാരിയിൽ താൻ പഠിച്ചിരുന്ന കാലത്തെപ്പറ്റിയും എന്നോടു സംസാരിച്ചുകൊണ്ടിരുന്നു. തന്റെ സ്കൂൾജീവിതത്തെപ്പറ്റിയുള്ള അച്ഛന്റെ വിവരണം കേട്ട് ഞാൻ ചിരിച്ചുപോയി. അവരെ ചൂരലുകൊണ്ടടിക്കുക പതിവായിരുന്നുവെന്ന് കേട്ടപ്പോൾ , എന്റെ അച്ഛനെപ്പോലെ പൊക്കവും വണ്ണവുമുള്ള ഒരു കരുത്തനായ മനുഷ്യനെ എങ്ങിനെ അടിക്കാൻ കഴിഞ്ഞുവെന്നോർത്ത് ഞാൻ അത്ഭുതപ്പെട്ടു.

“അച്ഛൻ ഇതെല്ലാം എവിടെയോ വായിച്ചതാണ്,” ഞാൻ പറഞ്ഞു. “അക്കാര്യമൊക്കെ വർണ്ണിക്കുന്ന ഒരു പുസ്തകമുണ്ട്. ‘സെമിനാരി

സ്കെച്ചുകൾ' എന്നാണ് അതിന്റെ പേര്. അതൊക്കെ പണ്ടെങ്ങോ നടന്ന കാര്യങ്ങളാണ് !"

"ഞാൻ ഈയിടെയാണ് പഠിച്ചിരുന്നതെന്ന് നീ വിചാരിക്കുന്നുണ്ടോ? ഞാൻ പഠിച്ചിരുന്നത് വളരെക്കാലം മുമ്പാണ്."

"അച്ഛൻ സൈബീരിയയിൽ താമസിച്ചിട്ടുണ്ടല്ലോ. നാടുകടത്തപ്പെട്ട കുറ്റവാളികളെക്കൊണ്ടു നിറഞ്ഞ ആ പ്രദേശത്ത് താമസിക്കാൻ പ്രയാസമായിരുന്നില്ലേ?" അവിടെ ആർക്ക് ആരെവേണമെങ്കിലും കൊല്ലാമെന്നും ആരോടും അതേപ്പറ്റി പരാതിപ്പെടാൻ സാദ്ധ്യമല്ലെന്നും പേത്യ പറഞ്ഞു."

അച്ഛൻ പൊട്ടിച്ചിരിച്ചുകൊണ്ട് എന്തോ വിശദീകരിക്കാൻ ശ്രമിച്ചു. അതിന്റെ അർത്ഥം അന്ന് എനിക്കു മനസ്സിലായില്ല. കുറ്റവാളികൾ കുറ്റവാളികളേയല്ലെന്നും അച്ഛന്റെ പരിചയക്കാരായ ചിലർ പോലും അക്കൂട്ടത്തിലുണ്ടെന്നും അർസമാസിലുള്ളതിൽ കൂടുതൽ നല്ല ആളുകൾ സൈബീരിയയിലുണ്ടെന്നുമായിരുന്നു അദ്ദേഹം പറഞ്ഞതിന്റെ ചുരുക്കം.

അതുപോലുള്ള പല സംഭാഷണങ്ങളും ഞാൻ കേട്ടിട്ടുണ്ടെങ്കിലും അവയുടെ അർത്ഥം എനിക്കു പിടികിട്ടിത്തുടങ്ങിയത് ഈയിടെ മാത്രമാണ്.

"എന്റെ അച്ഛൻ ഒരു വിപ്ലവകാരിയാണെന്ന് ജീവിതത്തിൽ ഒരിക്കൽപ്പോലും എനിക്കു തോന്നിയിട്ടില്ല. അങ്ങിനെ ഒരു സംശയം പോലും ഉണ്ടായിട്ടില്ല എന്നതാണ് സത്യം. ഇപ്പോൾ ഞാൻ ചുവപ്പുസേനയിൽ ചേർന്നിരിക്കുന്നതും തോളിൽ തോക്കും തൂക്കിയിട്ടു നടക്കുന്നതും എന്റെ അച്ഛൻ വിപ്ലവകാരിയായിരുന്നതുകൊണ്ടും ഞാൻ അദ്ദേഹത്തിന്റെ മകനായതുകൊണ്ടുമല്ല. താനെ അങ്ങിനെ സംഭവിച്ചതാണ്. ഞാൻ തന്നത്താൻ ഇവിടെ എത്തിച്ചേർന്നതാണ്. ആ വിചാരം എനിക്ക് എന്നിലുള്ള മതിപ്പു വർദ്ധിപ്പിച്ചു. എന്തെല്ലാം പാർട്ടികളുണ്ടായിരുന്നു. പക്ഷേ ഞാൻ തിരഞ്ഞെടുത്തത് ശരിയായ പാർട്ടിയാണ്--യഥാർത്ഥ വിപ്ലവപ്പാർട്ടിയെയാണ്!"

എന്റെ ഈ കണ്ടുപിടുത്തം ചുംബുക്കിനെ അറിയിക്കാൻ എനിക്കു ധൃതിയായി. കുതിരയുടെ മുമ്പിൽ ആരുമില്ലെന്നും കുതിര വളരെ നേരമായി തോന്നിയവഴി പൊയ്ക്കൊണ്ടിരിക്കയാണെന്നും പെട്ടന്ന് എനിക്കു തോന്നി.

"ചുബുക്ക്!" പേടിച്ച് ഞാൻ വിളിച്ചു.

"എന്താ!" അയാളുടെ പരുഷമായ അടഞ്ഞ ശബ്ദം ഞാൻ കേട്ടു ."നീ വിളിച്ചുകൂവുന്നത് എന്തിനാണ്?"

“ഇനിയും ഒരുപാടു ദൂരമുണ്ടോ, ചുബുക്ക്?” എന്തു പറയണമെന്ന് നിശ്ചയമില്ലാതെ ഞാൻ ചോദിച്ചു.

“കുറെ ദൂരം ഇനിയുണ്ട്,” എന്നു പറഞ്ഞിട്ട് ചുബുക്ക് നടപ്പു നിർത്തി.” നീ ഇവിടെ വന്നുനിന്ന് നിന്റെ കോട്ടു തുറന്നു പിടിക്കു്. എനിക്ക് ഒന്നു പുകവലിക്കണം.”

പൈപ്പ് ഒരു മിന്നാമിനുങ്ങിനെപ്പോലെ കുതിരയുടെ തലയുടെ അടുത്ത് പറന്നുനടന്നു. റോഡിന്റെ സ്ഥിതി മെച്ചപ്പെട്ടു. കുറ്റിക്കാട്ട് കൂടുതൽ വിശാലമായി. ഞങ്ങൾ തോളോടു തോൾ ചേർന്ന് നടന്നു.

ഞാൻ വിചാരിച്ചതെല്ലാം ചുബുക്കിനെ അറിയിച്ചു. ബോൾഷെവിക്കുകളുടെ കൂടെ ചേരാൻ സ്വയം തീരുമാനിച്ച എന്റെ ബുദ്ധിശക്തിയേയും വിവേകത്തേയും അയാൾ പ്രശംസിക്കുമെന്നാണ് ഞാൻ കരുതിയതു്. എന്നാൽ ചുബുക്ക് അങ്ങിനെ ചെയ്തില്ല. പൈപ്പിന്റെ ഏതാണ്ട് പകുതിയോളം വലിച്ചു തീർന്നതിനു ശേഷമാണ് അയാൾ സംസാരിച്ചതു്. അയാൾ സഗൗരവം പറഞ്ഞു.

“അങ്ങിനെയൊക്കെ സംഭവിക്കുക പതിവാണ്. ഒരാൾ സ്വന്തമായി ഒരു പാതയിലെത്തിച്ചേർന്നെന്നു വരും. ലെനിന്റെ കാര്യം ഉദാഹരണമാണ്. പക്ഷേ നിന്റെ കാര്യം എനിക്കു തീർച്ചയില്ല.”

“അതെന്താണ് അങ്ങിനെ പറയുന്നതു്?” പരിഭവം നിറഞ്ഞ പതിഞ്ഞ ശബ്ദത്തിൽ ഞാൻ ചോദിച്ചു. “ഞാൻ തന്നത്താൻ വന്നതാണ്.”

“തന്നത്താൻ വന്നതാണ്... അതെ, അങ്ങിനെയാണ് നീ വിചാരിക്കുന്നതു്. നിന്റെ ജീവിതം ആ വഴിക്കാണു തിരിഞ്ഞതു്, അത്രതന്നെ. ഒന്നാമതായി അവർ നിന്റെ അച്ഛനെ കൊന്നു. രണ്ടാമതായി ബോൾഷെവിക്കുകളുമായി പിണക്കത്തിലായിരുന്നു. മൂന്നാമതായി നിന്നെ സ്കൂളിൽനിന്ന് പിരിച്ചുവിട്ടു. ഈ മൂന്ന് കാര്യങ്ങളൊഴിച്ചാൽ മറ്റെല്ലാം നീ തന്നെ ചെയ്തതാണെന്നു സമ്മതിക്കാം.” എന്റെ വികാരങ്ങളെ വ്രണപ്പെടുത്തിയെന്നു മനസ്സിലായ ഉടൻ അയാൾ കൂട്ടിച്ചേർത്തു: നീ വിഷമിക്കേണ്ട. ഇതിൽ കൂടുതലൊന്നും ആരും നിന്നിൽനിന്ന് ആവശ്യപ്പെടുന്നില്ലല്ലോ?”

“ഞാൻ ബോൾഷെവിക്കാണെന്ന് വെറുതെ പറയുകയാണെന്നാണോ ഇതിന്റെ അർത്ഥം?” ഞാൻ വ്യസനത്തോടെ ചോദിച്ചു. “അതു ശരിയല്ല. ഞാൻ എല്ലായ്പ്പോഴും നിങ്ങളോടൊപ്പം നിരീക്ഷണം നടത്താൻ മുന്നോട്ടു വന്നിട്ടില്ലേ? യുദ്ധമുന്നണിയിൽ യുദ്ധം ചെയ്യാൻ സ്വയം ഇറങ്ങിപ്പുറപ്പെടുകയല്ലേ ചെയ്തതു്?.. എന്നിട്ട് ഇപ്പോൾ...”

"മരക്കഴുതേ! ഇപ്പോൾ എന്താണ്? ഞാൻ പറയുന്നതു കേൾക്ക്-- ഇതെല്ലാം ചുറ്റുപാടുകൾകൊണ്ടു സംഭവിക്കുന്നതാണ്. ഉദാഹരണത്തിന് നീ മിലിട്ടറി സ്കൂളിൽ പഠിക്കയായിരുന്നെന്നു വിചാരിച്ചോ-- അവർ നിന്നെ ഒരു ഒന്നാന്തരം കേഡറ്റാക്കി മാറ്റുമായിരുന്നു. ഇപ്പോൾ നീ ജനറൽ കലേഡിന്റെ പട്ടാളത്തിലായിരുന്നേനെ."

"നിങ്ങളോ?"

"ഞാനോ?" ചുബുക്ക് പുഞ്ചിരിച്ചു. "എന്റെ മോനെ, ഇരുപതു വർഷം കൽക്കരിഖനിയിൽ പണിയെടുത്തവനാണ് ഞാൻ. അതു മായ്ച്ചുകളയാൻ ഒരു കേഡറ്റ് സ്കൂളിനും സാദ്ധ്യമല്ല!"

എനിക്ക് വലിയ സങ്കടമായി. ചുബുക്കിന്റെ വാക്കുകൾ എന്റെ മനസ്സിനെ വല്ലാതെ വേദനിപ്പിച്ചു. ഞാൻ നിശ്ശബ്ദനായി നടന്നു. എന്നാൽ വളരെ നേരം നിശ്ശബ്ദനായിരിക്കാൻ എനിക്കു കഴിഞ്ഞില്ല.

"ചുബുക്ക്, അങ്ങിനെയാണെങ്കിൽ, അതായതു് ഒരു കേഡറ്റോവൈറ്റ്ഗാർഡോ ആകാൻ സാദ്ധ്യതയുള്ള ആളായിരുന്നു ഞാനെങ്കിൽ, ഇപ്പോൾ ഞാൻ ഈ സേനാവിഭാഗത്തിൽ നിന്നിട്ടു കാര്യമൊന്നുമില്ല."

"മരക്കഴുത!" എന്റെ കോപം കണ്ടില്ലെന്ന മട്ടിൽ ചുബുക്ക് അക്ഷോഭ്യനായി പറഞ്ഞു. "നിനക്ക് 'ആരാകാമായിരുന്നു' എന്നതിനെപ്പറ്റി ആരു ചിന്തിക്കുന്നു? നീ ആരാണ് എന്നതാണ് പ്രധാനം. നീ തന്നത്താൻ പൊങ്ങണ്ടെന്നു വിചാരിച്ചു ഞാൻ പറയുന്നതാണ്. ഇതൊക്കെ പറഞ്ഞെങ്കിലും നീ ഒരു മോശക്കാരനാണെന്ന് ഞാൻ കരുതുന്നില്ല. കുറേക്കൂടി അടുത്തറിഞ്ഞുകഴിഞ്ഞാൽ ഞങ്ങൾ നിന്നെ പാർട്ടിയിൽ ചേർക്കുന്നകാര്യം ആലോചിക്കാം." അല്പം കൂടി മയത്തിൽ അയാൾ പറഞ്ഞു.

ചുബുക്കിന് എന്നെ ഇഷ്ടമാണെന്ന് എനിക്കറിയാമായിരുന്നു. എന്നാൽ ആ നിമിഷത്തിൽ ലോകത്തിൽ മറ്റാരെക്കാളും ഞാൻ സ്നേഹിക്കുന്നതു് ചുബുക്കിനെയാണെന്ന് അയാൾക്കറിയാമായിരുന്നോ? "ചുബുക്ക് ഒരു നല്ല മനുഷ്യനാണ്," ഞാൻ വിചാരിച്ചു. "അയാൾ ഒരു കമ്മ്യൂണിസ്റ്റുകാരനാണ്. ഇരുപതു വർഷം ഖനിയിൽ പണിയെടുത്തിട്ടുണ്ട്. മുടി നരച്ചുതുടങ്ങി. അങ്ങിനെയുള്ള ആ മനുഷ്യൻ എപ്പോഴും എന്നോടൊപ്പമാണ് നടക്കുന്നതു്. എവിടെ പോകുമ്പോഴും എന്നെയാണ് കൂടെ കൊണ്ടുപോകുന്നതു്. അതിന്റെയർത്ഥം ഞാൻ അതിന് അർഹനാണെന്നാണ്. കൂടുതൽ അർഹത നേടാൻ ഞാൻ ശ്രമിക്കുകയും ചെയ്യും. അടുത്ത തവണ ഏറ്റുമുട്ടലുണ്ടാകുമ്പോൾ തല കുനിച്ചുപിടിക്കാതിരിക്കാൻ ഞാൻ മനപ്പൂർവ്വം ശ്രമിക്കും. കൊല്ലപ്പെട്ടുന്നെങ്കിൽ കൊല്ലപ്പെടട്ടെ. എനിക്കു ഭയമില്ല. കമാണ്ടർ അമ്മയ്ക്കെഴുതും.

'നിങ്ങളുടെ പുത്രൻ ഒരു കമ്മ്യൂണിസ്റ്റായിരുന്നു, വിപ്ലവത്തിന്റെ മഹത്തായ ലക്ഷ്യത്തിനു വേണ്ടി അയാൾ വീരചരമം പ്രാപിച്ചു.' അമ്മ കരയുകയും ഭിത്തിയിൽ അച്ഛന്റെ പടത്തിനു തൊട്ടടുത്തായി എന്റെ പടം തൂക്കുകയും ചെയ്യും." കൂടുതൽ സന്തുഷ്ടമായ പുതിയൊരു ജീവിതം ആ ഭിത്തി കടന്ന് മുന്നേറും"

"മനുഷ്യന് ആത്മാവുണ്ടെന്ന് പുരോഹിതന്മാർ പറഞ്ഞത് നുണയാണ്. അതു നുണയായത് കഷ്ടമായിപ്പോയി," ഞാൻ വിചാരിച്ചു.

"ആത്മാവുണ്ടായിരുന്നെങ്കിൽ വരാൻ പോകുന്ന പുതിയ ജീവിതം മുകളിലിരുന്ന് കാണാൻ കഴിയുമായിരുന്നു. അത് രസകരമായ നല്ല ഒരു ജീവിതമായിരിക്കുമെന്ന് തോന്നുന്നു."

വണ്ടി പെട്ടെന്ന് നിന്നു. ചുബുക്ക് പൈപ്പ് ധൃതിയിൽ പോക്കറ്റി ലിട്ടുകൊണ്ട് പതുക്കെ പറഞ്ഞു:

"മുമ്പിൽ എന്തോ ഒരു മുഴക്കം കേൾക്കുന്നുണ്ട്. എന്റെ തോക്കു തരൂ."

ഞങ്ങൾ വഴിയിൽനിന്ന് ഒഴിഞ്ഞുമാറി കുറ്റിക്കാട്ടിനുള്ളിൽ ഒരിടത്ത് വണ്ടി നിർത്തി. എന്നെ അതിനു കാവലാക്കിയിട്ട് ചുബുക്ക് അപ്രത്യക്ഷനായി. തെല്ലിട കഴിഞ്ഞു് അയാൾ തിരിച്ചുവന്നു.

"ശബ്ദമുണ്ടാക്കരുത് ... നാലു കൊസാക്കുകാർ കുതിരപ്പുറത്തു വരുന്നുണ്ട്. ഒരു ചാക്കു താ. കുതിര ചിനക്കാതെ ഞാൻ അതിന്റെ വായ് മൂടട്ടെ."

കുളമ്പടിശബ്ദം അടുത്തടുത്തു വന്നു. ഞങ്ങൾ നില്ക്കുന്നതിന് അടു ത്തെത്തിയപ്പോൾ കൊസാക്കുകാർ ഓട്ടത്തിന്റെ വേഗതകുറച്ചു. വിണ്ടുകീറിയ മേഘങ്ങളുടെ വിടവിലൂടെ പുറത്തേക്ക് ഒളിഞ്ഞുനോ ക്കിയ ചന്ദ്രക്കല റോഡിൽ പ്രകാശം പരത്തി. നാലു രോമത്തൊ പ്പികൾ റോഡിലൂടെ മുമ്പോട്ടു നീങ്ങുന്നത് കുറ്റിച്ചെടികളുടെ മറവി ൽനിന്ന് എനിക്കു കാണാൻ കഴിഞ്ഞു. അക്കൂട്ടത്തിൽ ഒരാൾ ഒരു ഓഫീസറായിരുന്നെന്നു സ്വർണ്ണനിറമുള്ള തോൾപ്പട്ടയുടെ തിളക്കം കണ്ടപ്പോൾ എനിക്കു മനസ്സിലായി. കുളമ്പടിശബ്ദം അകന്നകന്ന് ഇല്ലാതാകുന്നതുവരെ ഞങ്ങൾ അവിടെ ഒളിച്ചിരുന്നു. അതു കഴിഞ്ഞു് വീണ്ടും യാത്ര തുടങ്ങി.

ഞങ്ങൾ തേനീച്ച വളർത്തലുകാരന്റെ കൃഷിസ്ഥലത്തെത്തിയ പ്പോൾ നേരം വെളുത്തു തുടങ്ങിയിരുന്നു. കുതിരവണ്ടിയുടെ ശബ്ദം കേട്ട് തേനീച്ചവളർത്തലുകാരൻ കണ്ണുതിരുമ്മിക്കൊണ്ട് ഗേറ്റിന ടുത്തെത്തി. ചുവന്ന മുടിയുള്ള മെല്ലിച്ച ഒരു കൃഷിക്കാരനായിരുന്നു

അയാൾ. തുറന്നുകിടന്ന ഷർട്ടിനിടയിലൂടെ അയാളുടെ കുഴിഞ്ഞ നെഞ്ചും എല്ലുന്തിയ തോളുകളും കാണാമായിരുന്നു. അയാൾ കുതിരയെ മുറ്റത്തുകൂടി നടത്തി പുല്ലുമൂടിയതിനാൽ കഷ്ടിച്ചുമാത്രം തിരിച്ചറിയാവുന്ന ഒരു പാതയിലൂടെ മുന്നോട്ടുകൊണ്ടുപോയി.

"നമുക്ക് അങ്ങോട്ടു പോകാം. അവിടെ ചതുപ്പിനടുത്ത് മരങ്ങൾക്കിടയിൽ ഒരു മെതിപ്പുരയുണ്ട്. അവിടം കൂടുതൽ ഭദ്രമാണ്."

കച്ചിക്കാട്ടുകൾ അടുക്കിവച്ചിരുന്ന ആ മെതിപ്പുരയ്ക്കകത്ത് ഒട്ടും ചൂട് അനുഭവപ്പെട്ടില്ല. അതിന്റെ ഒരു മൂലയിൽ ചാക്കു വിരിച്ചിരുന്നു. മടക്കിവച്ച ആട്ടിൻതോലുകൾ തലയിണയുടെ സ്ഥാനം വഹിച്ചു. ഒരു തൊട്ടി വെള്ളവും "ക്വാസ്" നിറച്ച ഒരു ബർച്ചു മരക്കോപ്പയും അവിടെ ഉണ്ടായിരുന്നു. മുറിവേറ്റവരെ ഞങ്ങൾ എടുത്ത് അവിടെ കിടത്തി.

"അവർക്കു വിശക്കുന്നുണ്ടാകും,"തേനീച്ചവളർത്തലുകാരൻ പറഞ്ഞു. "അവരുടെ തലയ്ക്കടിയിൽ റൊട്ടിയും പന്നിക്കൊഴുപ്പും ഇരിപ്പുണ്ട്. പശുവിനെ കറന്നാലുടൻ എന്റെ കെട്ടിയവൾ പാലു കൊണ്ടുവരും."

ഞങ്ങൾ സേനാവിഭാഗത്തോടൊപ്പം എത്തണമെങ്കിൽ ഉടൻ പുറപ്പെടേണ്ടിയിരുന്നു. മുറിവേറ്റ സഖാക്കൾക്കുവേണ്ടി ചെയ്യാവുന്നതെല്ലാം ചെയ്തുകഴിഞ്ഞെങ്കിലും ശത്രുവിന്റെ പിടിയിലിരിക്കുന്ന പ്രദേശത്ത് അവരെ ഒറ്റയ്ക്ക് വിട്ടിട്ടു പോരാൻ ഞങ്ങൾക്കു വിഷമം തോന്നി.

തിമോഷ്കിന് ഞങ്ങളുടെ ബുദ്ധിമുട്ട് മനസ്സിലായി.

"ശരി, നമുക്ക് ഇവിടെവച്ചു പിരിയാം," ഉണങ്ങിവരണ്ട, വിളറിയ ചുണ്ടുകൾ അനക്കി അയാൾ പറഞ്ഞു. "ചുബുക്ക്, നിങ്ങൾക്കു നന്ദി, അനിയാ നിനക്കും. ഈ ലോകത്തു വച്ചുതന്നെ നാം ഇനിയും കണ്ടുമുട്ടിയെന്നു വരാം."

മറ്റുള്ളവരേക്കാൾ കൂടുതൽ അവശനായിരുന്ന സമാരിൻ കണ്ണുതുറന്ന് സ്നേഹപൂർവ്വം തല ഇളക്കി യാത്രാനുമതി തന്നു. ജിപ്സിപ്പയ്യൻ ഒന്നും മിണ്ടിയില്ല. കൈകൾ ഊന്നി ഇരുന്നുകൊണ്ട് അയാൾ ഗൗരവഭാവത്തിൽ ഞങ്ങളെ നോക്കി. ഒടുവിൽ നിരുന്മേഷമായി പുഞ്ചിരിച്ചു.

"എന്നാൽ ഞങ്ങൾ നടക്കട്ടെ." ചബുക്ക് പറഞ്ഞു. "വേഗം സുഖംപ്രാപിക്കു. നിങ്ങളുടെ ആതിഥേയൻ വിശ്വസ്തനാണ്. അയാൾ നിങ്ങളെ നന്നായി നോക്കിക്കൊള്ളും. സുഖം പ്രാപിക്കു"

ചുബുക്ക് വാതിലിനടുത്തേക്കു നടന്നു. ഉറക്കെ ചുമച്ചുകൊണ്ട് അയാൾ പൈപ്പ് തോക്കിന്റെ പിടിയിൽ തട്ടി കെടുത്തി.

“സഖാക്കളെ, നിങ്ങൾക്കു നല്ലതു വരട്ടെ. നിങ്ങൾക്ക് ഞാൻ വിജയം നേരുന്നു.” ജിപ്സിപ്പയ്യൻ മുഴങ്ങുന്ന ശബ്ദത്തിൽ ഉറക്കെ വിളിച്ചു പറഞ്ഞു. വാതില്ക്കലെത്തിയ ഞങ്ങൾ ആ ശബ്ദം കേട്ട് തിരിഞ്ഞുനിന്നു. “ലോകത്തിലുള്ള എല്ലാ വൈറ്റ്ഗാർഡുകാരുടേയും മേൽ വിജയം വരിക്കു,” ജിപ്സിപ്പയ്യൻ വീണ്ടും വ്യക്തമായി പറഞ്ഞു. അയാളുടെ കറുത്ത തല മൃദുവായ ആട്ടിൻതോലിലേക്ക് ചെരിഞ്ഞു.

അദ്ധ്യായം എട്ട്

വെയിലേറ്റ് ചുട്ടുപൊള്ളിയ മണൽതിട്ട വെള്ളത്തിലേക്ക് ഉരുകിയൊലിച്ച് ആഴം കുറഞ്ഞയിടങ്ങളിൽ ഇരുന്നു വെട്ടിത്തിളങ്ങുകയാണെന്നു തോന്നി. ഞങ്ങളുടെ സേനാവിഭാഗത്തെ അവിടെയെങ്ങും കാണാൻ കഴിഞ്ഞില്ല.

"അവർ കടന്നുപോയിക്കാണും," ചുബുക്ക് പറഞ്ഞു. "സാരമില്ല ഇവിടെനിന്ന് അധികം ദൂരെയല്ലാതെ ശത്രുക്കൾ ഉപേക്ഷിച്ച പോയ കാവൽചൗക്ക കാണാം. അവിടെ എത്തുമ്പോൾ നമ്മുടെ സേനാവിഭാഗം നിൽക്കും ."

"ചുബുക്ക്, നമുക്ക് ഒന്നു കുളിച്ചാലെന്താ?" ഞാൻ പറഞ്ഞു. "വേഗം ഒന്നു മുങ്ങിയിട്ട് പോകാം. വെള്ളം എത്ര തെളിഞ്ഞതാണെന്നു നോക്കൂ."

"ഇതു കുളിക്കാൻ പറ്റിയ സ്ഥലമല്ല. യാതൊരു മറയുമില്ല."

"അതുകൊണ്ടെന്താ?"

"എന്താണെന്നോ? കൊള്ളാം! കുളിച്ചുകൊണ്ടിരിക്കുന്ന നഗ്നനായ ഒരു മനുഷ്യൻ പട്ടാളക്കാരനല്ല. ഒരു വടികൊണ്ട് അയാളെ കീഴ്പ്പെടുത്താം. അല്ലെങ്കിൽ കൊസാക്കുകാരന് കുതിരപ്പുറത്തു വന്ന് അയാളുടെ തോക്കെടുത്തുകൊണ്ടുപോകാം. അങ്ങിനെ സംഭവിച്ചാൽ പിന്നെ നമ്മൾ എന്തു ചെയ്യും? ഖൊപ്രയിൽ വച്ച് വാസ്തവത്തിൽ അങ്ങിനെ ഒരു സംഭവം ഉണ്ടായി. വെറും രണ്ടുപേരല്ല, നാല്പതു പേരടങ്ങിയ ഒരു സേനാദളം മുഴുവൻ കുളിക്കാനിറങ്ങി. അഞ്ചു കൊസാക്കുകാർ അവരുടെ മേൽ വെടിവച്ചുതുടങ്ങി. എന്തൊരു അങ്കലാപ്പായിരുന്നു! പലരും വെടിയേറ്റുവീണു.മറ്റുള്ളവർ മറുകരയിലേക്കു നീന്തി രക്ഷപ്പെട്ടു. നൂൽബന്ധമില്ലാത്ത അവർ കാടുകളിൽ അലഞ്ഞുതിരിഞ്ഞു. ചുറ്റുമുള്ള ഗ്രാമങ്ങൾ ധനികരായ കുലാക്കുകളുടേതായിരുന്നു. അവിടെയെങ്ങും ചെല്ലാൻ നിവൃത്തിയില്ലായിരുന്നു. നഗ്നനായി ചെന്നാൽ ബോൾഷെവിക്കാണെന്ന് ഉടൻ അവർ മനസ്സിലാക്കും."

ഇതൊക്കെ പറഞ്ഞെങ്കിലും ഒടുവിൽ ചുബുക്കിനെകൊണ്ട്

ഞാൻ സമ്മതിപ്പിച്ചു. ഞങ്ങൾ മരങ്ങളുടെ മറവുള്ള ഒരിടത്തു ചെന്ന് ധൃതിയിൽ മുങ്ങിക്കയറി. ട്രൗസറും ബൂട്ടുകളും ബെൽറ്റുകൊണ്ട് കെട്ടി ബയണറ്റിന്റെ അറ്റത്ത് കൊരുത്തുവച്ചുകൊണ്ട് ഞങ്ങൾ പുഴ കടന്ന് അക്കരെയെത്തി. കുളി കഴിഞ്ഞപ്പോൾ ഉന്മേഷം തോന്നി. തോക്കിന്റെ ഭാരം കുറഞ്ഞെന്നും വെടിത്തിരസഞ്ചി പള്ളയിൽ ഉരയുന്നില്ലെന്നും തോന്നി. കാടിന്റെ അരികിലൂടെ ലാഘവത്തോടെ നടന്ന് ഞങ്ങൾ ആൾപ്പാർപ്പില്ലെന്നു തോന്നിച്ച ഒരു കുടിലിനടുത്തെത്തി. അതിന്റെ ജനാലച്ചില്ലുകളെല്ലാം പൊട്ടിപ്പോയിരുന്നു. അടുക്കളയിലുള്ള ഇരുമ്പടുപ്പുപോലും പൊളിച്ചുമാറ്റപ്പെട്ടിരുന്നു. കുടിലിന്റെ ഉടമസ്ഥർ സ്ഥലംവിടുന്നതിനുമുമ്പ് എല്ലാം കെട്ടിപ്പെറുക്കി കൊണ്ടുപോയതാവണം.

ചുബുക്ക് കണ്ണുകൾ ചെറുതാക്കിപ്പിടിച്ചുകൊണ്ട് കരുതലോടെ വീടിനു ചുറ്റും നടന്നു നോക്കി. രണ്ടുവിരലുകൾ വായിൽ വച്ച് അയാൾ ഉറക്കെ ചൂളം വിളിച്ചു. അതിന്റെ മാറ്റൊലി കാട്ടിൽ വളരെ നേരം കറങ്ങിത്തിരിഞ്ഞു് പച്ചിലപ്പടർപ്പുകളിൽ ചെന്നവസാനിച്ചു. യാതൊരു വിധ പ്രതികരണവും ഉണ്ടായില്ല.

"അവർ ഇവിടെ എത്തുന്നതിനുമുമ്പ് നമ്മൾ എത്തിയെന്നാണോ ഇതിന്റെ അർത്ഥം? ശരി,സാരമില്ല. നമുക്ക് അവർ വരുന്നതുവരെ ഇവിടെ കാത്തിരിക്കാം."

ഞങ്ങൾ റോഡിൽനിന്ന് കുറച്ചകലെയായി തണലുള്ള ഒരിടത്ത് ചെന്നു കിടന്നു. ഞാൻ എന്റെ കോട്ട് ചുരുട്ടി തലയ്ക്കു വച്ചു. കൂടുതൽ സൗകര്യമായി കിടക്കാൻവേണ്ടി ഞാൻ എന്റെ തോൽസഞ്ചി എടുത്തുമാറ്റി. ഈർപ്പമുള്ള മണ്ണിൽ കിടന്നാണ് പല രാത്രികളിലും ഞങ്ങൾ ഉറങ്ങിയിരുന്നതു്. അതുകൊണ്ട് ആ തുകൽസഞ്ചിയിൽ ചുളിവുകൾ വീഴുകയും അതിന്റെ നിറം മങ്ങുകയും ചെയ്തിരുന്നു.

ആ സഞ്ചിയിൽ ഒരു പേനാക്കത്തി, ഒരു കഷ്ണം സോപ്പ്, ഒരു ഉണ്ടനൂലും സൂചിയും എന്നിവ കൂടാതെ പവ്ലേങ്കൊവിന്റെ റഷ്യൻ എൻസൈക്ലോപീഡിയയുടെ മദ്ധ്യഭാഗവും ഉണ്ടായിരുന്നു.

എൻസൈക്ലോപീഡിയ എത്ര പ്രാവശ്യം വേണമെങ്കിലും വായിക്കാൻ കഴിയുന്ന ഒരു പുസ്തകമാണ്. എത്ര പ്രാവശ്യം വായിച്ചാലും എല്ലാം ഓർമ്മവയ്ക്കാൻ സാദ്ധ്യവുമല്ല. അതുകൊണ്ടാണ് ഞാൻ പോകുന്നിടത്തെല്ലാം അതുമായി നടന്നതു്. വിശ്രമവേളകളിലും, മലയിടുക്കുകളിലോ വനാന്തരങ്ങളിലോ ഒളിച്ചിരിക്കുമ്പോഴും ഞാൻ മൂലകൾ മടങ്ങിയ ആ പുസ്തകം എടുത്ത് വായിച്ചുകൊണ്ടിരിക്കുക പതിവായിരുന്നു. അതിൽ അച്ചടിച്ചിരുന്ന മുറയ്ക്ക് ഓരോ വിവരണവും ഞാൻ വായിച്ചുനോക്കും. സന്ന്യാസിമാരുടേയും രാജാക്കന്മാരുടേയും

ജനറൽമാരുടേയും ജീവചരിത്രം അതിൽ കൊടുത്തിരുന്നു. കൂടാതെ വാർണീഷുണ്ടാക്കേണ്ടതെങ്ങിനെയെന്നും തത്വശാസ്ത്രത്തിലെ പദപ്രയോഗങ്ങളുടെ അർത്ഥമെന്തെന്നും പണ്ടുനടന്ന യുദ്ധങ്ങൾ ഏതൊക്കെയെന്നും അതിൽ വിവരിച്ചിരുന്നു. കോസ്റ്റ റിക്കയുടെ ചരിത്രമായിരുന്നു പിന്നീട്. അങ്ങിനെ ഒരു സ്ഥലത്തെപ്പറ്റി ഞാൻ അതിനുമുമ്പ് കേട്ടിട്ടേ ഉണ്ടായിരുന്നില്ല. മൃഗങ്ങളുടെ എല്ലുകളിൽ നിന്ന് വളം ഉണ്ടാക്കേണ്ടതെങ്ങിനെയെന്നും ആ പുസ്തകത്തിലുണ്ടായിരുന്നു. പ്രയോജനകരവും അല്ലാത്തതുമായ പലതരം അറിവുകൾ എനിക്ക് ആ പുസ്തകത്തിൽനിന്നു കിട്ടി. "എഫി"നും "ആറി"നും ഇടയ്ക്കു വരുന്ന അക്ഷരങ്ങളിൽ തുടങ്ങുന്നവയായിരുന്നു അവയെല്ലാം. കാരണം ബാക്കിഭാഗം അതിൽ ചേർത്തിരുന്നില്ല.

കുറേ ദിവസം മുമ്പ് ഡ്യൂട്ടിനില്ക്കാൻ പുറത്തേക്കു പോകുമ്പോൾ ഞാൻ ഒരു കഷ്ണം കറുത്ത റൊട്ടി സഞ്ചിയിലേക്കിട്ടിരുന്നു. മറന്നു കിടന്ന ആ റൊട്ടികഷ്ണം അവിഞ്ഞു് പുസ്തകത്തിന്റെ പേജുകളിൽ ഒട്ടിപ്പിടിച്ചിരിക്കുന്നതു് ഞാൻ കണ്ടു. ഞാൻ സഞ്ചിയുടെ ഉള്ളിലെ സാധനങ്ങളെല്ലാം പുല്ലിലേക്കു കുടഞ്ഞിട്ടു. സഞ്ചിക്കകത്തു പറ്റിപ്പിടിച്ചിരുന്ന റൊട്ടിത്തരികൾ ചുരണ്ടിക്കളയാനായി ഞാൻ അകത്തു കയ്യിട്ടു സഞ്ചിയുടെ അകവശത്തെ ലൈനിംഗ് വിട്ടുപോയ ഒരിടത്ത് എന്റെ കൈ തടഞ്ഞു.

ഞാൻ സഞ്ചി സൂര്യനുനേരെ പിടിച്ച് അകത്തേക്കു നോക്കി. ലൈനിംഗിനടിയിൽ ഒരു കഷ്ണം വെള്ളക്കടലാസു് ഇരിക്കുന്നതു ഞാൻ കണ്ടു.

എന്റെ ജിജ്ഞാസ ഉണർന്നു. ഞാൻ ലൈനിംഗ് കുറച്ചുകൂടി പൊളിച്ചുമാറ്റി ഒരടുക്കായി വച്ചിരുന്ന തീരെ കനം കുറഞ്ഞ കുറെ കടലാസുകൾ പുറത്തെടുത്തു. ആദ്യത്തെ കടലാസു ഞാൻ തുറന്നു നോക്കി. അതിന്റെ നടുക്ക് ഇരട്ടത്തലയുള്ള കഴുകന്റെ സ്വർണ്ണനിറമുള്ള മുദ്ര തിളങ്ങി. കുറേ താഴെയായി സ്വർണ്ണലിപിയിൽ "സർട്ടിഫിക്കറ്റ്" എന്ന് അച്ചടിച്ചിരിക്കുന്നു. "കൗണ്ട് അറക്ച്യേയെവ് കോർ ഒഫ് കേഡറ്റ്സിൽ"രണ്ടാം നമ്പർ കമ്പനിയിലെ"യൂറി വാൽദിന്" നൽകിയ സർട്ടിഫിക്കറ്റായിരുന്നു അതു്. അയാൾ വിജയകരമായി പഠനം പൂർത്തിയാക്കിയെന്നും കൂറിലും സ്വഭാവത്തിലും മുൻപന്തിയിലാണെന്നും അതിൽ രേഖപ്പെടുത്തിയിരുന്നു.

"അതാണ് കാര്യം !"ഞാൻ കാട്ടിൽവച്ചു കണ്ടുമുട്ടുകയും വെടിവച്ചു കൊല്ലുകയും ചെയ്ത അപരിചിതന്റെ രഹസ്യം എനിക്കു പിടികിട്ടി ബട്ടണുകൾ മുഴുവൻ മനപ്പൂർവ്വം മുറിച്ചുമാറ്റപ്പെട്ടിരുന്ന കോട്ടിന്റെ കോളറിലെ ct.-A.C.C. എന്ന അക്ഷരങ്ങളുടെ അർത്ഥം അപ്പോഴാണ്

എനിക്കു മനസ്സിലായത്.

മറ്റെ കടലാസ് ഫ്രഞ്ചുഭാഷയിലെഴുതിയ ഒരു കത്തായിരുന്നു. സ്കൂളിൽ ഫ്രഞ്ചുഭാഷ പഠിച്ചതിന്റെ നേരിയ ഓർമ്മയേ എനിക്കുണ്ടായിരുന്നുള്ളെങ്കിലും പകുതി അറിവും പകുതി ഊഹവുംവച്ച് ഏതാണ്ട് അരമണിക്കൂർ നേരം പരിശ്രമിച്ചതിന്റെ ഫലമായി എനിക്ക് ആ കത്തിന്റെ പൊരുൾ ഏതാണ്ട് മനസ്സിലാക്കാൻ കഴിഞ്ഞു. കേഡറ്റ് യൂറിവാൽദിനെ കേണൽ കൊരൻകോവിന് പരിചയപ്പെടുത്തികൊടുക്കുന്ന ഒരു കത്തായിരുന്നു അത്.

ആ രസകരമായ കടലാസുകൾ ചുബുക്കിനെ കാണിക്കണമെന്ന് എനിക്ക് അതിയായ ആഗ്രഹമുണ്ടായിരുന്നെങ്കിലും ഉറങ്ങിക്കിടന്ന അയാളെ വിളിച്ചുണർത്താൻ എനിക്കു മനസ്സുവന്നില്ല. ഇന്നലെ രാവിലെ മുതൽ അയാൾ നടപ്പു തുടങ്ങിയതാണ്. ഞാൻ കടലാസുകൾ സഞ്ചിയിൽ തിരിച്ചുവച്ചിട്ട് നിഘണ്ടുവായനയിൽ മുഴുകി.

ഏതാണ്ട് ഒരു മണിക്കൂർ അങ്ങിനെ കഴിഞ്ഞു.കാറ്റിന്റെ മർമ്മര ശബ്ദത്തിനും പക്ഷികളുടെ കളകൂജനങ്ങൾക്കുമിടയിൽ മറ്റൊരു ശബ്ദം കേൾക്കുന്നുണ്ടെന്നു തോന്നി. ഞാൻ എണീറ്റ് കൈ ചെവിക്കുപിന്നിൽ പിടിച്ചുകൊണ്ട് ശ്രദ്ധിച്ചു. കാൽപ്പെരുമാറ്റവും ആളുകളുടെ ശബ്ദവും കൂടുതൽ വ്യക്തമായി കേട്ടുതുടങ്ങി.

"ചുബുക്ക് !"അയാളുടെ തോളിൽ പിടിച്ചു കുലുക്കിക്കൊണ്ട് ഞാൻ വിളിച്ചു."ചുബുക്ക്, എണീക്കൂ. നമ്മുടെ ആളുകൾ വരുന്നുണ്ട് !"

"നമ്മുടെ ആളുകൾ വരുന്നുണ്ട് !"എന്ന് യാന്ത്രികമായി മന്ത്രിച്ചുകൊണ്ട് ചുബുക്ക് എണീറ്റിരുന്നു കണ്ണുതിരുമ്മി.

"അതെ, അവർ അടുത്തെത്തിക്കഴിഞ്ഞു. വേഗം വരൂ."

"ഞാൻ ഉറങ്ങിപ്പോയോ?" അത്ഭുതത്തോടെ ചുബുക്ക് ചോദിച്ചു.

"ഞാൻ ഒരു നിമിഷത്തേക്ക് വെറുതെ ഒന്നു കിടന്നതാണ്."

തോക്കും തോളിലിട്ട് എന്റെ പിന്നാലെ നടക്കുമ്പോഴും അയാളുടെ കണ്ണുകളിൽനിന്ന് ഉറക്കം വിട്ടുമാറിയിരുന്നില്ല.വെളിച്ചം കണ്ണിലടിച്ചപ്പോൾ അയാൾ മെല്ലെ കണ്ണിറുക്കി.

ആളുകളുടെ ശബ്ദകോലാഹലം തൊട്ടടുത്തെത്തി. അടുത്തുവരുന്ന സഖാക്കളെ സ്വാഗതം ചെയ്യാനായി ഞാൻ കുടിലിന്റെ മറവിൽനിന്ന് പുറത്തേക്കു ചാടിവന്ന് ആഹ്ലാദത്തോടെ ആർത്തുവിളിച്ചുകൊണ്ട് തൊപ്പിയൂരി മുകളിലേക്കെറിഞ്ഞു. ആ തൊപ്പി വീണതെവിടെയാണെന്ന് കാണുന്നതിനുമുമ്പ് ഞാൻ സ്തംഭിച്ചുപോയി--എനിക്കു ഭയങ്കരമായ ഒരബദ്ധം പറ്റിയിരിക്കുന്നു!

"തിരിച്ചുവാ!" എന്റെ പിന്നിൽ നിന്നിരുന്ന ചുബുക്ക് ഇഴഞ്ഞ

ശബ്ദത്തിൽ പരുഷമായി പറഞ്ഞു.

ഠേ....ഠേ. ഠേ....

മാർച്ചുചെയ്തുവരുന്ന പട്ടാളക്കാരുടെ ഇടയിൽ നിന്ന് ഏതാണ്ട് ഒരേസമയത്ത് മൂന്നു വെടി പൊട്ടി. അദൃശ്യമായ ഒരു ശക്തി എന്റെ കയ്യിൽ നിന്ന് തോക്ക് തട്ടിത്തെറിപ്പിക്കാൻ ശ്രമിക്കുകയും തോക്കിന്റെ പിടി വെട്ടിപിളർക്കുകയും ചെയ്തു. അതിന്റെ ശക്തി കൊണ്ട് ഞാൻ വീണുപോകുമെന്നു തോന്നി. എന്നാൽ ആ മുഴക്കവും ഞെട്ടലും എന്റെ മരവിച്ചുപോയ തലച്ചോറിനെ ഉണർത്തി."വൈറ്റ് ഗാർഡുകാർ" എന്ന് മനസ്സിൽ പറഞ്ഞുകൊണ്ട് ഞാൻ ചുബുക്കിന്റെ അടുക്കലേക്കോടി. ചുബുക്ക് തിരിച്ചുവെടിവച്ചുതുടങ്ങിയിരുന്നു.

ചിന്നിച്ചിതറിയ ശത്രുക്കളുടെ വലയിൽനിന്ന് രക്ഷപ്പെടാൻ ഏകദേശം ഒരു മണിക്കൂർ വേണ്ടിവന്നു. എന്നാൽ ഒടുവിൽ ഞങ്ങൾ അവരിൽനിന്ന് രക്ഷപ്പെടുകതന്നെ ചെയ്തു. പിന്നാലെ വരുന്നവരുടെ കാൽപ്പെരുമാറ്റം കേൾക്കാതായെങ്കിലും ഞങ്ങൾ പിന്നേയും വളരെ നേരം ഓടിക്കൊണ്ടിരുന്നു. ഞങ്ങളുടെ ദേഹമാകെ ചുട്ടുപൊള്ളുകയും വിയർത്തൊലിക്കുകയും ചെയ്തു. തൊണ്ട വരണ്ടു. കാട്ടിലെ തണുത്ത വായു ഞങ്ങൾ ആർത്തിയോടെ വിഴുങ്ങി. വേദനിക്കുന്ന കാലുകളുടെ വിങ്ങുന്ന ഉപ്പൂറ്റികൾക്കൊണ്ട് ഞങ്ങൾ പുല്ലും മരക്കുറ്റികളും ചവിട്ടി മെതിച്ചു.

"നിൽക്ക് !" ഒരു പുൽത്തകിടിയിലേക്ക് വീണുകൊണ്ട് ചുബുക്ക് പറഞ്ഞു. "നമുക്ക് കുറച്ച് വിശ്രമിക്കാം. ഹോ, നമ്മൾ രക്ഷപ്പെട്ടതു് ഒരത്ഭുതമാണ്! എന്റെ കുറ്റം കൊണ്ടാണ് ഇങ്ങിനെ പറ്റിയതു്. ഞാൻ ഉറങ്ങിപ്പോയി. നമ്മുടെ ആൾക്കാരാണെന്ന് ഉറപ്പുവരുത്തിയിട്ടാണ് നീ 'നമ്മുടെ ആളുകൾ' എന്ന് വിളിച്ചുപറയുന്നതു് എന്നാണ് ഞാൻ കരുതിയതു്. പാതിയുറക്കത്തിൽ ഞാനും ചാടിപ്പുറപ്പെട്ടു."

അപ്പോഴാണ് ഞാൻ എന്റെ തോക്ക് നോക്കിയതു്. അതിന്റെ പിടി പിളർന്നുപോയിരുന്നു. കുഴൽ വളഞ്ഞും.

ഞാൻ തോക്ക് ചുബുക്കിന്റെ കയ്യിൽകൊടുത്തു. അയാൾ അതു വലിച്ചെറിഞ്ഞു.

"ഒരു കമ്പിന്റെ പ്രയോജനമേ ഇനി ഇതിനുള്ളു,"അയാൾ അവജ്ഞയോടെ പറഞ്ഞു. "ഇതു് ഇപ്പോൾ ഒരു തോക്കല്ല, പന്നികളെ അടിക്കാൻ മാത്രം കൊള്ളുന്ന വടിയാണ്. അതു സാരമില്ല. നിനക്ക് വെടിയേൽക്കാതിരുന്നതു ഭാഗ്യമായെന്നു വിചാരിച്ചോളൂ. നിന്റെ കോട്ടെവിടെ? അതും നഷ്ടപ്പെട്ടോ? എൻറേതും പോയി. ചങ്ങാതി! ഇതാണ് നമ്മുടെ സ്ഥിതി."

ബൂട്ടുകൾ ഊരിമാറ്റുകയും ഷർട്ടിന്റെ കോളറിലെ ബട്ടൺ അഴിച്ചിടുകയും ചെയ്തുകൊണ്ട് പുല്ലിൽ വളരെനേരം അനങ്ങാതെ കിടക്കാൻ അതിയായ ആഗ്രഹം ഞങ്ങൾക്കുണ്ടായിരുന്നു. എന്നാൽ കലശലായ ദാഹം ക്ഷീണത്തെ കീഴടക്കി. അടുത്തെങ്ങും വെള്ളമുണ്ടായിരുന്നില്ല.

ഞങ്ങൾ എണീറ്റ് തളർന്ന കാൽവയ്പുകളോടെ നടന്നു. ഞങ്ങൾ ഒരു പാടം മുറിച്ചു കടന്നു. കുന്നിൻചരിവിലുള്ള ഒരു ഗ്രാമത്തിലെ ചെറു ഭവനങ്ങൾ ദൂരെ പ്രത്യക്ഷപ്പെട്ടു. വയ്ക്കോൽ മേഞ്ഞ മേൽക്കൂരയും വെള്ളയടിച്ച മൺചുവരുകളുമുള്ള ആ കുടിലുകൾ അവിടെനിന്നു നോക്കിയപ്പോൾ വിരിഞ്ഞുനിൽക്കുന്ന തവിട്ടുനിറമുള്ള ഒരു കൂട്ടം കൂണുകളാണെന്നു തോന്നി. അങ്ങോട്ടു പോകാൻ ഞങ്ങൾ ധൈര്യപ്പെട്ടില്ല. പാടം കടന്ന് ഞങ്ങൾ ഒരു ചെറിയ വനത്തിലെത്തി.

"ഒരു വീട്,"ഇരുമ്പുകൊണ്ടുണ്ടാക്കിയ ചുവന്ന ചായമടിച്ച ഒരു മേൽക്കൂരയുടെ അറ്റം ചൂണ്ടിക്കാണിച്ചുകൊണ്ട് ഞാൻ പതുക്കെ പറഞ്ഞു.

ശത്രുക്കൾ അവിടെ പതിയിരിക്കാനിടയുള്ളതുകൊണ്ട് വളരെ സൂക്ഷിച്ചും പാത്തും പതുങ്ങിയുമാണ് ഞങ്ങൾ ആ വീടിനെ സമീപിച്ചത്. മതിലിന് നല്ലപൊക്കമായിരുന്നു.ഗയിറ്റ് പൂട്ടിയിരിക്കയാണ്. പട്ടികുരയ്ക്കുകയോ കോഴികൾകൊക്കുകയോ തൊഴുത്തിൽ പശുക്കൾ അനങ്ങുകയോ ചെയ്തില്ല. സർവ്വത്ര നിശ്ശബ്ദത. ഞങ്ങൾ അടുത്തെത്തിയതു കണ്ട് സർവ്വജീവജാലങ്ങളും ഓടിയൊളിച്ചെന്ന് തോന്നി. ഞങ്ങൾ വീടിനു ചുറ്റും നടന്നു നോക്കിയെങ്കിലും അകത്തുകയറാൻ പഴുതൊന്നും കണ്ടില്ല.

"നീ എന്റെ പുറത്തു കയറിനിന്ന് മതിലിനപ്പുറത്ത് എന്താണെന്നു നോക്ക്" ചുബുക്ക് എന്നോടു പറഞ്ഞു.

മതിലിനുമുകളിലൂടെ ഞാൻ കണ്ടത് അങ്ങുമിങ്ങും ഒന്നോ രണ്ടോ പൂക്കൾ വിരിഞ്ഞു നില്ക്കുന്ന താറുമാറായ പൂക്കളങ്ങളും പുല്ലുപിടിച്ചു കിടക്കുന്ന വിജനമായ ഒരു മുറ്റവുമാണ്.

"എന്താണ്?"ചുബുക്ക് അക്ഷമനായി ചോദിച്ചു."നീ വേഗം ഒന്നിറങ്ങ്! എന്റെ മുതുക് ഇരുമ്പുകൊണ്ടുണ്ടാക്കിയതാണെന്നാണോ വിചാരം?"

"അവിടെ ആരുമില്ല," ചാടിഇറങ്ങിക്കൊണ്ട് ഞാൻ പറഞ്ഞു.

"മുൻവശത്തെ ജനലുകൾ പലകതറച്ച് അടച്ചിരിക്കുകയാണ്. വശത്തെ ജനലുകൾക്ക് കതകുകളേയില്ല. ഉപേക്ഷിക്കപ്പെട്ട ഒരു വീടാണെന്ന് കണ്ടാലറിയാം. പക്ഷേ മുറ്റത്ത് ഒരു കിണറുണ്ട്."

ഞങ്ങൾ ഇളക്കമുള്ള ഒരു പലകകഷ്ണം പൊളിച്ചുമാറ്റി ആ

വിടവിലൂടെ മുറ്റത്തു കടന്നു. കിണറ്റിൽ വെള്ളമുണ്ടായിരുന്നു. പക്ഷേ കോരിയെടുക്കാൻ യാതൊന്നുമുണ്ടായിരുന്നില്ല. ഒരു ഷെഡ്ഡിൽ കൂടിക്കിടന്ന തട്ടുമുട്ടുസാമാനങ്ങളുടെ ഇടയിൽനിന്ന് ചുബുക്ക് ഓട്ട വീണ ഒരു തകരത്തൊട്ടി കണ്ടുപിടിച്ചു. അതുകൊണ്ട് ഞങ്ങൾ വെള്ളം കോരി. മുകളിലെത്തിയപ്പോഴേക്കും തൊണ്ടനനയ്ക്കാൻ വെള്ളംപോലും അതിൽ ശേഷിച്ചിരുന്നില്ല. ഞങ്ങൾ കുറേ പുല്ലുതിരുകി അതിന്റെ ഓട്ട അടച്ചുവച്ചിട്ട് പിന്നേയും ശ്രമിച്ചു. നല്ല തണുത്ത തെളിഞ്ഞ വെള്ളം. ഞങ്ങൾ ഇറ്റിറ്റായി അതു കുടിച്ചു ദാഹം തീർത്തു. ഒടുവിൽ മുഖത്തെ പൊടിയും വിയർപ്പും കഴുകിക്കളഞ്ഞിട്ട് വീട്ടിനടുത്തേക്കു നടന്നു. ജനലുകൾ പലകയടിച്ച് അടച്ചിരുന്നെങ്കിലും വരാന്തയിലേക്കു തുറക്കുന്ന വശത്തെ ഒരു കതക് തുറന്നുകിടന്നിരുന്നു. അത് താഴത്തെ ഒരൊറ്റ വിജാഗരിയിലാണ് നിന്നിരുന്നത്. ഞരങ്ങുന്ന തറപ്പലകകളിൽ ചവിട്ടികൊണ്ട് ഞങ്ങൾ സൂക്ഷിച്ച് വീടിനുള്ളിൽ കടന്നു.

കച്ചിയും കടലാസുകഷണങ്ങളും പഴന്തുണിയും ചിതറിക്കിടന്ന തറയിൽ ഒഴിഞ്ഞ കുറേ വീഞ്ഞപ്പെട്ടികളുണ്ടായിരുന്നു. ഒരു ഒടിഞ്ഞ കസേരയും ഒരലമാരിയുമാണ് അവിടെയുണ്ടായിരുന്ന മറ്റു സാമാനങ്ങൾ. അലമാരിയുടെ കതക് കനമുള്ള എന്തോ ഒരു സാധനംകൊണ്ട് തല്ലിപ്പൊളിച്ചിട്ടിരുന്നു.

"കൃഷിക്കാർ ഇവിടം കൊള്ളയടിച്ചിട്ടുണ്ട്," ചുബുക്ക് പതുക്കെ പറഞ്ഞു.

അതിനടുത്ത മുറിയിൽ നാരുകൊണ്ടുണ്ടാക്കിയ ഒരു പായുടെ അടിയിൽ പൊടിപിടിച്ച ഏതാനും പുസ്തകങ്ങൾ കൂടിക്കിടന്നു. അതിനിടയിൽ ഗാംഭീര്യം തോന്നിക്കുന്ന ഒരു മാന്യന്റെ കീറിയ ഒരു പടവും കിടന്നിരുന്നു. അയാളുടെ വെളുത്ത നെറ്റിത്തടത്തിൽ ആരോ വിരൽ മഷിയിൽ മുക്കി ഒരു അശ്ലീലപദം എഴുതിവച്ചിരുന്നു.

കൊള്ളയടിക്കപ്പെട്ടതും ഉപേക്ഷിക്കപ്പെട്ടതുമായ ആ വീട്ടിലെ മുറികൾ തോറും കയറിയിറങ്ങുന്നത് അസാധാരണവും രസകരവുമായ ഒരനുഭവമായിരുന്നു. പൊട്ടിയ ഒരു ചെടിച്ചട്ടി, മറന്നുകിടന്ന ഒരു ഫോട്ടോ, അഴുക്കിനിടയിൽ കിടന്നു തിളങ്ങുന്ന ഒരു ബട്ടൺ, നിലത്തു ചിതറിക്കിടന്ന ചതുരംഗക്കരുക്കൾ,പൊട്ടിത്തകർന്ന ഒരു ജപ്പാൻ പൂപാത്രത്തിന്റെ കഷണങ്ങൾക്കിടയിൽ ഒറ്റപ്പെട്ടുകിടന്ന ഒരു ഇസ്പേഡു രാജാവ്, എന്നിങ്ങനെ അവിടെ കണ്ട ഓരോ ചില്ലറ സാധനങ്ങളും അവിടത്തെ ഗൃഹനാഥനെകുറിച്ച്, പ്രക്ഷുബ്ധമായ വർത്തമാനകാലത്തിൽനിന്നും തികച്ചും വിഭിന്നമായിരുന്ന പ്രശാന്തമായ ഒരു ഭൂതകാലത്തെകുറിച്ചും മൂകമായി സംസാരിച്ചുകൊണ്ടിരുന്നു.

അടുത്ത മുറിയിൽനിന്ന് മെല്ലെ ഒരു മുട്ടു കേട്ടു. ആ വിജനമായ കെട്ടിടത്തിലെ നഷ്ടാവശിഷ്ടങ്ങളുടേയും ജീർണ്ണതയുടേയും നടുവിൽ നില്ക്കുമ്പോൾ തികച്ചും അപ്രതീക്ഷിതമായി കേട്ട ആ ശബ്ദം ഞങ്ങളെ ഞെട്ടിച്ചു.

"ആരാണത്?" ചുബുക്കിന്റെ മുഴങ്ങുന്ന ശബ്ദം നിശ്ശബ്ദതയെ ഭഞ്ജിച്ചു. ചുബുക്ക് തോക്കിൽ കൈ വച്ചിരുന്നു.

ഒരു വലിയ കണ്ടൻപൂച്ച ഞങ്ങളുടെ അടുത്തേക്ക് മെല്ലെ നടന്നു വന്ന് വിശപ്പോടെ മ്യാവൂ വിളിക്കുകയും തണുത്ത പച്ചക്കണ്ണുകൾകൊണ്ട് പകയോടെ ഞങ്ങളെ നോക്കുകയും ചെയ്തു. ഞാൻ അതിനെ തലോടാൻ കൈ നീട്ടി. എന്നാൽ അത് മാറിക്കളഞ്ഞു. അത് ഒറ്റക്കുതിക്ക് ജനൽപ്പടിയിൽ കയറി അവിടെനിന്ന് മണ്ണടിഞ്ഞു കിടന്ന ചെടികളുടെ ഇടയിലേക്കു ചാടി പുല്ലിനിടയിൽ മറഞ്ഞു.

"അത് പട്ടിണികിടന്ന് ചാകാത്തതാണ് അത്ഭുതം."

"അത് പട്ടിണിക്കിടക്കുന്നതെന്തിനാണ്? ഇവിടെ ധാരാളം എലികളുണ്ടെന്ന് ഈ മണംകൊണ്ട് അനുമാനിക്കാം. പൂച്ച എലിയെ തിന്നു."

ഹൃദയം മരവിപ്പിക്കുന്ന നിരുന്മേഷകരമായ ശബ്ദത്തോടെ ദൂരെ എവിടെയോ ഒരു കതകു ഞരങ്ങി. ആരോ ഉണങ്ങിയ തുണികൊണ്ട് നിലം തുടക്കുന്നതുപോലുള്ള പതിഞ്ഞ ഒരു ശബ്ദവും കേട്ടു. ഞങ്ങൾ പരസ്പരം നോക്കി. അത് മനുഷ്യരുടെ കാൽപ്പെരുമാറ്റമായിരുന്നു. "ഏതു പിശാചായിരിക്കും അത്?" എന്നെ ജനലിനടുത്തേക്കു പിടിച്ചു വലിച്ചുകൊണ്ട് ചുബുക്ക് പതിഞ്ഞ ശബ്ദത്തിൽ പറഞ്ഞു.

ആരോ കതകു തുറന്നതുകൊണ്ട് നിലത്തു കിടന്ന കടലാസുകൾ ഉലഞ്ഞു ശബ്ദമുണ്ടാക്കി. ക്ഷൗരംചെയ്യാത്ത വൃദ്ധനായ ഒരു മനുഷ്യൻ ഒരു ചെറുചുമയോടെ അകത്തേക്കു കടന്നുവന്നു. നീലനിറമുള്ള ശയനവസ്ത്രങ്ങളും വള്ളിച്ചെരിപ്പുകളുമാണ് അയാൾ ധരിച്ചിരുന്നത്. അയാൾ അത്ഭുതത്തോടെയെങ്കിലും തെല്ലും കൂസലില്ലാതെ ഞങ്ങളെ നോക്കി ഉപചാരപൂർവ്വം തലകുനിച്ചു. വികാരരഹിതമായ ശബ്ദത്തിൽ അയാൾ ഞങ്ങളോടു പറഞ്ഞു:

"താഴെ ആരാണു നടക്കുന്നതെന്ന് ഞാൻ അത്ഭുതപ്പെട്ടുകയായിരുന്നു. കൃഷിക്കാർ വീണ്ടും വന്നതാവുമെന്നു കരുതി. എന്നാൽ ജനലിലൂടെ നോക്കിയപ്പോൾ പുറത്തു കുതിരവണ്ടിയൊന്നും കണ്ടുമില്ല."

"നിങ്ങൾ ആരാണ്?" തോക്ക് വീണ്ടും തോളിൽ തൂക്കിക്കൊണ്ട് ചുബുക്ക് ജിജ്ഞാസയോടെ ചോദിച്ചു.

"നിങ്ങളാരാണെന്ന് ഞാൻ ആദ്യം ചോദിക്കട്ടെ," വൃദ്ധൻ ശാന്തവും നിർവ്വികാരവുമായ ശബ്ദത്തിൽത്തന്നെ പറഞ്ഞു. "ഇവിടം സന്ദർശ്ശിക്കണമെന്നു നിങ്ങൾ തീരുമാനിച്ച സ്ഥിതിക്ക് നിങ്ങൾ ഗൃഹനാഥനു സ്വയം പരിചയപ്പെടുത്തിത്തരൂ. ഊഹിക്കാൻ പ്രയാസമില്ല," വൃദ്ധൻ ചുബുക്കിനെ തന്റെ ചാരനിറമുള്ള മങ്ങിയ കണ്ണുകൾകൊണ്ട് ഉഴിഞ്ഞിട്ട് പറഞ്ഞു. "നിങ്ങൾ ചുവപ്പുസേനക്കാരാണ്."

ആരോ ബലമായി പിടിച്ചു വലിച്ചിട്ടെന്നപ്പോലെ ആ മനുഷ്യന്റെ അടിച്ചുണ്ട് കോടി. മഞ്ഞ തിളക്കത്തോടെ ഒരു സ്വർണ്ണപ്പല്ല് മിന്നിമറഞ്ഞു. പിടഞ്ഞെണീറ്റ കൺപീലികൾ കണ്ണുകളിലെ പൊടി തുടച്ചുമാറ്റി. സൽക്കാരപ്രിയനായ ഒരാതിഥേയനെപ്പോലെ കൈ ചലിപ്പിച്ചുകൊണ്ട് അയാൾ ഞങ്ങളെ ക്ഷണിച്ചു. "വരൂ മാന്യരെ."

ഞങ്ങൾ എന്തുചെയ്യണമെന്നു നിശ്ചയമില്ലാതെ പരസ്പരം നോക്കിയിട്ട് വൃദ്ധന്റെ പിന്നാലെ നടന്നു. ഇടിഞ്ഞുപൊളിഞ്ഞ ഒരു മുറി കടന്ന് ഇടുങ്ങിയ ഒരു മരക്കോണിയിലൂടെ ഞങ്ങൾ മുകളിലേക്കു കയറി.

"ഞാൻ ഇപ്പോൾ മുകളിലാണ് അതിഥികളെ സൽക്കരിക്കുക." വൃദ്ധൻ ക്ഷമാപണസ്വരത്തിൽ പറഞ്ഞു."താഴെ ആകെ വൃത്തികേടായി കിടക്കുകയാണ്. വൃത്തിയാക്കാൻ ആരുമില്ല. ആരേയും കണ്ടുകിട്ടാനില്ല. ഇതാ ഇങ്ങോട്ടു കടന്നിരിക്കാം."

ചെറിയതെങ്കിലും നല്ല വെളിച്ചമുള്ള ഒരു മുറിയിലാണ് ഞങ്ങൾ എത്തിയത്. ഭിത്തിയോട് ചേർന്ന് സ്പ്രിംഗു മുഴുവൻ പുറത്തു ചാടിയ ഒരു പഴഞ്ചൻ സോഫ കിടന്നിരുന്നു. വിരിപ്പിനുപകരം അതിലിട്ടിരുന്നത് നാരുകൊണ്ടുണ്ടാക്കിയ ഒരു പായാണ്. നല്ല കാലത്ത് മനോഹരമായിരുന്ന ഒരു പരവതാനിയുടെ തീ പിടിച്ച് ദ്വാരങ്ങൾ വീണ അവശിഷ്ടമാണ് പുതപ്പിന്റെ സ്ഥാനം വഹിച്ചത്. സോഫയുടെ അടുത്തായി മൂന്നുകാലുകളുള്ള ഒരു മേശയുണ്ടായിരുന്നു. അതിന്റെ മുകളിലായി തൂങ്ങിക്കിടന്ന കൂട്ടിൽ ഒരു പക്ഷി കിടക്കുന്നുണ്ട്. ആ പക്ഷി ചത്തതായിരുന്നു. അത് ചത്തിട്ട് വളരെകാലമായെന്നു തോന്നി. തീറ്റ ഇട്ടുകൊടുക്കുന്ന പാത്രത്തിൽ കാലുകൾ മുകളിലേക്കാക്കി കിടക്കുകയായിരുന്നു അത്. പൊടികൊണ്ട് മൂടിയ അനേകം ഫോട്ടോകൾ ഭിത്തിയിൽ തൂക്കിയിട്ടിരുന്നു. തല്ലിത്തകർക്കപ്പെട്ട വീട്ടുസാമാനങ്ങളുടെ അവശിഷ്ടങ്ങളിൽ ചിലത് സ്വന്തം ആവശ്യത്തിനായി മുകളിലേക്കു കൊണ്ടുവരാൻ ആരോ വൃദ്ധനെ സഹായിച്ചിരിക്കണം.

"അവിടെ ഇരിക്കൂ," വൃദ്ധൻ സോഫ ചൂണ്ടിക്കാണിച്ചുകൊണ്ട് പറഞ്ഞു. "ഞാൻ ഒറ്റയ്ക്കാണ് താമസം. ഇവിടെ ആരെങ്കിലും

കയറിവന്നിട്ട് കാലംകുറെയായി. കൃഷിക്കാർ വല്ലപ്പോഴുമൊരിക്കൽ ആഹാരസാധനങ്ങളും കൊണ്ടുവരും. മാന്യരായ മനുഷ്യരെ ആരെ യെങ്കിലും ഞാൻ കണ്ടിട്ട് ഒരുപാടു നാളായി. ക്യാപ്റ്റൻ ഷ്വാർത്സ് ഒരിക്കൽ ഇവിടെ വന്നിരുന്നു. നിങ്ങൾക്ക് അയാളെ പരിചയമുണ്ടോ? ഓ, ക്ഷമിക്കണം, ഞാൻ മറന്നുപോയി. നിങ്ങൾ ചുവപ്പുപക്ഷക്കാ രാണല്ലോ."

വൃദ്ധൻ ഭിത്തി അലമാരിയുടെ അടുത്തുചെന്ന് താഴെ നടന്ന സംഹാരതാണ്ഡവത്തെ അതിജീവിച്ച രണ്ട് പിഞ്ഞാണങ്ങളും രണ്ടു ഫോർക്കുകളും പുറത്തെടുത്തു. അടുക്കളയിലെ ഉപയോഗത്തിനുവേ ണ്ടി ഉണ്ടാക്കപ്പെട്ട മരപ്പിടിയോടുകൂടിയ ഒരു സാധാരണ ഫോർക്കാ യിരുന്നു ഒന്ന്. ഭംഗിയുള്ള വളഞ്ഞ പിടിയോടുകൂടിയ രണ്ടാമത്തെ ഫോർക്കിന്റെ ഒരു പല്ല് അടർന്നുപോയിരുന്നു. വൃദ്ധൻ ഒരു റൊട്ടിയും ഉക്രേനിയൻ സോസേജിന്റെ ഒരു പകുതി വളയവും എടുത്തുകൊണ്ട് വന്നു.

അയാൾ പുകപിടിച്ച് കറുത്ത കെറ്റിൽ ചെരിഞ്ഞ ഒരു എണ്ണ സ്റ്റൗവിന്റെ മുകളിൽ വച്ചു. ഒടുവിൽ വളരെകാലമായി നനയ്ക്കാതെ കിടക്കുന്ന ഒരു തോർത്തിൽ കൈ തുടച്ചിട്ട് അയാൾ ഭിത്തിയിൽനി ന്നും വിചിത്രാകൃതിയിലുള്ള ഒരു പൈപ്പെടുത്ത് അതിൽ പുകയില നിറച്ചു തുടങ്ങി. ആ പൈപ്പിൽ മനുഷ്യന്റെ തലയുള്ള ഒരു മുട്ടനാട്ട് പല്ലില്ലാത്ത മോണ കാട്ടി ചിരിച്ചുകൊണ്ടിരിക്കുന്ന ചിത്രം കൊത്തി വച്ചിരുന്നു. വൃദ്ധൻ കീറിപ്പറിഞ്ഞു സ്പ്രിംഗുകൾ എഴുന്നുനില്ക്കുന്ന ഒരു ചാരുകസേരയിൽ വന്നിരുന്നു. ആ സമയമെല്ലാം ചുബുക്കും ഞാനും ഒന്നും മിണ്ടാതെ സോഫയിൽ ഇരിക്കയായിരുന്നു.

വൃദ്ധൻ പുറംതിരിഞ്ഞുനിന്ന തക്കം നോക്കി എന്നെ ഒന്നു തോണ്ടിയിട്ട് ചുബുക്ക് ഒരു വിരൽകൊണ്ട് നെറ്റിയിൽ തട്ടുകയും കൗശലപൂർവ്വം പുഞ്ചിരിക്കുകയും ചെയ്തു. കാര്യം മനസ്സിലാക്കി ഞാനും പുഞ്ചിരിച്ചു.

"ഞാൻ ചുവപ്പുസേനക്കാരെ ആരെയെങ്കിലും കണ്ടിട്ട് വളരെ നാളായി," ആതിഥേയൻ പറഞ്ഞു. "ലെനിന്റെ ആരോഗ്യം എങ്ങി നെയുണ്ട്?"

"അദ്ദേഹം ആരോഗ്യവാനായിരിക്കുന്നു, നന്ദി," ചുബുക്ക് സഗൗരവം പറഞ്ഞു.

"ഹും, ആരോഗ്യവാനായിരിക്കുന്നു..."

വൃദ്ധൻ ഒരു കമ്പിയെടുത്ത് പുകയുന്ന പൈപ്പിനുള്ളിൽ കുത്തി ക്കൊണ്ട് നെടുവീർപ്പിട്ടു.

"എന്തുകൊണ്ടു പാടില്ല?" എന്നു പറഞ്ഞിട്ട് അയാൾ കുറേനേരം മിണ്ടാതിരുന്നു. ഒടുവിൽ ഞങ്ങളുടെ ചോദ്യത്തിന് ഉത്തരമെന്ന വണ്ണം അയാൾ തുടർന്നു: "എനിക്കാണെങ്കിൽ നല്ല സുഖമില്ല. ഉറക്ക മില്ലായ്മ, എന്റെ മനസ്സിന്റെ സമനില തെറ്റിയിരിക്കുന്നു. ചിലപ്പോൾ ഞാൻ രാത്രിയിൽ എണീറ്റ് മുറികൾ തോറും കയറിയിറങ്ങും. എങ്ങും ഒരനക്കവും കാണുകയില്ല--എലികൾ മാന്തുന്നതൊഴികെ."

"എന്താണ് എഴുതിക്കൊണ്ടിരിക്കുന്നത്?"കുരുകുരെ എഴുതി നിറച്ച ചെറിയ കുറേ കടലാസുതുണ്ടുകൾ മേശപ്പുറത്തു കിടക്കുന്നതു കണ്ടു് ഞാൻ ചോദിച്ചു.

"ഇപ്പോഴത്തെ സംഭവങ്ങളെകുറിച്ചുള്ള ഒരു വീക്ഷണം," അയാൾ മറുപടി പറഞ്ഞു. "ഞാൻ ലോകം പുനഃസംഘടിപ്പിക്കുന്നതിനുള്ള ഒരു പദ്ധതി തയ്യാറാക്കുകയാണ്. ഞാൻ ഒരു തത്വചിന്തകനാണ്. ജീവിതത്തെക്കുറിച്ച് നിസ്സംഗമായ ഒരു വീക്ഷണമാണ് എനിക്കു ള്ളത്. എനിക്ക് ഒന്നിനെപ്പറ്റിയും പരാതിയില്ല."

വൃദ്ധൻ എണീറ്റ് ജനലിലൂടെ പുറത്തേക്കു നോക്കിയിട്ട് തിരിച്ചു വന്നു സ്വസ്ഥാനത്തിരുന്നു.

"ജീവിതം വലിയ ഒച്ചപ്പാടുണ്ടാക്കിയേക്കാം, പക്ഷേ സത്യം അവശേഷിക്കും. അതെ, അതു തീർച്ചയാണ്," അയാൾ തെല്ലൊരു ആവേശത്തോടെ പറഞ്ഞു. "കലാപങ്ങൾ പണ്ടും ഉണ്ടായിട്ടുണ്ട്. പുഗച്ചേവിന്റെ കാലത്തും, ആയിരത്തിതൊള്ളായിരത്തി അഞ്ചിലും ഇപ്പോഴത്തെപ്പോലെ പ്രഭുമന്ദിരങ്ങൾ ഇടിച്ചുനിരത്തപ്പെടുകയും തീവെച്ചു നശിപ്പിക്കപ്പെടുകയും ചെയ്തിരുന്നു. കാലം കടന്നുപോ യപ്പോൾ നശിപ്പിക്കപ്പെട്ടതെല്ലാം ഫീനിക്സ് പക്ഷിയെപ്പോലെ ചാരത്തിൽനിന്ന് വീണ്ടും ഉയിർത്തെണീറ്റു. ഛിന്നഭിന്നമായതെല്ലാം ഒന്നിച്ചു."

"എന്താണ് നിങ്ങൾ പറയുന്നതിന്റെ അർത്ഥം? എല്ലാം പഴയ തുപോലെ ആയിത്തീരണമെന്നാണോ നിങ്ങളുടെ ആഗ്രഹം ?" ചുബുക്ക് പരുഷമായി ചോദിച്ചു.

ചുബുക്ക് പച്ചയായി ചോദിച്ചതു കേട്ട് വൃദ്ധൻ ഒന്നു ചൂളി. ഭവ്യത യോടെ പുഞ്ചിരിച്ചുകൊണ്ട് അയാൾ പറഞ്ഞു:

"ദൈവമേ, അതല്ല ! ഞാൻ ഉദ്ദേശിച്ചത് അതേയല്ല ! ക്യാപ്റ്റൻ ഷ്വാർത്സിനാണ് അതാവശ്യം, എനിക്കല്ല. കൃഷിക്കാർ എന്റെ യടുത്തുനിന്ന് കടം വാങ്ങിയതെല്ലാം തിരിച്ചു തരീക്കാമെന്നവരെ അയാൾ എന്നോടു പറഞ്ഞതാണ്. പക്ഷേ ഞാൻ സമ്മതിച്ചില്ല. അവർ എനിക്ക് അത്യാവശ്യമുള്ള കുറേ ആഹാരസാധനങ്ങൾ മാത്രം

തന്നാൽ മതിയെന്നും എന്റെ സ്വത്തുക്കൾ മുഴുവൻ അവർ അനുഭവിച്ച് സുഖമായി ജീവിച്ചോട്ടെ എന്നും ഞാൻ പറഞ്ഞു."

വൃദ്ധൻ വീണ്ടും എണീറ്റ് ജനലിനടുത്തു ചെന്ന് നോക്കിയിട്ട് ധൃതിയിൽ മേശയ്ക്കടുത്തേക്കു നീങ്ങി.

"ശരി... ശരി... വെള്ളം തിളച്ചു. മേശയ്ക്കടുത്തേക്കു വരൂ."

രണ്ടാമതൊരു ക്ഷണത്തിനുവേണ്ടി കാത്തുനില്ക്കാതെ ഞങ്ങൾ മേശപ്പുറത്തേക്കു കൈനീട്ടി. റൊട്ടിക്കഷണങ്ങൾ കറുകറ ശബ്ദത്തോടെ വായിലിരുന്നു പൊടിഞ്ഞു. വെളുള്ളിചേർത്ത സോസേജിന്റെ മണം മൂക്കിൽ വന്നടിച്ചു. ആതിഥേയൻ അടുത്ത മുറിയിലേക്കു പോയി. ഏതോ അലമാരി തുറക്കുന്നതിന്റെ ശബ്ദം ഞങ്ങൾ കേട്ടു.

"ഒരു അരക്കിറുക്കനാണെന്നു തോന്നുന്നു," ഞാൻ മന്ത്രിച്ചു.

"അതെയതെ," ചുബുക്ക് സമ്മതിച്ചു. "പക്ഷേ അയാൾ കൂടെക്കൂടെ ജനലിനടുത്തുപോയി നോക്കുന്നതെന്തിനാണ്?"

ചുബുക്ക് തിരിഞ്ഞു് മുറിയിലാകെ ഒന്നു കണ്ണോടിച്ചു. ഒരു മൂലയിൽ വിരിച്ചിട്ടിരുന്ന ചാക്കുകഷണം അയാളുടെ ശ്രദ്ധയിൽപ്പെട്ടു. അയാൾ നെറ്റി ചുളിച്ചുകൊണ്ടു് ജനലിനടുത്തേക്കു മാറി നിന്നു.

കയ്യിൽ ഒരു കുപ്പിയുമായി ആതിഥേയൻ കടന്നുവന്നു. പൈജാമയുടെ അറ്റംകൊണ്ടു് അയാൾ കുപ്പിയുടെ പുറത്തു കട്ടിയിൽ പിടിച്ചിരുന്ന പൊടി തുടച്ചുകളഞ്ഞു.

"ഇതാ," എന്നു പറഞ്ഞുകൊണ്ടു് അയാൾ മേശയ്ക്കടുത്തെത്തി.

"ക്യാപ്റ്റൻ ഷവാർത്സ് കഴിഞ്ഞ പ്രാവശ്യം വന്നപ്പോൾ അതു മുഴുവൻ തീർത്തില്ല. ചായയുടെ കൂടെ അല്പം ബ്രാണ്ടി തരാൻ എന്നെ അനുവദിക്കൂ. എനിക്കു വലിയ പ്രിയമുള്ള സാധനമാണ് ഇതു്. പക്ഷേ അതിഥികൾക്ക് ...അതിഥികൾക്ക് ..." അയാൾ കുപ്പി അടച്ചിരുന്ന കടലാസു ചുരുൾ എടുത്തു മാറ്റി ഞങ്ങളുടെ ഗ്ലാസുകളിലേക്ക് അതിലുള്ള ദ്രാവകം പകർന്നു. ഞാൻ ഗ്ലാസെടുക്കാൻ കൈനീട്ടി. എന്നാൽ ജനലിനടുത്തുനിന്നിരുന്ന ചുബുക്ക് ധൃതിയിൽ നടന്നു വന്ന് ശാസിച്ചു:

"ഹേ ചെറുപ്പക്കാരാ, ഇവിടെ ഗ്ലാസുകൾ കുറവാണെന്നു നിനക്ക് കാണാൻ പാടില്ലേ? കാലുമ്മേൽ കാലും കയറ്റിവച്ച് അവിടെ ഇരിക്കാതെ പ്രായമായ ഇദ്ദേഹത്തിന് ഇരിക്കാൻ കസേര ഒഴിഞ്ഞുകൊടുക്കൂ. നീ പിന്നെ കുടിച്ചാൽ മതി. അമ്മാവാ, വരൂ. നമുക്ക് ഒരുമിച്ചിരുന്നു കുടിക്കാം."

ചുബുക്കിന്റെ ശകാരം കേട്ട് അത്ഭുതപ്പെട്ട് ഞാൻ അയാളുടെ

മുഖത്തേക്കു നോക്കി.

"വേണ്ട, വേണ്ട !" എന്നു പറഞ്ഞുകൊണ്ട് വൃദ്ധൻ ഗ്ലാസ് മാറ്റിവച്ചു. "നിങ്ങൾ എന്റെ അതിഥികളാണ്. ഞാൻ പിന്നെ കുടിച്ചോളാം..."

"കുടിക്കൂ, അമ്മാവാ," ചുബുക്ക് ഗ്ലാസ് വൃദ്ധന്റെ അടുത്തേക്കു നീട്ടിക്കൊണ്ട് നിർബന്ധിച്ചു.

"വേണ്ട, വേണ്ട," എന്നു വീണ്ടും പറഞ്ഞുകൊണ്ട് വൃദ്ധൻ ഗ്ലാസ് തള്ളിമാറ്റുന്നതിനിടയിൽ അതു മറിഞ്ഞു.

ഞാൻ എന്റെ പഴയ സ്ഥാനത്തു ചെന്നിരുന്നു. വൃദ്ധൻ ജനലിനടുത്തു ചെന്ന് മുഷിഞ്ഞ കർട്ടൻ താഴ്ത്തിയിട്ടു.

"കാര്യമെന്താണ്?"ചുബുക്ക് ചോദിച്ചു.

"കൊതുക്,"വൃദ്ധൻ പറഞ്ഞു."കൊതുകിന്റെ വലിയ ശല്യമാണിവിടെ. താണ പ്രദേശമായതുകൊണ്ട് അവറ്റ ധാരാളമുണ്ട് ."

"നിങ്ങൾ ഇവിടെ ഒറ്റയ്ക്കാണ് താമസമെന്നല്ലേ പറഞ്ഞത്?" ചുബുക്ക് പൊടുന്നനെ ചോദിച്ചു. "ആ മൂലയ്ക്കുള്ള കിടക്ക പിന്നെ എന്തിനാണ്?" മൂലയിൽക്കിടന്ന ചാക്കിനു നേരെ ചുബുക്ക് കൈ ചൂണ്ടി.

മറുപടിക്കു കാത്തുനില്ക്കാതെ ചുബുക്ക് എണീറ്റ് ജനലിനടുത്തുചെന്നു കർട്ടൻ മാറ്റി. തല വെളിയിലേക്കിട്ടു നോക്കി. ഞാനും എണീറ്റു.

ജനലിലൂടെ നോക്കിയാൽ കുന്നുകളും കാടുകളും വളരെ ദൂരംവരെ കാണാം. പൊങ്ങിയും താണും കിടന്ന റോഡ് അങ്ങുദൂരെ കാണാമായിരുന്നു. ഉയർന്ന ഒരിടത്ത് ചുവന്നു തുടങ്ങിയ ആകാശത്തിന്റെ പശ്ചാത്തലത്തിൽ അനങ്ങിക്കൊണ്ടിരിക്കുന്ന നാലു പൊട്ടുകൾ പ്രത്യക്ഷപ്പെട്ടു.

"കൊതുക് !"ചുബുക്ക് വൃദ്ധന്റെ നേരെ അലറി. കൂനി ക്കൂടി നില്ക്കുന്ന ആ വൃദ്ധരൂപത്തെ അവജ്ഞയോടെ നോക്കിക്കൊണ്ട് അയാൾ പറഞ്ഞു:"നിങ്ങൾതന്നെയാണ് കൊതുകെന്ന് ഇപ്പോൾ മനസ്സിലായി. ബോറിസ് ! വേഗം വാ !"

ഓടിപ്പോകുന്നതിനിടയ്ക്ക് ചുബുക്ക് ഒരു തീപ്പെട്ടിക്കൊള്ളി ഉരച്ച് അവിടെ കണ്ട ചവറിനിടയിലേയ്ക്കിട്ടു. ഒരു കടലാസിനു തീപിടിച്ചു. നിലത്തു കിടന്ന കച്ചിയിലേയ്ക്കു അതു പടർന്നു. എന്നാൽ പെട്ടെന്ന് ചുബുക്ക് ഒരു തീരുമാനമെടുത്ത മുഖഭാവത്തോടെ അതു ചവിട്ടി കെടുത്തി. അയാൾ എന്നെ വാതിലിനടുത്തേക്ക് തള്ളിവിട്ടുകൊണ്ട് പറഞ്ഞു:

"അതുവേണ്ട. ഇതൊക്കെ നമ്മുടേതാകാൻ പോവുകയാണ്."

ഉദ്ദേശം പത്തുമിനിട്ടുകഴിഞ്ഞ് ഞങ്ങൾ ഒളിച്ചിരുന്ന കുറ്റിക്കാടിനു മുന്നിലൂടെ നാലു കുതിരപ്പടയാളികൾ കടന്നുപോയി.

“അവർ ആ വീട്ടിലേക്കു പോവുകയാണ്,” ചുബുക്ക് പറഞ്ഞു.

“നിലത്ത് ആ ചാക്കു കണ്ടപ്പോൾ ഞാൻ തീരുമാനിച്ച വൃദ്ധൻ ഒറ്റയ്ക്കല്ല താമസമെന്ന്. അയാൾ ജനലിനടുത്തേയ്ക്കു പോയ്ക്കൊണ്ടിരുന്നത് നീ ശ്രദ്ധിച്ചില്ലേ? നമ്മൾ താഴെ തിരഞ്ഞുകൊണ്ടിരുന്നപ്പോൾ വൃദ്ധൻ വൈറ്റ്ഗാർഡുകാരെ വിളിക്കാൻ ആളയച്ചു. ചായയുടെ കാര്യവും അതുതന്നെ. ആ ബ്രാണ്ടിക്ക് എന്തോ കുഴപ്പമുണ്ടെന്ന് എനിക്കു തോന്നി--അയാൾ വല്ല എലിപ്പാഷാണവും അതിലിട്ടുകാണും. കൊള്ളയടിക്കപ്പെട്ട ജന്മിമാർ കയ്യയച്ച് സൽക്കരിക്കാനൊരുങ്ങുമ്പോൾ എനിക്കു സംശയമാണ്. എനിക്ക് അക്കൂട്ടരെ വിശ്വാസമില്ല. അയാൾ എന്തൊക്കെ അഭിനയിച്ചു കാണിച്ചാലും എന്റെ ഉള്ളിന്റെ ഉള്ളിൽ അയാൾ ഒന്നാം നമ്പർ ശത്രുവാണ്."

ഒരു കച്ചിപ്പുരയിലാണ് ഞങ്ങൾ രാത്രി കഴിച്ചത്. രാത്രിയിൽ ഇടിയും മഴയും ഉണ്ടായി. പക്ഷേ ഞങ്ങൾക്കു സന്തോഷമായിരുന്നു. വയ്ക്കോൽ പുരയ്ക്ക് ഒട്ടും ചോർച്ചയില്ലായിരുന്നു. അത്തരം കാലാവസ്ഥയിൽ ശത്രുക്കൾ അന്വേഷിച്ചുവരില്ല എന്ന ഉറപ്പോടെ സുഖമായി കിടന്നുറങ്ങാം. നേരം വെളുത്തുതുടങ്ങിയപ്പോൾ ചുബുക്ക് എന്നെ ഉണർത്തി.

“ഇനി നമുക്ക് ജാഗ്രതയായിരിക്കണം,” അയാൾ പറഞ്ഞു. ഞാൻ കുറേ നേരമായി ഉണർന്നിരിക്കുന്നു. ഇനി നീ എണീറ്റിരുന്നാൽ ഞാൻ ഒന്നു മയങ്ങാം. ആരെങ്കിലും ഈ വഴി വന്നെന്നിരിക്കും. ഒന്നും നിശ്ചയിക്കാൻമേല. പക്ഷേ നീ ഉറങ്ങിപ്പോകരുത്.”

“ഇല്ല, ചുബുക്ക്. ഞാൻ ഉറങ്ങുകയില്ല.”

ഞാൻ തല പുറത്തേക്കു നീട്ടി. കുന്നിൻചരിവിലൂടെ ഒഴുകുന്ന ഒരു അരുവിയിൽനിന്ന് നീരാവി പൊങ്ങുന്നത് ഞാൻ കണ്ടു. തലേന്ന് ഞങ്ങൾ ഒരു ചതുപ്പിലൂടെ നടന്നുവരുന്നത്കൊണ്ട് അരവരെ ചെളിയിൽ മുങ്ങിയിരുന്നു. രാത്രിയിൽ വെള്ളം വറ്റിയെങ്കിലും ദേഹത്ത് ചെളി ഉണങ്ങിപ്പിടിച്ചിരുന്നു.

“ഒന്നു കുളിക്കണം,” ഞാൻ വിചാരിച്ചു.”അരുവി തൊട്ടടുത്താണല്ലോ.”

ഞാൻ അരമണിക്കൂറിൽകൂടുതൽ ചുബുക്കിന്റെ അടുത്ത് കാവലിരുന്നു. അരുവിയിൽപോയി ഒന്നു മുങ്ങാനുള്ള ആഗ്രഹം കലശലായി.

“ഇവിടെങ്ങും ആരുമില്ല,” ഞാൻ വിചാരിച്ചു.”ഇത്ര നേരത്തെ ആര് എണീക്കാനാണ്? പോരെങ്കിൽ അടുത്തെങ്ങും ഒരു റോഡുള്ളതിന്റെ

യാതൊരു ലക്ഷണവുമില്ലതാനും. ചുമ്പുക്ക് ഒന്നു തിരിഞ്ഞുകിടക്കുന്നതിനു മുമ്പ് കുളികഴിഞ്ഞു തിരിച്ചുവരാം."

പ്രലോഭനം സഹിക്കാനാവാതായി. എന്റെ ദേഹം മുഴുവൻ ചൊറിഞ്ഞു. വെടിത്തിരകൾ വച്ചിരുന്ന വാറ് എടുത്തു മാറ്റിയിട്ട് ഞാൻ കുന്നിൻചരിവിലേയ്ക്കിറങ്ങി.

എന്നാൽ അരുവി ഞാൻ വിചാരിച്ചത്ര അടുത്തായിരുന്നില്ല. അതിന്റെ കരയിലെത്താൻ ഏതാണ്ട് പത്തുമിനിറ്റോളം എടുത്തു. വീട്ടിൽ നിന്നോടിപ്പോന്നപ്പോൾ ഇട്ടിരുന്ന സ്കൂൾജാക്കറ്റാണ് ഞാൻ എപ്പോഴും ധരിച്ചിരുന്നത്. അതും ബൂട്ടുകളും ട്രൗസറും തുകൽസഞ്ചിയും അഴിച്ചുവച്ചിട്ട് ഞാൻ വെള്ളത്തിലേക്കു ചാടി. വെള്ളത്തിനു നല്ല തണുപ്പായിരുന്നു. വെള്ളത്തിൽ കയ്യും കാലും ഇട്ടടിച്ചുകൊണ്ട് കുറച്ചുനേരം നീന്തിനടന്നപ്പോൾ ദേഹം ചൂടായി. ഹാ, എന്തൊരു സുഖം! ഞാൻ മെല്ലെ നീന്തി നടുക്കെത്തി. അവിടെയുള്ള ഒരു മണൽത്തിട്ടയിൽ ഒരു ചെടി വളർന്നുനിന്നിരുന്നു. എന്തോ ഒരു സാധനം അതിൽ തങ്ങിക്കിടക്കുന്നത് ഞാൻ കണ്ടു. നനച്ചുകൊണ്ടിരുന്നപ്പോൾ ഒഴുകിപ്പോയ ഒരു തുണിയോ ഷർട്ടോ ആയിരിക്കണം. ശിഖരങ്ങൾ ഇരുവശത്തേക്കും മാറ്റിനോക്കിയപ്പോൾ ഞാൻ ഞെട്ടി പിന്മാറി. ഒരു മനുഷ്യൻ വെള്ളത്തിൽ കമഴ്ന്നു കിടക്കുന്നു. അയാളുടെ ട്രൗസർ കുറ്റിച്ചെടിയിൽ ഉടക്കിയിരിക്കയാണ്. പുറത്ത് ആഴത്തിലുള്ള ഒരു മുറിവുണ്ട്. കറുത്ത വലിയൊരു പാടുപോലെ അതു തെളിഞ്ഞു കാണാമായിരുന്നു. ഞാൻ സർവ്വശക്തിയുമെടുത്ത് അതിവേഗം കരയിലേക്കു നീന്തി.

ഞാൻ ഉടുപ്പിടാൻ തുടങ്ങി. മണൽത്തിട്ടിൽ തഴച്ചുനിൽക്കുന്ന ആ കടുംപച്ചനിറമുള്ള കുറ്റിച്ചെടി കണ്ണിൽപ്പെട്ടപ്പോൾ ഞാൻ ഞെട്ടലോടെ തലതിരിച്ചു.ഒഴുക്കിന്റെ ശക്തികൊണ്ടോ, ഞാൻ ചെടിയുടെ ശിഖരങ്ങൾ അകറ്റിയപ്പോഴുണ്ടായ ഇളക്കം കൊണ്ടോ ആകാം, ആ ശവശരീരം ഒഴുകിത്തുടങ്ങി. ഒഴുക്കിൽപ്പെട്ട് മുഖം മുകളിലായി അത് ഞാൻ നിന്നിരുന്ന കരയോട്ട് അടുത്തുകൊണ്ടിരുന്നു.

ധൃതിയിൽ ട്രൗസർ ധരിച്ചിട്ട് ഞാൻ ജാക്കറ്റ് കയ്യിലെടുത്തു. അവിടെനിന്ന് കഴിയുന്നതും വേഗം ഓടിപ്പോകാൻ ഞാൻ ആഗ്രഹിച്ചു. ഞാൻ കോളറിനുള്ളിലേക്കു തലയിട്ടപ്പോൾ ശവശരീരം എന്റെ കാലിനു തൊട്ടടുത്തെത്തി.

ഒരു നിലവിളിയോടെ ഞാൻ അറിയാതെ മുമ്പോട്ടു ചാടി. ഞാൻ വെള്ളത്തിൽ വീണില്ലെന്നു മാത്രം. ആ ശവശരീരം ആരുടേതെന്ന് ഞാൻ തിരിച്ചറിഞ്ഞു. തേനീച്ചവളർത്തലുകാരനോടൊപ്പം താമസിപ്പിച്ചിരുന്ന മുറിവേറ്റ മൂന്നുപേരിൽ ഒരാളായിരുന്നു അത്--ജിപ്സിപ്പയ്യൻ.

“എടേ, പയ്യൻ”, പിന്നിൽ നിന്ന് ആരോ ഉറക്കെ വിളിച്ചു.”ഇവിടെ വാ.”

മൂന്നു പേർ എന്റെയടുത്തേക്കു നടന്നുവരികയായിരുന്നു. രണ്ടുപേർ തോക്കു ധരിച്ചിട്ടുണ്ട്. രക്ഷപ്പെടാൻ മാർഗ്ഗമൊന്നുമില്ല. മുമ്പിൽ ആ മൂന്നു മനുഷ്യർ. പുറകിൽ പുഴ.

“നീ ആരാണ്?”കറുത്ത താടിയും നല്ല ഉയരവുമുള്ള ഒരാൾ ചോദിച്ചു.

ഞാൻ ഒന്നും മിണ്ടിയില്ല. അവർ ചുവപ്പുപക്ഷക്കാരനാണോ വൈറ്റ് ഗാർഡുകാരുടെ ആളുകളാണോ എന്ന് എനിക്കു നിശ്ചയമില്ലായിരുന്നു.

“ഞാൻ നിന്നോടാണ് ചോദിച്ചത് ,” അയാൾ എന്റെ കൈക്കു കടന്നുപിടിച്ചുകൊണ്ട് കുറേക്കൂടെ കർക്കശമായി പറഞ്ഞു.

“അവനോടു സംസാരിച്ചിട്ടു കാര്യമൊന്നുമില്ല,”മറ്റൊരാൾ അഭിപ്രായപ്പെട്ടു. “നമുക്ക് അവനെ ഗ്രാമത്തിലേക്കു കൊണ്ടുപോകാം. അവർ അവനോട്ട് ചോദിച്ചോളും.”

രണ്ടു കുതിരവണ്ടികൾ അവിടെയെത്തി.

“ആ ചാട്ട ഇങ്ങോട്ട് താ,” കുതിരയുടെ തലയ്ക്കടുത്ത് പേടിച്ചുനിന്നിരുന്ന വണ്ടിക്കാരിൽ ഒരുവനോട്ട് കറുത്ത താടിക്കാരൻ പറഞ്ഞു.

“എന്തിനാണ്?”മറ്റേ ആൾ ചോദിച്ചു. “നിങ്ങൾ ചാട്ടപ്രയോഗിക്കുന്നതെന്തിന്? അവനെ ഗ്രാമത്തിൽ കൊണ്ടുചെന്നാക്കിയാൽ മതി. അവർ വേണ്ടതു ചെയ്തോളും”

“ഞാൻ അവനെ തല്ലാൻപോകുകയല്ല. അവന്റെ കൈ കെട്ടിയിടാനാണ് ചാട്ട ചോദിച്ചത്. ഏതു സമയത്തും ചാടിപ്പോകാനുള്ള ഭാവമാണ് അവന്റെ മുഖത്ത്.”

കൈകൾ പിന്നിൽ കെട്ടി എന്നെ അവർ വണ്ടിയുടെ നേർക്ക് തള്ളിവിട്ടു.

“കയറ് !”

ഉശിരൻ കുതിരകൾ ചുറുചുറുക്കോടെ ഗ്രാമത്തിലേക്ക് ഓടിത്തുടങ്ങി. പച്ചനിറമാർന്ന കുന്നിൻചെരുവുകളിൽ വെളുത്തുതിളങ്ങുന്ന പുകക്കുഴലുകൾ ഉയർത്തിനില്ക്കുന്ന വലിയ ഒരു ഗ്രാമമായിരുന്നു അത്.

അവർ ചുവപ്പുസേനയുടെ ഒളിപ്പോരുകാരായിരിക്കുമെന്നും ഗ്രാമത്തിയാലുടൻ എല്ലാം വ്യക്തമാകുമെന്നും എന്നെ വിട്ടയക്കുമെന്നും വണ്ടിയിലിരിക്കുമ്പോൾ ഞാൻ പ്രത്യാശിച്ചു.

ഗ്രാമത്തിന് അടുത്തെത്തിയപ്പോൾ കുറ്റിക്കാട്ടിനിടയിൽ

നിന്നിറങ്ങിവന്ന ഒരു പാറാവുകാരൻ ഞങ്ങളെ തടഞ്ഞു നിർത്തി. "ആരാണ് പോകുന്നത്?"

"മിത്രങ്ങൾ.... ഗ്രാമത്തലവൻ",കറുത്തതാടിക്കാരൻ പറഞ്ഞു.

"അതു ശരി ! നിങ്ങൾ എവിടെയായിരുന്നു?"

"വണ്ടികൾ കൊണ്ടുവരാൻ പോയിരുന്നു."

കുതിരകൾ വീണ്ടും ഓട്ടം തുടങ്ങി. പാറാവുകാരന്റെ വസ്ത്രങ്ങളോ മുഖമോ പരിശോധിക്കാൻ എനിക്കു സമയം കിട്ടിയില്ല--എന്റെ ശ്രദ്ധമുഴുവൻ അയാളുടെ തോളിലായിരുന്നു. അയാളുടെ തോളിൽ തോൾപ്പട്ടയുണ്ടായിരുന്നു. അക്കാലത്ത് വൈറ്റ്ഗാർഡുകാർ മാത്രമേ അതു ധരിച്ചിരുന്നുള്ളു.

അദ്ധ്യായം ഒമ്പത്

പട്ടാളക്കാരെ ആരെയും പുറത്തു കാണാനുണ്ടായിരുന്നില്ല--എല്ലാവരും ഉറക്കമായിരുന്നിരിക്കണം.

പള്ളിയുടെ മുൻവശത്ത് ധാരാളം കുതിരവണ്ടികളും ചുവന്ന കുരിശടയാളമുള്ള ഒരു വാനും കിടന്നിരുന്നു. പാചകശാലയുടെ അടുത്ത് ചില പാചകക്കാർ വിറകു കീറിക്കൊണ്ടിരുന്നു.

“ഇവനെ ഹെഡ്ക്വാർട്ടേഴ്സിലേക്കാണോ കൊണ്ടുപോകേണ്ടതു്?” വണ്ടിക്കാരൻ ഗ്രാമത്തലവനോട്ട് ചോദിച്ചു.

“അതെ, പക്ഷേ അങ്ങുന്ന് ഇപ്പോഴും ഉറങ്ങുകയാണ്. ഇതുപോലൊരു കൊച്ചു ചെറുക്കന്റെ കാര്യം പറയാൻ അദ്ദേഹത്തെ ഉണർത്തുന്നതു ശരിയല്ല. തൽക്കാലം നമുക്ക് ഇവനെ ലോക്കപ്പിൽ കൊണ്ടുപോയി ഇടാം.”

ചടഞ്ഞു കൂടിയിരിക്കുന്ന ഒരു ചെറിയ കുടിലിന്റെ മുമ്പിൽ വണ്ടി നിന്നു. കുടിലിന്റെ ജനലുകളെല്ലാം അഴിയിട്ട് ഉറപ്പിച്ചവയായിരുന്നു. എന്നെ അവർ വാതിലിനകത്തേക്ക് തള്ളി വിട്ടു. ഗ്രാമമുഖ്യൻ എന്റെ പോക്കറ്റുകൾ പരിശോധിച്ചു. എന്റെ തുകൽസഞ്ചി അയാൾ എടുത്തു കൊണ്ടുപോയി. വാതിൽ അടഞ്ഞു, പൂട്ട് തിരിഞ്ഞു.

ഭയംകൊണ്ട് വിറങ്ങലിച്ചുപോയ ആദ്യത്തെ ഏതാനും നിമിഷങ്ങളിൽ എല്ലാം അവസാനിച്ചുവെന്നും ഇനി രക്ഷപ്പെടുന്ന പ്രശ്നമേയില്ലെന്നും എനിക്കു തോന്നി. സൂര്യൻ കുറേക്കൂടെ ഉയരത്തിലെത്തുമ്പോൾ അങ്ങുന്ന് എന്ന് ഗ്രാമത്തലവൻ വിശേഷിപ്പിച്ച ആ മനുഷ്യൻ ഉണരും. അയാൾ എന്നെ വിളിപ്പിക്കും, അതോടെ കഥ അവസാനിക്കും--മരണം എന്നെ ഗ്രസിക്കും. കഠിനമായ വേദനയാലെന്നപോലെ ഭയത്താൽ എന്റെ ദേഹം പിടഞ്ഞു.

ഞാൻ ഒരു ബഞ്ചിലിരുന്ന് ജനൽപ്പടിയിൽ മുഖമമർത്തി. ചിന്തിക്കാനുള്ള കഴിവുപോലും നശിച്ചിരുന്നു. രക്തം ഇരച്ചുകയറി എന്റെ ചെന്നികളിൽ അമർത്തിക്കൊണ്ടിരുന്നു. വരവീണ ഒരു ഗ്രാമഫോൺ റിക്കാർഡ് ഒരേ വരിതന്നെ വിരസമായി ആവർത്തിക്കുന്നതുപോലെ

എന്റെ മനസ്സ് ഒരൊറ്റ വാക്കുമാത്രം ഉരുവിട്ടുകൊണ്ടിരുന്നു:"അവസാനം... അവസാനം... അവസാനം..." അനാരോഗ്യകരമായ ആ വെട്ടിലൂടെ കുറേനേരം കറങ്ങിനടന്നശേഷം ഒരു അദൃശ്യകരം തട്ടിയിട്ടിട്ടെന്നപോലെ ബോധത്തിന്റെ സൂചിമുന ചാടി മസ്തിഷ്കത്തിന്റെ മറ്റൊരു ചാലിൽ--ആവശ്യമുള്ള ഒരു ചാലിൽ --പതിച്ചു. കൊടുങ്കാറ്റുപോലെ ചിന്തകൾ എന്റെ തലച്ചോറിലൂടെ ഇരമ്പിപ്പാഞ്ഞു.

"യാതൊരു മാർഗ്ഗവുമില്ലെന്നു വരുമോ? എത്ര എളുപ്പമാണ് പിടിയിലകപ്പെട്ടതു്! ഒരു പക്ഷേ രക്ഷപ്പെടാൻ കഴിഞ്ഞേക്കും. ഇല്ല, അതു സാധ്യമല്ല . ചുവപ്പുസേനക്കാർ ഈ വഴി ഇന്നു വന്നാൽ എന്നെ രക്ഷപ്പെടുത്തിയെന്നു വരാം. ഇല്ലെങ്കിലോ? എല്ലാം കഴിഞ്ഞിട്ടാണ് അവർ ഇവിടെ എത്തുന്നതെങ്കിലോ? ഇല്ല... ആശയ്ക്കു യാതൊരു വഴിയുമില്ല."

ജനലിനു മുന്നിലൂടെ ഒരു പറ്റം ആടുകൾ കടന്നുപോയി. ചെമ്മരിയാടുകൾ പരസ്പരം ഉരുമ്മിക്കൊണ്ട് മെല്ലെ നടന്നകന്നു. കോലാടുകൾ മണികൾ കിലുക്കിക്കൊണ്ട് കരഞ്ഞു. ഇടയൻ ചാട്ടവീശി. ഒരു പശുക്കിടാവ് തള്ളയുടെ അകിടു തപ്പിപ്പിടിക്കാൻ പല അഭ്യാസങ്ങളും കാണിച്ച് പരാജയപ്പെട്ടു.

പ്രശാന്തമായ ആ ഗ്രാമീണദൃശ്യം എന്റെ പരിതാപകരമായ അവസ്ഥയെ കൂടുതൽ ശക്തിയായി ഓർമപ്പെടുത്തി. ഭയത്തോടൊപ്പം അമർഷം കലർന്ന പരാതിയും സ്ഥാനം പിടിച്ചു. ഒരു നിമിഷത്തേക്ക് അമർഷം ഭയത്തെ കീഴടക്കുകപോലും ചെയ്തു: ഇത്ര സുന്ദരമായ ഒരു പ്രഭാതത്തിൽ എല്ലാവരും ജീവിച്ചിരിക്കുമ്പോൾ ആട്ടിൻപറ്റംപോലും സ്വച്ഛന്ദം വിഹരിക്കുമ്പോൾ ഞാൻ മരിക്കണം.

പലപ്പോഴും സംഭവിക്കാറുള്ളതുപോലെ കൂടിക്കുഴഞ്ഞ ഈറ്റശചിന്തകൾക്കും അസാദ്ധ്യമായ പദ്ധതികൾക്കുമിടയിൽനിന്ന് അങ്ങേയറ്റം ലളിതവും വ്യക്തവുമായ ഒരു ചിന്ത പൊന്തിവന്നു. സ്വാഭാവികമായ രക്ഷാമാർഗ്ഗം തേടുന്നതിലേക്കു നയിക്കുന്ന ഒരു ചിന്തയായിരുന്നു അതു്.

ഒരു ചുവപ്പുസേനാനിയും യുദ്ധം ചെയ്യുന്ന തൊഴിലാളി വിഭാഗത്തിലെ ഒരു പട്ടാളക്കാരനുമാണ് ഞാൻ എന്ന ബോധം വളരെക്കാലമായി എന്നിൽ ദൃഢമായി വേരൂന്നിയിരുന്നതുകൊണ്ട് , ഞാൻ ചുവപ്പുഭടനാണെന്ന് എന്റെ നെറ്റിയിൽ എഴുതിവച്ചിട്ടില്ല എന്ന കാര്യം ഞാൻ മറന്നുപോയി. ഞാൻ ചുവപ്പുഭടനാണെന്ന് തീരുമാനിക്കണമെങ്കിൽ അതിനുള്ള സൂചനകളും തെളിവുകളും അവർക്കു കിട്ടണം. എന്റെ മുടി വെളുത്തതാണെന്നു പറയാൻ കഴിയുന്നതുപോല എന്റെ മുഖം നോക്കി ചുവപ്പുപക്ഷക്കാരനാണോ വൈറ്റ്ഗാർഡുകാരനാണോ എന്നു തീരുമാനിക്കാൻ ആർക്കും കഴിയുകയില്ല.

ആ വൈക്കോൽത്തുരുമ്പിൽ ആഹ്ലാദത്തോടെ പിടിച്ചുകൊണ്ട് ഞാൻ സ്വയം പറഞ്ഞു:"ശരി, ഞാൻ ചുവപ്പുഭടനാണ്. പക്ഷേ അക്കാര്യം എനിക്കല്ലാതെ ഇവിടെ ആർക്കും അറിയില്ല. എന്റെ ദേഹത്ത് തിരിച്ചറിയാനുള്ള വല്ല അടയാളങ്ങളുമുണ്ടോ?"

അതേപ്പറ്റി കൂടുതൽ ആലോചിച്ചപ്പോൾ ഞാൻ ചുവപ്പുസേനക്കാരനാണെന്ന് തെളിയിക്കുന്ന യാതൊന്നും എന്റെ പക്കലില്ലെന്ന് എനിക്ക് ഉറപ്പായി. എന്റെ കൈവശം രേഖകളൊന്നുമില്ലായിരുന്നു. നക്ഷത്രചിഹ്നം കുത്തിയ ചാരനിറമുള്ള തൊപ്പി തലേദിവസം നഷ്ടപ്പെട്ടു. എന്റെ പട്ടാളക്കോട്ടും തലേദിവസത്തെ ഓട്ടത്തിനിടയിൽ ഞാൻ ഉപേക്ഷിച്ചിരുന്നു. വെടിക്കോപ്പുസഞ്ചിയുള്ള വാറ് കച്ചിപ്പുരയിൽ വച്ചിട്ടാണ് കുളിക്കാൻ പോയത്. തകർന്നുപോയ തോക്ക് നേരത്തെ കാട്ടിലെറിഞ്ഞു. ഞാനിട്ടിരിക്കുന്ന കറുത്ത ജാക്കറ്റ് സ്കൂൾ കുട്ടികൾ സാധാരണ ധരിക്കുന്നതരമാണ്. എനിക്ക് പട്ടാളത്തിൽ ചേരാനുള്ള പ്രായമായിട്ടുമില്ല. ഇനി എന്താണ് ?

"ഓ, ജാക്കറ്റിനടിയിൽ ഒളിച്ചുവച്ചിരിക്കുന്ന എന്റെ കൈത്തോക്കുണ്ട്. അത് അടുപ്പിന്റെ അകത്തേക്ക് തള്ളിവയ്ക്കാം. ഞാൻ പുഴക്കരയിൽ എങ്ങിനെ എത്തി എന്നു വിശദീകരിക്കേണ്ടിവരും. അതു സാരമില്ല. എന്തെങ്കിലുമൊരു കഥ കെട്ടിച്ചമയ്ക്കാൻ കഴിയും."

സംഗതികൾ കൂടുതൽ കുട്ടിക്കുഴയ്ക്കാതിരിക്കാൻ വേണ്ടി പേരോ ജനനസ്ഥലമോ വയസ്സോ തിരുത്തി പറയേണ്ട എന്ന് ഞാൻ തീരുമാനിച്ചു. അർസമാസിലെ ടെക്നിക്കൽ ഹൈസ്കൂളിൽ അഞ്ചാം ഫാറത്തിൽ പഠിക്കുന്ന ബോറിസ് ഗോറിക്കൊവ് ആയിട്ടുതന്നെ പ്രത്യക്ഷപ്പെടാൻ ഞാൻ ഉറച്ചു. ഞാൻ അമ്മാവന്റെ കൂടെ (അമ്മാവന്റെ പേരും മാറ്റുകയില്ല.) ഹാർക്കോവിലേക്കു പോവുകയായിരുന്നെന്നും അവിടെ എന്റെ ഒരമ്മായിയോടൊപ്പം താമസിക്കാനായിരുന്നു ഉദ്ദേശ്യമെന്നും പറയാം. അമ്മായിയുടെ മേൽവിലാസം എനിക്കറിയില്ല, അത് അമ്മാവനു മാത്രമേ അറിയാമായിരുന്നുള്ളൂ. യാത്രയ്ക്കിടക്ക് ഞാനും അമ്മാവനും എങ്ങിനെയോ പിരിഞ്ഞു. എന്റെ പാസും മറ്റു രേഖകളും അമ്മാവന്റെ കൈവശമായിരുന്നതുകൊണ്ട് എന്നെ തീവണ്ടിയിൽ നിന്ന് ഇറക്കിവിട്ടു. അടുത്ത സ്റ്റേഷൻ വരെ നടന്ന് മറ്റൊരു ട്രയിനിൽ കയറാം എന്ന് ഞാൻ തീരുമാനിച്ചു. എന്നാൽ അവിടം മുതൽ വൈറ്റ് ഗാർഡുകാരുടെ സ്ഥലമായിരുന്നു. ഈ യാത്രക്കിടയിൽ ഞാൻ എങ്ങിനെയാണ് ഭക്ഷണം കഴിച്ചതെന്നു ചോദിച്ചാൽ ഗ്രാമീണർ ഭിക്ഷതന്നുവെന്നു പറയണം. അമ്മായിയുടെ മേൽവിലാസം അറിയില്ലെങ്കിൽ പിന്നെ നീ ഹാർക്കോവിലേക്കു പോകുന്നതെന്തിന് എന്നു ചോദിച്ചാൽ "അഡ്രസ് ബ്യൂറോ" യിൽ നിന്നു വാങ്ങിക്കാമെന്ന്

ഉദ്ദേശിച്ച എന്നു മറുപടിപറയാം. ഇക്കാലത്തു 'അഡ്രസ്സ് ബ്യൂറോ' എവിടെയാണ് ഉള്ളതു്"എന്നു ചോദിച്ചാൽ ഞാൻ അത്ഭുതം നടിച്ചുകൊണ്ടു് പറയും: "ഞങ്ങളുടെ കൊച്ചുപട്ടണത്തിൽപ്പോലുമുണ്ടല്ലോ ഒരെണ്ണം, പിന്നെ അവിടെ കാണാതിരിക്കുമോ?" "നിന്റെ അമ്മാവൻ ചുവപ്പുറഷ്യയിൽ നിന്ന് വൈറ്റ് ഗാർഡുകളുടെ കൈവശമിരിക്കുന്ന ഹാർക്കോവിലേക്ക് കടക്കാമെന്ന് പ്രതീക്ഷിച്ചതെങ്ങിനെ?" എന്നു ചോദിച്ചാൽ, "കൗശലക്കാരനായ എന്റെ അമ്മാവൻ വേണമെങ്കിൽ വിദേശത്തേക്കുപോലും നിഷ്പ്രയാസം കടന്നുകളയും" എന്ന് ഞാൻ മറുപടി പറയും. "ഞാൻ അമ്മാവനെപ്പോലെയല്ല. എന്നെക്കൊണ്ടു് ഒന്നിനും കൊള്ളുകയില്ല," എന്നു പറഞ്ഞു് ഞാൻ പൊട്ടിക്കരയും. ഒരുപാടല്ല, എന്റെ ദുരവസ്ഥ അവരെ ബോധ്യപ്പെടുത്താൻ മാത്രം. ഇത്രയുമൊക്കെ മുൻകൂട്ടി തീരുമാനിച്ചാൽ മതി. ബാക്കി വരുന്നടത്തുവച്ചു കാണാം.

ഞാൻ എന്റെ കൈത്തോക്ക് പുറത്തെടുത്ത് സ്റ്റൗവിന്റെ അടുത്തേക്കു നടന്നു. പെട്ടെന്ന് ഞാൻ മനസ്സുമാറ്റി. അവർ എന്നെ വെറുതെ വിടുകയാണെങ്കിൽപ്പോലും തിരിച്ച് ഇവിടെ വന്ന് ഇതെടുക്കാൻ സാധിക്കയില്ല. ആ മുറിക്ക് രണ്ടു ജനലുകളുണ്ടായിരുന്നു. ഒന്ന് തെരുവിനും മറ്റേതു് ഇരുവശത്തും മുൾച്ചെടികൾ വളർന്നു നില്ക്കുന്ന ഇടുങ്ങിയ ഒരു നടപ്പാതയ്ക്കും അഭിമുഖമായിട്ടാണിരുന്നതു്. ഞാൻ നിലത്തു കിടന്നിരുന്ന ഒരു കഷണം കടലാസെടുത്ത് കൈത്തോക്ക് അതിൽ പൊതിഞ്ഞു. ആ ചെറുപൊതി ഞാൻ മുൾച്ചെടികൾ ഏറ്റവും കൂടുതൽ നിബിഡമായി നില്ക്കുന്നിടത്തേക്ക് എറിഞ്ഞു. ഞാൻ അതു ചെയ്തുകഴിഞ്ഞ ഉടൻതന്നെ വാതില്ക്കൽ ആരുടേയോ കാൽപ്പെരുമാറ്റം കേട്ടു. മൂന്നുപേരെക്കൂടി അവിടെ കൊണ്ടുവന്നു. വണ്ടികൾ പട്ടാളക്കാരുടെ ആവശ്യത്തിന് കൊടുക്കണമെന്നു പറഞ്ഞപ്പോൾ തങ്ങളുടെ കുതിരകളെ ഒളിച്ചുവച്ച രണ്ടു കർഷകരും ഒരു യന്ത്രത്തോക്കുകാരന്റെ വണ്ടിയിൽനിന്ന് എന്തിനോവേണ്ടി ഒരു സ്പ്രിംഗ് മോഷ്ടിച്ച ഒരു ബാലനുമായിരുന്നു നവാഗതർ. ബാലനെ അടിച്ചു ശരിപ്പെടുത്തിയിട്ടുണ്ടായിരുന്നെങ്കിലും അവൻ കരഞ്ഞില്ല. വളരെ വേഗത്തിൽ ഓടിയിട്ടെന്നപോലെ കിതയ്ക്കുകമാത്രമാണ് അവൻ ചെയ്തതു്.

ഗ്രാമവീഥി സജീവമായിത്തുടങ്ങി. പട്ടാളക്കാർ അങ്ങോട്ടുമിങ്ങോട്ടും കടന്നുപൊയ്ക്കൊണ്ടിരുന്നു. കുതിരകൾ ചിനച്ചു. പാചകശാലയ്ക്കടുത്തു നിന്ന് തകരപ്പാത്രങ്ങൾ കൂട്ടിമുട്ടുന്ന ശബ്ദം കേട്ടുതുടങ്ങി. സിഗ്നലുകാർ ടെലിഫോൺ കമ്പികൾ വലിച്ചു തുടങ്ങി. പ്രമാണിയാണെന്നു തോന്നിച്ച ഒരു സാർജൻറ് ഒരു സ്ക്വാഡ് പട്ടാളക്കാരെ നയിച്ചുകൊണ്ടു് കടന്നുപോയി. പുതിയതായി എവിടെയെങ്കിലും

പാറാവുനിൽക്കാനോ നേരത്തെ കാവൽ നില്ക്കുന്നവരെ വിടുതൽ ചെയ്യാനോ പോകുകയാണ്.

പൂട്ട് വീണ്ടും ശബ്ദിച്ചു. ഒരു പട്ടാളക്കാരൻ വാതില്ക്കൽ വന്നുനിന്ന് അകത്തേക്കു തലനീട്ടി. അയാൾ പോക്കറ്റിൽനിന്ന് ചുരുണ്ടുകൂടിയ ഒരു കഷണം കടലാസ്സ് പുറത്തെടുത്ത് അതിൽ നോക്കിക്കൊണ്ട് വിളിച്ചുപറഞ്ഞു:"വാൽദ് ആരാണ്? പുറത്തേക്കു വരൂ."

ഞാൻ എന്റെ കൂടെയുള്ളവരെ നോക്കി. അവർ എന്നേയും, ആരും എണീറ്റില്ല.

"വാൽദ്... ആരാണ് വാൽദ്?"

"യൂറി വാൽദ്." പെട്ടെന്ന് എനിക്ക് തുകൽസഞ്ചിയുടെ ലൈനിംഗിനുള്ളിൽനിന്നു കിട്ടിയ കടലാസിന്റെ കാര്യം ഓർമ്മ വന്നു. കഴിഞ്ഞ ഏതാനും ദിവസങ്ങളിലെ ബദ്ധപ്പാടിനിടയ്ക്ക് ഞാൻ അക്കാര്യം പാടേ മറന്നുപോയിരുന്നു. ഇനി ഒന്നും ചെയ്യാനാവില്ല. ഞാൻ എണീറ്റ് ഇടറിയ കാൽവയ്പുകളോടെ വാതില്ക്കലേക്ക്, നടന്നു.

"അവർ ആ കടലാസു കണ്ടുപിടിച്ചുകാണും," ഞാൻ വിചാരിക്കുന്നു. അയാളുടെ നോട്ടം ഇങ്ങിനെ പറയുന്നതുപോലെ തോന്നി:" പേടിക്കേണ്ട. നിന്നെ പരിചയമുണ്ടെന്ന് ഞാൻ നടിക്കയില്ല."

ആ നിശ്ശബ്ദസംഭാഷണം നിമിഷത്തിനുള്ളിൽ കഴിഞ്ഞതുകൊണ്ട് മറ്റാരുടേയും ശ്രദ്ധയിൽപ്പെട്ടില്ല. വിറയ്ക്കുന്ന കാലുകളോടെ ഞാൻ മുറ്റത്തേയ്ക്കിറങ്ങി. "ഇവിടെയാണ്," ചെറിയ ഒരു ചായിപ്പ് ചൂണ്ടിക്കാണിച്ചുകൊണ്ട് പരിചാരകൻ പറഞ്ഞു. "അകത്ത് കച്ചിയും പുതപ്പും ഉണ്ട്. കതക് അകത്തുനിന്ന് കൊളുത്തിട്ടോളൂ. അല്ലെങ്കിൽ ഈ പ്രദേശത്തുള്ള പന്നികൾ മുഴുവൻ അങ്ങോട്ടു കയറിവരും."

അദ്ധ്യായം പത്ത്

ഞാൻ ഒരു തുകൽ കുഷ്യനിൽ തലവച്ച് അനങ്ങാതെ കിടന്നു. "ഇനി എന്തുചെയ്യാൻ കഴിയും? ചുബുക്കിനെ എങ്ങിനെ രക്ഷപ്പെടുത്തും? അക്കാര്യത്തിൽ എന്തെങ്കിലും ചെയ്യാൻ എനിക്കു കഴിയുമോ? എന്റെ തെറ്റുകൊണ്ട് ചുബുക്കിന്റെ കഴുത്തിൽ വീണിരിക്കുന്ന ഈ കുടുക്ക് ഞാൻ തന്നെ എങ്ങിനെയെങ്കിലും അഴിക്കണം. അതിന് പകരം ഞാൻ വരേനിക്കും തിന്നുകൊണ്ട് ഇരിക്കുകയാണ്. ഞാൻ കാരണം ചുബുക്ക് കഷ്ടപ്പെടുകയാണ്."

എന്നാൽ എന്തുചെയ്യണമെന്ന് എനിക്ക് യാതൊരു പിടിയും ഉണ്ടായിരുന്നില്ല.

എന്റെ തലച്ചോറിനു തീ പിടിച്ചു. കവിളുകൾ ചുട്ടുപൊള്ളി. ക്രമേണ ഉൽക്കടമായ ഒരു ആവേശം എന്നെ ബാധിച്ചു. "ഞാൻ സത്യസന്ധമായാണോ പെരുമാറുന്നത്? ഞാനും ഒരു ചുവപ്പുസേനാനിയാണെന്നും ചുബുക്കന്റെ സഖാവായ എനിക്കും അയാളുടെ വിധിയിൽ പങ്കുചേരണമെന്നും ധൈര്യമായി പറയുകയല്ലേ വേണ്ടത്? "ആ ചിന്തയുടെ ലാളിത്യവും ഗാംഭീര്യവും എന്റെ തലയ്ക്കു പിടിച്ചു." ഒന്നുമില്ലെങ്കിലും അത് എന്റെ തെറ്റിന് പ്രായശ്ചിത്തമാകും, ഞാൻ സ്വയം പറഞ്ഞു. "ഫ്രഞ്ചുവിപ്ലവത്തെക്കുറിച്ച് പണ്ടെങ്ങോ വായിച്ചിട്ടുള്ള ഒരു കഥ എനിക്ക് ഓർമ്മ വന്നു. പരോളിലിറങ്ങിയ ഒരു ബാലൻ ശത്രുക്കളുടെ അടുത്തേക്ക് സ്വയം മടങ്ങിച്ചെന്ന് മരണം കൈവരിക്കുന്നതാണ് കഥ." ഞാൻ ഉടൻ എണീറ്റു ചെന്ന് അവരോട് സത്യം മുഴുവൻ പറയുകയാണു വേണ്ടത്, "ഞാൻ സ്വയം ബോദ്ധ്യപ്പെടുത്താൻ ശ്രമിച്ചു."ചുവപ്പു പോരാളികൾക്ക് മരണത്തെ ഭയമില്ലെന്ന് ആ പട്ടാളക്കാരും ക്യാപ്റ്റനും മനസ്സിലാക്കട്ടെ. വെടിവയ്ക്കാനായി എന്നെ ഭിത്തിയോടു ചേർത്തുനിർത്തുമ്പോൾ ഞാൻ വിളിച്ചുപറയും: 'വിപ്ലവം ജയിക്കട്ടെ!' അല്ലെങ്കിൽ അതു വേണ്ട, അത് എത്രയോപേർ പറഞ്ഞു കഴിഞ്ഞതാണ്! 'ശപിക്കപ്പെട്ട കൊലപാതകികളെ', എന്നു വിളിച്ചുപറഞ്ഞാലെന്താ? അല്ലെങ്കിൽ മറ്റൊന്ന് പറയാം..."

സ്വന്തം തീരുമാനത്തിന്റെ ദുഃഖകരമായ ഗാംഭീര്യം കൊണ്ട്

തലയ്ക്കു മത്തു പിടിച്ച എനിക്ക് പരിസരബോധം നഷ്ടപ്പെട്ടു.

"ഞാൻ എണീറ്റു അങ്ങോട്ടു പോവുകയാണ്," എന്നു സ്വയം പറഞ്ഞുകൊണ്ട് ഞാൻ കച്ചിപ്പുറത്ത് എണീറ്റിരുന്നു. പക്ഷേ എന്തു വിളിച്ചുപറയും?"

എന്റെ മനസ്സിലൂടെ പലവിധ ചിന്തകൾ കൊടുങ്കാറ്റുപോലെ ഇരമ്പിനടന്നു. അർത്ഥശൂന്യങ്ങളായ പല വാചകങ്ങളും മനസ്സിൽ പൊന്തിവന്നു. എന്നാൽ മരിക്കാൻപോകുന്ന സമയത്ത് പറയാൻ തക്ക ഏതെങ്കിലുമൊരു വാചകം ഓർക്കുന്നതിനുപകരം അർസമാസിലെ കല്യാണാഘോഷങ്ങളോട് അനുബന്ധിച്ച് ഫ്ലൂട്ടുവായിക്കുന്ന വൃദ്ധനായ ജിപ്സിയുടെ മുഖമാണ് എനിക്ക് ഓർമ്മ വന്നത്. എന്റെ അപ്പോഴത്തെ മാനസികാവസ്ഥയുമായി യാതൊരു ബന്ധവുമില്ലാത്ത പലതും എന്റെ ഓർമ്മയിലേക്ക് ഓടിയെത്തി.

"ഞാൻ എണീക്കുകയാണ്..." ഞാൻ സ്വയം പറഞ്ഞു. എന്നാൽ കച്ചിക്കിടക്കയും പുതപ്പും സിമന്റുപോലെ എന്റെ കാലുകളെ നിലത്ത് ഉറപ്പിച്ചുവച്ചു.

ഞാൻ അവിടെനിന്ന് എണീക്കാതിരുന്നതിന്റെ കാര്യം എനിക്ക് മനസ്സിലായി. എണീക്കാൻ എനിക്ക് ആഗ്രഹമില്ലായിരുന്നു എന്നതാണ് സത്യം. അവസാനം പറയാനുള്ള വാക്കുകൾക്കുവേണ്ടി തിരഞ്ഞതും ജിപ്സിയുടെ കാര്യം ഓർത്തതും എല്ലാം നിർണ്ണായകമായ ആ നിമിഷം നീട്ടിവയ്ക്കാൻ മനസ്സ് കണ്ടുപിടിച്ച ഉപായങ്ങളാണ്. ഞാൻ എത്രയൊക്കെ വേണമെന്നു വിചാരിച്ചിട്ടും എണീറ്റുപോയി തോക്കിനു മുമ്പിൽ നില്ക്കാൻ എനിക്ക് ആഗ്രഹം തോന്നിയില്ല എന്നതാണ് സത്യം. അതു മനസ്സിലായ ഉടൻ ഞാൻ നിരാശയോടെ കുഷ്യനിലേക്ക് തല ചായ്ച്ചു. ഫ്രഞ്ചുവിപ്ലവകാലത്തെ ആ ബാലനോടു താരതമ്യപ്പെടുത്തുമ്പോൾ ഞാൻ എത്ര നിസ്സാരനാണ് എന്നോർത്ത് ഞാൻ കണ്ണീർ വാർത്തു.

ചായിപ്പിന്റെ വീടിനോടു തൊട്ടുള്ള ഭിത്തി കുലുങ്ങി. ഒരു തോക്കിന്റെ പാത്തികൊണ്ടോ ബഞ്ചിന്റെ മൂലകൊണ്ടോ അതിൽ ആരോ ഇടിച്ചതാവണം. ഭിത്തിക്കപ്പുറത്ത് ആരൊക്കെയോ സംസാരിക്കുന്ന ശബ്ദം കേട്ടു.

ഞാൻ ശബ്ദംകേൾപ്പിക്കാതെ ഭിത്തിയുടെ അടുത്തുചെന്ന് ചെവി അതിനോടു ചേർത്തു പിടിച്ച് ശ്രദ്ധിച്ചു. പെട്ടെന്ന് ക്യാപ്റ്റൻ ഉച്ചരിച്ച ഒരു വാചകത്തിന്റെ പകുതി എനിക്ക് കേൾക്കാൻ കഴിഞ്ഞു."... അസംബന്ധം പറഞ്ഞിട്ട് കാര്യമൊന്നുമില്ല. അതുകൊണ്ട് നിങ്ങൾക്കു കൂടുതൽ ദോഷമേ ഉണ്ടാകുകയുള്ളൂ. പറയൂ, എത്ര യന്ത്രത്തോക്കുകൾ നിങ്ങളുടെ സേനാവിഭാഗത്തിന്റെ കൈവശമുണ്ട്?"

“സംഗതികൾ ഇതിൽക്കൂടുതൽ വഷളാകാനൊന്നുമില്ല, പിന്നെ ഞാൻ വെറുതെ സമയം കളയുന്നതു് എന്തിനാണ്?” ചുബുക്ക് പറഞ്ഞു.

“എത്ര യന്ത്രത്തോക്കുകളുണ്ടെന്നാണ് ഞാൻ ചോദിച്ചതു്?”

“മൂന്നു--രണ്ടു് മാക്സിമുകളും ഒരു കോൾട്ടും,”

ചുബുക്ക് മനപ്പൂർവ്വം അങ്ങിനെ പറയുകയാണെന്ന് എനിക്ക് മനസ്സിലായി. ഞങ്ങൾക്ക് ആകെ ക്കൂടി ഒരു കോൾട്ടു് മാത്രമാണുള്ളതു്.

“എത്ര കമ്മ്യൂണിസ്റ്റുകാരുണ്ടു്.”

അവരെല്ലാവരും കമ്മ്യൂണിസ്റ്റുകാരാണ്.”

“എല്ലാവരുമോ? നിങ്ങൾ കമ്മ്യൂണിസ്റ്റുകാരനാണോ?”

മൗനം.

നിങ്ങൾ കമ്മ്യൂണിസ്റ്റുകാരനാണോ?? ഞാൻ നിങ്ങളോടാണ് ചോദിക്കുന്നതു് !”

വെറുതെ ഒച്ചവയ്ക്കുന്നതെന്തിന്? എന്റെ പാർട്ടി കാർഡാണ് നിങ്ങളുടെ കയ്യിലിരിക്കുന്നതു്.”

“മിണ്ടാതിരിക്ക്. നിങ്ങൾ മൃഷ്ക്കന്മാരിൽ ഒരുവനാണ്. ഓഫീസർ സംസാരിക്കുമ്പോൾ നിവർന്നു നിൽക്കണം ! നിങ്ങളാണോ പ്രഭുമന്ദിരത്തിൽ കയറിയതു്?”

“അതെ.”

“കൂടെ ആരായിരുന്നു.”

“ഒരു ജൂത സഖാവ്.”

“ഒരു നികൃഷ്ടനായ ജൂതനോ? അയാൾ എവിടെ”

“ഓടിപ്പോയി... മറ്റെ വശത്തേക്ക്.”

“ഏതു വശത്തേക്ക്?”

“എതിർവശത്തേക്ക്.”

വീണ്ടും ഒരടിയുടെ ശബ്ദം. ഒരു സ്റ്റൂൾ ആരോ മാറ്റിവച്ചു തുടർന്ന് ക്യാപ്റ്റന്റെ ഇഴഞ്ഞ ശബ്ദം വീണ്ടും കേട്ടുതുടങ്ങി:

“എതിർവശം ഞാൻ നിങ്ങൾക്കു കാണിച്ചുതരാം. നിമിഷത്തിനകം ഞാൻ നിങ്ങളെ അങ്ങോട്ടയയ്ക്കും !”

“എന്നെ ഇങ്ങനെ അടിക്കുന്നതിനുപകരം വെടിവയ്ക്കാൻ കല്പനകൊടുക്കൂ,” ചുബുക്കിന്റെ ശബ്ദം അവശമായിരുന്നു. “ഞങ്ങളുടെ ആളുകൾ നിങ്ങളെ പിടിക്കുകയാണെങ്കിൽ ഒന്നോ രണ്ടോ താങ്ങുവച്ചുതന്നിട്ടു് കഥ അവസാനിപ്പിക്കും. ബുദ്ധിജീവിയാണെന്ന്

ഭാവിക്കുന്ന നിങ്ങൾ ചാട്ടവാറുകൊണ്ട് എന്റെ ദേഹം മുഴുവൻ അടിച്ചുപൊട്ടിച്ചു."

"എന്ത്? എന്താണു പറഞ്ഞത്," ക്യാപ്റ്റൻ നേർത്ത ശബ്ദത്തിൽ ഉറക്കെ ചോദിച്ചു.

ഒരു മനുഷ്യനെ ഇത്രയധികം ദ്രോഹിക്കുന്നതെന്തിനാണെന്നാണ് ഞാൻ ചോദിച്ചത്."

നേരത്തെ കേട്ട അതേ ശബ്ദം വീണ്ടും അറിയിച്ചു:

"റെജിമെന്റൽ കമാണ്ടറെ ഫോണിൽ വിളിക്കുന്നു, സർ."

ഏതാണ്ട് പത്തുമിനിറ്റുനേരത്തേക്ക് ഭിത്തിക്കപ്പുറത്തുനിന്ന് യാതൊരു ശബ്ദവും കേട്ടില്ല. അത് കഴിഞ്ഞ് പരിചാരകനായ പഹോമൊവ് പൂമുഖത്തുനിന്ന് വിളിക്കുന്നതു കേട്ടു:

"മുസാബേക്കൊവ് ! ഇബ്രഗീഷ്ക !"

"എന്താണ്," റാസ്ബെറി ചെടികളുടെ ഇടയിൽനിന്ന് ഉദാസീനമായ ഒരു ശബ്ദം കേട്ടു.

"നിങ്ങൾ എവിടെയാണ്? ക്യാപ്റ്റന്റെ കുതിരയ്ക്ക് ജിനി കെട്ടൂ."

ഭിത്തിക്കപ്പുറത്തുനിന്ന് ക്യാപ്റ്റന്റെ ശബ്ദം വീണ്ടും മുഴങ്ങി.

"വീക്ടർ ഇലിയിച്ച്, ഞാൻ സ്റ്റാഫിന്റെ അടുത്തേക്കു പോകുന്നു. രാത്രിയിൽ മടങ്ങിവന്നേയ്ക്കും. സീഹരെവുമായി ഉടൻ ബന്ധപ്പെടണമെന്ന് ഷ്വാർത്സിനെ ഫോൺചെയ്ത് അറിയിക്കൂ. ബേഗിച്ചെവിന്റേയും ഷെബാലൊവിന്റേയും സേനാവിഭാഗങ്ങൾ ഒന്നിച്ചുവെന്ന് സീഹരെവ് റിപ്പോർട്ടു ചെയ്തു."

"ഇയാളെ എന്താണു ചെയ്യേണ്ടത്?"

"ഇയാളെയോ? വെടിവച്ചോളൂ. അല്ലെങ്കിൽ വേണ്ട. ഞാൻ മടങ്ങിവരുന്നതുവരെ കാക്കുക. അയാളോട്ട് എനിക്ക് ഒന്നുകൂടി സംസാരിച്ചുനോക്കണം. പഹോമൊവ്," ക്യാപ്റ്റൻ ശബ്ദമുയർത്തി വിളിച്ചു."കുതിരയെ തയ്യാറാക്കിയോ? എന്റെ ദൂരദർശിനി ഇവിടെ തരൂ. ആ, പിന്നെ, ആ കുട്ടി ഉണർന്നാൽ അവന് ഭക്ഷണം കൊടുക്കണം. എനിക്ക് വച്ചേക്കണ്ട. ഞാൻ അവിടെ നിന്ന് കഴിച്ചോളാം."

ഭിത്തിയിലുള്ള ചെറിയൊരു വിടവിലൂടെ ഓർഡർലിമാരുടെ കറുത്ത തൊപ്പി എനിക്കു കാണാൻ കഴിഞ്ഞു. പൊടിപടലത്തിനിടയിൽ നിന്ന് കുളമ്പുകളുടെ അസ്പഷ്ടമായ ശബ്ദം കേട്ടു. ഞാൻ അന്നു രാവിലെ ഇരുന്നിരുന്ന ലോക്കപ്പിലേക്ക് ചുബുക്കിനെ ആനയിക്കുന്നതും ഞാൻ കണ്ടു.

"ക്യാപ്റ്റൻ മടങ്ങിവരാൻ താമസിക്കും. അതുകൊണ്ട് ചുബുക്കിനെ

ചോദ്യം ചെയ്യാനായി കൊണ്ടുപോകുന്നതു രാത്രിയിലായിരിക്കും," ഞാൻ വിചാരിച്ചു.

ഒരു ഇളംതെന്നൽ പോലെ ആശ എന്റെ തല തണുപ്പിച്ചു.

ഞാൻ ഇവിടെ സ്വതന്ത്രനാണ്. എന്നെ ആർക്കും സംശയമില്ല. പോരെങ്കിൽ ഞാൻ ക്യാപ്റ്റന്റെ അതിഥിയുമാണ്. എനിക്ക് എവിടെ വേണമെങ്കിലും പോകാം. ഇരുട്ടിത്തുടങ്ങുമ്പോൾ ലോക്കപ്പിന്റെ പിന്നിലുള്ള ജനാലയുടെ മുമ്പിലൂടെ നടക്കണം. എന്റെ കൈത്തോക്ക് കുറ്റിച്ചെടികൾക്കിടയിൽനിന്ന് തപ്പിയെടുത്ത് ജനലഴികൾക്കിടയിലൂടെ ചുബുക്കിന് ഇട്ടുകൊടുക്കാം. രാത്രിയിൽ പട്ടാളക്കാർ ചുബുക്കിനെ കൊണ്ടുപോകാൻ വരും. ചുബുക്കിന്റെ കയ്യിൽ ആയുധമൊന്നും ഇല്ലെന്ന് അറിയാവുന്നതുകൊണ്ട് പ്രത്യേക കരുതലില്ലാതെ നടക്കുന്ന ആ പട്ടാളക്കാരെ രണ്ടുപേരേയും ഞൊടിയിടകൊണ്ട് വെടിവച്ചു വീഴ്ത്തിയിട്ട് ചുബുക്കിന് ഓടി രക്ഷപ്പെടാം. രാത്രിയിൽ നല്ല ഇരുട്ടായിരിക്കും. അതു കൊണ്ട് രണ്ടടി നടന്നാൽപ്പിന്നെ അവർക്ക് അയാളെ കണ്ടുപിടിക്കാൻ കഴിയില്ല. കൈത്തോക്ക് അഴികൾക്കിടയിലൂടെ അകത്തേയ്ക്കിടുക എന്നതാണ് പ്രശ്നം. പക്ഷേ അത് അത്ര വിഷമമുള്ള കാര്യമല്ല. ആ കുടിൽ ഇഷ്ടികകൊണ്ടു പണിതതും ബലമുള്ള അഴികളോട്ടുകൂടിയതുമായതുകൊണ്ട് ജനൽവഴി തടവുകാർ രക്ഷപ്പെടുകയില്ലെന്നു കാവൽക്കാരന് ഉറപ്പുണ്ട്. അതിനാൽ അയാൾ വാതിൽപ്പടിയിൽ ഇരിക്കുകയാണ് പതിവ്. വല്ലപ്പോഴും എണീറ്റു മൂലയിൽ ചെന്നുനിന്നു ചുറ്റും നോക്കിയിട്ട് അയാൾ വീണ്ടും സ്വസ്ഥാനത്തു ചെന്നിരിക്കും.

ഞാൻ ചായിപ്പിൽനിന്നു പുറത്തിറങ്ങി. കണ്ണീരിന്റെ പാടുകൾ മായ്ച്ചുകളയാൻ ഞാൻ ഒരു പാത്രം തണുത്ത വെള്ളം തലയിലൊഴിച്ചു. പരിചാരകൻ എനിക്ക് ഒരു ഗ്ലാസ്സ് 'ക്വാസ്' തന്നു. ഭക്ഷണം കഴിക്കാറായോ എന്ന് അയാൾ ചോദിച്ചു. ഇല്ലെന്നു പറഞ്ഞിട്ട് ഞാൻ പടിവാതില്ക്കൽ ചെന്നിരുന്നു.

ചുബുക്ക് കിടന്ന മുറിയുടെ അഴിയടിച്ച ജനൽ വീതിയുള്ള തെരുവിന്റെ മറുവശത്തുനിന്ന് ഒരു കറുത്ത ദ്വാരംപോലെ എന്നെ തുറിച്ചുനോക്കിക്കൊണ്ടിരുന്നു.

"ഞാൻ ഇവിടിരിക്കുന്നതു ചുബുക്ക് കണ്ടിരുന്നെങ്കിൽ നന്നായിരുന്നു," ഞാൻ വിചാരിച്ചു."അയാൾക്ക് അതു് ആശ്വാസമാകും ഞാൻ സ്വതന്ത്രനായി നടക്കുന്നതുകൊണ്ട് എന്തെങ്കിലും രക്ഷാമാർഗ്ഗം കണ്ടുപിടിക്കാൻ ശ്രമിക്കുമെന്ന് ചുബുക്കിനു മനസ്സിലാകും. പക്ഷേ അയാളെക്കൊണ്ട് ജനലിലൂടെ പുറത്തേക്കു നോക്കിക്കാനെന്താണു വഴി? വിളിക്കുകയോ കൈവീശുകയോ ചെയ്താൽ പാറാവുകാർ

ശ്രദ്ധിക്കും. പിന്നെ എന്താണ് ചെയ്യുക?" പെട്ടെന്ന് എനിക്ക് ഒരു ഉപായം തോന്നി. കൊച്ചുകുട്ടിയായിരിക്കുമ്പോൾ ഞാൻ യാഷ്ക സുക്കെർസ്റ്റൈനെ വിളിക്കാൻ ഉപയോഗിച്ചിരുന്ന വിദ്യ പ്രയോഗി ച്ചുനോക്കാൻ ഞാൻ തീരുമാനിച്ചു.

"ഞാൻ മുറിക്കകത്തേക്ക് ഓടിച്ചെന്ന് ചുമരിൽനിന്ന് ഒരു ചെറിയ കണ്ണാടി എടുത്തുകൊണ്ടുവന്നു. കുറേനേരം ഞാൻ കണ്ണാടി നോക്കി ഒരു മുഖക്കുരു പരിശോധിച്ചുകൊണ്ട് അവിടെയിരുന്നു. അതു കഴിഞ്ഞ് തികച്ചും യാദൃച്ഛികമെന്നോണം ഒരു സൂര്യകിരണം എതിർവശത്തുള്ള കെട്ടിടത്തിന്റെ മേൽക്കൂരയിലേയ്ക്കും അവിടെനിന്ന് മെല്ലെ ജനലിലേയ്ക്കും പ്രതിഫലിപ്പിച്ചു. ആ സൂര്യകിരണം ജനലിലൂടെ ഉള്ളിൽക്കടന്ന് അകത്തെ ഭിത്തിയിൽ പതിച്ചത് വാതിലിനുമുമ്പി ലിരുന്ന പാറാവുകാരൻ കണ്ടില്ല. കണ്ണാടിയുടെ സ്ഥാനം മാറാതെ ഞാൻ അതു കൈ കൊണ്ട് മറച്ചുപിടിച്ചിട്ട് വീണ്ടും കൈ മാറ്റി പലപ്രാവശ്യം അതാവർത്തിച്ചു.

ഇരുണ്ട മുറിയിലേക്ക് പെട്ടെന്ന് കടന്നുചെല്ലുന്ന പ്രകാശധാര തടവുകാരന്റെ ശ്രദ്ധയിൽപ്പെടുമെന്നു ഞാൻ പ്രതീക്ഷിച്ചു. എന്റെ കണക്കുകൂട്ടൽ തെറ്റിയില്ല. അടുത്ത നിമിഷത്തിൽത്തന്നെ ഒരു മനുഷ്യരൂപം ജനാലയുടെ അടുത്തു വന്നുനില്ക്കുന്നത് എന്റെ"സെർച്ച് ലൈറ്റിന്റെ" പ്രകാശത്തിൽ ഞാൻ കണ്ടു. പ്രകാശധാരയുടെ ഉറവിടം എവിടെയാണെന്ന് ചുബുക്കിനു മനസ്സിലാക്കിയെടുക്കാനായി ഞാൻ മൂന്നാലു പ്രാവശ്യംകൂടി കണ്ണാടിയിലൂടെ വെളിച്ചം പ്രതിഫലിപ്പിച്ചു. അതു കഴിഞ്ഞ് കണ്ണാടി താഴെവച്ച് ഞാൻ എണീറ്റ് മൂരിനിവർക്കുന്ന മട്ടിൽ നിവർന്നു നിന്ന് കൈ പൊക്കി. പട്ടാള ഭാഷയിൽ അതിന്റെ അർത്ഥം ഇതാണ്:"ജാഗ്രത ! തയ്യാറായിരുന്നോളൂ !"

പൊടിപിടിച്ച തൊപ്പി ധരിച്ച ചുണക്കുട്ടികളായ രണ്ടു കേഡ റ്റുകൾ തോളിൽ തോക്കും തൂക്കിയിട്ട് പൂമുഖത്തേക്കു കയറി. അവർ ക്യാപ്റ്റനെ അന്വേഷിച്ചുവന്നതാണ്. ഒരു ജൂണിയർ ഓഫീസർ പുറത്തേക്കു വന്നു. കേഡറ്റുകൾ സല്യൂട്ടുചെയ്തിട്ട് ഒരു പൊതി അയാളെ ഏല്പിച്ചു.

"കേണൽ സീഹരേവ് തന്നയച്ചതാണ്."

ടെലിഫോൺ ശബ്ദിക്കുന്നത് ഞാനിരുന്നിടത്തുനിന്ന് കേൾക്കാ മായിരുന്നു. ജൂണിയർ ഓഫീസർ റെജിമെന്റൽ ഹെഡ്ക്വാർട്ടേഴ്സിനെ തുടരെ വിളിച്ചുകൊണ്ടിരുന്നു. സന്ദേശവാഹകന്മാരുടെ ചുമതല ഏറ്റെടുത്ത നാലു പട്ടാളക്കാർ പുറത്തിറങ്ങി ഗ്രാമത്തിന്റെ വിവിധ ഭാഗങ്ങളിലേക്കു കുതിച്ചുപാഞ്ഞു. ഏതാനും മിനിട്ടുകൾ കഴിഞ്ഞ് ഗ്രാമത്തിന്റെ അതിർത്തിയിലുള്ള ഗയിറ്റ് തുറക്കപ്പെട്ടു. കറുത്ത വേഷം

ധരിച്ച പത്തു കൊസാക്കുകാർ കുതിരയോടിച്ചു പുറത്തേയ്ക്കു പോയി. കല്പനകൾ നടപ്പാക്കുന്നതിൽ അവിടെ കണ്ട ചുറുചുറുക്കും കാര്യക്ഷമതയും എന്നെ അത്ഭുതപ്പെടുത്തുകയും അസ്വസ്ഥനാക്കുകയും ചെയ്തു.

അച്ചടക്കമുള്ള കേഡറ്റുകളും നല്ല പരിശീലനം ലഭിച്ചിട്ടുള്ള കൊസാക്കുകാരും, ഞങ്ങളുടെ ധീരരെങ്കിലും വായാടികളും അച്ചടക്കമില്ലാത്തവരുമായ ചെറുപ്പക്കാരിൽനിന്ന് തുലോം വിഭിന്നരായിരുന്നു.

സൂര്യൻ അപ്പോഴും ആകാശത്തിന്റെ ഏതാണ്ട മദ്ധ്യത്തിലായിരുന്നെങ്കിലും എനിക്ക് അടങ്ങി ഇരിക്കാൻ കഴിഞ്ഞില്ല. അവിടുത്തെ തയ്യാറെടുപ്പുകളിൽനിന്നും അവിടുന്നും ഇവിടുന്നും കേട്ട ചില വാക്കുകളിൽ നിന്നും അന്നുരാത്രി അവർ മാർച്ചുചെയ്തു പോവുകയാണെന്ന് എനിക്കു മനസ്സിലായി. സന്ധ്യയാകുന്നതുവരെ സമയം കളയാനും ചുറ്റുപാടുകൾ നോക്കിക്കാണാനും വേണ്ടി ഞാൻ ഗ്രാമത്തിലൂടെ നടന്നു. കൊസാക്കുകാർ കുതിരകളെ കുളിപ്പിച്ചുകൊണ്ട് നിന്ന ഒരു കുളത്തിനരികിൽ ഞാൻ എത്തി. കുതിരകൾ ചീറ്റിക്കൊണ്ടിരുന്നു. അവയുടെ കുളമ്പുകൾ കുളത്തിന്റെ അടിത്തട്ടിലെ മാർദ്ദവമുള്ള ചെളിയിൽ പുതയുന്ന ശബ്ദം കേൾക്കാമായിരുന്നു. കുതിരകളുടെ മാർദ്ദവവും തിളക്കവുമുള്ള തൊലിയിൽ നിന്ന് ഇളം ചൂടുള്ള ചെളിവെള്ളം ചെറുചാലുകളായി ഒലിച്ചിറങ്ങിക്കൊണ്ടിരുന്നു.

കഴുത്തിൽ ഒരു കുരിശു ധരിച്ച നഗ്നനായ ഒരു കൊസാക്കുകാരൻ കുളക്കരയിൽ സമൃദ്ധമായി വളർന്നുനിന്ന കുറ്റിച്ചെടികൾ വാൾക്കൊണ്ട് വെട്ടിവീഴ്ത്തിക്കൊണ്ടിരുന്നു.

വാൾ പൊക്കുമ്പോൾ അയാൾ ചുണ്ടുകൾ കൂട്ടിപ്പിടിക്കും വാൾ താഴ്ത്തുമ്പോൾ ചെറിയ ഒരു നിശ്വാസം ഉതിർക്കും. കശാപ്പുകാർ ഇറച്ചി മുറിക്കുമ്പോൾ കേൾപ്പിക്കാറുള്ള ആ പ്രത്യേക ശബ്ദമാണ് അയാളിൽ നിന്നുയർന്നതു്.

അരിവാളുകൊണ്ട് പുല്ല് അരിഞ്ഞിടുംപോലെ അനായാസമായി അയാൾ നല്ല കരുത്തുള്ള കുറ്റിച്ചെടികൾ അരിഞ്ഞുവീഴ്ത്തി. ആ നിമിഷത്തിൽ ഒരു ശത്രുവിന്റെ കൈ അങ്ങോട്ടു നീങ്ങുകയാണെങ്കിൽ അതും അയാൾ കൂട്ടത്തിൽ അരിഞ്ഞിടും. ഒരു ചുവപ്പുസേനക്കാരന്റെ തല തന്റെ മുമ്പിൽ പ്രത്യക്ഷപ്പെട്ടാൽ അയാൾ അതും ഒറ്റവെട്ടിനു തെറിപ്പിക്കും.

കൊസാക് വാളിന്റെ ശക്തി അതിനു മുമ്പുതന്നെ ഞാൻ നേരിട്ടു കണ്ടിട്ടുണ്ട്. അതിവേഗം കുതിച്ചു പായുന്ന കുതിരയുടെ പുറത്തിരുന്നുകൊണ്ടാണ് ആ വീതികുറഞ്ഞ വാളുകൾ വീശി കൊസാക്കുകാർ ആളുകളെ അരിഞ്ഞുവീഴ്ത്തുന്നതെന്ന് നമുക്ക് വിശ്വസിക്കാൻ കഴിയുകയില്ല. വിദഗ്ദ്ധനായ ഒരു ആരാച്ചാരുടെ കരപ്രയോഗം പോലെ

കണിശമായിരുന്നു അവരുടെ വാൾ പ്രയോഗം.

വൈകുന്നേരത്തെ പ്രാർത്ഥനയ്ക്കു വേണ്ടി പള്ളിയിൽ മണിയടിക്കുന്നതു കേട്ടപ്പോൾ കൊസാക്കുകാരൻ വാൾപരിശീലനം നിർത്തിവച്ചു. വാളിന്റെ ചൂടുപിടിച്ച വായ്ത്തല ചാരനിറമുള്ള ഒരു പട്ടീസുകൊണ്ട് തുടച്ചിട്ട് അയാൾ വാൾ ഉറയിലിട്ടു. കിതച്ചുകൊണ്ട് അയാൾ കുരിശുവരച്ചു.

രണ്ടു ഉരുളക്കിഴങ്ങുപാടങ്ങളുടെ ഇടയ്ക്കുള്ള ഒരു ഇടവഴിയിലൂടെ നടന്ന് ഞാൻ ഒരു ഊറ്റിനടുത്തെത്തി. പായൽ പിടിച്ച ഒരു പഴയ തടിയിൽനിന്ന് ഉന്മേഷദായകമായ ഒരു ശബ്ദത്തോടെ മഞ്ഞുതുള്ളിപോലെ തണുത്ത വെള്ളം ഇറ്റിറ്റുവീണുകൊണ്ടിരുന്നു. കുത്തുതുടങ്ങിയ ഒരു മരക്കുരിശിൽ ഉറപ്പിച്ചിട്ടുള്ള തുരുമ്പുപിടിച്ച ഒരു ലോഹവിഗ്രഹം ചൈതന്യമറ്റ കണ്ണുകൾകൊണ്ട് താഴത്തേക്കു നോക്കിക്കൊണ്ടിരുന്നു. വിഗ്രഹത്തിനടിയിൽ ഒരു പേനാക്കത്തി കൊണ്ട് ആരോ കൊത്തിവച്ച അക്ഷരങ്ങൾ അവ്യക്തമായി കാണാമായിരുന്നു: "ദൈവങ്ങളും പുണ്യാളന്മാരും വെറും തട്ടിപ്പാണ്."

നേരം കുറേശ്ശെ ഇരുട്ടിത്തുടങ്ങി. "അരമണിക്കൂർ കഴിഞ്ഞു ലോക്കപ്പിനടുത്തേക്ക് പോകാം," ഞാൻ വിചാരിച്ചു. ഗ്രാമത്തിന്റെ അതിർത്തിയിൽ ചെന്നിട്ട് അവിടെ നിന്നും വലിയ റോഡു മുറിച്ചു കടന്ന് ഒരു ഇടവഴിയിലൂടെ അഴിയടിച്ച ജനലിനടുത്തെത്താനാണ് ഞാൻ തീരുമാനിച്ചതു്. എന്റെ കൈത്തോക്ക് കിടക്കുന്ന സ്ഥലം കൃത്യമായി എനിക്കറിയാം. വെളുത്ത കടലാസുപൊതി മുൾച്ചെടികളുടെ ഇടയ്ക്ക് കിടക്കുന്നതു് കണ്ടുപിടിക്കാൻ യാതൊരു പ്രയാസവുമില്ല. നടപ്പുനിർത്താതെ തന്നെ അതു പൊക്കിയെടുത്ത് അഴികളുടെ ഇടയിലൂടെ അകത്തേക്കിട്ടിട്ട് യാതൊന്നും അറിയാത്ത മട്ടിൽ മുമ്പോട്ടുപോകണം എന്നായിരുന്നു എന്റെ ഉദ്ദേശ്യം.

ഒരു വളവു തിരിഞ്ഞപ്പോൾ തുറസ്സായ ഒരിടത്താണ് ഞാൻ എത്തിച്ചേർന്നതു്. അവിടെ ഒരു സംഘം പട്ടാളക്കാർ നില്ക്കുന്നതു ഞാൻ കണ്ടു. പെട്ടെന്ന് ക്യാപ്റ്റൻ എനിക്കഭിമുഖമായി വന്നു നിന്നു.

"നീ ഇവിടെ എന്തുചെയ്യുന്നു?" അദ്ദേഹം അത്ഭുതത്തോടെ ചോദിച്ചു. "നീയും കാണാൻ വന്നതാണോ?" ഇതു് നിനക്ക് ഒരു പുതിയ അനുഭവമായിരിക്കും."

"ഇത്ര വേഗം തിരിച്ചുവന്നുവോ?" അദ്ദേഹത്തിന്റെ നേരെ വെറുതെ തുറിച്ചുനോക്കിക്കൊണ്ട് ഞാൻ മന്ത്രിച്ചു. സംഭ്രമംമൂലം അദ്ദേഹം പറഞ്ഞ വാക്കുകളുടെ അർത്ഥം എനിക്കു പിടികിട്ടിയിട്ടില്ല.

വലതുവശത്തു നിന്നുയർന്ന ഒരു കല്പന കേട്ട് ഞങ്ങൾ

തിരിഞ്ഞുനോക്കി. അവിടെ കണ്ട കാഴ്ച എന്നെ ഞടുക്കി. ഞാൻ വിറയലോടെ ക്യാപ്റ്റന്റെ കുപ്പായക്കയ്യിൽ അള്ളിപ്പിടിച്ചു.

കഷ്ടിച്ച് ഇരുപതടി അകലെ ആൾപ്പാർപ്പില്ലാത്ത ഒരു മൺകുടിലിന്റെ ഭിത്തിയിൽ ചാരി നിന്നിരുന്ന ഒരു മനുഷ്യന്റെ നേരെ തോക്കുചൂണ്ടിക്കൊണ്ട് അഞ്ചു പട്ടാളക്കാർ നിന്നിരുന്നു. തൊപ്പി ധരിച്ചിട്ടില്ലാത്ത ആ മനുഷ്യന്റെ കൈകൾ പിന്നിൽ ബന്ധിച്ചിട്ടുണ്ട്. അയാൾ ഞങ്ങളെത്തന്നെ ഉറ്റുനോക്കിക്കൊണ്ട് നില്ക്കുകയായിരുന്നു.

"ചുബുക്ക്," വേച്ചുവീഴാൻ പോകുന്നതിനിടയിൽ ഞാൻ മന്ത്രിച്ചു.

ക്യാപ്റ്റൻ അത്ഭുതത്തോടെ തലതിരിച്ചു. ധൈര്യപ്പെടുത്താനെന്നവിധം അദ്ദേഹം ഒരു കൈ എന്റെ തോളിൽ വച്ചു. കല്പന കേട്ട് പട്ടാളക്കാർ തോക്ക് ഉയർത്തിപ്പിടിച്ചു നിൽക്കുന്നതു ശ്രദ്ധിക്കപോലും ചെയ്യാതെ ചുബുക്ക് എന്നെത്തന്നെ ഉറ്റുനോക്കിക്കൊണ്ട് നിവർന്നുനിന്നു. അനന്തരം തലയാട്ടിക്കൊണ്ട് വെറുപ്പോടെ അയാൾ കാർക്കിച്ചുതുപ്പി

പെട്ടെന്ന് കണ്ണഞ്ചിക്കുന്ന ഒരു മിന്നലുണ്ടായി. തുടർന്ന്, ആരോ ചെവിക്കുള്ളിൽ പെരുമ്പറ കൊട്ടിയതുപോലെ ഒരു ശബ്ദവും.

ക്യാപ്റ്റന്റെ കുപ്പായക്കൈകളിലെ പട്ട പറിച്ചെടുത്തുകൊണ്ട് ഞാൻ ഒരു വശത്തേക്കു ചരിഞ്ഞു് നിലംപതിച്ചു.

"കേഡറ്റ്, എന്താണ് ഇതിന്റെ അർത്ഥം?" ക്യാപ്റ്റൻ കർശനമായി ചോദിച്ചു."ഒരു കിഴവിത്തള്ളയെപ്പോലെയാണല്ലോ നിന്റെ പെരുമാറ്റം. ധൈര്യമില്ലെങ്കിൽപ്പിന്നെ ഇവിടെ വന്നതെന്തിനു്?" അദ്ദേഹം സ്വരം മയപ്പെടുത്തിക്കൊണ്ട് തുടർന്നു:"ഇതു് പറ്റില്ല, ചങ്ങാതി. നീ പട്ടാളത്തിൽ ചേരാൻ ഓടിപ്പോന്നവനാണ്."

"അവൻ ഇതുമായി പഴകിയിട്ടില്ല," ഫയറിംഗ് സ്ക്വാഡിന്റെ ചുമതല വഹിച്ചിരുന്ന ഓഫീസർ ഒരു സിഗരട്ടു കത്തിച്ചുകൊണ്ട് പറഞ്ഞു ."അതു് അത്ര കാര്യമാക്കണ്ട. എന്റെ കമ്പനിയിൽ ഒരു ടെലിഫോൺ ഓപ്പറേറ്ററുണ്ട്--ഒരു കേഡറ്റ്. ആദ്യമൊക്കെ അയാൾ രാത്രിയിൽ അമ്മയെ വിളിച്ചു കരയുമായിരുന്നു. എന്നാൽ ഇപ്പോൾ അയാൾ ഏതു കട്ടുവാക്കുട്ടിലും തലയിടാൻ മടിക്കാത്ത ഒരു സാഹസികനാണ്." ഓഫീസർ സ്വരം താഴ്ത്തിക്കൊണ്ട് കൂട്ടിച്ചേർത്തു: "എങ്കിലും ആ മനുഷ്യൻ എന്നെ അത്ഭുതപ്പെടുത്തി. ഗാട്ടുനിൽക്കുന്നവനെപ്പോലെ നീണ്ടുനിവർന്നു നിന്നതു കണ്ടില്ലേ. കാർക്കിച്ചു തുപ്പുകയും ചെയ്തു !"

അദ്ധ്യായം പതിനൊന്ന്

ആ രാത്രിയിൽ മാർച്ചുചെയ്തുപോയ സേനാവിഭാഗം വിശ്രമത്തിനുവേണ്ടി കുറച്ചുസമയം ഒരിടത്തു തങ്ങിയപ്പോൾ ഞാൻ ക്യാപ്റ്റന്റെ വണ്ടിയിൽ കിടന്നുകിട്ടിയ ഒരു കൈബോംബും എന്റെ കൈത്തോക്കും എടുത്തുകൊണ്ട് ഒളിച്ചോടി.

രാത്രിമുഴുവൻ ഇടംവലം നോക്കാതെ ഞാൻ നേരെ വടക്കോട്ടു നടന്നുകൊണ്ടിരുന്നു. നിരാശയിൽനിന്നുടലെടുത്ത ഒരുതരം വാശിയോടെയാണ് ഞാൻ നടന്നത്. അപകടകരങ്ങളായ റോഡുകൾ ഒഴിവാക്കാൻ ശ്രമിക്കാതെ ഞാൻ നേരെ നടന്നുകൊണ്ടിരുന്നു. നിഴലുകൾ, ഇരുണ്ട മലയിടുക്കുകൾ, ചെറിയ പാലങ്ങൾ, തുടങ്ങി ശത്രുക്കൾ പതിയിരിക്കാൻ സാദ്ധ്യതയുള്ള സ്ഥലങ്ങളിൽ ചെന്നുചാടാതിരിക്കാൻ മറ്റേതു സന്ദർഭത്തിലാണെങ്കിലും ഞാൻ ശ്രദ്ധിക്കുമായിരുന്നു. എന്നാൽ കഴിഞ്ഞ ഏതാനും മണിക്കൂറുകളിൽ നടന്ന സംഭവങ്ങളെക്കാൾ ഭയങ്കരമായി ഒന്നും സംഭവിക്കാനില്ലാത്തതുകൊണ്ട് ഞാൻ അപ്പോൾ അതൊന്നും വകവച്ചില്ല. ഒന്നിനെപ്പറ്റിയും ചിന്തിക്കാതിരിക്കാനും ഒന്നും ഓർക്കാതിരിക്കാനും ശ്രമിച്ചുകൊണ്ട് കഴിവതും വേഗം എന്റെ സേനാവിഭാഗത്തോടു ചേരണം എന്ന ഒരൊറ്റ ആഗ്രഹത്തോടെ ഞാൻ തപ്പിയും തടഞ്ഞും മുമ്പോട്ടുപൊയ്ക്കൊണ്ടിരുന്നു.

പിറ്റേന്ന് ഉച്ചമുതൽ സന്ധ്യവരെ ഞാൻ കുറ്റിച്ചെടികളുടെ മറവുള്ള ഒരിടത്ത് കിടന്ന് ബോധംകെട്ടുറങ്ങി. രാത്രിയിൽ ഞാൻ വീണ്ടും യാത്ര തുടർന്നു. വൈറ്റ് ഗാർഡുകാരുടെ ഹെഡ്ക്വാർട്ടേഴ്സിൽവച്ചുകേട്ട സംഭാഷണങ്ങളിൽനിന്ന് എന്റെ സേനാവിഭാഗം താവളമടിച്ചിരിക്കുന്നത് എവിടെയാണെന്ന് എനിക്ക് ഊഹിക്കാൻ കഴിഞ്ഞു. അത് ഇവിടെ അടുത്തെവിടെയെങ്കിലും ആയിരിക്കണം. എന്നാൽ രാത്രി വളരെ ഇരുട്ടുന്നതുവരെ കാട്ടുപാതകളിലൂടെയും ചെറുറോഡുകളിലൂടെയും ചുറ്റിത്തിരിഞ്ഞിട്ടും ആരും എന്നെ തടഞ്ഞുനിർത്തിയില്ല.

പക്ഷികളുടെ അവിരാമമായ ചിലയ്ക്കലും, തവളകളുടെ കരച്ചിലും കൊതുകുകളുടെ മൂളലും കൊണ്ട് രാത്രി മുഖരിതമായിരുന്നു. മൂങ്ങയുടെ

അസ്വസ്ഥമായ കരച്ചിലിലും സമൃദ്ധമായ പച്ചിലപ്പടർപ്പുകളുടെ മർമ്മരദ്ധ്വനിയിലും കാട്ടുപൂക്കളുടെ സുഗന്ധത്തിലും, വീർപ്പുമുട്ടി നില്ക്കുന്ന നക്ഷത്രഖചിതമായ രാത്രിയുടെ ഹൃദയസ്പന്ദനം മുഴങ്ങിക്കേട്ടു.

നിരാശ എന്നെ പിടികൂടി. എങ്ങോട്ടാണു പോകേണ്ടതു്? എവിടെയാണു് അന്വേഷിക്കേണ്ടതു്? ഞാൻ ധാരാളം മരങ്ങളുള്ള ഒരു കുന്നിന്റെ അടിവാരത്തിലെത്തി. മണമുള്ള കാട്ടുതൃപർണ്ണികളുടെ ഇടയിലുള്ള ഒരു വെളിപ്രദേശത്തു് ഞാൻ തളർന്നുവീണു. അവിടെ കിടന്നു് ഞാൻ വളരെനേരം ആലോചിച്ചു. ഞാൻ ചെയ്ത ഭയങ്കരമായ തെറ്റിന്റെ വലിപ്പത്തെക്കുറിച്ച് ഞാൻ കൂടുതൽ കൂടുതൽ ബോധവാനായിത്തീർന്നു. ചോരകുടിയനായ ഒരു കറുത്ത നീരട്ടയെപ്പോലെ അതു് എന്റെ മനസ്സിലേക്കു് ആണ്ടിറങ്ങി. ചുബുക്ക് കാർക്കിച്ചുതുപ്പിയതു് എന്നെയാണു് ഓഫീസറെയല്ല. ചുബുക്കിനു് ഒന്നും മനസ്സിലായിരുന്നില്ല, കാരണം എന്റെ സഞ്ചിയിലുണ്ടായിരുന്ന കേഡറ്റിന്റെ കടലാസുകളെക്കുറിച്ച് അയാൾക്കു് അറിവില്ലായിരുന്നു. അക്കാര്യം അയാളോടു പറയാൻ ഞാൻ മറന്നുപോയി. എന്നെയും തടവുകാരനായി പിടിച്ചിരിക്കയാണെന്നാണു് ചുബുക്ക് ആദ്യം വിചാരിച്ചതു്. എന്നാൽ ഞാൻ സ്വതന്ത്രനായി കുടിലിനുപുറത്ത് ഇരുന്നതും പിന്നീട് ക്യാപ്റ്റൻ സ്നേഹപൂർവ്വം എന്റെ തോളിൽ കൈവച്ചതും കണ്ടപ്പോൾ ഞാൻ വൈറ്റ് ഗാർഡുകാരുടെ പക്ഷത്തു ചേർന്നുവെന്നു് അയാൾ തീരുമാനിച്ചുകാണും. വൈറ്റ് ഗാർഡുകാരനായ ഓഫീസർ എന്നോടു സ്നേഹപൂർവ്വം പെരുമാറുന്നതിനെ മറ്റേതു തരത്തിലാണു് വ്യാഖ്യാനിക്കാൻ കഴിയുക? ചുബുക്കിന്റെ അവസാനത്തെ ആ തുപ്പൽ സൾഫ്യൂറിക്ക് ആസിഡുപോലെ എന്റെ ഹൃദയത്തെ നീറ്റിക്കൊണ്ടിരുന്നു. ആ തെറ്റിദ്ധാരണ ഇനി ഒരിക്കലും മാറ്റാനാവില്ലെന്നും, എന്റെ വിശദീകരണം കേൾക്കാനും നിഷ്കളങ്കതയിൽ വിശ്വസിക്കാനും ഒരാളില്ലെന്നും ചുബുക്കിനെ ഇനി ഒരിക്കലും കാണാനാവില്ലെന്നും അയാൾ എന്നെന്നേയ്ക്കുമായി മരിച്ചുകഴിഞ്ഞുവെന്നുമുള്ള വിചാരമായിരുന്നു അതിലും ഭയങ്കരം.

കാട്ടിലെ കച്ചിപ്പുരയിൽ വച്ച് ഞാൻ ചെയ്ത മാരകമായ തെറ്റിലുള്ള അപരാധബോധം കൊണ്ടു് എന്റെ ഹൃദയം വിങ്ങി. ആരോടെങ്കിലും എല്ലാം ഏറ്റുപറയാൻ കഴിഞ്ഞെങ്കിൽ ഹൃദയഭാരം തെല്ലൊന്നു കുറയുമായിരുന്നു. പക്ഷേ ഈ വിജനമായ വനാന്തരത്തിൽ ആരിരിക്കുന്നു? ചുറ്റുപാടും കനത്ത നിശ്ശബ്ദത മാത്രം. തവളകളുടെ കരച്ചിലും പക്ഷികളുടെ ചിറകടിയും മാത്രമാണു് അതിനെ ഭഞ്ജിക്കുന്നതു്.

എന്നോടുതന്നെയുള്ള അമർഷവും ആ നശിച്ച നിശ്ശബ്ദതയോടുള്ള വിരക്തിയും എന്നെ ഒരു ഭ്രാന്തനാക്കിത്തീർത്തു. കോപവും

പശ്ചാത്താപവും നിരാശയും സഹിക്കാനാവാതെ ഞാൻ ചാടിയെണീറ്റ് പോക്കറ്റിൽനിന്ന് ബോംബു വലിച്ചെടുത്തു. സേഫ്റ്റി ക്യാച്ച് മാറ്റിയിട്ട് ഞാൻ അതു് പൂക്കളുടേയും ഇടതൂർന്ന ത്രിപർണ്ണികളുടേയും മഞ്ഞണിഞ്ഞുനിൽക്കുന്ന ബ്ലൂബെല്ലുകളുടേയും ഇടയിലേക്കു വലിച്ചെറിഞ്ഞു.

ചെവിപൊട്ടിയ്ക്കുന്ന ശബ്ദത്തോടെ ബോംബു പൊട്ടി. ആ ശബ്ദമായിരുന്നു എനിക്കു വേണ്ടിയിരുന്നതും. അതിന്റെ മാറ്റൊലി വിദൂരമായ വനാന്തരങ്ങളെ വിറകൊള്ളിച്ചു.

ഞാൻ കാടിന്റെ അരികിലൂടെ നടന്നുതുടങ്ങി.

"ഏയ്, ആരാണ് പോകുന്നതു്?" കുറേ നടന്നപ്പോൾ ആരോ ചോദിച്ചു.

"ഞാനാണ്," നടപ്പു നിർത്താതെ ഞാൻ പറഞ്ഞു.

"ആരാണ് 'ഞാൻ' നിന്നില്ലെങ്കിൽ വെടിവയ്ക്കും"

"വെടിവയ്ക്കു !" എന്റെ കൈത്തോക്കു വലിച്ചെടുത്തുകൊണ്ടു് ഞാൻ വെല്ലുവിളിച്ചു.

"നില്ക്കു്, എടുത്തുചാട്ടക്കാരാ !" എനിക്കു പരിചയമുള്ള ഒരു ശബ്ദത്തിൽ മറ്റൊരാൾ പറഞ്ഞു."വാസ്കാ ! നിൽക്കു് ! ഇതു് നമ്മുടെ ബോറിസാണെന്നു തോന്നുന്നു?"

ഞങ്ങളുടെ സ്വന്തം സേനാവിഭാഗത്തിൽപ്പെട്ട ഒരാളുടെ നേരെ നിറയൊഴിക്കുന്നതിന് മുമ്പ് ഞാൻ സ്വയം നിയന്ത്രിച്ചു. ഞങ്ങളുടെ സേനാവിഭാഗത്തിലെ മാലീഗിനായിരുന്നു അയാൾ.

"നീ എവിടെനിന്നു വന്നു? നമ്മൾ ഇവിടെ അടുത്തൊരിടത്താണ്. ആരാണ് ആ ബോംബു പൊട്ടിച്ചതെന്നന്വേഷിക്കാൻ ഞങ്ങളെ അയച്ചതാണ്. നീയാണോ?"

"അതെ."

"ബോംബെറിഞ്ഞു കളിക്കുന്നതിന്റെ അർത്ഥമെന്താണ്? നീ കുടിച്ചിട്ടുണ്ടോ?"

ഞാൻ വൈറ്റ്ഗാർഡുകാരുടെ പിടിയിൽ അകപ്പെട്ടതെങ്ങിനെയെന്നും ധീരനായ ഞങ്ങളുടെ ചുബുക്ക് മരിച്ചതെങ്ങിനെയെന്നും ഞാൻ എന്റെ സഖാക്കളോടു പറഞ്ഞു. എല്ലാം ഞാൻ അവരോടു തുറന്നു പറഞ്ഞെങ്കിലും ചുബുക്ക് അവസാനം കാർക്കിച്ചുതുപ്പിയ കാര്യം മാത്രം ഞാൻ അവരിൽനിന്ന് മറച്ചുവച്ചു. ഞാൻ വൈറ്റ്ഗാർഡുകാരുടെ ഹെഡ് ക്വാർട്ടേഴ്സിൽവച്ചു. സീഹരെവും ഷ്വാർത്സും ചേർന്ന് ഞങ്ങളെ വേട്ടയാടാൻ പദ്ധതിയിട്ടിരിക്കയാണെന്നും ഞാൻ

അദ്ദേഹത്തെ ധരിപ്പിച്ചു.

"അതു ശരി," യുദ്ധം ചെയ്തുചെയ്ത് പകിട്ടുപോയ തന്റെ വാളിൽ ഊന്നിനിന്നുകൊണ്ട് ഷെബാലൊവ് പറഞ്ഞു. "ചുബുക്കിന്റെ കാര്യം കഷ്ടമായിപ്പോയി. അയാൾ ഒന്നാന്തരം ഒരു ചുവപ്പുപടയാളിയായിരുന്നു. നമ്മുടെ ഏറ്റവും നല്ല ഒരു പോരാളിയും സഖാവുമായിരുന്നു. കഷ്ടം ! നീ ഒരു വലിയ തെറ്റാണ് ചെയ്തത്... അതെ. കുട്ടീ, ഒരു വലിയ തെറ്റ്," ഷെബാലൊവ് ഒരു നെടുവീർപ്പിട്ടിട്ട് തുടർന്നു: "പക്ഷേ മരിച്ചുപോയവരെ തിരിച്ചുകൊണ്ടുവരാൻ സാദ്ധ്യമല്ലല്ലോ. ഞാൻ നിന്നോട് ഒന്നും പറയുന്നില്ല. നീ അതു മനപ്പൂർവ്വം ചെയ്തതല്ലെന്ന് എനിക്കറിയാം. ആർക്കും സംഭവിക്കാവുന്നതാണ് അത്." "അതെ, ആർക്കും അങ്ങിനെ സംഭവിക്കാം," അനേകം ശബ്ദങ്ങൾ ഏറ്റുപറഞ്ഞു.

"സീഹരെവിന്റെ പദ്ധതിയെപ്പറ്റി കണ്ടുപിടിക്കുകയും അത് എത്രയും വേഗം നിന്റെ സഖാക്കളെ അറിയിക്കുകയും ചെയ്യുന്നതിൽ നീ കാണിച്ച ശുഷ്കാന്തി പ്രശംസനീയമാണ്. അതിന് നിനക്ക് എന്റെ നന്ദി."

നേരെ വലത്തോട്ടു തിരിയുകയും രാത്രിയിൽ നീണ്ട മാർച്ചുകൾ നടത്തുകയും ചെയ്ത് ഞങ്ങൾ സീഹരെവിന്റെ കെണിയിൽ നിന്ന് രക്ഷപ്പെട്ടു. വലിയ ഗ്രാമങ്ങളിൽ നിന്ന് ഒഴിഞ്ഞുമാറിയും വഴിക്കു കണ്ടു മുട്ടിയ ശത്രുക്കളുടെ നിരീക്ഷണസംഘങ്ങളെ തുടച്ചുമാറ്റിയും ഞങ്ങൾ ബേഗിച്ചെവിന്റെ സേനകളുമായി സന്ധിച്ചു. പൊവോരിനോ സ്റ്റേഷൻ പ്രദേശം കാത്തുസൂക്ഷിക്കുന്ന യഥാർത്ഥ റെഡ്ആർമി യൂണിറ്റുകളുമായി ഒരാഴ്ചയ്ക്കകം ഞങ്ങൾ ബന്ധംസ്ഥാപിച്ചു.

അക്കാലത്താണ് ഞാൻ ഒരു കുതിരപ്പടയാളിയായിത്തീർന്നത്. ഞങ്ങൾ രാത്രിപാറാവുനില്ക്കുമ്പോൾ ഫേജ സിർത്സോവ് എന്റെ അടുത്തുവന്ന് തന്റെ കരുത്തുറ്റ ചെറിയ കൈകൊണ്ട് എന്റെ പുറത്തു തട്ടി.

"ബോറിസ്, നീ എപ്പോഴെങ്കിലും, കുതിര ഓടിച്ചിട്ടുണ്ടോ?" അയാൾ ചോദിച്ചു.

"ഉണ്ട്. നാട്ടിൽ പുറത്തു താമസിക്കുന്ന അമ്മാവന്റെ വീട്ടിൽ വച്ച്. പക്ഷേ അത് ജീനികെട്ടാതെയാണ്. എന്താകാര്യം?"

"ജീനിയില്ലാതെ ഓടിക്കാനറിയാമെങ്കിൽ നിനക്ക് ജീനികെട്ടിയ കുതിരയെ നിഷ്പ്രയാസം ഓടിക്കാൻ കഴിയും. എന്റെ കുതിരപ്പടയിൽ ചേരാൻ താല്പര്യമുണ്ടോ?"

"ഉണ്ട്." അയാളെ സംശയത്തോടെ നോക്കിക്കൊണ്ട് ഞാൻ പറഞ്ഞു.

"എന്നാൽ ബുർദ്യക്കോവിന്റെ സ്ഥാനത്തു നിന്നെ എടുക്കാം.

നിനക്ക് അവന്റെ കുതിരയെ തരാം."

"അതെങ്ങിനെ? അയാളെവിടെപ്പോയി?"

"ഷെബാലൊവ് അയാളെ തൊഴിച്ചു പുറത്താക്കി." എന്നു പറഞ്ഞു കൊണ്ട് ഫേജ ഒരു ചീത്ത വാക്കു പറഞ്ഞു."അയാളെ എന്നെന്നേയ്ക്കുമായി സേനാവിഭാഗത്തിൽനിന്ന് പുറത്താക്കി. പുരോഹിതന്റെ ഭവനത്തിൽ പരിശോധന നടത്തുന്നതിനിടയിൽ അയാൾ ഒരു മോതിരം വിരലിലിട്ടു. അത് ഊരിവയ്ക്കാൻ മറന്നു പോയതിനാണ് ഷെബാലൊവ് അയാളെ പുറത്താക്കിയത്. അതാണെങ്കിൽ ഒരു വിലകുറഞ്ഞ മോതിരമായിരുന്നുതാനും. ഷെബാലൊവ് പുരോഹിതന്റെ ഭാഗം പിടിച്ച് അയാളെ പുറത്താക്കിയത് മഹാമോശമായിപ്പോയി."

ഷെബാലൊവ് പുരോഹിതന്റെ പക്ഷം പിടിക്കുന്ന തരക്കാരനല്ലെന്നും ബുർദ്യുക്കോവ് വാസ്തവത്തിൽ ആ മോതിരം മനപ്പൂർവ്വം തിരിച്ചുകൊടുക്കാതിരുന്നതായിരിക്കുമെന്നും ഫേജയോട്ട് പറയാൻ എനിക്ക് ആഗ്രഹമുണ്ടായിരുന്നു. എന്നാൽ എന്റെ വിശദീകരണം ഫേജയ്ക്ക് ഇഷ്ടമാവുകയില്ലെന്നും അക്കാരണത്താൽ അയാൾ എന്നെ കുതിരപ്പടയിൽ ചേർക്കാതിരുന്നേക്കുമെന്നും ഭയന്ന് ഞാൻ അതു പറഞ്ഞില്ല. കുതിരസവാരിക്കാരായ സ്കൗട്ടുകളുടെ കൂട്ടത്തിൽ ചേരണമെന്ന് വളരെക്കാലമായി ഞാൻ ആഗ്രഹിച്ചിരുന്നു.

ഞങ്ങൾ ഷെബാലൊവിന്റെ അടുത്തേക്കു പോയി.

ഒന്നാംനമ്പർ കമ്പനിയിൽനിന്ന് എന്നെ സ്കൗട്ടിലേയ്ക്കു മാറാൻ മനസ്സില്ലാമനസ്സോടെയാണ് ഷെബാലൊവ് സമ്മതിച്ചത്. എപ്പോഴും മുഖംവീർപ്പിച്ചുനടക്കുന്ന മാലീഗിൻ തികച്ചും അപ്രതീക്ഷിതമായി എന്നെ പിൻതാങ്ങി.

"അവനെ വിട്ടു," അയാൾ പറഞ്ഞു. "നല്ല ചുറുക്കുള്ള ഒരു പയ്യനാണ് അവൻ. ചുബുക്കിന്റെ വേർപാടിൽ ദുഃഖിതനായി അവൻ ഇപ്പോൾ ഒറ്റയ്ക്കു നടക്കുകയാണ്. അവനും ചുബുക്കും എപ്പോഴും ഒരുമിച്ചായിരുന്നല്ലോ. ഇപ്പോൾ അവന് ആരുമില്ല."

ഷെബാലൊവ് എന്നെ അതിന് അനുവദിച്ചു. എന്നാൽ അദ്ദേഹം അതൃപ്തിയോടെ ഫേജയെ നോക്കിക്കൊണ്ട് പാതി തമാശയായും പാതി കാര്യമായും ഇങ്ങിനെ പറഞ്ഞു:

"ഒരു കാര്യം ഓർത്തിരുന്നോളൂ, ഫേജ... ഈ പയ്യനെ താൻ ചീത്തയാക്കരുത്. താൻ ഇങ്ങനെ എന്നെ നോക്കുന്നതുകൊണ്ട് പ്രയോജനമൊന്നുമില്ല, ഞാൻ കാര്യമായി പറയുകയാണ് !"

അതിനുത്തരമെന്നോണം ഫേജ സൂത്രത്തിൽ എന്റെ നേരെ

കണ്ണിറുക്കിക്കാണിച്ചു-- "നമുക്ക് നോക്കാം", എന്നു പറയുന്ന മട്ടിൽ.

ഒരു മാസം കഴിഞ്ഞപ്പോൾ ഒരു യഥാർത്ഥ കുതിരപ്പടയാളിയെപ്പോലെ ഞാൻ എല്ലാവിധത്തിലും ഫേജയെ അനുകരിച്ചുതുടങ്ങി. കാലുകൾ കവച്ചുവച്ചു നടക്കാൻ ഞാൻ പഠിച്ചു, എന്റെ കുതിമുള്ളുകൾ നടക്കുമ്പോൾ ഒരു തടസ്സമാകയില്ല. ബുർദ്യുക്കോവിൽ നിന്നു ഒസ്യത്തായിക്കിട്ടിയ കുതിരയോടൊപ്പം ഞാൻ എന്റെ ഒഴിവുസമയം മുഴുവൻ ചെലവഴിച്ചു.

ഫേജ ചുബുക്കിൽനിന്നും തികച്ചും വിഭിന്നമായിരുന്നെങ്കിലും ഞാൻ വളരെ വേഗം അയാളുമായി അടുത്തു. ചുബുക്കിനോട്ട് ഇടപെട്ടിരുന്നതിനേക്കാൾ കൂടുതൽ സ്വാതന്ത്ര്യത്തോടെ ഫേജയോട്ട് ഇടപെടാൻ എനിക്കു കഴിഞ്ഞുവെന്നതാണ് സ ത്യം. ചുബുക്ക് കൂട്ടുകാരനെപ്പോലായിരുന്നില്ല, പിതാവിനെപ്പോലെയായിരുന്നു. അയാൾ എന്നെ ശകാരിക്കുകയോ അധിക്ഷേപിക്കുകയോ ചെയ്യുമ്പോഴൊക്കെ വെറുതെ കേട്ടുകൊണ്ടുനില്ക്കാനല്ലാതെ തിരിച്ചൊരക്ഷരം പറയാൻ എന്റെ നാക്കുപൊങ്ങാറില്ലായിരുന്നു. എന്നാൽ ഫേജയോട്ട് വഴക്കുണ്ടാക്കാനും പിന്നീട് രഞ്ജിപ്പിലെത്താനും എനിക്ക് ഒട്ടും പ്രയാസമില്ല. ഏറ്റവും വിഷമംപിടിച്ച സന്ദർഭങ്ങളിൽപ്പോലും ഫേജയോടൊപ്പം നടക്കുന്നതു് ഉല്ലാസപ്രദമായിരുന്നു. ഒരു ചപലനായിരുന്നു അയാൾ എന്നതു മാത്രമാണ് അയാളുടെ കുഴപ്പം. അയാൾക്ക് തോന്നുന്നതൊക്കെ അയാൾ ചെയ്യും.

അദ്ധ്യായം പന്ത്രണ്ട്

ഒരു ദിവസം ഷെബാലൊലാവ് ഫേജയ്ക്ക് കല്പന കൊടുത്തു:

"ഫേജ, കുതിരകൾക്കു ജീനികെട്ടി വീസെൽകി ഗ്രാമത്തിലേക്കു പുറപ്പെടൂ. അവിടെ വൈറ്റ്ഗാർഡുകാർ ഉണ്ടോയെന്ന് അന്വേഷിച്ചുവിവരമറിയിക്കാൻ രണ്ടാം റെജിമെന്റ് നമ്മളോട് ആവശ്യപ്പെട്ടിരിക്കുന്നു. അവരുമായി ഫോണിൽ നേരിട്ടു സംസാരിക്കാൻ നമുക്ക് ലൈനില്ല. കോസ്തിരെവൊ വഴിയാണ് ഇപ്പോൾ സംസാരിക്കുന്നത്. വീസെൽകി വഴി ലൈൻ വലിച്ച് നേരിട്ടു ബന്ധം സ്ഥാപിക്കാനാണ് ഉദ്ദേശ്യം."

ഫേജ മടിച്ചുനിന്നു. മഴയുള്ള മോശമായ കാലാവസ്ഥയായിരുന്നു അത്. വീസെൽകി എട്ടു കിലോമീറ്റർ അകലെയാണ്. കുഴഞ്ഞ മണ്ണിലും ചേറ്റുകുഴികളിലും കൂടിവേണം പോകാൻ ഇരുട്ടുന്നതിനുമുമ്പ് തിരിച്ചു വരാൻ സാധിക്കുയുമില്ല.

"വീസെൽകിയിൽ ആരു കാണാനാണ്?" ഫേജ എതിർത്തു." വൈറ്റ്ഗാർഡുകാർ അവിടെ ചെല്ലുകയില്ല. ചുറ്റും ചതുപ്പനിലങ്ങളുള്ള ഒരു ഒറ്റപ്പെട്ട സ്ഥലമാണത്. വൈറ്റ്ഗാർഡുകാർ വീസെൽകിയിലേക്കു പോകുന്നതിനു പകരം വലിയ റോഡിലൂടെയായിരിക്കും പോകുന്നത്."

"തന്റെ അഭിപ്രായം ചോദിച്ചില്ല. കല്പന അനുസരിച്ചാൽ മതി !" ഷെബാലൊലാവ് ഇടയ്ക്കുകയറി പറഞ്ഞു.

"അത് മോശമില്ല ! ചെകുത്താന്റെ അമ്മായിയമ്മയെ പിടിച്ചോണ്ടുവരാൻ പറഞ്ഞാലോ? ഞാൻ അത്തരം കല്പനകൾ അനുസരിക്കുകയില്ല. കാലാൾ പടയെ അയച്ചോളൂ. ഇന്ന് കുതിരയ്ക്കു പുതിയ ലാടം തറയ്ക്കാൻ പോവുകയാണ്. പോരെങ്കിൽ കുതിരകളുടെ ചൊറിയിൽ പുരട്ടാൻ വൈദ്യൻ രണ്ടു തൊട്ടി പുകയില പുഴുങ്ങാൻ വച്ചിരിക്കയുമാണ്. എന്നിട്ട് നിങ്ങൾ വീസെൽകിയിലേക്കു പോകാൻ പറയുന്നു !"

"ഫേജ!" ഷെബാലൊലാവ് തളർന്ന ശബ്ദത്തിൽ പറഞ്ഞു: താൻ തലകുത്തി നിന്നാലും ഈ കല്പന ഞാൻ പിൻവലിക്കാൻ

പോകുന്നില്ല."

പ്രാകുകയും തുപ്പുകയും ചെയ്തുകൊണ്ട് ഫേജ ചെളിയിലൂടെ നടന്നു വന്ന് വേഗം തയ്യാറാകാൻ ഞങ്ങളോട്ടു വിളിച്ചുപറഞ്ഞു. കുറേ ടെലഗ്രാഫ് ഓപ്പറേറ്റർമാരുടെ സൗകര്യത്തിനുവേണ്ടി ആ മഴയത്ത് ചതുപ്പിലൂടെ വീസെൽകിവരെ പോകാൻ ആർക്കും ഇഷ്ടമുണ്ടായിരുന്നില്ല. അവർ ഷെബാലൊവിനെ പ്രാകി, ടെലിഗ്രാഫ് ഓപ്പറേറ്റർമാരെ മടിയന്മാരായ തെണ്ടികളെന്നും കൗശലക്കാരായ നായ്ക്കളെന്നും വിളിച്ചു. ഞങ്ങൾ മടിച്ചുമടിച്ച് കുതിരകളെ ജീനികെട്ടിച്ച്, പാട്ടോ ആർപ്പുവിളികളോ കൂടാതെ നിരുന്മേഷരായി ആ ചെറുഗ്രാമത്തെ ലക്ഷ്യമാക്കി കുതിരയോടിച്ചുപോയി. കുഴഞ്ഞ ചെളിയിൽ കുതിരകളുടെ കാലുകൾ പുതഞ്ഞു. സാധാരണ നടക്കുന്നത്ര വേഗത്തിൽ മാത്രമേ ഞങ്ങൾക്കു മുമ്പോട്ടുപോകാൻ കഴിഞ്ഞുള്ളു. ഒരു മണിക്കൂർ കഴിഞ്ഞു, ഞങ്ങൾ ഏതാണ്ട് പാതി വഴി കടന്നപ്പോഴേക്കും കോരിച്ചൊരിയുന്ന മഴ തുടങ്ങി. കോട്ടുകൾ നനഞ്ഞു. തൊപ്പിയിൽനിന്ന് വെള്ളം ഒലിച്ചുകൊണ്ടിരുന്നു. ഞങ്ങൾ വഴി രണ്ടായി പിരിയുന്ന ഒരിടത്തെത്തി.

വലത്തുവശത്ത് ഏകദേശം അര നാഴികയ്ക്കപ്പുറം സ്ഥിതിചെയ്തിരുന്ന ഒരു മൊട്ടകുന്നിൽ അഞ്ചോ ആറോ കർഷകഭവനങ്ങൾ നിൽക്കുന്നതു് ഞങ്ങൾ കണ്ടു. ഫേജ കുതിരയെ നിർത്തി. ഒരു നിമിഷം ആലോചിച്ചു നിന്നിട്ട് അയാൾ വലത്തുവശത്തെ കടിഞ്ഞാൺ വലിച്ചു.

"നമുക്ക് തണുപ്പുമാറ്റിയിട്ട് മുമ്പോട്ടു പോകാം," അയാൾ പറഞ്ഞു. "ഈ മഴയത്ത് ഒന്നു പുകവലിക്കാൻ പോലും സാദ്ധ്യമല്ല." നല്ല വിസ്താരമുള്ള ആ കർഷകക്കുടിലിന്റെ അകം വൃത്തിയുള്ളതും ചൂടുള്ളതുമായിരുന്നു. പൊരിച്ച വാത്തയിറച്ചിയുടേയോ പന്നിയിറച്ചിയുടേ ഗന്ധം അവിടെ തങ്ങിനിന്നിരുന്നു.

"കൊള്ളാം!" മണംപിടിച്ചുകൊണ്ട് ഫേജ മന്ത്രിച്ചു. "ഇവിടെ ഒന്നിനും ഒരു പഞ്ഞവുമില്ലെന്നു തോന്നുന്നു."

വീട്ടുടമ സൽക്കാരപ്രിയനായ ഒരാളായിരുന്നു. ദൃഢഗാത്രയായ ഒരു പരിചാരികയുടെ നേരെ അയാൾ കണ്ണുകാണിച്ചു. അവൾ ഫേജയെ ഒന്നു കടാക്ഷിച്ചിട്ട് മരംകൊണ്ടുള്ള ചട്ടികളും മരക്കയിലുകളും മേശപ്പുറത്തു നിരത്തി. സ്റ്റൂളുകൾ മേശയ്ക്കടുത്തേക്കു വലിച്ചുവച്ചുകൊണ്ട് ഒരു പുഞ്ചിരിയോടെ അവൾ ക്ഷണിച്ചു.

"നിൽക്കുന്നതെന്താണ്? ഇരിക്കൂ."

"വീസെൽക്കിയിലേക്ക് ഇവിടുന്ന് എത്ര ദൂരമുണ്ട്?" ഫേജ

ആതിഥേയനോടു ചോദിച്ചു.

“വേനൽക്കാലത്ത് തറ ഉണങ്ങി കിടക്കുമ്പോൾ ചതുപ്പിലൂടെ ഒരു കുറുക്കുവഴിയുണ്ട്,”വൃദ്ധൻ പറഞ്ഞു.”അങ്ങിനെ പോയാൽ ദൂരം അധികമില്ല. അര മണിക്കൂർ നടന്നാൽ അവിടെ എത്താം. പക്ഷേ ഇപ്പോൾ ആ വഴി പോകാൻ സാദ്ധ്യമല്ല. ചേറിൽ പൂണ്ടുപോകും. നിങ്ങൾ വന്ന വഴിയെ നേരെ പോവുകയാണെങ്കിൽ രണ്ടു മണിക്കൂറെങ്കിലും വേണ്ടിവരും അവിടെ എത്താൻ. വഴി മഹാമോശമാണ്--പ്രത്യേകിച്ച് അരുവിയുടെ മുകളിലുള്ള ചെറിയ പാലം ഇരിക്കുന്ന ഭാഗം. കുതിരപ്പുറത്താണെങ്കിലും വലിയ കുഴപ്പമില്ല. പക്ഷേ വണ്ടിയിലാണെങ്കിൽ വല്ലാതെ വിഷമിക്കും. എന്റെ മരുമകൻ അവിടുന്ന് അപ്പോൾ തിരിച്ചുവന്നതേയുള്ളു. അവന്റെ വണ്ടിയുടെ ഒരു തണ്ട് ഒടിഞ്ഞുപോയി.”

“ഇന്നാണോ തിരിച്ചുവന്നത്?”

“അതെ.ഇന്നു രാവിലെ”

“അവിടെ വൈറ്റ്ഗാർഡുകാർ ആരെങ്കിലും ഉണ്ടോ?”

“ഉള്ളതായിട്ട് അറിവില്ല.”

“ആ ഷെബാലൊവ് വെറുതെ കിടന്നു ചാടി. അവിടെ വൈറ്റ്ഗാർഡുകാർ കാണുകയില്ലെന്നു ഞാൻ പറഞ്ഞതാണ്. ഇന്നുരാവിലെ അവിടെ ആരും ഇല്ലായിരുന്നെങ്കിൽ ഇപ്പോഴും ആരുമില്ലെന്നാണ് അർത്ഥം. തുള്ളിക്ക് ഒരു കുടം വീതമാണ് മഴ പെയ്യുന്നത്? ശരി, കുട്ടരെ, നിങ്ങൾ നനഞ്ഞതൊക്കെ അഴിച്ചു മാററിൻ. ഈ കാലാവസ്ഥയിൽ ഞാൻ എങ്ങോട്ടും പോകുന്നില്ല, കുതിരകളുടെ കാലൊടിക്കുന്നതെന്തിന്?”

“ഫേജ, ഇതു ശരിയാണോ?” ഞാൻ ചോദിച്ചു. “ഷെബാലൊവ് എന്തു പറയും?”

“ഷെബാലൊവ് എന്തു പറഞ്ഞാലും എനിക്ക് ഒന്നുമില്ല,” ചെളി തെറിച്ചുവീണ നനഞ്ഞ പട്ടാളക്കോട്ട് ഊരി മാറ്റുന്നതിനിടയിൽ ഫേജ പറഞ്ഞു. “നമ്മൾ അവിടെ പോയെന്നും വൈറ്റ്ഗാർഡുകാരും അവിടെ ഉണ്ടായിരുന്നില്ലെന്നും അയാളോടു പറയാം.”

ഭക്ഷണത്തോടൊപ്പം വീട്ടിൽവാറ്റിയെടുത്ത ഒരു കുപ്പി മദ്യവും മേശപ്പുറത്തുണ്ടായിരുന്നു. ഫേജ അതു കപ്പുകളിൽ പകർന്നു. ഒരു കപ്പ് എന്റെ മുമ്പിലേക്കും അയാൾ നീക്കിവച്ചു.

“ലോക തൊഴിലാളിവർഗ്ഗത്തിനും വിപ്ലവത്തിനും വേണ്ടി നമുക്കു കുടിക്കാം,” അയാൾ പറഞ്ഞു. “വിപ്ലവം നമ്മുടെ ആയുഷ്കാലംവരെ നിലനിൽക്കണമെന്നും വൈറ്റ്ഗാർഡുകാരുടെ തലകൾക്ക്

ക്ഷാമമുണ്ടാക്കരുതെന്നുമാണ് എന്റെ പ്രാർത്ഥന. ആരെയെങ്കിലും വെട്ടി വീഴ്ത്താനില്ലെങ്കിൽ പിന്നെ ജീവിതം എത്ര മുഷിപ്പനായിരിക്കും.! നമുക്ക് കോപ്പകളുയർത്താം.!"

ഞാൻ കപ്പ് ഉയർത്തുന്നില്ല എന്നു കണ്ടപ്പോൾ ഫേജ ഒരു ചൂളം വിളിച്ചു.

"ഹേ, ബോറിസ്, നീ ഇതേവരെ കുടിച്ചിട്ടില്ലെന്നാണോ ഇതിന്റെ അർത്ഥം? നീ ഒരു കുതിരപ്പടയാളിയല്ല. നീ ഒരു മൊണ്ണയാണ്."

"ഞാൻ കുടിച്ചിട്ടേയില്ലെന്ന് ആരു പറഞ്ഞു?"ഞാൻ ഒരു നുണ തട്ടിവിട്ടു. ലജ്ജകൊണ്ട് എന്റെ മുഖം തുടുത്തു. ഞാൻ കപ്പിലെ ദ്രാവകം ഒറ്റ മോന്തിന് അകത്താക്കി.

ആ എരിയുന്ന ദ്രാവകം എന്റെ തൊണ്ടയിൽ കുടുങ്ങിയതുപോലെ തോന്നി. എനിക്കു ശ്വാസംമുട്ടി. ഉപ്പിലിട്ട ഒരു ചെറുവെള്ളരിക്ക എടുത്ത് ഞാൻ വായിലിട്ടു.

താമസിയാതെ ഞാൻ ഉന്മേഷവാനായിത്തീർന്നു. ഫേജ അയാളുടെ തുകൽസഞ്ചിയിൽനിന്ന് അക്കോർഡിയൺ വലിച്ചെടുത്ത് വായിച്ചു തുടങ്ങി. ആരെയും ഉല്ലാസഭരിതരാക്കാൻപോന്ന ഒരു രാഗമായിരുന്നു അത്. ഞങ്ങൾ പിന്നേയും കുടിച്ചു. വൈറ്റ്ഗാർഡു കാരോടു യുദ്ധം ചെയ്യുന്ന ചുവപ്പുപോരാളികൾക്കും മാരകങ്ങളായ പോരാട്ടങ്ങൾ നടക്കുന്നിടത്തേക്കു ഞങ്ങളെ വഹിച്ചുകൊണ്ടുപോകുന്ന ഞങ്ങളുടെ പ്രിയതോഴരായ കുതിരകൾക്കും വേണ്ടി ഞങ്ങൾ കുടിച്ചു. വൈറ്റ് ഗാർഡുകാരുടെ തലയരിയാനുള്ള ഞങ്ങളുടെ വാളുകളുടെ മൂർച്ച കുറയാതിരിക്കാൻവേണ്ടി ഞങ്ങൾ കുടിച്ചു, മറ്റു പലതിനും വേണ്ടി ഞങ്ങൾ കുടിച്ചു.

മറ്റുള്ളവരേക്കാൾ കൂടുതൽ കുടിച്ചത് ഫേജയായിരുന്നെങ്കിലും കൂട്ടത്തിൽ തലയ്ക്കു വെളിവുള്ളത് അയാൾക്കു മാത്രമായിരുന്നു. അയാളുടെ വിയർത്ത നെറ്റിത്തടത്തിൽ കറുത്ത കുറുനിരകൾ ഒട്ടിപ്പിടിച്ചിരുന്നു. അയാൾ അതിവേഗം അക്കോർഡിയൺ വായിച്ചുകൊണ്ട് മൃദുവായ ശബ്ദത്തിൽ പാടി:

"ദോൺകരയിലെമ്പാടും ചെമ്പടയുണ്ട്."

ഞങ്ങൾ ഇഴഞ്ഞ ശബ്ദത്തിൽ ഏറ്റുപാടി:

"ഹേയ്, ഹേയ്, നമുക്കു മിന്നാം..."

മുടി നെറ്റിയിൽനിന്ന് പുറകോട്ടു കുടഞ്ഞിടുകയും നനവാർന്ന കണ്ണുകൾ ഇറുക്കിപ്പിടിക്കുകയും ചെയ്തുകൊണ്ട് ഫേജ വീണ്ടും പാടി.

"കൂർത്തൊരു കത്തിയാണെന്റെതോഴൻ

ക്കുറുള്ള വാളാണു കൂട്ടുകാരൻ..."

ഞങ്ങളും തൊള്ളയിട്ടു:

"ക്കുറുള്ള വാളാണു കൂട്ടുകാരൻ..."

അതു കഴിഞ്ഞ് എല്ലാവരും ഒരുമിച്ചു പാടി.

"പത്തുകാശിൻ വിലപോലുമില്ലാത്ത

ജീവിതമൊരു വെറും ചൂതാട്ടം..."

ഫേജയുടെ ശബ്ദം ഞങ്ങളുടെ എല്ലാവരുടേയും ശബ്ദങ്ങളേയും അക്കോർഡിയന്റെ ശബ്ദത്തേയും പിന്നിലാക്കി. അയാൾ തല കുമ്പിട്ടിരുന്ന് കുറേനേരം എന്തോ ആലോചിച്ചു. അതുകഴിഞ്ഞ് ഒരു കടന്നൽക്കുത്തേറ്റിട്ടെന്നവണ്ണം അയാൾ തല ശക്തിയായി കുടയുകയും മുഷ്ടിചുരുട്ടി മേശപ്പുറത്ത് ഇടിയ്ക്കുകയും ചെയ്തിട്ട് വീണ്ടും കപ്പ് കയ്യിലെടുത്തു.

അന്നു രാത്രി വളരെ വൈകിയതിനു ഞാൻ കുറേ പ്രയാസപ്പെട്ടു. ഒടുവിൽ കുതിരപ്പുറത്തു കയറിയപ്പോൾ ഞാൻ ജീനിപ്പുറത്തല്ല ഊഞ്ഞാലിലാണ് ഇരിക്കുന്നതെന്ന് എനിക്കു തോന്നി. എന്റെ തലകറങ്ങി. മനംമറിയുന്നതുപോലെ എനിക്കു തോന്നി. ചാറ്റൽ മഴ അപ്പോഴും പെയ്യുന്നുണ്ടായിരുന്നു. കുതിരകൾ അണിമുറിച്ച് മുൻനിരയിലുള്ളവയുമായി കൂട്ടിമുട്ടിക്കൊണ്ടിരുന്നു. ഞാൻ വളരെ നേരം ജീനിപ്പുറത്തിരുന്ന് ആടി. ഒടുവിൽ ഒരു ശവത്തെപ്പോലെ കുതിരയുടെ കഴുത്തിലേക്കു കമഴ്ന്നുവീണു.

പിറ്റേന്നു രാവിലെ കലശലായ തലവേദന എന്നെ പിടികൂടി. തലേ ദിവസത്തെ സംഭവമോർത്ത് ഞാൻ ലജ്ജിച്ചു. ഞാൻ മുറ്റത്തേയ്ക്കിറങ്ങി കുതിരയുടെ സഞ്ചി പരിശോധിച്ചു. ഒരൊറ്റ രാത്രികൊണ്ട് നിലത്ത് ഉറമഞ്ഞു പറ്റിപ്പിടിച്ചിരുന്നു. റോഡിലെ ഉറഞ്ഞുകിടക്കുന്ന ചെളിയുടെ മുകളിലേക്ക് ആ വർഷത്തെ ആദ്യത്തെ മഞ്ഞു പൊഴിഞ്ഞുവീണു. ഫേജ കലിതുള്ളിക്കൊണ്ട് പിന്നിൽനിന്ന് ഓടിവന്നു.

"എടാ, തെണ്ടി, നീ എന്റെ ഓട്ട്സ് എടുത്ത് നിന്റെ കുതിരയ്ക്കു കൊടുത്തതെന്തിനാണ്? ഇനി ഇതാവർത്തിച്ചാൽ ഞാൻ അടിച്ചു നിന്റെ കരണക്കുറ്റി തകർക്കും!"

"തിരിച്ച് അങ്ങോട്ടും കിട്ടിയെന്നിരിക്കും," ഞാൻ തിരിച്ചടിച്ചു.

"നിങ്ങളുടെ കുതിരയെ വയറുപൊട്ടുന്നതുവരെ തീറ്റാമെന്നാണോ? ഓട്ട്സ് പങ്കിട്ടപ്പോൾ നിങ്ങൾ ഒരു അളവ് കൂടുതൽ എടുത്തതെന്തിനാണ്?"

"നീ ആരാ ചോദിക്കാൻ?" ഫേജ അട്ടഹസിച്ചുകൊണ്ട്

ചാട്ടയുമായി എന്റെ നേർക്കടുത്തു.

"ഫേജ, ആ ചാട്ട താഴെയിടൂ!" അയാളുടെ സ്വഭാവം നന്നായറിയാമായിരുന്ന ഞാൻ രോഷാകുലനായി അലറി."നിങ്ങൾ എന്നെ ആ ചാട്ടകൊണ്ട് തൊട്ടുപോയാൽ ഞാൻ വാളിന്റെ മൂട്ടകൊണ്ട് തലയ്ക്കിട്ടൊന്നു തരും!"

"ഓഹോ, അങ്ങിനെയാണോ?" ഫേജയ്ക്കു സ്വബോധം നശിച്ചെന്നു തോന്നി. ആ സമയത്ത് ഒരു വളവുതിരിഞ്ഞു് ഷെബാലൊവ് അവിടെ എത്തിയില്ലായിരുന്നെങ്കിൽ എന്തു സംഭവിക്കുമായിരുന്നു.

ഫേജയ്ക്ക് ഷെബാലൊവിനെ ഇഷ്ടമായിരുന്നില്ല, കുറച്ചൊരു പേടിയും ഉണ്ടായിരുന്നു. അതുകൊണ്ട് അയാൾ അടുത്തുനിന്നു ഒരു പട്ടിക്കുട്ടിയുടെ മുതുകത്ത് തന്റെ ദേഷ്യം തീർത്തിട്ട് അവിടെനിന്നു പോയി. പോകുന്ന പോക്കിൽ അയാൾ എന്റെ നേരെ മുഷ്ടിചുരുട്ടി കാണിച്ചു.

"ഇവിടെ വാ," ഷെബാലൊവ് എന്നെ അടുത്തേക്കു വിളിച്ചു. ഞാൻ അടുത്തു ചെന്നു.

"എന്താണ് ഞാൻ ഇപ്പോൾ കണ്ടതിന്റെ അർത്ഥം? ഒരു നിമിഷം നിങ്ങൾ വേർപിരിയാനാവാത്ത ചങ്ങാതികളാണ്, അടുത്ത നിമിഷത്തിൽ കീരിയും പാമ്പും പോലെയും. നീ എന്റെ കുടിലിലേക്കു വരൂ."

വാതിൽ അകത്തുനിന്ന് അടച്ചശേഷം ഷെബാലൊവ് കസേരയിലിരുന്നുകൊണ്ട് ചോദിച്ചു:

"ഫേജയോടൊപ്പം നീയും വീസെൽക്കിയിൽ പോയിരുന്നോ?"

"പോയിരുന്നു," അമ്പരപ്പോടെ ഞാൻ പറഞ്ഞു.

"നുണ പറയണ്ട. നിങ്ങളിലാരും അവിടെ പോയിരുന്നില്ല. നിങ്ങൾ ആ സമയം മുഴുവൻ എവിടെയായിരുന്നു?"

"വീസെൽക്കിയിൽ," ഞാൻ വാശിയോടെ ആവർത്തിച്ചു.

എനിക്ക് ഫേജയോട്ട് ദേഷ്യമുണ്ടായിരുന്നെങ്കിലും അയാളെ ഒറ്റുകൊടുക്കാൻ ഞാൻ ആഗ്രഹിച്ചിട്ടില്ല.

കുറേ നേരം മൗനമായിരുന്ന് ആലോചിച്ചതിനു ശേഷം ഷെബാലൊവ് പറഞ്ഞു:

"ശരി, അങ്ങിനെയാണെന്നറിഞ്ഞതിൽ എനിക്ക് സന്തോഷമുണ്ട്. എനിക്ക് സംശയംതോന്നി. എന്നാൽ ഫേജയോട്ട് ചോദിക്കാൻ എനിക്ക് ഇഷ്ടമില്ലായിരുന്നു--അയാൾ കള്ളമേ പറയുകയുള്ളെന്ന് എനിക്കറിയാം. അയാളുടെ അനുയായികളും അത്തരക്കാരാണ്. രണ്ടാംറെജിമെന്റുകാർ ഫോണിൽ വിളിച്ച് ബഹളംകൂട്ടി. അവർ

പറഞ്ഞു: "നിങ്ങളുടെ വാക്കു വിശ്വസിച്ച് ഞങ്ങൾ ടെലിഫോൺ ഓപ്പറേറ്റർമാരെ വീസെൽക്കിയിലെയ്ക്കയച്ചു. എന്നാൽ നന്നേ പണിപ്പെട്ടാണ് അവർ രക്ഷപ്പെട്ടതു്.' വൈറ്റ്ഗാർഡുകാർ പിന്നീട് അവിടെ എത്തിയതാവുമെന്ന് ഞാൻ അവരോടു പറഞ്ഞെങ്കിലും എനിക്ക് അപ്പോൾ മുതൽ സംശയം തോന്നി. 'ആ ഫേജ അവിടെപ്പോയിരുന്നുവെന്ന് തീർച്ചപ്പെടുത്തേണ്ട,' ഞാൻ മനസ്സിൽ വിചാരിച്ചു. ഇന്നലെ അയാൾ വളരെ വൈകിയാണ് തിരിച്ചുവന്നതു്. വന്നപ്പോൾ മദ്യത്തിന്റെ ഗന്ധമുണ്ടായിരുന്നുതാനും."

ഷെബാലൊവ് ജനലിനടുത്തു ചെന്ന് തണുത്ത ജനാലച്ചില്ലിൽ മുഖം അമർത്തിക്കൊണ്ട് നിശ്ശബ്ദനായി വളരെ നേരം നിന്നു. ഒടുവിൽ അദ്ദേഹം തല എന്റെ നേരെ തിരിച്ച് സംസാരം തുടർന്നു:

"ഈ സ്കൗട്ടുകൾ എന്നെ വല്ലാതെ വിഷമിപ്പിക്കുന്നുണ്ട്. അവർ ചുണക്കുട്ടികളാണെന്നു സമ്മതിക്കാം, പക്ഷേ അറുവഷളന്മാരാണ്. ആ ഫേജയും അങ്ങിനെതന്നെ--അച്ചടക്കം എന്നാലെന്തെന്ന് അയാൾക്ക് അറിയാനേ പാടില്ല. അയാൾക്കു പകരം ആ സ്ഥാനം ഏറ്റെടുക്കാൻ പറ്റിയ ഒരാൾ ഉണ്ടായിരുന്നെങ്കിൽ ഞാൻ പണ്ടേ അയാളെ പറഞ്ഞയച്ചേനെ."

ഷെബാലൊവ് എന്നെ സ്നേഹപൂർവ്വം നോക്കി. കുറ്റിരോമങ്ങൾ എഴുന്നുനില്ക്കുന്ന അദ്ദേഹത്തിന്റെ പുരികങ്ങൾ സൗമ്യഭാവം കൈക്കൊണ്ടു. കൂടുതൽ കർക്കശമാക്കാൻ വേണ്ടി എപ്പോഴും ഇറുക്കിപ്പിടിക്കാറുള്ള ആ കണ്ണുകൾ ഊഷ്മളമായ ഒരു ചെറുപുഞ്ചിരിയുടെ തിളക്കംകൊണ്ട് വിടർന്നു. തികഞ്ഞ ആത്മാർത്ഥതയോടെ അദ്ദേഹം പറഞ്ഞു:

"ഒരു സേനാദളത്തിന്റെ കമാണ്ടറായിരിക്കുക എന്നതു് എത്ര പ്രയാസകരമായ ജോലിയാണെന്ന് നിനക്ക് അറിയില്ല! ഇതുമായി തട്ടിച്ചുനോക്കുമ്പോൾ ചെരിപ്പുണ്ടാക്കൽ വെറും കുട്ടിക്കളിയാണ്. ഭൂപടം നിവർത്തുവച്ച് അതുമായി പരിചയപ്പെടാൻ വേണ്ടി ഞാൻ രാത്രികാലങ്ങളിൽ ഉറക്കളച്ചിരിക്കാറുണ്ട്. ചിലപ്പോൾ എന്റെ തല കറങ്ങും. വിദ്യാഭ്യാസമില്ലാത്ത ഒരുവനാണ് ഞാൻ. പൊതുവിദ്യാഭ്യാസമോ മിലിട്ടറി പരിജ്ഞാനമോ രണ്ടും എനിക്കില്ല. വൈറ്റ്ഗാർഡുകാരാണെങ്കിൽ കടുംപിടിത്തം പിടിച്ചിരിക്കുകയുമാണ്. അവരുടെ ക്യാപ്റ്റന്മാർക്ക് ഇതൊന്നും സാരമില്ല. അവർ വിദ്യാസമ്പന്നരും ഈ ജോലിയിൽ എപ്പോഴും ഏർപ്പെട്ടിരുന്നവരാണ്. എന്നാൽ എനിക്ക് ഒരു കല്പന എഴുതാനും വായിക്കാനുംതന്നെ കഷ്ടിച്ചേ അറിയൂ. പോരാത്തതിന് നമ്മുടെ കൂടെയുള്ള ചെറുപ്പക്കാർ ഇത്തരക്കാരുമാണ്.വൈറ്റ് ഗാർഡുകാർക്ക് നല്ല അച്ചടക്കമുണ്ട്. അവിടെ കല്പന കൊടുത്താൽ

അത് ഉടൻ നടപ്പിലാക്കപ്പെടും. എന്നാൽ നമ്മുടെ ആൾക്കാർക്ക് ഇനിയും അതു ശീലമായിട്ടില്ല. തന്നത്താൻ പോയി എല്ലാറ്റിനും മേൽനോട്ടം വഹിക്കണം. മറ്റു യൂണിറ്റുകളിൽ കമ്മിസാറന്മാരുണ്ട്. ഒരു കമ്മിസാറെ നിയോഗിക്കണമെന്ന് എത്രനാളായി ഞാൻ ആവശ്യപ്പെടുന്നു. പക്ഷേ ഫലമില്ല. ' ഇപ്പോൾ അതിന്റെ ആവശ്യമില്ല, നിങ്ങൾതന്നെ ഒരു കമ്മ്യൂണിസ്റ്റുകാരനാണല്ലോ,' എന്നാണ് അവരുടെ മറുപടി. പക്ഷേ ഞാൻ എന്തു കമ്മ്യൂണിസ്റ്റുകാരനാണ്? ഞാൻ കമ്മ്യൂണിസ്റ്റുകാരനാണ്,"-അദ്ദേഹം സ്വയം തിരുത്തി- "പക്ഷേ വിദ്യാഭ്യാസമില്ലാത്ത ഒരു കമ്മ്യൂണിസ്റ്റുകാരൻ."സൂഹരെവും ചെക്കുകാരായ ഗാൽഡയും മുറിയിലേക്ക് കടന്നു വന്നു.

"ഞാൻ നിരീക്ഷണത്തിന് ഒരാളെ കൊടുത്തു, യന്ത്രത്തോക്കുകാർക്ക് ഒരാളെ കൊടുത്തു, പാചകശാലയിലേക്ക് ഒരാളെ കൊടുത്തു, പക്ഷേ ഇയാൾ കൊടുത്തില്ല,"വളഞ്ഞ മൂക്കുള്ള ഗാൽഡ കോപംകൊണ്ട് മുഖമാകെ ചുവന്ന സൂഹരെവിനെ ചൂണ്ടിക്കാണിച്ചു കൊണ്ട് അമർഷത്തോടെ മുറിറഷ്യനിൽ പറഞ്ഞു.

"അയാൾ ഉരുളക്കിഴങ്ങിന്റെ തൊലികളയാൻ പാചകശാലക്കാർക്ക് ഒരാളെ കൊടുത്തു,"സൂഹരെവ് ഉറക്കെ പറഞ്ഞു. "എന്റെ ആളുകൾ ഉച്ചവരെ പാറാവു നില്ക്കുകയായിരുന്നു. അയാൾ യന്ത്രത്തോക്കുകാർക്ക് ആളെ കൊടുത്തെങ്കിൽ രണ്ടാമത്തെ പ്ലറ്റൂണിലുള്ള എന്റെ പട്ടാളക്കാർ ഒരു പാലം നന്നാക്കാൻ രാവിലെമുതൽ പീരങ്കിപ്പടയാളികളെ സഹായിക്കുന്നുണ്ട്. ഇനി ഞാൻ ആരെയും കൊടുക്കാൻ ഉദ്ദേശിക്കുന്നില്ല. ഇയാൾ കൊടുക്കട്ടെ."

ഷെബാലൊവിന്റെ നിറം മങ്ങിയ പുരികക്കൊടികൾ ഉയർന്നു, കണ്ണുകൾ ചെറുതായി. സദ്ഭാവം ദ്യോതിപ്പിക്കുന്ന ലജ്ജാസമന്വിതമായ പുഞ്ചിരിയുടെ ലാഞ്ഛനപോലും കാറ്റും വെയിലുമേറ്റ് കരുവാളിച്ച ആ മുഖത്ത് അപ്പോൾ ഉണ്ടായിരുന്നില്ല.

"സൂഹരെവ്, ഈ വിഡ്ഢിത്തം മതിയാക്കു,"അദ്ദേഹം കർശനമായി പറഞ്ഞു. "നിങ്ങളുടെ പടയാളികൾ ഒരു രാത്രി ഉറക്കമിളച്ചതിനെ ച്ചൊല്ലി നിങ്ങൾ ഇത്ര ബഹളം കൂട്ടേണ്ട കാര്യമില്ല. ഗാൽയേയും അയാളുടെ കീഴിലുള്ള ആളുകളേയും ഞാൻ ഒരു പ്രത്യേക ചുമതല ഏല്പിച്ചിരിക്കുകയാണെന്നും അതിനാലാണ് അവരെ ഇന്നു വിശ്രമിക്കാനനുവദിച്ചിരിക്കുന്നതെന്നും നിങ്ങൾക്ക് നന്നായി അറിയാമല്ലോ, സൂഹരെവ്. അവർ ഇന്നു രാത്രി നോവോസേലൊവയിലേയ്ക്കു പോവുകയാണ്."

സൂഹരെവ് ആരോടെന്നില്ലാതെ കുറെയേറെ പുലഭ്യങ്ങൾ വിളിച്ചു പറഞ്ഞു. വളഞ്ഞമൂക്കുള്ള ഗാൽഡ ചെക്ക് ഭാഷയും റഷ്യനും

കുട്ടിക്കലർത്തി എന്തൊക്കെയോ പറയുകയും കൈ വീശുകയും ചെയ്തു തുടങ്ങി. ഞാൻ അവിടെനിന്ന് ഇറങ്ങിപ്പോന്നു.

ഷെബാലൊവിനോട്ട് നുണ പറഞ്ഞതിൽ എനിക്കു ലജ്ജതോന്നി. "ഷെബാലൊവ് ഞങ്ങളുടെ കമാണ്ടറാണ്,"ഞാൻ സ്വയം പറഞ്ഞു. "അദ്ദേഹം ഉറക്കമിളച്ചിരിക്കുകയും കഷ്ടപ്പെട്ടുകയും ചെയ്യുന്നു. ഞങ്ങളാണെങ്കിൽ കടമനിർവ്വഹിക്കുന്നതു് ഇത്തരത്തിലാണ്... ഞങ്ങൾ വീസെൽക്കിയിൽ പോയെന്ന് ഞാൻ അദ്ദേഹത്തോട്ട് നുണ പറഞ്ഞു. ടെലിഫോൺ ജോലിക്കാരോട്ട് ഞങ്ങൾ കാട്ടിയ വലിയ ഒരു ചതിവായിപ്പോയി അതു്. ഭാഗ്യത്തിന് ആൾനാശമൊന്നും ഉണ്ടായില്ല. എങ്കിലും ഞങ്ങൾ ചെയ്തതു് തെറ്റുതന്നെയാണ്. വിപ്ലവത്തോടും സഖാക്കളോടും ചെയ്ത വഞ്ചനയാണതു്."

ഫേജയാണ് എന്റെ മേലധികാരിയെന്നും അയാളുടെ കല്പനപ്രകാരമാണ് വേറൊരു വഴിക്കു തിരിഞ്ഞതെന്നും ന്യായവാദം ചെയ്തതു് കുറ്റക്കാരനല്ലെന്ന് സ്വയം ബോദ്ധ്യപ്പെട്ടുത്താൻ ഞാൻ ഒരു ശ്രമം നടത്തി. എന്നാൽ അതൊരു മുടന്തൻ ന്യായമാണെന്ന് ഉത്തരക്ഷണത്തിൽ ഞാൻ മനസ്സിലാക്കി. "മേലധികാരിയുടെ കല്പനപ്രകാരമല്ലല്ലോ,"ഞാൻ ഓർത്തു. എനിക്ക് എന്നോടുതന്നെ കഠിനമായ ദേഷ്യം തോന്നി.

ഫേജയുടെ പ്രശ്ശമായ തല ജനലിലൂടെ പുറത്തേക്കു നീണ്ടു. അയാൾ വിളിച്ചു: ബോറിസ്!

ഞാൻ അതു കേട്ട ഭാവം നടിച്ചില്ല.

"ബോറിസ്!" സ്നേഹഭാവത്തിൽ അയാൾ വീണ്ടും വിളിച്ചു. "നീ പിണങ്ങിയിരിക്കയാണോ? വന്ന് കുറെ അപ്പം തിന്നോ, എനിക്ക് നിന്നോട്ട് ഒരു കാര്യം പറയാനുണ്ട്." അയാൾ അപ്പച്ചട്ടി ഉയർത്തിക്കാണിച്ചുകൊണ്ട് ഉൽക്കണ്ഠയോടെ എന്റെ മുഖത്തേയ്ക്കു നോക്കി." ഷെബാലൊവ് എന്തിനാണ് നിന്നെ വിളിച്ചതു്?" അയാൾ ചോദിച്ചു.

"വീസെൽകിയിലെ കാര്യം ചോദിക്കാൻ," ഞാൻ പച്ചയായി പറഞ്ഞു." 'നിങ്ങളാരും അവിടെ പോയിരുന്നില്ല', എന്ന് അദ്ദേഹം ഉറപ്പിച്ചു പറഞ്ഞു.

"എന്നിട്ട് നീ എന്തു പറഞ്ഞു?"

ഫേജ അസ്വസ്ഥനായി പിടഞ്ഞു. ചൂടുള്ള അപ്പച്ചട്ടിയിൽ അപ്പത്തിനു പകരം അയാളാണ് ഇരിക്കുന്നതെന്ന് ആ പിടിച്ചിൽ കണ്ടാൽ തോന്നും.

"എന്തു പറയാനാണ്? എല്ലാം ഞാൻ തുറന്നു പറയേണ്ടതായിരുന്നു, പക്ഷേ വിഡ്ഢിയായ നിങ്ങളോടുള്ള അനുകമ്പകൊണ്ട് ഞാൻ

ഒന്നും പറഞ്ഞില്ല."

"നിൽക്കു നിൽക്കു," ഫേജയ്ക്കു ശുണ്ഠി വന്നു. എന്നാൽ എന്റെയടുത്തു നിന്ന് അറിയേണ്ടതു മുഴുവൻ അറിഞ്ഞില്ലെന്നു പെട്ടെന്ന് ഓർമ്മിക്കയാൽ അയാൾ അടുത്തു വന്ന് പരിഭ്രമവും ജിജ്ഞാസയും നിറഞ്ഞ ശബ്ദത്തിൽ ചോദിച്ചു:"ഷെബാലൊവ് പിന്നെ എന്തെല്ലാം പറഞ്ഞു?"

"നമ്മൾ ഭീരുക്കളും കൊള്ളരുതാത്തവരുമാണെന്ന് അദ്ദേഹം പറഞ്ഞു," ഞാൻ ഫേജയുടെ മുഖത്തു നോക്കി നുണ പറഞ്ഞു. "വീസെൽകിയിൽ തലകാണിക്കാൻ ധൈര്യമില്ലാത്തതുകൊണ്ട് നിങ്ങൾ വല്ല മലയിടുക്കിലും ഒളിച്ചിരുന്നുകാണും.' എന്നാണ് അദ്ദേഹം പറഞ്ഞത്. ഈയിടെയായി സ്കൗട്ടുകൾ വല്ലാത്ത പേടിത്തൊണ്ടന്മാരായിട്ടുള്ള കാര്യം തന്റെ ശ്രദ്ധയിൽപ്പെട്ടിട്ടുണ്ടെന്നും അദ്ദേഹം പറഞ്ഞു."

"വെറും നുണ !" ഫേജ ദേഷ്യത്തോടെ പറഞ്ഞു."അയാൾ അങ്ങിനെയൊന്നും പറഞ്ഞുകാണുകയില്ല."

"പോയി ചോദിച്ചുനോക്കു," ഞാൻ പകയോടെ തുടർന്നു. "ഇത്തരം ജോലികൾക്ക് ഇനി കാലാൾപ്പടയെ നിയോഗിക്കുന്നതായിരിക്കും ഭേദമെന്നും അദ്ദേഹം പറയുന്നതു കേട്ടു. 'വല്ലവരുടേയും നിലവറയിൽ നിന്ന് വെണ്ണ കട്ടുതിന്നാനേ ആ സ്കൗട്ടുകാരേക്കൊണ്ടു കൊള്ളൂ, എന്നും അദ്ദേഹം പറഞ്ഞു.'"

"നീ നുണ പറയുകയാണ്," ഫേജ ക്ഷോഭിച്ചു."ആ മടിയന്മാർ തോന്ന്യവാസികളാണെന്നും അവരെ അടക്കിനിർത്താൻ സമയമായെന്നും അയാൾ പറഞ്ഞുകാണും. പക്ഷേ സ്കൗട്ടുകൾ പേടിത്തൊണ്ടന്മാരാണെന്ന് അയാൾ പറഞ്ഞിരിക്കയില്ല."

"പറഞ്ഞില്ലെങ്കിൽത്തന്നെ എന്താ?" ഫേജയെ ഇത്രത്തോളം ബേജാറാക്കാൻ കഴിഞ്ഞതിലുള്ള സന്തോഷത്തോടെ ഞാൻ സത്യം പറഞ്ഞു."അദ്ദേഹം അങ്ങിനെ പറഞ്ഞില്ലെങ്കിൽത്തന്നെ നമ്മൾ ചെയ്തതു ശരിയാണെന്ന് നിങ്ങൾ വിശ്വസിക്കുന്നുണ്ടോ? നമ്മുടെ സഖാക്കൾ നമ്മെ വിശ്വസിച്ചു. പക്ഷേ നമ്മൾ ചെയ്തതെന്താണ്? നിങ്ങൾ കാരണം ഒരു റെജിമെന്റിലെ ആളുകൾ മുഴുവൻ അപകടത്തിൽ ചാടി. ഇനി ആളുകൾ എങ്ങിനെയായിരിക്കും നമ്മളെ നോക്കുന്നത്? പേടിത്തൊണ്ടന്മാർ, അവരെ നമ്പാൻ പറ്റില്ല, എന്ന് അവർ പറയും. 'അവിടെ വൈറ്റ് ഗാർഡ്ഡുകാരില്ലെന്ന് അവർ റിപ്പോർട്ട് ചെയ്തതനുസരിച്ച് ടെലിഫോൺ കമ്പികൾ നീട്ടാൻ അവിടെ ചെന്ന സിഗ്നലുകാർ വെടിവയ്ക്കപ്പെട്ടു' എന്നും അവർ പറയും."

"ആരാണ് അവരെ വെടിവച്ചത്?" അത്ഭുതത്തോടെ ഫേജ

ചോദിച്ചു.

"വൈറ്റ്ഗാർഡുകാർ, അല്ലാതാരാ?"

ഫേജയുടെ മുഖം മങ്ങി. താൻ കാരണം ടെലിഫോൺ ജോലിക്കാർ കുഴപ്പത്തിൽ ചാടിയ കാര്യം അയാൾ അറിഞ്ഞിരുന്നില്ല. ആ വാർത്ത അയാളെ സ്പർശിച്ചു. അയാൾ ഒരക്ഷരം മിണ്ടാതെ അടുത്ത മുറിയിലേക്കു പോയി.

അയാൾ തന്റെ അക്കോർഡിയൻ പുറത്തെടുത്ത് അതിന്റെ ചില മ്പിച്ച ശബ്ദത്തിൽ തന്റെ വല്ലായ്മയെ കുഴിച്ചുമൂടാൻ വേണ്ടി, മഞ്ചൂറി യൻ കുന്നുകളിൽ" എന്ന ശോകഗാനം വായിച്ചുതുടങ്ങി.

എന്നാൽ പെട്ടെന്ന് അയാൾ വായന നിർത്തി ചാടിയെണീറ്റു. തന്റെ കൊക്കേഷ്യൻ വാൾ അരയിൽ തിരുകിക്കൊണ്ട് അയാൾ കുടിലിനു പുറത്തേക്കു പോയി. ഏതാണ്ട് പതിനഞ്ചു മിനിട്ടു കഴിഞ്ഞ് അയാൾ ജനലിനു പുറത്ത് പ്രത്യക്ഷപ്പെട്ടു.

"വേഗം കുതിരപ്പുറത്തു കയറിക്കോ!"ജനാലച്ചില്ലിനപ്പുറത്തു നിന്ന് അയാൾ കർക്കശമായി പറഞ്ഞു.

"എവിടെ പോയിരുന്നു?"

"ഷെബാലൊവിന്റെ അടുത്ത്. വേഗമാകട്ടെ?"

അധികം താമസിയാതെ ഞങ്ങളുടെ സ്കൗട്ട്സംഘം അല്പാല്പം ഉറങ്ങിത്തുടങ്ങിയ റോഡിലൂടെ മെല്ലെ കുതിരയോടിച്ച് താവളത്തിന് പുറത്തു കടന്നു.

അദ്ധ്യായം പതിമൂന്ന്

കർഷക ഭവനങ്ങളുടെ നേർക്കു തിരിയുന്ന നാലുകൂടിയ വഴിയിലെത്തിയപ്പോൾ ഫേജ കുതിരയെ നിർത്തി. തന്റെ സംഘത്തിലെ ഏററവും മിടുക്കന്മാരായ രണ്ടുപേരെ അടുത്തേക്കു വിളിച്ച് അയാൾ വളരെനേരം എന്തോ സംസാരിച്ചു. വഴിയിലേക്ക്ചൂണ്ടിക്കാണിക്കുകയും തന്റെ നിർദ്ദേശങ്ങൾ അവരുടെ തലയിലേക്ക് അടിച്ചുകയറ്റാൻവേണ്ടി ഇരുവരേയും മാറിമാറി ചീത്തപറയുകയും ചെയ്തിട്ട് അയാൾ ഞങ്ങളുടെ അടുത്തേക്കു വന്നു.എല്ലാവരും കർഷകഭവനങ്ങളുടെ നേരെ തിരിയാൻ അയാൾ ആജ്ഞാപിച്ചു. തലേ ദിവസത്തെ സന്ദർശനത്തെപ്പറ്റി സൂചിപ്പിക്കുന്ന ഒരൊറ്റ വാക്കുപോലും പറയാതെ ഫേജ ആതിഥേയനോട്ട് വീസെൽക്കിയിലേക്കു പോകുന്നുള്ള കുറുക്കുവഴിയെപ്പറ്റി ചോദിച്ചു.

“നിങ്ങൾക്ക് ആ വഴി പോകാൻ സാധിക്കയില്ല, സഖാക്കളെ,” വീട്ടുടമ പറഞ്ഞു.”കുതിരകൾ മുങ്ങിപ്പോകും. ഈ ആഴ്ച മുഴുവൻ മഴയായിരുന്നല്ലോ. കാൽനടയായിപ്പോലും ഇപ്പോൾ ആ വഴി പോകാൻ സാദ്ധ്യമല്ല. പിന്നെ കുതിരപ്പുറത്തു പോകുന്ന കാര്യം പറയാനുണ്ടോ.”

ഫേജ മുൻകൂട്ടി അയച്ചിരുന്ന സ്കൗട്ടുകൾ രണ്ടുപേരും തിരിച്ചുവന്നു. വീസെൽക്കി വൈറ്റ്ഗാർഡുകാരുടെ കൈവശമാണെന്നും അങ്ങോട്ടുള്ള വഴി അടച്ചിരിക്കയാണെന്നും അവർ റിപ്പോർട്ടുചെയ്തു. കൃഷിക്കാരന്റെ ഗുണദോഷം കാര്യമായെടുക്കാതെ ഫേജ അയാളോട്ട് യാത്രയ്ക്കു തയ്യാറാകാൻ ആവശ്യപ്പെട്ടു. ആ ചതുപ്പു കടക്കാൻ സാദ്ധ്യമല്ലെന്ന് ആ മനുഷ്യൻ വീണ്ടും വീണ്ടും പറഞ്ഞു . അയാളുടെ ഭാര്യ കരഞ്ഞു. തലേന്ന് ഫേജയോട്ട് സൊള്ളിക്കൊണ്ടിരുന്ന സുന്ദരിയായ അയാളുടെ മകൾ ചെളിപുരണ്ട ബൂട്ടുകൾകൊണ്ട് ചവിട്ടി നിലം വൃത്തികേടാക്കിയതിന് ഫേജയെ ശകാരിച്ചു. എന്നാൽ ഫേജ അതൊന്നും കേട്ട ഭാവം വയ്ക്കാതെ തന്റെ തീരുമാനത്തിൽ ഉറച്ചുനിന്നു. എന്താണ് ഉദ്ദേശ്യമെന്ന് ഞാൻ അയാളോടു ചോദിച്ചു. എന്നാൽ അയാൾ അതിനുത്തരം പറഞ്ഞില്ല. അയാൾ പ്രാകുകപോലും ചെയ്യാതെ ചിറികോട്ടി പരിഹാസത്തോടെ ഒന്നു പുഞ്ചിരിക്കുകയും

ഒളികണ്ണിട്ട് എന്നെ ഒന്നു നോക്കുകയും മാത്രമാണു ചെയ്തത്.

ഞങ്ങൾ കൃഷിക്കളത്തിൽ നിന്നിറങ്ങി. കൃഷിക്കാരൻ ഒരു ചാവാലിക്കുതിരയുടെ പുറത്ത് ഫേജയോടൊപ്പം മുമ്പിൽ സഞ്ചരിച്ചു. ഒരു തിരിവു കടന്ന് ഞങ്ങൾ ബർച്ചുമരക്കാട്ടിൽ പ്രവേശിച്ചു. നനഞ്ഞ പായലിൽ പതിച്ചുകൊണ്ടിരുന്ന കുളമ്പുകളുടെ അടിയിൽ നിന്ന് ചെളിവെള്ളം തെറിച്ചു. വഴി കുറേക്കൂടി മോശമായി. മുന്നോട്ടു പോകുന്തോറും വെള്ളം കൂടിക്കൂടി വന്നു. വെള്ളം കയറിക്കിടന്ന ആ പുൽമേട്ടിൽ അങ്ങിങ്ങായി പായൽ പിടിച്ച കറുത്ത ചെറുകുന്നുകൾ തലയുർത്തി നിന്നിരുന്നു.

ഞങ്ങൾ കുതിരപ്പുറത്തു നിന്നിറങ്ങി മുന്നോട്ടു നടന്നു. മരച്ചില്ലകളും ചപ്പുചവറുകളുമിട്ട് ചതപ്പിനു കുറുകെ ഉണ്ടാക്കിയ ഒരു ചെറിയ വരമ്പിനടുത്ത് ഞങ്ങൾ എത്തിച്ചേർന്നു. കൃഷിക്കാരൻ പറഞ്ഞ വഴിയായിരുന്നു അത് . വെള്ളത്തിനടിയിലായ ആ വരമ്പിൽനിന്ന് ഉതിർന്നുപോയ ചുള്ളിക്കമ്പുകളും ജീർണ്ണിച്ച കച്ചിയും ജലനിരപ്പിനു മുകളിൽ പൊങ്ങിക്കിടന്നു.

"നല്ല വഴി!"മുഖം വീർപ്പിച്ചുകൊണ്ടു നിൽക്കുന്ന കൂട്ടുകാരെ ഒന്നു നോക്കിയിട്ട് ഫേജ പറഞ്ഞു.

"ഫേജ, നമ്മൾ മുങ്ങിപ്പോകും!"

"മുങ്ങിപ്പോകാൻ വളരെ എളുപ്പമാണ്," കൃഷിക്കാരൻ പറഞ്ഞു. "തടിക്കഷണങ്ങൾ കുശുത്തുപോയിരിക്കുന്നു. നല്ല കാലാവസ്ഥയിൽത്തന്നെ ഇതിലേ നടക്കാൻ വിഷമമാണ്."

"കുതിരകൾക്ക് ഈ ചെളിക്കുണ്ടിലൂടെ നീന്താനോ നടക്കാനോ കഴിയുന്നില്ല."

"സാരമില്ല!" ഫേജ ഒരു പുഞ്ചിരി ക്ഷണിച്ചുവരുത്തിക്കൊണ്ട് മറ്റുള്ളവരെ പ്രോത്സാഹിപ്പിക്കാൻ ശ്രമിച്ചു. "നമുക്ക് എങ്ങിനേയും കടക്കാം."

മുമ്പോട്ടുപോകാൻ കൂട്ടാക്കാതെ നിൽക്കുന്ന കുതിരയുടെ കടിഞ്ഞാൺ വലിച്ചുകൊണ്ട് ഫേജയാണ് ആദ്യം വെള്ളത്തിലിറങ്ങിയത്. ആ ദുർഗ്ഗന്ധമുള്ള വെള്ളത്തിൽ അയാൾ മുട്ടോളം താണു. ഈരണ്ടുപേർ വീതം ഞങ്ങളും പിന്നാലെ ഇറങ്ങി. പലയിടങ്ങളിലും ഉറഞ്ഞു പാടകെട്ടിയ വെള്ളം ബൂട്ടുകളുടെ മുകളിലൂടെ അകത്തുകടന്നു. വെള്ളത്തിനടിയിൽ കിടന്ന ദുർബ്ബലമായ വരമ്പ് കാൽ ചവിട്ടുമ്പോൾ വിറച്ചുകൊണ്ടിരുന്നു. കാൽച്ചുവട്ടിൽ താങ്ങിന് എന്തെങ്കിലും ഉണ്ടായിരിക്കുമോ എന്ന് നിശ്ചയമില്ലാതെ, ഓരോ കാൽ വയ്ക്കുമ്പോഴും വഴുവഴുത്ത ചതുപ്പുവെള്ളം നിറഞ്ഞ അത്യഗാധമായ കുഴിയിലേയ്ക്കു

വീണുപോകുമെന്ന ഭയത്തോടെ മുന്നോട്ടു പോകുക അതിഭയങ്കരമായ ഒരനുഭവമായിരുന്നു.

കുതിരകൾ ചീറ്റുകയും മടിച്ചു നിൽക്കുകയും വിറയ്ക്കുകയും ചെയ്തു കൊണ്ടിരുന്നു. മൂടൽമഞ്ഞിന്റെ മറയ്ക്കുള്ളിലെവിടെനിന്നോ മറ്റൊരു ലോകത്തിൽ നിന്നെന്നപോലെ ഫേജയുടെ ശബ്ദം ഒഴുകിവന്നു

"ഹേയ്,കൂട്ടരേ, നിങ്ങളെല്ലാവരും ജീവിച്ചിരിപ്പുണ്ടല്ലോ, ഇല്ലേ?"

"ചങ്ങാതിമാരെ , നമ്മൾ ആകാവുന്നതിനപ്പുറം എത്തിക്കഴിഞ്ഞിരിക്കുന്നു. ഇനി തിരിച്ചുപോകുകയല്ല നല്ലത്?" ഞങ്ങളുടെ കാഹളം വിളിക്കാരൻ പിറുപിറുത്തു. തണുപ്പുകൊണ്ട് അയാളുടെ പല്ലുകൾ കൂട്ടിയിടിക്കുന്നുണ്ടായിരുന്നു.

പെട്ടെന്ന് ഫേജ മൂടലിനുള്ളിൽനിന്ന് പുറത്തു കടന്നു.

"പാഷ, താൻ ആളുകളെ വിരട്ടേണ്ട," ഫേജ കോപത്തോടെ പതിഞ്ഞ ശബ്ദത്തിൽ താക്കീതുചെയ്തു."വേണമെങ്കിൽ താൻ ഒറ്റയ്ക്കു തിരിച്ചുപൊയ്ക്കോ."അതു കഴിഞ്ഞു ഫേജ കൃഷിക്കാരനോടു ചോദിച്ചു:

"നമുക്ക് ഇനിയും ഒരുപാടുദൂരം പോകാനുണ്ടോ? എന്റെ കുതിര വയറു വരെ മുങ്ങി."

"ഇനി ദൂരം അധികമില്ല. കുറച്ച് അങ്ങോട്ടു ചെന്നാൽപ്പിന്നെ തറകുറേക്കൂടി ഊർന്നതാണ് ഏറ്റവും ദുർഘടം പിടിച്ചത്. അവിടം കടന്നുകിട്ടിയാൽ നമ്മൾ രക്ഷപ്പെട്ടു."

വെള്ളം അരവരെയായി. കൃഷിക്കാരൻ നടപ്പുനിർത്തി തൊപ്പി കയ്യിലെടുത്ത് കുരിശു വരച്ചു.

"ഇനി ഞാൻ ഒറ്റയ്ക്കു മുമ്പേ നടക്കാം. നിങ്ങൾ ഓരോരുത്തരായി എന്റെ പിന്നാലെ വരണം. അല്ലെങ്കിൽ മുങ്ങിപ്പോകും."

വൃദ്ധൻ തൊപ്പി വച്ചിട്ട് മുന്നോട്ടു നടന്നു തുടങ്ങി.വളരെ സാവധാനമാണ് അയാൾ നടന്നത്. അയാൾ ഇടയ്ക്കിടെ നടപ്പുനിർത്തി വെള്ളത്തിലാണ്ടുകിടന്ന വരമ്പു കണ്ടുപിടിക്കാൻ വടികൊണ്ട് തപ്പിക്കൊണ്ടിരുന്നു.

അരവരെ ചെളിവെള്ളം, അരയ്ക്കുമുകളിൽ കോടമഞ്ഞു തട്ടി ഈറനായ വസ്ത്രങ്ങൾ,മജ്ജ മരവിപ്പിക്കുന്ന ശീതക്കാറ്റ്-- ഒരാൾക്കു പിന്നിൽ മറ്റൊരാളായി നീങ്ങിക്കൊണ്ടിരുന്ന ഞങ്ങൾക്ക് അര മണിക്കൂർ കഴിഞ്ഞിട്ടും കഷ്ടിച്ചു നൂറുവാരയോളം മുന്നേറാനേ കഴിഞ്ഞുള്ളൂ. എന്റെ കൈകൾ മരവിച്ച് നീലനിറമായി. കാൽമുട്ടുകൾ വിറച്ചു.

"നശിച്ച ഫേജ!" ഞാൻ മനസ്സിൽ പറഞ്ഞു."റോഡിൽ

ചെളിയണ്ടെന്ന പറഞ്ഞു് ഇന്നലെ അയാൾ അങ്ങോട്ടു പോയില്ല, ഇന്നിപ്പോൾ അയാൾ ഞങ്ങളെ ഒരു ചതുപ്പനിലത്തിൽ കൊണ്ടുവന്ന ചാടിച്ചിരിക്കുന്നു."

മുമ്പിൽ ഒരു കുതിര ചിനച്ചു.മൂടൽമഞ്ഞു ശിഥിലമായി. ഫേജ കുതിരപ്പുറത്തു് ഒരു ചെറുകുന്നിന്റെ മുകളിൽ പ്രത്യക്ഷനായി.

"ശ്... വീസെൽകി ആ കുറ്റിക്കാടിന്റെ പിന്നിലാണ്. ഇവിടെനിന്ന് കഷ്ടിച്ച് നൂറു ചുവടകലമേ അങ്ങോട്ടുള്ളൂ. ഉണങ്ങിയ വഴിയുമാണ്," ഫേജ ശബ്ദം താഴ്ത്തിയാണ് സംസാരിച്ചതു്.

വൈറ്റ്ഗാർഡുകാർ തീരെ പ്രതീക്ഷിക്കാത്ത ഒരു ഭാഗത്തു നിന്നാണ് ഞങ്ങൾ ആക്രമണം നടത്തിയതു്. പാതി മരവിച്ച ഞങ്ങളുടെ കുതിരപ്പടയാളികൾ അട്ടഹാസങ്ങളോടും കൂക്കിവിളിക ളോടും കൂടി ഗ്രാമത്തിൽ കടന്നു. ബോംബുകൾ ചുറ്റും വിതറിക്കൊണ്ടു് ഞങ്ങൾ ഗ്രാമത്തിലെ ചെറുപള്ളിയുടെ മുമ്പിലെത്തി. അതിനോടു ചേർന്നാണ് വൈറ്റ്സേനാളത്തിന്റെ ഹെഡ്ക്വാർട്ടേഴ്സ്.

വീസെൽക്കരിയിൽനിന്ന് പത്തു വൈറ്റ്ഗാർഡുകാരെ ഞങ്ങൾ തടവുകാരായി പിടിച്ചു. കൂടാതെ ഒരു യന്ത്രത്തോക്കും ഞങ്ങൾ പിടിച്ചെടുത്തു. ക്ഷീണിതരെങ്കിലും സന്തുഷ്ടരായി ഞങ്ങൾ പെരുവ ഴിയിലൂടെ തിരിച്ചുപോകുമ്പോൾ എന്റെ തൊട്ടടുത്തു സഞ്ചരിച്ചിരുന്ന ഫേജ കുടിലമായ ഒരു വക്രിച്ച ചിരിയോടെ പറഞ്ഞു:

"ആ ഷെബാലൊവിനെ നമ്മൾ കണക്കിന് പറ്റിച്ചു. അയാൾ അത്ഭുതപ്പെടാതിരിക്കുമോ?"

"എന്താണ് നിങ്ങൾ പറയുന്നതു്?" കാര്യം മനസ്സിലാകാതെ ഞാൻ ചോദിച്ചു."അദ്ദേഹത്തിനു തീർച്ചയായും സന്തോഷമാകും."

"സന്തോഷമായെന്നും വരാം ഇല്ലെന്നും വരാം. അയാൾ ഉദ്ദേ ശിച്ചതുപോലെയല്ല ഞാൻ ഉദ്ദേശിച്ചതുപോലെയാണ് കാര്യങ്ങൾ നടന്നതെന്നും അതു് ഇത്ര ശുഭമായി കലാശിച്ചെന്നും അറിയുമ്പോൾ അയാൾക്കു് മനപ്രയാസം തോന്നും"

"എനിക്കു് ഒന്നും മനസ്സിലാകുന്നില്ല," ഭയാശങ്കകളോടെ ഞാൻ പറഞ്ഞു."ഷെബാലൊവ് പറഞ്ഞതനുസരിച്ചല്ലേ നിങ്ങൾ പുറപ്പെ ട്ടതു്?"

"അതെ. പക്ഷേ അങ്ങോട്ടല്ല അയാൾ എന്നെ അയച്ചതു്. നോവോസേലൊവൊയിൽ ചെന്ന് ഗാൽഡയെ കാത്തുനില്ക്കണമെ ന്നായിരുന്നു അയാളുടെ കല്പന. പക്ഷേ ഞാൻ വീസെൽകിയിലേക്കു തിരിഞ്ഞു. ഇന്നലത്തെ സംഭവത്തെ ചൊല്ലി ബഹളം കൂട്ടിയതു് തെറ്റായിപ്പോയെന്ന് ഇന്ന് അയാൾക്കു കാണിച്ചുകൊടുക്കണം. ഇനി

അയാൾക്ക് ഒന്നും പറയാൻ പറ്റില്ല. ഇത്രയും തടവുകാരേയും ഈ യന്ത്രത്തോക്കും കാണുമ്പോൾ അയാളുടെ നാവ് ഇറങ്ങിപ്പോകും,"

"ഇതു ശുഭമായി പര്യവസാനിച്ചതിനെക്കുറിച്ച് എനിക്ക് ഒന്നും പറയാനില്ല," ഞാൻ വിചാരിച്ചു."പക്ഷേ ഈ പ്രവൃത്തി ശരിയാണെന്നു തോന്നുന്നില്ല. നോവോസേലൊവൊയിലേക്കു പോകാൻ പറഞ്ഞിട്ട് വീസെൽകിയിലേക്കാണ് പോയത്. ഭാഗ്യത്തിന് കാര്യങ്ങൾ ഇത്ര ഭംഗിയായി എന്നേ പറയാൻ കഴിയൂ. ഞങ്ങൾക്കു ചതുപ്പിൽനിന്ന് പുറത്തുകടക്കാൻ കഴിയാതെ പോയിരുന്നെങ്കിലോ? അങ്ങിനെയിരുന്നെങ്കിൽ എന്താണ് സമാധാനം പറയുക?"

ഞങ്ങളുടെ സേനാദളം താവളമടിച്ചിരുന്ന ഗ്രാമത്തിൽ അസാധാരണമായ ചില പ്രവർത്തനങ്ങൾ നടക്കുന്നത് ഞങ്ങൾ കുറെ ദൂരെ വച്ചേ കണ്ടു. ചുവപ്പുപോരാളികൾ ഗ്രാമത്തിന്റെ പ്രാന്തപ്രദേശങ്ങളിൽ വന്ന് അങ്ങിങ്ങായി നിലയുറപ്പിച്ചു. അനേകം കുതിരപ്പടയാളികൾ മലക്കറിത്തോട്ടത്തിനപ്പുറത്തേക്കു പാഞ്ഞുപോയി.

പെട്ടെന്ന് ഗ്രാമത്തിൽ ഒരു യന്ത്രത്തോക്ക് ശബ്ദിച്ചു. തിരിച്ചു പോരുന്നതാണു നല്ലതെന്ന് ചതുപ്പിൽ വച്ച് അഭിപ്രായപ്പെട്ട കാഹളമൂത്തുകാരൻ പാഷ നിലം പതിച്ചു.

"ഇതിലെ!" എന്നു വിളിച്ചുപറഞ്ഞുകൊണ്ട് ഫേജ ഒരു ഇറക്കത്തിലേക്ക് കുതിരയോടിച്ചുപോയി. യന്ത്രത്തോക്ക് രണ്ടാമത് ഒരുവട്ടം കൂടി ഗർജ്ജിച്ചു. ഏറ്റവും പിന്നിൽ നിന്നിരുന്ന രണ്ട് സ്കൗട്ടുകൾ കൂടി നിലംപതിച്ചു.

അവരിൽ ഒരാളുടെ കാൽ ജീനിച്ചവിട്ടിൽ കടുങ്ങിപ്പോയിരുന്നു. വിരണ്ട കുതിര അയാളേയും വലിച്ചുകൊണ്ട് ഓടി.

"ഫേജ,നമ്മുടെ തോക്കാണ് ശബ്ദിക്കുന്നത്," ഭയവിഹ്വലനായ ഞാൻ കിതച്ചുകൊണ്ട് പറഞ്ഞു."നമ്മൾ നോവോസേലൊവൊയിലാണെന്നാണ് അവരുടെ വിചാരം."

"ഞാൻ അവരെ ഒരു പാഠം പഠിപ്പിക്കും," എന്ന് മുരണ്ടുകൊണ്ട് ഫേജ കുതിരപ്പുറത്തുനിന്ന് ചാടിയിറങ്ങി വൈറ്റ്ഗാർഡുകാരിൽ നിന്ന് പിടിച്ചെടുത്ത യന്ത്രത്തോക്കിനടുത്തേക്ക് പാഞ്ഞു.

"ഹേ! ഫേജ, ഭ്രാന്താണോ? സ്വന്തം ആളുകളുടെ നേരെ വെടിവയ്ക്കാനാണോ ഭാവം? അവർ നമ്മെ തിരിച്ചറിഞ്ഞിട്ടില്ല, പക്ഷേ നിങ്ങൾക്ക് അറിയാമല്ലോ."

ശക്തിയായി കിതച്ചുകൊണ്ട് ഫേജ തന്റെ തന്റെ ബൂട്ടിന്മേൽ ചാടിക്കയറി കുന്നിൻമുകളിലേക്ക് കുതിച്ചു പാഞ്ഞു. അനേകം ബുളളറ്റുകൾ അയാളുടെ തലയ്ക്കു മീതെ ചീറിപ്പാഞ്ഞു കൊണ്ടിരുന്നു. പക്ഷേ

അയാൾ ക്ലേശമില്ലാതെ ജീനിപ്പടിയിൽ എണീറ്റുനിന്ന് തൊപ്പി ബയണറ്റിന്റെ അറ്റത്തുവച്ച് ഉയർത്തിപ്പിടിച്ചു.

ഗ്രാമത്തിൽനിന്ന് പിന്നേയും കുറെ വെടിയുണ്ടകൾ വർഷിക്കപ്പെട്ടു. ഏതാനും നിമിഷങ്ങൾ കഴിഞ്ഞ് അതും നിലച്ചു. ചീറിപ്പായുന്ന വെടിയുണ്ടകളുടെ മദ്ധ്യേ ഒറ്റയ്ക്കു നില്ക്കുന്ന കുതിരപ്പടയാളി കാണിച്ച അടയാളം ഞങ്ങളുടെ ആളുകൾ കണ്ടു.

കുറച്ചുകഴിഞ്ഞ് പുറപ്പെട്ടാൽ മതിയെന്ന് ഞങ്ങളോട് ആംഗ്യം കാണിച്ചിട്ട് ഫേജ തന്റെ കുതിരയെ ഗ്രാമത്തിലേക്ക് കുതിച്ചോടിച്ചു.കുറച്ചു കഴിഞ്ഞു ഞങ്ങളും അങ്ങോട്ടു പുറപ്പെട്ടു. ഗ്രാമത്തിന്റെ അതിർത്തിയിൽവച്ച് രൗദ്രഭാവത്തിൽ മുഖം കറുപ്പിച്ചു നില്ക്കുന്ന ഷെബാലൊവിനെ ഞങ്ങൾ കണ്ടുമുട്ടി. അഴുക്കു പിടിച്ച വാളും ചെളി കുഴഞ്ഞുപിടിച്ച കുതിമുള്ളുകളുമായി നിന്നിരുന്ന ആ മനുഷ്യന്റെ മുഖത്ത് കഠിനമായ ക്ഷീണം നിഴലിച്ചു.ആ കണ്ണുകൾ നിർജ്ജീവങ്ങളായിരുന്നു. സ്കൗട്ട്സംഘം തങ്ങളുടെ പാർപ്പിടത്തിലേക്കു പോകാൻ ഷെബാലൊവ് ആജ്ഞാപിച്ചു. അദ്ദേഹത്തിന്റെ തളർന്ന ദൃഷ്ടികൾ ഓരോരുത്തരത്തിലും മാറിമാറിപതിച്ചു. കുതിരപ്പുറത്തുനിന്നിറങ്ങി ആയുധം തിരിച്ചേൽപ്പിക്കാൻ അദ്ദേഹം എന്നോടു കല്പിച്ചു. ഞാൻ കുതിരപ്പുറത്തുനിന്ന് ഊർന്നിറങ്ങി എന്റെ വാൾ അഴിച്ച് അതും കൈത്തോക്കും മുഖംവീർപ്പിച്ചുനില്ക്കുന്ന മാലീഗിനെ ഏല്പിച്ചു.

സ്കൗട്ടുകൾ തന്നിഷ്ടപ്രകാരം വീസെൽക്കിയിൽ നടത്തിയ ആക്രമണം സാഹസികമായിരുന്നെങ്കിലും അത് സേനാദളത്തിനു പൊതുവിൽ വൻപിച്ച നാശനഷ്ടങ്ങളാണ് വരുത്തിവച്ചത്. അതുമൂലം സ്വന്തം ആൾക്കാരുടെ വെടിയേറ്റ് മൂന്നു കുതിരപ്പടയാളികൾ മരിച്ചതിനും പുറമെനോവോവോസേലൊവൊയിൽവച്ച് ഗാൽഡയുടെ രണ്ടാം കമ്പനി ഉന്മൂലനം ചെയ്യപ്പെടുകയും ഗാൽഡ കൊല്ലപ്പെടുകയുമുണ്ടായി. ഞങ്ങളുടെ സേനാവിഭാഗത്തിലെ ചുവപ്പ്പോരാളികൾ രോഷാകുലരായി. അറസ്റ്റുചെയ്യപ്പെട്ട ഫേജയെ വിസ്തരിക്കുകയും കഠിനമായി ശിക്ഷിക്കുകയും ചെയ്യണമെന്ന് അവർ ആവശ്യപ്പെട്ടു:

"നമുക്ക് ഇങ്ങനെ മുന്നോട്ടുപോകാൻ സാദ്ധ്യമല്ല, കൂട്ടരെ! എല്ലാവരും അച്ചടക്കം പാലിച്ചേ തീരൂ. ഇങ്ങിനെ പോയാൽ നമ്മളെല്ലാവരും കൊല്ലപ്പെടുമെന്നു മാത്രമല്ല നമ്മുടെ മറ്റു സഖാക്കളുടെ മരണത്തിലും അതു ചെന്നവസാനിക്കും. ഓരോരുത്തരും തോന്നിയതുപോലെ ചെയ്യുകയാണെങ്കിൽ കമാണ്ടറെ നിയോഗിച്ചിരിക്കുന്നത് എന്തിനാണ്?"

അന്നു രാത്രി ഷെബാലൊവ് എന്നെ സന്ദർശിച്ചു. ഞാൻ എല്ലാം അദ്ദേഹത്തോട് തുറന്നു പറഞ്ഞു. ഞങ്ങൾ വീസെൽക്കിയിൽ

പോയിരുന്നോയെന്ന് ആദ്യദിവസം എന്നോടു ചോദിച്ചപ്പോൾ ഒരു സഖാവിനെ ഒറ്റുകൊടുക്കുന്നതു ശരിയല്ല എന്ന ബോധംകൊണ്ട് ഞാൻ നുണപറയുകയാണു ചെയ്തതെന്നും ഷെബാലൊവിനോട് ഞാൻ ഏറ്റുപറഞ്ഞു. നോവോസേലൊവൊയിലേക്കു പോകുന്നതിനു പകരം വീസെൽകിയിലേക്കു പോയതു് ഫേജയുടെ തോന്ന്യവാസമായിരുന്നെന്ന വിവരം എനിക്ക് അറിയാൻ പാടില്ലായിരുന്നെന്ന് ഞാൻ ആണയിട്ടു പറഞ്ഞു.

"ബോറിസ്, നീ ഒരിക്കൽ എന്നോടു നുണ പറഞ്ഞവനാണ്,"

ഷെബാലൊവ് പറഞ്ഞു."ഇത്തവണ ഞാൻ നിന്നെ വിശ്വസിക്കുകയും ഫേജയോടൊപ്പം പട്ടാളക്കോടതി മുമ്പാകെ നിന്നെ ഹാജരാക്കേണ്ടെന്നു തീരുമാനിക്കുകയും ചെയ്യുന്നതു് നീ കേവലം ഒരു ബാലനാണ് എന്നുള്ളതുകൊണ്ടു മാത്രമാണ്. പക്ഷേ നീ ഇനി ഇത്തരം തെറ്റുകൾ ആവർത്തിക്കാൻ ഇടവരരുതു്, കുട്ടീ.നിന്റെ തെറ്റുകൊണ്ടാണ് സിഗ്നലുകാർ വൈറ്റ്ഗാർഡുകാരുടെ കയ്യിൽ അകപ്പെട്ടതു്. നീ തെറ്റുകൾ വേണ്ടത്ര ചെയ്തുകഴിഞ്ഞു! ഞാൻ ആ ഫേജയുടെ കാര്യം ഒന്നും പറയുന്നില്ല. കുറേക്കാലമായി അയാൾ എനിക്ക് ഒരു ഭാരമായിത്തീർന്നിരിക്കയാണ്. സഹായത്തേക്കാളേറെ ദ്രോഹമാണ് അയാൾ വരുത്തിവയ്ക്കുന്നതു്. നീ സൂഹരെവിന്റെ ഒന്നാം കമ്പനിയിലേക്കു തിരിച്ചുപോയി നിന്റെ പഴയ സ്ഥാനം ഏറ്റെടുക്കു. സത്യം പറഞ്ഞാൽ ആ ഫേജയുടെ സംഘത്തിൽ ചേരാൻ നിന്നെ അനുവദിച്ചതു് ഞാൻ ചെയ്ത വലിയ ഒരു അബദ്ധമായിപ്പോയി. ചുബുക്ക്... അയാളുടെ കാര്യം വേറെ. അയാളിൽ നിന്ന് നിനക്ക് പലതും പഠിക്കാനുണ്ടായിരുന്നു. പക്ഷേ ഫേജയുടെ കൂടെ കൂടിയിട്ട് എന്താണു പ്രയോജനം? അയാൾ വിശ്വസിക്കാൻ കൊള്ളാത്തവനാണ്, പിന്നെ മറ്റൊരു കാര്യം-- ഒരിക്കൽ ഒരാളുടേയും അതു കഴിഞ്ഞു മറ്റൊരാളുടേയും വാലായി നടക്കുന്നതു് എന്തിനാണ്? നീ എല്ലാവരോടും ചുട്ടുകൂടുകയാണു വേണ്ടതു്. ഒറ്റ തിരിഞ്ഞു നടക്കുന്ന ഒരാൾക്ക് അബദ്ധം കാണിക്കാനും തെറ്റുചെയ്യാനും വളരെ എളുപ്പമാണ്."

അന്നു രാത്രി ഫേജ തന്നെ അറസ്റ്റുചെയ്തിട്ടിരുന്ന കുടിലിന്റെ ജനൽ തല്ലിപ്പൊളിച്ച് രക്ഷപ്പെട്ടു. നാലു ശങ്കിടികളോടൊപ്പം അയാൾ യുദ്ധമുന്നണിയിലൂടെ തെക്കോട്ടു കുതിരയോടിച്ചുപോയി. കൊള്ളക്കാരുടെ തലവനായ മഹ്നോയുടെ അടുത്തേക്കാണ് അയാൾ പോയതെന്നു പറയപ്പെടുന്നു.

അദ്ധ്യായം പതിനാല്

ചുവടപ്പപടയാളികൾ യുദ്ധമുന്നണിയിൽ ഉടനീളം കടന്നാക്രമണം തുടങ്ങി.

ഞങ്ങളുടെ സേനാദളം ബ്രിഗേഡ് കമാണ്ടറുടെ കീഴിലായി. ഞങ്ങൾ മൂന്നാം റെജിമെൻറിന്റെ വാമപക്ഷത്തിലെ ഒരു ചെറുവി ഭാഗമായിത്തീർന്നു.

നിരന്തരമായ മുന്നേറ്റത്തിന്റെ രണ്ടാഴ്ചകൾ കഴിഞ്ഞു. ഗ്രാമങ്ങൾ തോറും കൃഷിക്കളങ്ങൾതോറും ആകാവുന്നത്ര പിടിച്ചുനിന്നിട്ട് കൊസാക്കുകാർ പിൻവാങ്ങി

അക്കാലത്ത് ഒരൊറ്റ ആഗ്രഹം മാത്രമേ എനിക്കുണ്ടായിരുന്നുള്ളു-- എന്റെ തെറ്റിനു പ്രായശ്ചിത്തം ചെയ്യുകയും പാർട്ടിയിൽ ചേരാൻ അർഹത നേടുകയും ചെയ്യുക.

അപകടകരങ്ങളായ നിരീക്ഷണപര്യടനങ്ങളിൽ പങ്കെടുക്കാൻ ഞാൻ സന്നദ്ധത പ്രകടിപ്പിച്ചെങ്കിലും ഫലമുണ്ടായില്ല. പഴക്കവും തഴക്കവും വന്ന പട്ടാളക്കാർപോലും മുട്ടുകുത്തിനിന്നുകൊണ്ടോ കിടന്നുകൊണ്ടോ വെടിവയ്ക്കുന്ന സന്ദർഭങ്ങളിൽ വിവർണ്ണനായി, പല്ലുകടിച്ചു പിടിച്ചുകൊണ്ടും ഉദ്ദേശിച്ച ഫലമുണ്ടായില്ല. നിരീക്ഷണജോലിക്കു പോകാനുള്ള തന്റെ ഊഴം ആരും എനിക്കുവേണ്ടി ഒഴിഞ്ഞുതരാൻ തയ്യാറില്ലായിരുന്നു. എന്റെ ഡംഭുനിറഞ്ഞ സാഹസികത്വം ആരേയും ആകർഷിച്ചുമില്ല.

സൂഹരെവ് ഒരിക്കൽ എന്നോട്ട് അതേപ്പറ്റി ഇങ്ങിനെ പറയുക പോലും ചെയ്തു:

“നീ ഫേജയെ അനുകരിക്കുന്നതെന്തിനാണ്? ആളുകളുടെ മുമ്പിൽ മിടുക്കു കാണിക്കാനാണ് നീ ഇതൊക്കെ ചെയ്യുന്നത്. നിന്നേക്കാൾ ധീരന്മാരായ പട്ടാളക്കാർ ഇവിടെ വേറെ ഉണ്ട് .നീ വെറുതെ തോക്കിന്റെ വായിലേക്കു കഴുത്തുനീട്ടി നില്ക്കണ്ട.”

“പിന്നേയും ഫേജ!” ഞാൻ ഈർഷ്യയോടെ വിചാരിച്ചു. “എന്തു ചെയ്താലും അവർ അയാളുടെ കാര്യം എടുത്തിടും. എന്നെ നല്ലോരു

ജോലി ഏല്പിച്ചിട്ട്, ഇതു നീ ശരിക്കു ചെയ്താൽ നിന്റെ തെറ്റുകളൊക്കെ മറന്നേക്കാമെന്നും നിന്നെ വീണ്ടും ഞങ്ങളുടെ സുഹൃത്തും സഖാവുമായി അംഗീകരിക്കാമെന്നും അവർ പറഞ്ഞിരുന്നെങ്കിൽ!"

ചുബുക്ക് മൺമറഞ്ഞു. ഫേജ മഹേനാവിന്റെ കൂടെയാണ്. അല്ലെങ്കിൽത്തന്നെ ഫേജയെ എനിക്ക് എന്തിനാണ്? എനിക്ക് ആരോടും പ്രത്യേകിച്ച് അടുപ്പമുണ്ടായിരുന്നില്ല.എന്നുമാത്രവുമല്ല മറ്റുള്ളവർ എന്നെ കാണുമ്പോൾ മുഖം തിരിക്കുകപോലും ചെയ്തിരുന്നു. മുമ്പാക്കെ എന്നോടു സംസാരിക്കാൻ ഇഷ്ടപ്പെടുകയും എന്നെ ചായകുടിക്കാൻ വിളിക്കുകയും ചെയ്തിരുന്ന മാലീഗിൻപോലും ഇപ്പോൾ എന്നെക്കണ്ടാൽ തിരിഞ്ഞുനടക്കും. ഒരിക്കൽ അയാൾ ഷെബാലൊവിനോട്ട് എന്നെപ്പറ്റി പറഞ്ഞത് ഞാൻ വാതിലിനിപ്പുറത്തുനിന്ന് കേട്ടു:

"അവൻ എപ്പോഴും ദുഃഖിച്ചു നടക്കുകയാണ്. ഫേജ പോയതിലുള്ള സങ്കടംകൊണ്ടായിരിക്കാം. പക്ഷേ ഒരു കാര്യം ഓർക്കണം. ചുബുക്ക് മരിച്ചിട്ട് അവൻ ഇത്രയധികം സങ്കടപ്പെട്ടില്ല-- അയാളുടെ മരണത്തിനു കാരണം അവനായിരുന്നിട്ടുപോലും!"

എന്റെ മുഖം ചുവന്നു. അതൊരു സത്യമായിരുന്നു. ചുബുക്കിന്റെ വേർപാടുകൊണ്ടുണ്ടായ ദുഃഖം ഞാൻ ദുഃഖിക്കുകയാണെന്നു പറഞ്ഞത് ശരിയല്ല-- എനിക്ക് ഫേജയോട്ട് വെറുപ്പാണ്.

മൺതറയിലൂടെ ഉലാത്തിക്കൊണ്ടിരുന്ന ഷെബാലൊവിന്റെ കത്തിമുള്ളുകളുടെ കിലുക്കം എനിക്കു കേൾക്കാമായിരുന്നു. തെല്ലിട കഴിഞ്ഞു അദ്ദേഹം പറഞ്ഞു:

"നിങ്ങൾക്കു തെറ്റിപ്പോയി, മാലീഗിൻ. ആ പയ്യൻ ചീത്തയായിട്ടില്ല. അവന് നന്നാകാൻ ഇനിയും സമയമുണ്ട്. നാല്പതു വയസ്സുള്ള നിങ്ങളെ ഇനി മറ്റൊരു തരത്തിൽ ആക്കാൻ ആർക്കും സാധിക്കയില്ല. പക്ഷേ അവന് പതിനഞ്ചുവയസ്സേയുള്ളൂ. പലപ്രാവശ്യം അടിമാറ്റിവയ്ക്കുകയും ആണിയടിക്കുകയും ചെയ്തിട്ടുള്ള തേഞ്ഞ ഒരുജോടി ബൂട്ടുകളാണു നിങ്ങളും ഞാനും. എന്നാൽ അവൻ അവൻ ഉരുകിയ വെള്ളോട്ടുപോലെയാണ് . ഏതു മൂശയിലൊഴിക്കുന്നുവോ അതുപോലെ കരുപ്പിടിക്കും. അവൻ ഫേജയെ അനുകരിക്കുകയും താൻ ധീരനാണെന്ന് കാണിക്കാൻവേണ്ടി മുന്നിലേയ്ക്കു ചാടിച്ചെല്ലുകയും ചെയ്യുന്നുവെന്ന് സൂഹരെവ് എന്നോടു പറഞ്ഞു. പക്ഷേ ഞാൻ അയാളോട്ട് പറഞ്ഞത് ഇങ്ങിനെയാണ്: 'സൂഹരെവ്, നിങ്ങൾ താടിനീണ്ട ഒരു വൃദ്ധനാണ്, പക്ഷേ നിങ്ങൾക്കു കണ്ണില്ല. ആ പയ്യൻ ഫേജയെ അനുകരിക്കുകയില്ല. നല്ലതെന്തെങ്കിലും ചെയ്യാൻ അവന് ആഗ്രഹമുണ്ട് പക്ഷേ അതെങ്ങിനെയാണ് അവനറിയില്ല-- അതാണ് സത്യം."

ആ സമയത്തു് ഒരു ദൂതൻ ഷെബാലൊവിന്റെ ജനലിൽ മുട്ടി. ആ സംഭാഷണം അങ്ങിനെ ഇടയ്ക്കുവച്ച് അവസാനിച്ചു.

എനിക്ക് വളരെ ആശ്വാസം തോന്നി.

"സോഷ്യലിസത്തിന്റെ ഉജ്ജ്വലസാമ്രാജ്യത്തിനു വേണ്ടി" യുദ്ധം ചെയ്യാനാണ് ഞാൻ ഇറങ്ങിത്തിരിച്ചതു്. ആ സാമ്രാജ്യം അങ്ങു ദൂരെ എവിടെയോ ആണ്. അവിടെ എത്താൻ ദുർഗ്ഗമങ്ങളായ അനേകം വഴികൾ താണ്ടണം, അനേകം ദുർഘടങ്ങൾ ചാടിക്കടക്കണം.

വൈറ്റ് ഗാർഡ്ഡുകാരായിരുന്നു ആ പാതയിലുള്ള ഏറ്റവും വലിയ തടസ്സം. ഷെബാലൊവിനോ ഖനിത്തൊഴിലാളിയായിരുന്ന മാലീഗിനോ വൈറ്റ്ഗാർഡ്ഡുകാരോടുണ്ടായിരുന്ന വിദ്വേഷം ചെമ്പടയിൽ ചേരുന്ന കാലത്തു് എനിക്കുണ്ടായിരുന്നില്ല. ഷെബാലൊവും മാലീഗിനോ മറ്റനേകം ചുവപ്പുപടയാളികളും ഭാവിക്കുവേണ്ടി പോരാടുക മാത്രമായിരുന്നില്ല. ദുസ്സഹമായ ഒരു ഭൂതകാലത്തിനു പകരം വീട്ടുകകൂടിയായിരുന്നു.

എന്നാൽ ഇപ്പോൾ സംഗതി ആകെ മാറി. നീറിപ്പുകഞ്ഞുകൊണ്ടിരുന്ന വിദ്വേഷത്തിന്റെ ആ അന്തരീക്ഷവും ഞാൻ ഒരിക്കലും നേരിട്ടറിഞ്ഞിട്ടില്ലാത്ത ഒരു ഭൂതകാലത്തെപ്പറ്റിയുള്ള കഥകളും നൂറ്റാണ്ടുകളായി പരിഹരിക്കപ്പെടാതെ അട്ടിപിടിച്ചുകിടക്കുന്ന അനീതികളേയും അക്രമങ്ങളേയും കുറിച്ചുള്ള അറിവും പകപോക്കലിന്റേതായ ഒരു തീപ്പന്തം എന്റെയുള്ളിലും കൊളുത്തി. യാദൃച്ഛികമായി ചാരത്തിൽ വീണ്, എരിയുന്ന കനൽക്കട്ടകളുടെ താപം ഉൾക്കൊണ്ടു് ചുട്ടുപഴുത്ത ഒരാണിപോലെയായിരുന്നു ഞാൻ.

അഗാധമായ ആ വിദ്വേഷത്തിന്റെ മറയിലൂടെ നോക്കിയപ്പോൾ "സോഷ്യലിസത്തിന്റെ ഉജ്ജ്വലസാമ്രാജ്യം" കൂടുതൽ പ്രഭാപൂരിതവും അഭികാമ്യവുമായി തോന്നി.

അന്നു വൈകുന്നേരം ഞാൻ സ്റ്റോർകീപ്പറുടെ അടുത്തുനിന്നു ഒരു താൾ കടലാസ്സ് വാങ്ങിച്ച് നീണ്ട ഒരു അപേക്ഷ എഴുതി. എന്നെ പാർട്ടിയിൽ ചേർക്കാനുള്ള അപേക്ഷയായിരുന്നു അതു്.

ഞാൻ അപേക്ഷയുമായി ഷെബാലൊവിന്റെ മുറിയിലെത്തി. മരിച്ചുപോയ ഗാൽഡ്ഡയ്ക്കുപകരം കമ്പനി കമാണ്ടറായി നിയോഗിക്കപ്പെട്ട പിസ്കാരേവുമായി എന്തോ ചർച്ചചെയ്തുകൊണ്ടിരിക്കയായിരുന്നു അദ്ദേഹം.

അവരുടെ സംഭാഷണം തീരുന്നതുംകാത്തു് ഞാൻ വളരെ നേരം ഒരു ബഞ്ചിലിരുന്നു. എന്റെ ആഗമനോദ്ദേശ്യം എന്താണെന്ന് ഊഹിച്ചറിയാനെന്നവണ്ണം ആ ചർച്ചകൾക്കിടയിൽ പലതവണ

ഷെബാലൊവ് എന്നെ തുറിച്ചുനോക്കുന്നത് ഞാൻ കണ്ടു.

പിസ്കാരേവ് പൊയ്ക്കഴിഞ്ഞപ്പോൾ ഷെബാലൊവ് തന്റെ നോട്ടുപുസ്തകമെടുത്ത് എന്തോ കുത്തിക്കുറിച്ചിട്ട് വേഗം സൂഹരെവിനെ കൂട്ടിക്കൊണ്ടുവരാൻ ദൂതനോടു വിളിച്ചുപറഞ്ഞു. അതുകഴിഞ്ഞ് അദ്ദേഹം എന്റെ നേരെ തിരിഞ്ഞ് ചോദിച്ചു:

"ഉം? എന്താണ്?"

"സഖാവ് ഷെബാലൊവ്, ഞാൻ വന്നത്... വന്നത് അങ്ങയെ കാണാനാണ്," മേശയുടെ അടുത്തേക്ക് നീങ്ങി നിന്ന് ഞാൻ പറഞ്ഞു. ഒരു നേരിയ വിറയൽ എന്റെ ശരീരത്തിലുടനീളം അനുഭവപ്പെട്ടു.

"അതു ശരി,"എന്റെ പരിഭ്രമം കണ്ടിട്ടാവാം അദ്ദേഹം സ്വരം കുറേക്കൂടി മയപ്പെടുത്തിയത്."ശരി കേൾക്കട്ടെ."

പാർട്ടി അംഗത്വത്തിന് എന്റെ പേർ ശുപാർശ ചെയ്യാൻ ഷെബാലൊവിനോട് ആവശ്യപ്പെടുന്നതിനുമുമ്പ് എന്റെ കഴിഞ്ഞകാലചെയ്തികളെപ്പറ്റി അദ്ദേഹത്തോട് കുറച്ച് സംസാരിക്കണമെന്ന് ഞാൻ നേരത്തെ തീരുമാനിച്ചിരുന്നതാണ്. ചുബക്കിന്റെ മരണത്തിനിടയാക്കിയ സംഭവത്തിലും ഫേജസ്കുവേണ്ടി ഷെബാലൊവിനോട് നുണപറഞ്ഞതിലും കുറ്റക്കാരനാണെങ്കിലും വാസ്തവത്തിൽ ഞാൻ ഒരു ചീത്തമനുഷ്യനല്ലെന്ന് ഷെബാലൊവിനെ ബോദ്ധ്യപ്പെടുത്താൻവേണ്ടി ഞാൻ മനസ്സിൽ സുദീർഘമായ ഒരു വിശദീകരണം തയ്യാറാക്കിവച്ചിരുന്നു എന്നാൽ ആ നിമിഷത്തിൽ അതെല്ലാം ഞാൻ അപ്പാടെ മറന്നുപോയി.

നിശ്ശബ്ദനായി ഞാൻ കടലാസ് അദ്ദേഹത്തിന്റെ കയ്യിൽ കൊടുത്തു.

എന്റെ നീണ്ട അപേക്ഷ വായിക്കുന്നതിൽ മുഴുകിയിരിക്കുന്ന ഷെബാലൊവിന്റെ വെളുത്ത പുരികങ്ങൾക്കു കീഴെ രൂപം കൊണ്ട നേരിയ പുഞ്ചിരി അദ്ദേഹത്തിന്റെ വിണ്ടുകീറിയ ചുണ്ടുകളിലേക്ക് ഊർന്നിറങ്ങിയതായി എനിക്കു തോന്നി.

അദ്ദേഹം അപേക്ഷ പകുതി വായിച്ചിട്ട് മേശപ്പുറത്ത് വച്ചു.

ഞാൻ ഞെട്ടി--അദ്ദേഹം സമ്മതിക്കയില്ലന്ന് ഞാൻ തീർച്ചപ്പെടുത്തി. എന്നാൽ എന്റെ നിഗമനം ശരിയല്ലെന്ന് ഷെബാലൊവിന്റെ മുഖം വെളിപ്പെടുത്തി. ക്ഷീണം അല്പാല്പം നിഴലിച്ചുനില്ക്കുന്ന ആ മുഖം ശാന്തമായിരുന്നു. അദ്ദേഹത്തിന്റെ വിളറിയ കണ്ണുകളിൽ, ഉറമഞ്ഞ് ചിത്രപ്പണികൾ ചെയ്ത ജനാലച്ചില്ലുകൾ പ്രതിബിംബിച്ചു.

"ഇരിക്ക്," അദ്ദേഹം പറഞ്ഞു.

ഞാൻ അനുസരിച്ചു.

"നിനക്ക് പാർട്ടിയിൽ ചേരണം, അല്ലേ?"

"അതെ ," പതിഞ്ഞതെങ്കിലും ദൃഢമായ സ്വരത്തിൽ ഞാൻ പറഞ്ഞു.

എന്റെ ആഗ്രഹം സഫലമാക്കാൻ സാദ്ധ്യതയില്ലാത്ത ഒന്നാണെന്ന് കാണിക്കാൻവേണ്ടി മാത്രമാണ് ഷെബാലൊവ് എന്നോട്ട് ആ ചോദ്യം ചോദിച്ചതെന്ന് എനിക്കു തോന്നി.

"വളരെ നിർബന്ധമാണോ?"

"അതെ," മൂലയിൽതൂക്കിട്ടിരുന്ന പൊടിപിടിച്ച ദൈവരൂപങ്ങളിലേക്കു നോക്കിക്കൊണ്ട് ഞാൻ പറഞ്ഞു. ഷെബാലൊവ് പറഞ്ഞു. ആ സ്വരത്തിൽനിന്നാണ് അദ്ദേഹം എന്നെ പരിഹസിക്കുകയേ ആയിരുന്നില്ല എന്നെനിക്കു മനസ്സിലായതു്. അദ്ദേഹം സൗഹാർദ്ദപൂർവ്വം എന്നെ നോക്കി പുഞ്ചിരിക്കുകയായിരുന്നു.

മേശപ്പുറത്തു ചിതറിക്കിടന്ന റൊട്ടിത്തരികൾക്കിയിൽനിന്ന് അദ്ദേഹം ഒരു പെൻസിൽ കയ്യിലെടുത്ത് എന്റെ അപേക്ഷയിൽ ഒപ്പുവയ്ക്കുകയും തന്റെ പാർട്ടി കാർഡിന്റെ നമ്പർ അതിൽ കുറിക്കുകയും ചെയ്തു

അതുകഴിഞ്ഞു ഇരുന്നിരുന്ന സ്റ്റൂളോടുകൂടി അദ്ദേഹം എന്റെ നേരെ തിരിഞ്ഞു സൗമനസ്യത്തോടെ പറഞ്ഞു:

"ശരി, ചങ്ങാതീ, ഇനി നീ സൂക്ഷിച്ചിരിക്കണം. ഇപ്പോൾ ഞാൻ നിന്റെ തലതൊട്ടപ്പൻകൂടിയാണ്. നീ എന്നെ കുഴപ്പത്തിലാക്കരുതു്."

"ഒരിക്കലുമില്ല സഖാവെ,"വേണ്ടതിലേറെ തിടുക്കത്തോടെ കടലാസ് മേശപ്പുറത്തുനിന്നു വലിച്ചെടുത്തുകൊണ്ട് ആത്മാർത്ഥമായി ഞാൻ പറഞ്ഞു."അങ്ങയേയോ എന്റെ സഖാക്കളിൽ മറ്റാരെയെങ്കിലുമോ കുഴപ്പത്തിൽ ചാടിക്കയില്ല. എന്തുവന്നാലും അതുണ്ടാവില്ലെന്ന് ഞാൻ ഉറപ്പ് തരാം."

"ഒരു നിമിഷം നിൽക്കൂ!" അദ്ദേഹം എന്നെ തടഞ്ഞു നിർത്തി." രണ്ടാമതൊരാളിന്റെ ഒപ്പുകൂടി വേണം.ആരോടാണ് പറയേണ്ടതു്? ആ! തേടിയ വള്ളി കാലിൽ ചുറ്റി!" സൂഹരെവ് അങ്ങോട്ടു കയറി വരുന്നതു്കണ്ട് ഷെബാലൊവ് സന്തോഷത്തോടെ വിളിച്ചു്?"

"സൂഹരെവ് തൊപ്പി എടുത്തു മാറ്റുകയും ദേഹത്തെ മഞ്ഞു് കുടഞ്ഞുകളയുകയും ചെയ്തിട്ട് തന്റെ വലിയ ബൂട്ടുകൾ നിലത്തു കിടന്ന ചാക്കിൽ തുടച്ചു. റൈഫിൾ ഭിത്തിയിൽ ചാരി വച്ചതിനുശേഷം മരവിച്ച കൈകൾ അടുപ്പിനു മുകളിൽ പിടിച്ചുകൊണ്ട് അയാൾ ചോദിച്ചു.

"എന്നെ എന്തിനാണ് വിളിച്ചത്?"

"പാറാവുകാരുടെ കാര്യം പറയാനാണ്. സെമിത്തേരിയിൽ കാവൽ നില്ക്കുന്ന പട്ടാളക്കാർ പള്ളിക്കുള്ളിൽ കയറി നില്ക്കാൻ ഏർപ്പാടുചെയ്യണം. അല്ലെങ്കിൽ അവർ തണുപ്പുകൊണ്ട് മരവിച്ചുപോകും. പുരോഹിതൻ താമസിയാതെ ഇവിടെ എത്തും. അയാളുമായി ഒരു ധാരണയിലെത്തണം. പിന്നെ വേറെ ഒരു കാര്യമുള്ളത്..." ഷെബാലൊവ് കൗശലം നിറഞ്ഞ ഒരു പുഞ്ചിരിയോടെ എന്റെ നേരെ തലതിരിച്ചു കാട്ടിയിട്ട് തുടർന്നു "ഈ പയ്യൻ എങ്ങിനെയുണ്ട്?"

"എന്നുവച്ചാൽ?" ചുവന്ന മുഖത്ത് ഒരു ചിരി ക്ഷണിച്ചുവരുത്തിക്കൊണ്ട് സൂഹരെവ് കരുതലോടെ ചോദിച്ചു.

"ഒരു പട്ടാളക്കാരൻ എന്ന നിലയിൽ ഇവൻ എങ്ങിനെയുണ്ടെന്ന് പട്ടാളശൈലിയിൽ മറുപടി പറയൂ."

"ഒരു പട്ടാളക്കാരൻ എന്ന നിലയിൽ മോശമില്ല," തെല്ലിട മൗനം പൂണ്ട് ആലോചനമഗ്നനായി നിന്നിട്ട് സൂഹരെവ് പറഞ്ഞു. 'ചുമതല ഭംഗിയായി ചെയ്തുതീർക്കുന്നുണ്ട്. പ്രതികൂലമായി ഒന്നും പറയാനില്ല. തെല്ലൊരു എടുത്തുചാട്ടക്കാരനാണെന്നു മാത്രം. ഫേജ പോയതിനാൽ പിന്നെ മറ്റാരുമായും അടുക്കാൻ അവൻ താല്പര്യം കാണിക്കുന്നുമില്ല. എല്ലാവർക്കും ഫേജയോട് ഒടുങ്ങാത്ത പകയാണ്. അയാളുടെ മേൽ ബോംബ് വീഴാൻ ഇടവരട്ടെ!"

സൂഹരെവ് മൂക്കുചീറ്റി. അയാളുടെ തല അറ്റുപോകട്ടെ! എത്ര നല്ലൊരു കമ്പനി കമാണ്ടറായിരുന്നു ഗാൽഡ്! അതുപോലെ മറ്റൊരാളെ കണ്ടുകിട്ടാൻ പ്രയാസമാണ്. ആ പിസ്കാരേവിനെ കമ്പനി കമാണ്ടറെന്നു വിളിക്കുന്നതെങ്ങിനെ? അയാൾ ഒരു മരത്തലയനാണ്. ഇന്നു ഞാൻ അയാളോടു പറഞ്ഞതാണ്. ഇന്നലെ പാറാവുജോലിക്ക് ഞാൻ പത്തുപേരെ കൂടുതൽ കൊടുത്തു.' പക്ഷേ അയാൾ..."

"അതു പോകട്ടെ!" ഷെബാലൊവ് ഇടയ്ക്കു കയറി പറഞ്ഞു."ആ പഴയ പല്ലവി എനിക്കു കേൾക്കണ്ട. ഇപ്പോൾ നിങ്ങൾ ഗാൽഡയെച്ചൊല്ലി വിലപിക്കുന്നു. പക്ഷേ അയാൾ ജീവിച്ചിരുന്ന കാലത്ത് നിങ്ങൾ കീരിയും പാമ്പും പോലായിരുന്നല്ലോ. ഏതു പത്തുപേരുടെ കാര്യമാണ് നിങ്ങൾ പറഞ്ഞത്? എന്നെ പറ്റിക്കാമെന്നു വിചാരിക്കേണ്ട. ഏതായാലും അക്കാര്യം പിന്നെ നമുക്ക് ചർച്ച ചെയ്യാം. ഇപ്പോൾ ഈ പയ്യന്റെ പ്രശ്നം എടുക്കാം. അവന് പാർട്ടിയിൽ ചേരണമെന്നുണ്ട്. നിങ്ങൾ ശുപാർശചെയ്യാമോ? നിങ്ങൾ തുറിച്ചുനോക്കുന്നതെന്താണ്? അവൻ ഒരു നല്ല പടയാളിയാണെന്ന് നിങ്ങൾതന്നെ പറഞ്ഞല്ലോ. പ്രതികൂലമായി ഒന്നും അവനെപ്പറ്റി നിങ്ങൾക്കു പറയാനില്ല. പിന്നെ കഴിഞ്ഞ കാര്യങ്ങൾ-- അത്

എപ്പോഴും കുത്തിപ്പൊക്കേണ്ട കാര്യമില്ല!"

"അതുശരിയാണ്,"തല ചൊറിഞ്ഞുകൊണ്ട് സൂഹരെവ് ഇഴച്ചിഴച്ച പറഞ്ഞു. "ചെകുത്താനറിയാം."

"ചെകുത്താന് ഒന്നും അറിയില്ല. നിങ്ങൾ കമ്പനി കമാണ്ടറും കമ്മ്യൂണിസ്റ്റുകാരനുമാണ്. നിങ്ങളുടെ കീഴിലുള്ള ഒരു ചുവപ്പുപടയാളി പാർട്ടിയിൽ ചേരാൻ അർഹനാണോ എന്നു നിശ്ചയിക്കേണ്ടതു് ചെകുത്താനല്ല നിങ്ങളാണ്."

"അവൻ ഒരു നല്ല പയ്യനാണ്," സൂഹരെവ് സമ്മതിച്ചു. "എടുത്തുചാട്ടക്കാരനാണെന്നതാണ് അവന് കുഴപ്പം . അവൻ എപ്പോഴും മുന്നിലേക്കു തുളച്ചുകയറി ആവശ്യമില്ലാതെ തോക്കിന്റെ മുമ്പിലേക്കു കഴുത്തു നീട്ടിക്കൊടുക്കും. മറ്റൊരു കുഴപ്പം അവനില്ല."

"അവൻ തരക്കേടില്ലാത്ത ഒരു പയ്യനായതുകൊണ്ട് ഒപ്പിടാൻ എനിക്ക് വിരോധമില്ല." സൂഹരെവ് കരുതലോടെ പറഞ്ഞു."പക്ഷേ ഒരാൾക്കൂടി ഒപ്പിടണമല്ലോ. അതാരായിരിക്കും?"

"ഞാൻ. വന്ന് ഈ മേശയ്ക്കടുത്തിരിക്കു. അവന്റെ അപേക്ഷ ഇതാ ഇവിടെയുണ്ട്."

"നിങ്ങൾ ഒപ്പിട്ടുകഴിഞ്ഞല്ലോ!" എന്നു പറഞ്ഞുകൊണ്ട് സൂഹരെവ് തന്റെ കൊണ്ടൻ വിരലുകൾ കൊണ്ട് പെൻസിൽ എടുത്തു."അതുനന്നായി. ആയിരം കുട്ടികളുടെ ഇടയിൽ തിരഞ്ഞാലേ ഇത്തരം ഒരു കുട്ടിയെ കണ്ടുമുട്ടുകയുള്ളൂ. കൊച്ചിലേ വേണ്ടത്ര അടി കിട്ടിയിട്ടില്ല എന്നതു മാത്രമാണ് അവനുള്ള കുറവ്,"

അദ്ധ്യായം പതിനഞ്ച്

അനേകം ദിവസങ്ങളായി നോവോഹോപെൻസ്കിനു ചുറ്റും യുദ്ധം നടന്നുകൊണ്ടിരിക്കയാണ്. റിസർവ്വിലുള്ള എല്ലാ ഡിവിഷനുകളും അങ്ങോട്ടു നീങ്ങിയെങ്കിലും കൊസാക്കുകാർ ഉറച്ചു തന്നെ നിന്നു.

നാലാം ദിവസത്തെ പ്രഭാതം താരതമ്യേന ശാന്തമായിരുന്നു.

മലയുടെ മഞ്ഞില്ലാത്ത നിറുകയിൽ ഇടതുർന്ന നീണ്ട ഒരണിയായി നിലയുറപ്പിച്ചിരുന്ന പടയാളികളുടെ അടുത്തേക്ക് കുതിരയോടിച്ചു വന്ന് ഷെബാലൊവ് പറഞ്ഞു "ഇന്ന് ഉച്ചതിരിഞ്ഞു് വൻപിച്ച ഒരു കടന്നാക്രണം നടത്താൻ പോവുകയാണ്. ഈ പ്രദേശത്തുള്ള മുഴുവൻ പട്ടാളക്കാരും അതിൽ പങ്കെടുക്കും."

മഞ്ഞുവെള്ളം പററിപ്പിടിച്ച് വെള്ളിനിറത്തിൽ തിളങ്ങിക്കൊണ്ടിരുന്ന അദ്ദേഹത്തിന്റെ കുതിരയുടെ ദേഹത്തുനിന്നും ആവി ഉതിർന്നുകൊണ്ടിരുന്നു.അദ്ദേഹത്തിന്റെ കറുത്ത തൊപ്പിയുടെ ചുവന്ന മുകൾഭാഗം ഉജജ്വലവും വർണ്ണശബളവുമായി കാണപ്പെട്ടു.

"ശരി, കൂട്ടുകാരെ," ഷെബാലൊവ് മുഴങ്ങുന്ന ശബ്ദത്തിൽ വീണ്ടും പറഞ്ഞു. "അതിപ്രധാനമായ ഒരു യുദ്ധമാണ് ഇന്ന് നടക്കാൻ പോകുന്നതു്. ഇന്ന് നമ്മൾ ഇവിടെനിന്ന് വൈറ്റ്ഗാർഡുകാരെ തുരത്തുകയാണെങ്കിൽ പിന്നെ ബൊഗുച്ചാർ വരെയുള്ള വഴിയിൽ ഒരിടത്തും അവർക്ക് പിടിച്ചുനിൽക്കാൻ കഴിയില്ല. നിങ്ങളിൽ ഒരൊരുത്തരും പരമാവധി ശ്രമിച്ചുനോക്കു. ഡിവിഷനിലെ മറ്റു പടയാളികളുടെ മുമ്പിൽ കിഴവനായ നിങ്ങളുടെ കമാണ്ടറെ അപമാനിതനാക്കരുതു്?"

"കിഴവൻ പോലും!"അങ്ങോട്ടു നടന്നുവന്ന മാലീഗിൻ അടഞ്ഞ ശബ്ദത്തിൽ മുറുമുറുത്തു."ഞാൻ നിങ്ങളെക്കാൾ കുറച്ചു മൂത്തതാണ്, എന്നിട്ടും ഒരു ചെറുപ്പക്കാരനായിട്ടാണ് എന്നെ എല്ലാവരും കരുതുന്നതു്."

"നിങ്ങളും ഞാനും ഇട്ടു തേഞ്ഞ പഴയ ചെരിപ്പുകളാണ്,"

ഷെബാലൊവ് എപ്പോഴും പറയാറുള്ള വാചകം ആവർത്തിച്ചു. "ബോറിസ്! നിനക്ക് എത്ര വയസ്സായി?" അദ്ദേഹം സ്നേഹപൂർവ്വം വിളിച്ചു ചോദിച്ചു.

"പതിനാറിലേക്കു കടന്നു, സഖാവ് ഷെബാലൊവ്," ഞാൻ അഭിമാനത്തോടെ പറഞ്ഞു."എനിക്ക് വയസ്സ് നാല്പത്താറു കഴിഞ്ഞു. ഇതു കേട്ടോ, മാലീഗിൻ? ഇവന് പതിനാറു വയസ്സായത്രെ! അവൻ കാണാൻ പോകുന്നതൊന്നും നിങ്ങളും ഞാനും ഒരിക്കലും കാണുകയില്ല..."

"നമുക്ക് പരലോകത്തിരുന്നുകൊണ്ട് ഒളിഞ്ഞുനോക്കാം," ഓഫീസർമാർ ധരിക്കാനുള്ള കീറിയ ഒരു "ബാഷ്ലിക്ക്" കഴുത്തിൽ ചുറ്റുന്നതിനിടയിൽ മാലീഗിൻ ഒരു പരുക്കൻ തമാശ തട്ടിവിട്ടു.

അലസമായി നില്ക്കുന്ന കുതിരയെ ഷെബാലൊവ് കുതിമുള്ളുകൊണ്ട് ഒന്ന് തൊട്ടു. കത്തിക്കൊണ്ടിരുന്ന തീക്കുണ്ഡങ്ങളുടെ നീണ്ട നിരയ്ക്കു സമാന്തരമായി അദ്ദേഹം കുതിരയോടിച്ചു പോയി.

"ബോറിസ്, ചായ കുടിക്കാൻ വാ. ചൂടുവെള്ളം എന്റെ വക, പഞ്ചസാര നിന്റെ വക!" കരിപിടിച്ച പാത്രം തീയുടെ മുകളിൽനിന്ന് എടുത്തുമാററിക്കൊണ്ട് വാസ്ക ഷ്മാക്കൊവ് പറഞ്ഞു.

"പഞ്ചസാര എന്റെ കയ്യിലും ഇല്ല."

"പിന്നെ നിന്റെ കയ്യിലെന്താണ് ഉള്ളത്?"

"കുറച്ച് റൊട്ടിയും എടുത്തുകൊണ്ട് വാ. എന്റെ കയ്യിൽ ചൂടുവെള്ളമല്ലാതെ മറ്റൊന്നുമില്ല."

"ഗോറിക്കോവ്!" മറ്റൊരു തീക്കുണ്ഡത്തിനടുത്തു നിന്ന് ആരോ ഉറക്കെ വിളിച്ചു."ഇങ്ങോട്ട് ഒന്നു വരൂ"

ഞാൻ അങ്ങോട്ടു ചെന്നു. ഒരു സംഘം ചുവപ്പുപോരാളികൾ ഒരു ചർച്ചയിൽ ഏർപ്പെട്ടിരിക്കുകയായിരുന്നു അവിടെ.

"ഒരുപക്ഷേ നിനക്ക് പറയാൻ കഴിയുമായിരിക്കും," കീർത്തനപാരായണക്കാരൻ എന്ന് വട്ടപ്പേരുള്ള ഗ്രീഷ്ക ചെർക്കാസൊവ് പറഞ്ഞു." നമുക്ക് ഇവൻ പറയുന്നതെന്താണെന്ന് കേൾക്കാം. ബോറിസ്, നീ ഭൂമിശാസ്ത്രം പഠിച്ചിട്ടുണ്ടല്ലോ, ഇല്ലേ? ഈ പ്രദേശം കഴിഞ്ഞാൽ പിന്നെ എവിടമാണ്?"

"ഏതു വശത്തെ കാര്യമാണ്? തെക്കുഭാഗത്താണെങ്കിൽ ബൊഗുച്ചാർ,"

"അതു കഴിഞ്ഞാലോ?"

"റൊസ്തോവ്. പിന്നെ വേറെ എത്രയോ

സ്ഥലങ്ങളുണ്ട്--നോവോറൊസീയ്സ്ക , വ്ലാഡികവ്ക്കാസ്, തിഫ്ലിസ്. അതിനുമപ്പുറത്ത് ടർക്കി. എന്താണ് കാര്യം?"

"ഇത്രയധികം സ്ഥലങ്ങളുണ്ടോ?" ചെവി ചൊറിഞ്ഞുകൊണ്ട് ഗ്രീഷ്ക പിറുപിറുത്തു. "ഇക്കണക്കിന് നമുക്ക് ആയുസ്സിന്റെ പകുതി യുദ്ധം ചെയ്ത കളയേണ്ടിവരുമല്ലോ. അവിടെ എത്തുന്നതോടെ യുദ്ധം തീരും എന്നു ഞാൻ വിചാരിച്ചു."

മറ്റുള്ളവർ ചിരിച്ചു. ഗ്രീഷ്ക ഭീതിയോടെ അവരെ നോക്കി. അയാൾ തന്റെ തുടകളിൽ തട്ടികൊണ്ട് ഉറക്കെ പറഞ്ഞു:

"ദൈവം തമ്പുരാനേ! എത്ര കാലമാണ് ഞങ്ങൾ യുദ്ധം ചെയ്യേണ്ടതെന്ന് നോക്കു!"

സംസാരം നിലച്ചു.

സേനാനിരയുടെ പിന്നിലുള്ള റോഡിലൂടെ ഒരു സവാരിക്കാരൻ അതീശീഘ്രം കുതിരയോടിച്ചു വരുന്നതു കണ്ടു. ഷെബാലൊവ്അ യാളുമായി സന്ധിക്കാൻ മുമ്പോട്ടു കുതിരയോടിച്ചു ചെന്നു.

പാർശ്വത്തിലുള്ള പീരങ്കിയിൽനിന്ന് രണ്ടു തവണ കൂടി വെടിപൊട്ടി.

"ഒന്നാം കമ്പനി ഇതിലെ!" കൈ വീശിക്കൊണ്ട് സൂഹരെവ് വിളിച്ചുപറഞ്ഞു.

ഏതാനും മണിക്കൂറുകൾ കഴിഞ്ഞു് ഞങ്ങളുടെ സംഘട്ടനനിരകൾ തങ്ങൾ കിടന്നിരുന്ന വെളുത്ത പൊടിമഞ്ഞുകൂനകളിൽനിന്ന് എണീറ്റു. ചോര വാർന്നൊലിച്ചുകൊണ്ടിരിക്കുന്ന ഭടൻമാർ മുട്ടുവരെ മഞ്ഞിൽ മുങ്ങിനിന്നുകൊണ്ട്, യന്ത്രത്തോക്കുകളിൽനിന്ന് ചീറിപ്പായുന്ന ഉണ്ടകളേയോ പൊട്ടിത്തെറിക്കുന്ന ഷെല്ലുകളേയോ വകവയ്ക്കാതെ, ശത്രുവിന്റെമേൽ നിർണ്ണായകമായ അവസാനത്തെ പ്രഹരമേല്പിക്കാൻവേണ്ടി സുധീരം മുന്നോട്ട് പോയി. ഞങ്ങളുടെ മുന്നണിപ്പോരാളികൾ നഗരത്തിന്റെ പ്രാന്തപ്രദേശത്തെത്തിയപ്പോൾ ഒരു വെടിയുണ്ട എന്റെ വലത്തു വശത്തു വന്നുകൊണ്ടു.

ഞാൻ ആടിയുലഞ്ഞു്, ചവിട്ടിമെതിക്കപ്പെട്ട മൃദുവായ മഞ്ഞിലേക്കു വീണു. ഇതു സാരമില്ല. ഒന്നു പോറിയിട്ടേയുള്ളു,"ഞാൻ വിചാരിച്ചു."എനിക്കു ബോധക്കേടുണ്ടായിട്ടില്ല, അതിന്റെയർത്ഥം ഞാൻ കൊല്ലപ്പെട്ടിട്ടില്ല എന്നാണ്. ഇതേവരെ മരിച്ചുപോകാത്തതുകൊണ്ട് ഞാൻ സുഖം പ്രാപിക്കുമെന്ന് തീർച്ച,"

മുമ്പോട്ട് ഓടിക്കൊണ്ടിരുന്ന കാലാൾപ്പടയാളികൾ എണ്ണമറ്റ കറുത്ത പൊട്ടുകൾപോലെ ദൂരെ പ്രത്യക്ഷപ്പെട്ടു.

"ഇതു സാരമില്ല," ഞാൻ വിചാരിച്ചു ഒരു കുറ്റിച്ചെടിയിൽ കടന്നു

പിടിച്ച് ഞാൻ അതിന്റെ കൊമ്പുകളിലേക്ക് തല ചായ്ച്ചു.

"സ്ട്രെച്ചറുമായി ഇപ്പോൾ ആളുകകൾ വരും. അവർ എന്നെ എടുത്തു കൊണ്ടുപോകും."

വയലിൽ പ്രശാന്തത കളിയാടി. എന്നാൽ അടുത്തുള്ള മറ്റു ചില ഭാഗങ്ങളിൽ അപ്പോഴും യുദ്ധം നടന്നുകൊണ്ടിരുന്നു. മഞ്ഞനിറത്തിൽ ജ്വലിക്കുന്ന ഒരു വാൽനക്ഷത്രം പോലെ ഒററതിരിഞ്ഞ ഒരു വാണം തലയ്ക്കുമുകളിൽ പ്രത്യക്ഷപ്പെട്ടു.

ചൂടുള്ള രക്തം എന്റെ കുപ്പായത്തിനടിയിൽനിന്ന് പുറത്തേക്ക് ഊറി വന്നു. "സ്ട്രെച്ചറുമായി ആൾക്കാർ വരാതിരിക്കുകയും ഞാൻ മരിക്കുകയും ചെയ്താലോ?" കണ്ണടച്ചുകൊണ്ട് ഞാൻ വിചാരിച്ചു.

ഒരു വലിയ മലങ്കാക്ക അഴുക്കുപുരണ്ട മഞ്ഞിൽ വന്നിരുന്നിട്ട് അടുത്തൊരിടത്ത് കിടന്ന കുതിരച്ചാണകത്തിനടുത്തേക്ക് വേഗം നടന്നു ചെന്നു. പെട്ടെന്ന് അത് തലതിരിച്ച് എന്നെ ഒന്ന് ചരിഞ്ഞു നോക്കിയിട്ട് ശക്തിയുള്ള ചിറകുകൾ അടിച്ചു പറന്നുപോയി.

മലങ്കാക്കകൾക്ക് മരിച്ചുകിടക്കുന്ന മനുഷ്യരെ ഭയമില്ല. രക്തം നഷ്ടപ്പെട്ട് ഞാൻ മരിച്ചുകഴിയുമ്പോൾ ആ പക്ഷി തിരിച്ചുവന്ന് എന്റെ തൊട്ടടുത്ത് ഇരിക്കും.

എന്റെ തല ബലക്ഷയംകൊണ്ട് ആടിത്തുടങ്ങി. ദക്ഷിണപാർശ്വത്തിലുള്ള മഞ്ഞുക്കുനകളെ വിറകൊള്ളിച്ചിരുന്ന ഷെല്ലുകളുടെ ശക്തികുറഞ്ഞുതുടങ്ങി. വാണങ്ങളുടെ എണ്ണവും പ്രകാശവും കൂടിക്കൂടി വന്നു

എനിക്ക് ഒരിക്കൽക്കൂടി കാണാൻവേണ്ടി ആയിരം നക്ഷത്രഭടന്മാരെ രാത്രി ആകാശത്തിലേക്കിറക്കി തിളങ്ങുന്ന ചന്ദ്രബിംബവും അവിടെ പ്രത്യക്ഷപ്പെട്ടു. ഞാൻ വിചാരിച്ചു. "ചുമ്പുക്കും ജിപ്സിപ്പയ്യനും മരപ്പട്ടിയും ജീവിച്ചിരുന്നവരാണ്... ഇപ്പോൾ അവരാരും ഇല്ല. അതുപോലെ ഞാനും ഇല്ലാതാകും." ഒരിക്കൽ ജിപ്സിപ്പയ്യൻ എന്നോടു പറഞ്ഞ ഒരു കാര്യം എനിക്ക് ഓർമ്മവന്നു:"അന്നുമുതൽ ഞാൻ നല്ല ജീവിതം തേടി നടക്കുകയാണ്. "ഞാൻ പറഞ്ഞ മറുപടി ഇങ്ങിനെയായിരുന്നു, അത് ഇത്രയേറെ ആത്മാർത്ഥമായി ആഗ്രഹിക്കുന്നതു കൊണ്ട് എല്ലാവർക്കും ഒരുമിച്ച് നേടാൻ കഴിയും."

"അതെയതെ! ഒരുമിച്ച്,"ഞാൻ അതോർത്ത് മന്ത്രിച്ചു. "എല്ലാവരും ഒരുമിച്ച്." എന്റെ കണ്ണുകൾ അടഞ്ഞു. ഓർമ്മയിൽ തങ്ങിനില്ക്കാത്തവയെങ്കിലും സുഖകരങ്ങളായ പാതകളിലൂടെ എന്റെ ചിന്തകൾ അലഞ്ഞുതിരിഞ്ഞു.

"ബോറിസ്?" ആരോ വിമ്മിഷ്ടപ്പെട്ട് എന്റെ പേർ മന്ത്രിക്കുന്നതു

ഞാൻ കേട്ടു.

ഞാൻ കണ്ണുതുറന്നു. തൊട്ടടുത്ത് ഷെല്ലുവീണു പിളർന്ന ഒരു ബർച്ച് മരത്തൈയിൽ കൈകൾ ചുറ്റിക്കൊണ്ട് വാസ്കഷ്ക്കോവ് ഇരിക്കുന്നതു ഞാൻ കണ്ടു.

അയാളുടെ തലയിൽ തൊപ്പിയുണ്ടായിരുന്നില്ല. ഇരുണ്ടിരുണ്ടു വന്ന ഈറൻ സന്ധ്യയിൽ തിളങ്ങുന്ന സ്വർണ്ണപ്പൊട്ടുകൾ പോലെ അകലെ പ്രത്യക്ഷപ്പെട്ട റെയിൽവേ സ്റ്റേഷനിലെ ദീപങ്ങളുടെ നേരെ കണ്ണിമയ്ക്കാതെ നോക്കിക്കൊണ്ടിരിക്കുയായിരുന്നു അയാൾ.

"ബോറിസ്, ഒടുവിൽ നമ്മൾ അതു പിടിച്ചെടുത്തു." അയാളുടെ ദുർബ്ബലമായ ശബ്ദം എന്റെ കാതുകളിലെത്തി.

"പിടിച്ചെടുത്തു," ഞങ്ങൾ മെല്ലെ പറഞ്ഞു.

ഒടിഞ്ഞുപോയ ആ തൈമരത്തിൽ അയാൾ കൂടുതൽ ബലമായി അള്ളിപ്പിടിച്ചു. എന്നെ നോക്കി ശാന്തമായും അവസാനമായും ഒന്നു പുഞ്ചിരിച്ചിട്ട് വിറച്ചുകൊണ്ടിരിക്കുന്ന ഒരു കുററിച്ചെടിയുടെ മുകളിലേക്ക് അയാൾ മെല്ലെ തല ചായ്ച്ചു.

ഒരു വെളിച്ചം മിന്നിമറഞ്ഞു.... പിന്നേയും അതാവർത്തിച്ചു ഒരു ഹോണിന്റെ ശോകാകുലമായ പതിഞ്ഞ ശബ്ദം മുഴങ്ങി. സ്ട്രെച്ചറുമായി ആളുകൾ വരികയായിരുന്നു.

●

www.ingramcontent.com/pod-product-compliance
Lightning Source LLC
LaVergne TN
LVHW090314051026
849518LV00005B/1773
9789355175816